स्त्रीस्वातंत्र्यवादिनी

कृष्णाबाई मोटे – मालतीबाई बेडेकर – शकुंतला परांजपे – गीता सा

राजहंस प्रकाशन प्रा. लि.

स्त्रीस्वातंत्र्यवादिनी

विसाव्या शतकातील परिवर्तन

कृष्णाबाई मोटे । मालती बाई बेडेकर । शकुंतला परांजपे । गीता साने

विनया खडपेकर

राजहंस प्रकाशन प्रा. लि.

स्त्रीस्वातंत्र्यवादिनी
विसाव्या शतकातील परिवर्तन
विनया खडपेकर

प्रकाशक
दिलीप माजगावकर
राजहंस प्रकाशन प्रा. लि.
१०२५, सदाशिव पेठ,
पुणे- ४११ ०३०.
फोन - (०२०) २४४७३४५९
E-mail : rajhansprakashan1@gmail.com
Website : www.rajhansprakashan.com

Streeswatantryavadini
Vinaya Khadpekar

© विनया खडपेकर
१०२ ब, पूनम अपार्टमेंट,
ऋता सोसायटी,
२५ आयडियल कॉलनी,
पौड रस्ता, कोथरूड, पुणे- ३८
चलभाष : ९४२२९८६७१८ /
७०२८२५७३६६
ई-पत्ता : vinayakhadpekar@gmail.com

अक्षरजुळणी : मानस एंटरप्रायझेस
अंकिता अपार्टमेंट्स, विठ्ठलवाडी,
हिंगणे, पुणे- ४११ ०५१.
फोन : ९७६५६३२१२४

मुद्रितशोधन : शुभांगी भिडे

मुखपृष्ठ, आतील चित्रे व मांडणी :
शेखर गोडबोले

आवृत्ती पहिली : १९९१
(पॉप्युलर प्रकाशन)
आवृत्ती तिसरी : २७ मार्च २०२२

राजहंस क्र. C-09-2022

ISBN 978-93-91469-18-4

ती. आईस,
स्वातंत्र्यपूर्व काळातील आठवणी
तू लहानपणापासून सांगितल्यास,
'स्त्रीस्वातंत्र्यवादिनी' पुस्तकामागची
प्रेरणा तूच –

-विनया

निवेदन

कृष्णाबाई मोटे, मालतीबाई बेडेकर, शकुंतला परांजपे, गीता साने या लेखिकांनी १९३०नंतर आपल्या लेखनास सुरुवात केली. त्यांनी कथा, कादंबऱ्या, नाटके लिहिली. काही निरीक्षणाचे अनुभवकथनपर ललित लेख आणि संशोधनात्मक निबंध लिहिले. त्यांचे लेखन मुख्यत: मराठीत आहे. परंतु त्यांनी क्वचित इंग्रजीमध्येही स्फुटलेखन केले आहे आणि परभाषेतील काही ग्रंथ, नाटके अनुवादित / रूपांतरित केली आहेत.

'स्त्री-स्वातंत्र्यवादिनी' या पुस्तकात मराठीमध्ये पुस्तकरूपाने प्रसिद्ध झालेल्या त्यांच्या साहित्याचाच तेवढा विचार केला आहे. विखुरलेले स्फुट-साहित्य घेतलेले नाही. अपवाद गीता साने यांचा. गीता साने यांच्या कथांचा आणि ललित निबंधांचा पुस्तकरूपाने संग्रह झालेला नसल्यामुळे नियतकालिकांतील कथा, ललित लेख विचारार्थ घेतलेले आहेत. या पुस्तकाच्या व्याप्तीत चार लेखिकांचे इंग्रजी साहित्य आणि अनुवादित/रूपांतरित असे मराठी साहित्य समाविष्ट केलेले नाही.

कृष्णाबाई, मालतीबाई आणि गीताबाई यांच्या बहुतेक लेखनाचा केंद्रबिंदू स्त्री आहे. पुरुषांच्या बरोबरीने स्वतंत्र व्यक्ती म्हणून समाजात 'स्त्री'ला स्थान नाही, याची बोच त्यांच्या मनात आहे. स्त्री-जीवनावरील दबावांचा त्या सतत विचार करतात. त्यातून त्यांच्या कथा-कादंबऱ्या जन्म घेतात. शकुंतलाबाईंचा मनोधर्म या

तिघींपेक्षा निराळा दिसतो. त्या स्वच्छंदी, मनःपूत जीवन जगल्या. त्यांनी स्वतःच्या लहरीत लेखन केले. 'मी करमणुकीसाठी लिहिले', असेच त्या म्हणतात. त्यांची एक कादंबरी आणि दोन नाटके सोडून इतर लेखन म्हणजे स्वानुभव कथन करणारे, खुसखुशीत ललित लेख आहेत. इतर तिघींनी हाताळलेले स्त्री-प्रश्न त्यांच्या लेखनातून अभावितपणे पुढे आलेले दिसून येतात. १९९१मधील सर्वसामान्य स्त्री-जीवनाशी तुलना करता या चार लेखिकांचे जीवन आत्यंतिक पुरोगामी होते आणि स्त्री-स्वातंत्र्याचे विचार आश्चर्यकारकपणे प्रगत होते, असे त्यांचे साहित्य वाचल्यावर मला वाटले. इतक्या प्रगल्भ विचारांच्या मूठभर स्त्रिया पुढे येण्यास कारण झालेली पार्श्वभूमी तपासण्यासाठी १९०१ ते १९३० हा काळ मी साहित्याच्या माध्यमातून समजावून घेतला. विसाव्या शतकाच्या आरंभातील स्त्री-जीवनाची वळणे कळण्याकरिता, वाचकांना ती पार्श्वभूमी सादर केली आहे.

लेखिकांची वये लक्षात घेता, त्यांच्या मुलाखती हे काहीसे कठीण काम आहे, असे मला वाटत होते. परंतु त्यांच्या सहकार्यामुळे ते सोपे झाले. शरीराने सर्व जणी थकलेल्या! 'विस्मरण फार होते. आता आमच्याजवळ सांगण्यासारखे उरले आहे काय?' असा सगळ्यांचा सूर मुलाखतीसाठी भेटी ठरवताना होता. तरीही मुलाखतीला कोणी नकार दिला नाही, यामुळेच हायसे वाटले. वृद्धत्वामुळे मुलाखतीसाठी सलग चारपाच तास बसणे, कोणालाच शक्य होणार नव्हते. परंतु दोनतीन दिवस जमेल तसा तसा दोन तास वेळ सर्व जणींनी दिला. गीताबाई साने यांचा प्रश्न आणखी थोडा वेगळा होता. त्यांचे वास्तव्य बिहारमध्ये धनबादला. मी मुंबईत. मुंबई ते धनबाद संपर्क सहज-सुलभ-जलद नाही. गीताबाईंच्या कथा, लेख कधी-कोणत्या नियतकालिकांत प्रसिद्ध झाले होते, ती माहिती उपलब्ध होऊ शकली नाही. शेवटी त्यांच्या कादंबऱ्या आणि 'चंबळची दस्युभूमी' व 'भारतीय स्त्रीजीवन' ही दोन पुस्तके वाचून कथा व लेख न वाचताच मुलाखतीसाठी मी धनबादला त्यांच्या घरी गेले. त्यांच्या घरी त्यांच्या काही कथांची कात्रणे वाचायला मिळाली. काही कथा / लेख कोणत्या नियतकालिकांत प्रकाशित झाले होते, ते कळले. चार दिवसांत त्यांच्या कथा वाचणे आणि मुलाखत घेणे ही दोन्ही कामे उरकावीच लागली. अधिक वेळाची आवश्यकता भासली. परंतु मुंबई-धनबाद अंतर लक्षात

घेता, ते शक्य नव्हते.

मुलाखती घेताना सतत जाणवत होते की, या लेखिका बऱ्याच आठवणींचे संदर्भ विसरून गेल्या होत्या. त्यांच्या साहित्याला त्या वेळी जनतेचा कोणता प्रतिसाद मिळाला, याबद्दलचे त्यांचे स्मरण अंधुक झाले होते. हे काम यापूर्वी पाचदहा वर्षे झाले असते, तर मुलाखतीतून अधिक माहिती मिळू शकली असती. विसाव्या शतकातील स्त्री-वादी विचारसरणीचा वारसा सांगणाऱ्या आमच्या ज्येष्ठ लेखिकांची दखल घेण्यास आम्ही खूपच उशीर केला, असे खेदाने म्हणावेसे वाटते.

डॉ. सुमा चिटणीस आणि श्रीमती छाया दातार यांच्याशी चर्चा करून पुस्तकाचा आराखडा ठरविला होता. यानंतर श्रीमती विद्या विद्वांस, डॉ. रेखा (इनामदार) साने यांनी लेखन चालू असताना, वेळोवेळी वाचन करून उपयुक्त सूचना केल्या. या सर्वांचे मन:पूर्वक आभार.

२७ मे १९९१ **विनया खडपेकर**

तिसऱ्या आवृत्तीविषयी दोन शब्द

'स्त्रीस्वातंत्र्यवादिनी-विसाव्या शतकातील परिवर्तन' हे माझे पुस्तक टाटा सामाजिक विज्ञानसंस्थेच्या 'स्त्री मुक्तीच्या महाराष्ट्रातील पाऊलखुणा' या मालिकेतील शेवटचे पुस्तक. या पुस्तकाची पहिली आवृत्ती १९९१मध्ये प्रकाशित झाली. दुसरी आवृत्ती २००५मध्ये प्रकाशित झाली. आणि ही तिसरी आवृत्ती २०२२मध्ये प्रकाशित होत आहे. स्त्री-विषयक मराठी संशोधन पुस्तकाच्या, तीन आवृत्त्यांच्या मध्ये इतका काळ जावा; याची अनेक व्यावसायिक आणि सामाजिक कारणे आहेत. त्यांचा ऊहापोह वृत्तपत्रे, सभा-संमेलने, शिक्षणसंस्थांची चर्चासत्रे यांतून सतत चाललेलाच असतो. या सर्वातून सतत जाणवत राहते, समाज-मनात मातृभाषेविषयी प्रेम आहे. स्त्री-प्रश्नांविषयी कुतूहल आहे. तरीही या दोन्ही विषयासंबंधी एकंदरीत प्रत्यक्ष कार्यवाहीच्या पातळीवर अनास्था आणि उदासीनता आहे. त्यामुळे मुळाशी जाऊन या प्रश्नांचा आर्थिक-सामाजिक बाजूंनी नीट कालोचित विचारच होत नाही. कृती घडत नाही.

अशा वातावरणात प्रकाशक दिलीप माजगावकर यांनी, या पुस्तकाच्या तिसऱ्या आवृत्तीची जबाबदारी स्वीकारली, हे विशेषच. या पुस्तकाच्या प्रत्येक प्रकरणाला अगदी तपशीलवार संदर्भ-सूची आहे. त्यामुळे मानस एंटरप्रायझेसचे महेश पाटील आणि मुद्रितशोधक शुभांगी भिडे, दोघांचेही काम जिकिरीचे होते, याची मला

कल्पना आहे. पण त्यांनी ते अत्यंत चिकाटीने पार पाडले. शेखर गोडबोले यांनी चर्चा करून, पुस्तकाचे मुखपृष्ठ आणि सजावट मन:पूर्वक रस घेऊन केली.

पुस्तक निर्मितीत या सर्वांचे परिश्रम आहेत. 'राजहंस'च्या व्यवस्थापनातील तृप्ती देशपांडे, सारिका भामे, शर्मिली जोशी यांचे सहकार्य यात आहेच.

या सर्वांचे आभार. धन्यवाद!

कृष्णाबाई मोटे आणि मालती बेडेकर यांच्या कर्तृत्वकाळातली पूर्णाकृती छायाचित्रे आम्हाला मिळू शकली नाहीत. म्हणून या दोघींची उपलब्ध छायाचित्रे स्वीकारली. इलाज नव्हता.

१९ मार्च २०२२ **विनया खडपेकर**

अभ्यासमालिका परिचय
स्त्री-मुक्तीच्या महाराष्ट्रातील पाऊलखुणा

'स्व'च्या शोधासाठी चाललेल्या स्त्रीचा आजचा झगडा समजून घेताना, इतिहासात शक्यतो पाठी जाऊन शोध घ्यावा लागेल. त्या काळात हे झगडे स्त्री-मुक्तीच्या नावाने ओळखले गेले नसतील, तरीही आजच्या स्त्री-मुक्ती चळवळीची मुळे त्यात सापडतील. या संशोधन प्रकल्पाने आम्ही या प्रकारच्या झगड्यांचा ऐतिहासिक शोध घेण्याचा प्रयत्न केला आहे. हे झगडे विविध प्रकारचे आहेत. ते आम्ही पाच अभ्यासखंडांमध्ये विभागले आहेत. अर्थात इतिहासामध्ये डोकावणाऱ्या या प्रयत्नाला काही मर्यादा राहतातच. तरीही जिथपर्यंत पुरावे मिळतात – मग ते लिखित स्वरूपात असो किंवा मौखिक वा बोली परंपरेतील असोत, त्या काळापर्यंत पोहोचण्याचा आम्ही प्रयत्न केला आहे.

या अभ्यासमालिकेतील पाच खंडांपैकी चार खंड चरित्रात्मक आहेत. या व्यक्तिचित्रांची अभिव्यक्ती वेगवेगळ्या तऱ्हेने झालेली दिसते. पहिल्या खंडात सतराव्या शतकापर्यंतच्या पाच संत कवयित्रींची निवड केली आहे. महादाइसा (शके ११६० ते १२३०), मुक्ताबाई (शके १२०१ ते १२१९), जनाबाई, बहिणाबाई (शके १५५० ते १६२२) आणि वेणाबाई (शके १५४९ ते १६००). या संत स्त्रियांनी भक्तिमार्गाचा अवलंब करून आध्यात्मिक मोक्ष मिळविण्याची धडपड केली. परंपरेने कनिष्ठ जातींप्रमाणेच सर्व स्त्रियांनाही मोक्ष

नाकारला होता. या संत कवयित्रींचे काव्य मराठी वाङ्‌मयेतिहासाच्या दृष्टीने महत्त्वाचे आहे. परंतु या पहिल्या खंडातील अभ्यास वाङ्‌मयीन आस्वादासाठी केलेला नाही. या अभ्यासाचा उद्देश या संत कवयित्रींनी काळाच्या मर्यादा कशा ओलांडल्या, ते तपासायचा आहे. या स्त्रियांचे सर्वप्रथम जाणवणारे वैशिष्ट्य हे की, ज्या काळात स्त्रीला धार्मिक व्यवहारात जवळजवळ वगळण्यात आले होते, त्या काळात ह्या स्त्रियांनी स्वत:चे असे धर्मांतर्गत उच्च स्थान मिळविले. दुसरे म्हणजे, त्या काळात स्त्रीला शिक्षणाचा अधिकार नसतानाही, त्या सर्वांनी उत्तम प्रतीच्या काव्याची निर्मिती केली. त्यांचे तिसरे वैशिट्य म्हणजे, त्या सर्व जणी जातिधर्माच्या पलीकडे जाऊ शकल्या. पारंपरिक रूढिग्रस्त धर्मनियमांनी घालून दिलेला मार्ग सोडून, त्यांनी भक्तिमार्ग चोखाळल्यामुळेच हे शक्य झाले. त्यांना मिळालेले गुरू हे बव्हंशी कनिष्ठ जातीचे होते, हेही लक्षात घेण्याजोगे आहे. चौथे वैशिष्ट्य म्हणजे त्यांचे व्यक्तिगत जीवनसुद्धा इतर सर्वसामान्य स्त्रियांपेक्षा वेगळे होते. निव्वळ एखाद्याची बायको वा विधवा किंवा कोणाची मुलगी, सून किंवा बहीण या नात्याने त्या जगात वावरल्या नाहीत..

पहिला अभ्यासखंड हा सतराव्या शतकातील वेणाबाईपाशी थांबतो, तर दुसऱ्या खंडामध्ये कालदृष्ट्या एक मोठी झेप घेऊन पेशवाईच्या काळातील स्त्रियांची चरित्रे तपासण्याचा प्रयत्न सुरू होतो. या कालखंडामध्ये अगदी वेगळ्या प्रकारच्या स्त्रिया समोर उभ्या राहतात. पेशव्यांच्या ब्राह्मण स्त्रिया आणि त्याच काळातील सत्ताधारी राजे व सरदार यांच्या मराठा स्त्रिया! त्यांचे वैशिष्ट्य त्यांच्या अंगातील अनेक गुणांनी उठून दिसते. समंजसपणा, चिकाटी, मुत्सद्देगिरी, धैर्य या गुणांबरोबरच त्यांच्याकडे स्वत:ला नाही, तरी आपल्या नवऱ्याला किंवा मुलाला राजकीय सत्ता मिळावी, यासाठी खटपट करण्याचे कसबही होते. पारंपरिक इतिहासाने या स्त्रियांची दखल घेतलेली आढळत नाही. किंबहुना, काही इतिहासकारांनी पेशवे आणि मराठे यांच्या राज्यकारभारात कारस्थाने रचणाऱ्या स्त्रिया एवढ्यावरच त्यांची बोळवण केलेली आहे. त्यांच्या कार्याची योग्य ती मीमांसा झालेली नाही. परंतु या अभ्यासखंडातील स्त्रियांच्या चरित्रांवरून असे दिसते की, या स्त्रिया आपल्या कृतीने जबाबदारी ओळखणाऱ्या होत्या. राजकारणी पुरुषाची पत्नी किंवा

माता म्हणून जबाबदारी पार पाडत असताना, आपल्या राजकीय उद्दिष्टांसाठी त्यांनी धैर्य दाखवले, शिक्षा भोगल्या, अगदी कारावासही सहन केला. इतकेच नव्हे, तर ज्या राजकीय संरचनेतून त्यांना बहुतांशी वगळण्यात आले होते, त्याच संरचनेत जिथेजिथे त्यांना फट दिसली किंवा संधी सापडली, तिचा त्यांनी कुशलपणे वापर केला.

या मालिकेतील तिसरा व चौथा हे खंड आपल्याला एकोणिसाव्या शतकाकडे आणतात. पेशवाई संपता संपता हा काळ सुरू होतो. याच काळात ब्रिटिशांनी पेशव्यांकडून महाराष्ट्र जिंकून घेतला. भारताच्या इतिहासात या शतकाच्या पहिल्या काही दशकांमध्ये हिंदूंचे आचार आणि विचार हे ख्रिश्चन धर्म, मिशनऱ्यांची कामे आणि युरोपमधील उदारमतवाद यांनी जोरदारपणे प्रभावित झालेले दिसतात. या परिणामांची सगळ्यांत महत्त्वाची अभिव्यक्ती झाली सुधारकांच्या चळवळींमधून. हिंदू समाजाची नीतिमूल्ये आणि विशेषत: स्त्रियांच्या जीवनाशी निगडित विधिनिषेध यांचा मूलगामी पुनर्विचार स्त्रियांच्या वतीने सुधारकांनी केला. आपल्या पत्नीला, लेकींना शिक्षण देण्यात त्यांनी पुढाकार घेतला. बंगाल व महाराष्ट्र हे दोन प्रांत यात आघाडीवर होते. चौथ्या खंडामध्ये तीन भागांत अशा शिक्षणाची संधी लाभल्यामुळे वेगवेगळ्या दिशांनी जाणाऱ्या स्त्रियांची चरित्रे मांडण्याचा प्रयत्न केला आहे. एकोणिसाव्या शतकातील सुधारकांच्या चळवळीची पार्श्वभूमी या स्त्रियांना लाभली. पंडिता रमाबाई कुशाग्र बुद्धीच्या विद्वान होत्या. सत्याचा शोध हा त्यांचा ध्यास होता. रमाबाई रानडे या हाडाच्या सामाजिक कार्यकर्त्या होत्या. ताराबाई शिंदे या सडेतोड लिहिणाऱ्या लेखिका होत्या. या तिघींचे व्यक्तिगत जीवन वेगळे होते; त्यांचे दृष्टिकोनही वेगळ्या प्रकारचे होते. एकोणिसाव्या शतकातील शिक्षित उच्चवर्णीय महाराष्ट्रीय स्त्रिया स्वतंत्रपणे आपापला मार्ग कसा धुंडाळतात, याचे दर्शन या अभ्यासखंडामध्ये होते.

तिसऱ्या खंडामध्ये काहीसे वेगळे वळण घेतलेले आहे. यात व्यक्तिचित्रण सोडून एकोणिसाव्या शतकातील सामाजिक परिस्थिती आणि स्त्रीविषयक प्रश्न यांचा वेध घेण्याचा प्रयत्न आहे. या काळातील कादंबरी, लघुकथा, नाटके, वृत्तपत्रे आणि इतर लिखित साधनसामग्री या माध्यमांतून सती, हुंडा, बालविवाह,

विधवा पुनर्विवाह, स्त्री-शिक्षण अशा बऱ्याच विषयांवर झालेल्या चर्चा, संवाद, वैचारिक मांडणी, भावनिक प्रतिक्रिया यांचा मागोवा घेण्यात आला आहे.

पाचव्या खंडामध्ये आज हयात असलेल्या पण विसाव्या शतकाच्या पहिल्या अर्धशतकामध्ये ज्यांनी लेखन केले, अशा नावाजलेल्या चार महाराष्ट्रीय स्त्रियांच्या मुलाखती आणि त्यांचे स्त्री-प्रश्नांवरील विचार एकत्र स्वरूपात मांडण्याचा प्रयत्न केला आहे. गीता साने, मालती बेडेकर, कृष्णाबाई मोटे आणि शकुंतला परांजपे या लेखिकांच्या जीवनाचा व स्त्री-पुरुष संबंधविषयक तत्त्वज्ञानाचा परिचय आहे. या चौघींनीही वयाची ऐंशी वर्षे ओलांडली आहेत आणि त्या उच्चवर्णीय व्यावसायिक कुटुंबातील आहेत. त्या सुविख्यात लेखिका आहेत आणि त्यांनी सार्वजनिक जीवनात भाग घेऊन, आपला ठसा त्या त्या क्षेत्रात उमटविला आहे. तरीही मध्यम किंवा उच्चवर्णीय अशा सुशिक्षित महाराष्ट्रीय स्त्रिया, व्यक्तिगत जीवनात स्वायत्तता किंवा स्वातंत्र्य मिळविण्यासाठी या शतकाच्या पूर्वार्धात वेगवेगळ्या मार्गांनी कशी धडपड करत होत्या, याचे प्रातिनिधिक स्वरूप इथे पाहावयास मिळेल.

या पाच खंडांमधून केलेल्या चित्रणाला सात शतकांची व्याप्ती आहे आणि या अभ्यासाला एक ऐतिहासिक परिमाण आहे. स्त्रियांचा दर्जा उंचावण्यासाठी आज चालू असलेल्या आंदोलनासाठी आणि स्त्रीविषयक प्रश्नांसंबंधीचा विचार आणि संशोधन यांना ऐतिहासिक पाया देण्यासाठी ही चरित्रे तपासण्यात आली आहेत. सामाजिक संरचना, जडणघडण, चळवळी, प्रतिकार, परिवर्तन या सर्वांचा ऐतिहासिक पद्धतीने अभ्यास व्हायला हवा, हे आज सर्वमान्य आहे. परंतु या विशिष्ट अभ्यासमालिकेचा उगम हा कोणत्या उर्मीतून-उत्कट भावनेतून झाला, हे वाचकांना समजणे आवश्यक आहे. त्यामुळे ह्या अभ्यासमालिकेतील संशोधनाला आलेला आकार समजून घेणे शक्य होईल.

१९७४ सालची गोष्ट आहे. आंतरराष्ट्रीय समाजविज्ञान मंडळाची जागतिक परिषद टोरॅन्टो येथे भरली होती. तेथे 'लिंगाधिष्टित सामाजिक स्थान' (Sex-Role) या विषयावरील सत्राला मी उपस्थित होते. त्या वेळी पहिल्या प्रथमच स्त्री-मुक्ती संकल्पनेवरील अतिशय प्रभावी भाष्य मला ऐकायला मिळाले. एका मागोमाग एक व्यक्ती आपले मुद्दे मांडत होत्या. त्या जहाल विधानांमध्ये मी पूर्ण भिजून जात

होते. त्यातील तर्कशुद्धता वादातीत होती आणि खिळवून टाकत होती. असे असूनही मला त्यांच्याइतका उद्वेग येऊ शकत नव्हता किंवा त्यांच्या भावनांशी उत्कटपणे मी समरस होऊ शकत नव्हते. आधी मला स्वत:च्या या द्विधा मन:स्थितीचे आश्चर्य वाटले. नंतर माझ्या लक्षात आले की, स्त्री-मुक्तीचा प्रश्न येथे ज्या तऱ्हेने मांडला गेला होता, तो पाश्चात्त्य संस्कृतीच्या व तेथील जीवनाच्या संदर्भात मांडला गेला होता आणि भारतीय संस्कृतीपेक्षा तो थोडाफार वेगळा होता. स्त्रियांवरील अन्याय आणि जुलूम हे दोन्ही संस्कृतींमध्ये घडत आलेले आहेत. तरीसुद्धा त्यांच्या स्वरूपांमध्ये फरक आहेत. छोटी छोटी वळणे आहेत. एक भारतीय स्त्री म्हणून येथील स्त्री-मुक्तीवादामधील विधाने, मुद्दे मला माझ्या वैयक्तिक, सांस्कृतिक संदर्भात तपासून घ्यावे लागतील आणि ज्या व्यापक संस्कृतीतून मी आलेली आहे, तिच्याही घडणीचा ऐतिहासिक शोध घ्यावा लागेल, असे मला वाटले.

त्यानंतर १९७५ साली स्त्री-दशक जाहीर झाल्यावर स्त्री-वादाच्या विचारांची व भावनांची शक्तिशाली लाट सर्व जगभर पसरत गेली. भारतामध्ये तिचा परिणाम बराच खोलवर झाला. भारतातील स्त्रियांचा स्वत:चा असा खास स्त्री-मुक्तिवाद प्रसृत झाला. भारतीय स्त्रियांनी आर्थिक शोषणाच्या विरोधात संघटित व्हायला सुरुवात केली. घटनेमध्ये दिलेले अधिकार प्रत्यक्षात यावे, म्हणून दबाव सुरू झाला. आत्मचिंतनाला सुरुवात झाली. सामाजिक, राजकीय आणि वैयक्तिक क्षेत्रांमध्ये आजपर्यंत ज्या व्याख्या स्वीकारल्या होत्या, ज्या भूमिका व जी कर्तव्ये मान्य केली होती, ती सर्वच तपासून पाहण्यास सुरुवात झाली. आजपर्यंतच्या इतिहासातून त्यांना वगळण्यात आले होते. त्यांच्या राजकीय व आर्थिक व्यवहारांच्या नोंदी झाल्या नव्हत्या. शिरगणतीमध्ये स्त्रीच्या कामाची नोंद अजूनही होत नव्हती. स्त्रीविषयक अभ्यासातून अनेक प्रकारची माहिती जमा करण्यात आली. आकडेवारी गोळा झाली आणि आजपर्यंतच्या आपल्या व्याख्या, त्या आधारे केलेल्या नोंदी ह्या किती लिंगसापेक्ष आहेत, हे लक्षात आणून दिले. एका बाजूने स्त्रीवरील अन्यायाची तीव्रता दाखवून दिली गेली. स्त्रियांना सतत मुख्य प्रवाहातून बाजूला कसे ढकलण्यात आले, जीवनाच्या अनेक अंगांमध्ये प्रवेश कसा नाकारण्यात

आला, हे सिद्ध केले गेले. समाजाने कोणतीही मूल्यव्यवस्था मानली आणि कोणतीही सामाजिक, राजकीय किंवा आर्थिक विचारप्रणाली स्वीकारली तरी स्त्रीला खऱ्या अर्थाने समान संधी मिळू शकत नाही. त्याचप्रमाणे स्त्रिया कोणत्याही वर्गाच्या, धर्माच्या व जातीच्या असल्या तरी त्यांची कोंडी फुटत नाही. याच अभ्यासातून दुसऱ्या बाजूने स्त्रीची काही बलस्थाने स्पष्ट होताना दिसतात. जीवनाकडे पाहण्याचा त्यांचा दृष्टिकोन वैशिष्ट्यपूर्ण दिसतो. स्वत:भोवतालची परिस्थिती आपल्याला हवी तशी थोडीफार वाकविण्याचे कसब त्यांना लाभलेले दिसते. मूकपणाने सोसणे हे त्यांनी मान्य केलेले दिसते. पण त्यातून त्यांच्यामध्ये एक प्रकारचा हळुवारपणा, मृदुता आलेली आढळते. त्यांच्यावर जुलूम होऊनही कडवटपणा येऊ न देता, त्यांनी आपली माणुसकी टिकवून धरल्याचे दिसते.

काही अभ्यासांतून असे दिसत गेले की, विशिष्ट ऐतिहासिक कालखंडामध्ये स्त्रियांना अधिक स्वातंत्र्य होते, हाती सत्ता होती. परंतु सामाजिक व राजकीय बदलांमुळे ही परिस्थिती बदललेली आढळते. तसेच, वरवर अगदी जुलमी समजल्या गेलेल्या कालखंडातसुद्धा असे काही क्षण, अशा घटना आढळतात की स्त्रियांनी आपला अधिकार चालविला होता. याच कालखंडामध्ये सामान्य स्त्रीचे जीवन अतिशय कोंडलेले-दबलेले असले, तरी अशा काही तुरळक असामान्य स्त्रिया आढळतात की, ज्यांनी काळाच्या मर्यादांचे उल्लंघन करून त्या आत्मसन्मानाने राहिलेल्या आहेत.

स्त्री-मुक्ती चळवळींचे साखळीसंबंध तयार केल्यामुळे वेगवेगळ्या संस्कृतींमध्ये स्त्रीविषयक विचार, भावना व कार्य यांचे संदर्भ तपासणे शक्य झाले. स्त्रीवर जगभर होणारा अन्याय आणि जुलूम यांत साम्यस्थळे असली, तरी त्यांना वेगवेगळ्या संदर्भांत आणि संस्कृतींत मिळणारे प्रतिसाद आणि भावनांची अभिव्यक्ती यांत खूप वैविध्य आढळले. तसेच एकाच समाजाच्या सांस्कृतिक संदर्भातसुद्धा कालमानाप्रमाणे विविधता दिसून आली. ही दोन्ही परिमाणे लक्षात घेतली तर असे दिसते की, स्त्रियांच्या प्रतिसादाची व्याप्ती मोठी आहे. एका टोकाला स्त्रिया आपल्या सद्य:स्थितीला मूक स्वीकृती देतात. आपली परिस्थिती ही निसर्गत: स्वजन्माशी, कर्मभोगाशी आणि आपल्या कर्तव्याशी निगडित आहे, असा त्यांचा

समज असतो. दुसऱ्या बाजूने खुला विरोध दिसून येतो किंवा आपल्या सांस्कृतिक संदर्भात उपलब्ध असलेल्या अरुंद वाटा चोखाळत चलाखपणे धार्मिक चालीरिती, रिवाज यांमधून मिळणाऱ्या संधींचा उपयोग करून घेत इंचाइंचाने स्वातंत्र्याकडे, सत्तेकडे व स्वायत्ततेकडे जाण्याचे प्रयोगही केलेले आढळतात. हळूहळू अशा प्रकारच्या आंतरसांस्कृतिक अभ्यासांचे महत्त्व मान्यता पावत आहे. त्याचप्रमाणे एकाच समाजातील विविध कालखंडांतील स्त्रियाही आपल्या भोवतालच्या बंधनांना कशा प्रकारे सामोऱ्या गेल्या, हेही पाहण्याचे महत्त्व लक्षात आले आहे.

१९७४ साली टोरॅन्टो येथे जी एक वैयक्तिक गरज म्हणून स्त्री-मुक्तीची संकल्पना जन्माला आली, तिचा भारतीय संदर्भात महाराष्ट्राच्या इतिहासात तपास करावासा वाटू लागला होता, तिला अधिक समग्र असा आकार येऊ लागला होता. याचे कारण स्त्रीविषयक अभ्यासामध्ये माझे लक्ष अधिकाधिक स्थिरावत होते. मागे वळून बघताना लक्षात येतेय की, आणखी एका घटनेने या प्रक्रियेला मदत झाली. 'भारतीय स्त्रीची अस्मिता' या नावाने एक परिसंवाद एस.एन.डी.टी. विद्यापीठ, फोर्ड फाऊंडेशन व टाटा समाजविज्ञान संस्था यांनी केला होता. दिल्लीजवळ बतखल सरोवराच्या किनारी १९७५मध्ये हा परिसंवाद झाला. पंचवीस भारतीय स्त्रिया याला हजर होत्या. त्या वेगवेगळ्या व्यवसायांशी संबंधित होत्या. कल्पना अशी होती की, सर्वसामान्य स्त्रीपेक्षा वेगळी पावले टाकण्याचा त्यांचा अनुभव त्यांची देवाण-घेणाव व्हावी. त्यांच्या भावना, त्यांच्या वृत्ती, त्यांचे वास्तव या सर्वांचा त्यांच्या 'वेगळ्या वाटचालींशी' संबंध असणार. या सर्वांची पद्धतशीर अभिव्यक्ती करण्यासाठी हे व्यासपीठ उपलब्ध करून देण्यात आले होते.

या परिसंवादाची फलश्रुती अर्थपूर्ण होती. सर्व जणी शिकलेल्या – किमान पदवीधर, उच्चवर्णीय, हिंदू, मध्यम किंवा उच्चमध्यम आर्थिक थरातील आणि व्यावसायिक कौटुंबिक पार्श्वभूमी असणाऱ्या होत्या. वय वर्षे २५ ते ५० असा हा वयोगट होता. त्या वेगवेगळ्या प्रांतांतून आल्या होत्या. दोघी-तिघींनी आपल्या सुशिक्षित आईचा खास उल्लेख केला. त्या स्वत: महाविद्यालयीन शिक्षण घेतलेल्या होत्या आणि मुलींनी शिकलेच पाहिजे, या विचारसरणीतून त्यांनी मुलींना वाढविले

होते. बहुतेकींच्या आया जेमतेम शाळा शिकलेल्या होत्या. किंबहुना काही तर अतिशय कर्मठ कुटुंबातून आल्या होत्या. काहींची कुटुंबे मात्र आधुनिक होती.

अशी विविध पार्श्वभूमी असूनही जेव्हा त्यांचे जीवनपट उलगडत गेले, तेव्हा त्यांच्या वृत्तींमध्ये खूपच साधर्म्य आढळले. पारंपरिक वैवाहिक जीवन, मातृत्वाच्या जबाबदाऱ्या यांतून बाहेर पडून वेगळ्या वाटा चोखाळण्याचे प्रयत्न करताना, अपरिहार्यपणे काही समान भूमिका बाळगावी लागते, असे दिसले. दुसरे लक्षात आले की, पाश्चात्त्य स्त्रियांसंबंधी मी जे वाचले होते, निरीक्षले होते त्यांपासून आम्हा स्त्रियांची भूमिका भिन्न होती. उदाहरणार्थ, आई व मुलगी या नातेसंबंधाचा विचार केला, तर आपल्या स्त्रियांमध्ये आईबद्दलचा राग किंवा धिक्कार दिसून आला नाही. अलीकडे प्रसिद्ध झालेल्या पाश्चात्त्य साहित्यामधून मुलीला आईबद्दल वाटणारा संताप खदखदत असलेला मला ठळकपणे जाणवलेला होता. आईची भूमिका ही आपल्याकडे एकत्र कुटुंबामध्ये अनेक स्त्रिया पार पाडीत असतात. घरात आजी असते, विधवा आत्या किंवा अविवाहित बहीण अशा कोणी ना कोणी असतातच. त्यामुळे आई-मुलीच्या नात्यातील तणाव आणि असंतुष्टपणा यांची विभागणी होत असेल का? हिंदू धर्मात आणि संस्कृतीत मातेला अतिशय महत्त्वाचे स्थान दिलेले आहे. याचा तर हा परिणाम नसेल? पाश्चात्त्य अनुभवामध्ये आढळणाऱ्या आक्रमक पुरुषाच्या तुलनेमध्ये प्रेमळ वडील, आधारस्तंभासारखा भाऊ व अविचल साथ देणारा नवरा अशा नातेसंबंधांतील पुरुष आपल्या स्त्रियांच्या कथनातून दृष्टीस पडत होते. किंबहुना, पुष्कळदा या स्त्रियांना आपली वाटचाल सुरू करताना चालना देण्यासाठी आणि महत्त्वाकांक्षी बनविण्यात, यशाची ऊर्मी पैदा करण्यात अशाच पुरुषांची मदत झालेली दिसली. हा एकोणिसाव्या शतकातील सुधारकांच्या चळवळीचा परिणाम तर नसेल? तरीसुद्धा बतखल येथे जमलेल्या स्त्रिया आणि पाश्चिमात्य स्त्रिया यांच्यातील सर्वांत महत्त्वाचा फरक जाणवला, जेव्हा सर्व सहभागी स्त्रिया 'तडजोडी'संबंधी बोलू लागल्या, तेव्हा.

घर सांभाळणे, मुलांची जोपासना करणे व पत्नीची भूमिका निभावणे आणि त्याच वेळी व्यवसायिक आव्हाने पेलणे, यांची सांगड घालत असताना सर्वांनाच तडजोड करण्याची गरज भासली. एका बाजूने त्यांची वैयक्तिक स्वातंत्र्याच्या

कल्पनेशी बांधिलकी आहे. स्वायत्तता, स्वतंत्रता ह्या महत्त्वाच्या वाटतात. तर दुसऱ्या बाजूने आदर्श मुलगी किंवा कर्तव्यतत्पर माता वा पत्नी म्हणून त्यांची भूमिका असते. या दोन्हीचा समतोल राखणे त्यांना गरजेचे वाटले. मात्र या द्विधा परिस्थितीबद्दल बोलताना त्यांच्यात कटुता नव्हती. एक प्रकारची समाधान आणि विजयाची भावना होती. या कबुलीजबाबाचे वैशिष्ट्य असे की, ही तडजोड सहजी घडणारी नव्हती, ती कष्टदायक होती आणि तरीही परस्परविरोधी मागण्यांची विविध प्रकारे सांगड घालून केलेल्या ह्या तडजोडीतून शांतीची भावना व्यक्त होत होती. आमच्या सोबत असलेल्या तीन अमेरिकन स्त्रियांच्या प्रवृत्तींच्या तुलनेत ही प्रवृत्ती अगदी विरोधी टोकाची आहे, असे जाणवत होते. त्यांना फार आश्चर्य वाटले. त्यांचे म्हणणे होते की, अशा प्रकारची तडजोडीची व स्वत:ला मुरड घालण्याची प्रवृत्ती ही आम्ही 'स्व'च्या विरोधात असलेली किंवा 'स्व'ला नाकारण्याची प्रवृत्ती मानतो. अशा वागण्यामुळे आम्ही फार अस्वस्थ होऊ. तडजोड केली गेली, तरी राग धुमसत राहील..

ह्या दोन प्रवृत्तींबद्दल फरकाचे मूळ कोठे आहे? कदाचित ते भारतीय स्त्रीच्या स्वभावात असू शकेल. भारतीय स्त्री, तुलनेने मुक्त असलेली, स्वतंत्र वृत्तीची भारतीय स्त्रीसुद्धा, विरोधी परिस्थिती निर्माण झाली तर तिला बाजूने वळसा घालून पुढे जाते. विरोध अंगावर न घेता हळूहळू अडचणी दूर सारत मार्ग काढते. विरोधाला सामावून घेते. उघड निषेध तिला फारसा आवडत नाही, असे असू शकेल का? हे वैशिष्ट्य भारतीय मानसिकतेचा, हिंदू तत्त्वज्ञानाचा आणि जीवनपद्धतीचा भाग असू शकेल. हे जर खरे असेल, तर स्त्रियांचे हक्क मिळविण्यासाठी आणि त्यांचा दर्जा उंचावण्यासाठी जे मार्ग धुंडाळावे लागतील, ते भारतीय संस्कृतीच्या चौकटीतच अधिक यशस्वी होण्याची शक्यता आहे का? त्यामध्ये समोरासमोर रोकड्या संघर्षाला स्थान नसेल. संस्कृतीच्या संदर्भातील फटी, जागा व संधी यांचा फायदा घेऊन पारंपरिक लक्ष्मणरेषा हळूहळू पुढे ढकलत आणि अधिकाधिक स्त्री-स्वातंत्र्य मिळवत ह्या चळवळीला जावे लागेल. समाजाला स्त्रीची भूमिका कितपत पटेल, कितपत रुचेल याचा अंदाज घेत जावे लागेल, असे माझ्या मनात आले.

'बतखल परिसंवादा'ला आज जवळजवळ दहा वर्षे होऊन गेली. आज जेव्हा मी स्त्रियांना स्वत:च्या अनुभवांची चर्चा करताना ऐकते, तेव्हा मला वेगळे सूर ऐकू येतात. आज तडजोड करण्याची तयारी फारशी दिसत नाही. किंबहुना स्त्रीनेच तडजोड करावी, समंजसपणा दाखवावा यांबद्दल एक प्रकारची चीड व्यक्त होताना आढळते. स्त्रियांच्या स्वायत्ततेची, व्यक्तिस्वातंत्र्याची कल्पना आणि त्यानंतरच्या पिढ्यांची स्वातंत्र्याची कल्पना यांमध्ये तर खूप फरक पडला नसावा? किंवा एकाच पिढीतील स्त्रियासुद्धा हळूहळू स्वातंत्र्य व हक्क यांचे मोजमाप करता करता धीट बनल्या, तशा त्यांच्या अपेक्षा तर उंचावत नसतील? किंवा असे तर नव्हे, की पहिल्या कालखंडामधील ज्या स्त्रियांना अधिक स्वातंत्र्य मिळाले, त्या स्त्रिया 'सुधारक', 'पुरोगामी' कुटुंबातील होत्या. त्यामुळे त्यांना तडजोड करणे सोपे गेले. स्त्री-मुक्तीची चळवळ जशी वाढत गेली, तशा इतर कुटुंबांतील स्त्रियाही मुक्तीच्या दिशेने वाटचाल करू लागल्या, त्यांना कुटुंबाकडून विरोध होणे स्वाभाविक होते.

हे प्रश्न फार गुंतागुंतीचे आहेत. या सर्व प्रश्नांची उत्तरे शोधण्याचा प्रयत्न केल्यास एका बाजूने तत्त्वज्ञानाच्या क्षेत्रात खोलवर शिरावे लागेल. दुसऱ्या बाजूने भारतीय व पाश्चात्त्य मूल्यव्यवस्थेमधील फरक समजावून घेणे अनिवार्य ठरेल. परंतु स्त्री-वादी संशोधनाने हे आव्हान झेलले पाहिजे. स्त्री-वाद हे एका अर्थाने राजकीय आंदोलन आहे. या आंदोलनाने स्त्रीचे शोषण, अन्याय, छळ यांबद्दलची जाणीव अधिक तीव्र करण्याचा प्रयत्न केला आहे. याच प्रयत्नातून त्यांना संघटित होऊन स्वत:च्या हक्कांचा व स्वातंत्र्याचा झगडा समर्थपणे उभा राहण्यासाठी स्फूर्ती देणे, हे त्याचे काम आहे. आज जगभर समानतेसाठी, व्यक्तिस्वातंत्र्यासाठी लोक झगडत आहेत. स्त्री-मुक्तिवाद हादेखील प्रामाणिकपणे याच ध्येयाच्या परिपूर्तीसाठी आहे. यातच त्याचे समर्थन आहे. या चळवळीशी ज्यांची बांधिलकी आहे, त्यांना तडजोड पसंत नाही. ही फारतर एक तात्पुरती उपाययोजना वाटते, हे समजण्यासारखे आहे. आजच्या राजकारणात संघर्षाशिवाय यश मिळत नाही, असे त्यांना वाटते. परंतु, स्त्री-वादाला वैयक्तिक झगड्याचीही बाजू आहे. संघटित

चळवळीला स्त्री-पुरुष समानतेला नकार देणाऱ्या सर्व सामाजिक संस्थांची मोडतोड करून त्यांच्या जागी पर्यायी संस्था उभ्या करण्यासाठी समर्थपणे लढा द्यावा लागतो, हे खरे. परंतु वैयक्तिक पातळीवर झगडताना स्त्रियांना भोवंडून टाकणाऱ्या हिंसक अनुभवातून न जाता, जर सहजपणे स्थित्यंतर करण्यासाठी ज्या मूल्यव्यवस्थेत हे संक्रमण शांततापूर्णरीत्या झालेले आहे, अशा मूल्यव्यवस्थेतच मार्गदर्शक सूत्रे सापडतील.

अशी मूल्यव्यवस्था ही समानता आणि व्यक्तिस्वातंत्र्य या मूल्यांशी कितपत सुसंगत आहे, याची आपल्याला स्पष्टपणे दखल घेतली पाहिजे. कदाचित ही संगती सापडणारही नाही. परंतु व्यक्तिस्वातंत्र्याच्या संकल्पनेतही धोके आहेत. माणसांचे 'अणुकरण' वाढणे, त्याचा एकाकीपणा वाढणे आणि तदनुषंगिक प्रश्न यांचा व्यक्तिस्वातंत्र्याच्या आदर्शाशी बांधल्या गेलेल्या आपल्यासारख्यांनी गंभीरपणे विचार केला पाहिजे. महात्मा गांधीसारख्यांनी पाश्चात्त्य आणि पौर्वात्य संस्कृतींची सांगड घालून उत्तरे शोधण्याचा प्रयत्न केला. तो काही अंशी अपुरा राहिला आहे आणि तो पुढे नेण्याची गरज आहे. या अभ्यासमालिकेतून विचारविरोध पद्धतीने (Dialectic) हा शोध घेण्याचा प्रयत्न आहे.

परंतु निव्वळ आपल्या भारतातच एका टोकापासून दुसऱ्या टोकापर्यंत, एका स्तरापासून दुसऱ्या स्तरापर्यंत प्रचंड विविधता आहे. केवळ स्त्रियांच्या परिस्थितीचा विचार केला, तरी लक्षात येते की, स्त्रियांचा होणारा छळ हा देशव्यापी असला तरी विभिन्न प्रांतांतून आणि समाजाच्या विविध स्तरांतून आलेल्या स्त्रियांमध्ये याबाबत पुन्हा विविधता दिसून येते. या स्त्रिया दक्षिणेकडील की उत्तरेकडील, त्या ब्राह्मण की ब्राह्मणेतर, उच्चवर्गीय-मध्यमवर्गीय की आदिवासी वा हरिजन यांनुसार त्यांना पार पाडाव्या लागणाऱ्या जबाबदाऱ्या, त्याबद्दल त्यांना मिळणारा मोबदला, त्यांना मिळणारे स्वातंत्र्य यांत बदल दिसून येतो. या वैविध्यामध्येही एक निश्चित असा आकृतिबंध दिसून येतो. उदाहरणार्थ, महाराष्ट्र आणि दक्षिणेकडील केरळ, तामीळनाडू, आंध्रप्रदेश व कर्नाटक ही राज्ये हा एक गट होऊ शकतो. राजस्थान, पंजाब, हरयाना, उत्तरप्रदेश व मध्यप्रदेश यांचा दुसरा गट होतो. गुजरात, बंगाल व ओरिसा यांचा गट यामध्ये बसविता येतो. उत्तर व दक्षिण भारतातील वेगळेपणाला

उत्तर भारतातील सामर्थ्यवान मुसलमानी सत्तेचा जमाना तर कारणीभूत नसेल? की दक्षिण भारतावरील सातत्याने झालेला द्रविड संस्कृतीचा प्रभाव अधिक प्राचीन आणि म्हणून मूलभूत स्वरूपाचा असू शकेल? यात ब्रिटिश राजवटीचा परिणाम कितपत असू शकेल? बंगाल, मद्रास व मुंबई के इलाखे ही ब्रिटिश उदारमतवादाची एकोणिसाव्या शतकातील केंद्रे होती. सामाजिक व धार्मिक सुधारणांचा अत्युच्च बिंदू तेथे साधला गेला होता. त्याचा तर येथील स्त्री-जीवनावर परिणाम झाला नसेल?

या सर्व विचारांच्या आधाराने मी माझ्या महाराष्ट्रीय पार्श्वभूमीचा शोध घेण्याचे ठरवले. त्याद्वारे मला माझ्यातील भारतीयत्वाचा शोध घ्यावयाचा होता. विसाव्या शतकापासून मागे मागे जात, विसाव्या व एकोणिसाव्या शतकांच्या स्त्री-जीवनाशी निगडित लघुकथा, कादंबऱ्या, चरित्रे, आत्मचरित्रे, स्वातंत्र्य चळवळीसंबंधीचे आणि या दोन शतकांतील सामाजिक सुधारणांबाबतचे वृत्तपत्रीय लेखन तपासून पाहण्याचा निर्णय झाला. अठराव्या शतकाच्या संदर्भात बखरीतील पत्रव्यवहार व आधुनिक ऐतिहासिक लेखन यांचा संदर्भ मदतीला घेण्याचे ठरवले. भक्तिकाव्याच्या बाबतीत चौदाव्या शतकापर्यंत मागे जाण्याचा निर्णय घेतला. हे सर्व संदर्भ-लिखाण हे एका जातीचे नाही. वेगवेगळे तुकडे, निरनिराळे स्वरूप अशी विविधता, गोंधळ त्यामध्ये आहे. परंतु संशोधनाच्या दृष्टीने मात्र ते विपुल आहे.

त्याच वेळी असे लक्षात आले की, एकट्या संशोधकाचे हे काम नाही. एवढेच नव्हे, तर या कामासाठी वेगवेगळ्या संवेदनक्षमता असलेली माणसे मिळाली, तर अधिक बरे. इतिहास, राजकारण, साहित्य, भक्तिकाव्य या विविध प्रकारांविषयी संवेदनक्षमता असलेल्या माणसाची गरज होती. त्याचबरोबर महाराष्ट्रीय संस्कृतीबद्दलची सहानुभूती, उत्कटता असणे महत्त्वाचे होते. या सर्व सामग्रीतून चिकाटीने वाट काढणे शक्य होते. त्याचबरोबर संशोधनाची शिस्त पाळणेही आवश्यक होते. ह्या सर्व गोष्टी एकत्रित आणण्याची संधी मिळाली, ती फोर्ड फाऊंडेशनने टाटा समाजविज्ञान संस्थेला स्त्रीविषयक अभ्यास केंद्राची विचारणा केली, तेव्हा! लिंकन चान, इलेनॉर बार्बर, कॅरोलिन इलिएट या फोर्ड फाऊंडेशनच्या कार्यकारी मंडळींशी चर्चा झाली. आणि त्यांना मूळ कल्पना 'महाराष्ट्रीय स्त्रीच्या अस्मितेच्या

ऐतिहासिक शोध' आवडली. भारतीय स्त्रीच्या इतिहासाची आणि अस्मितेची उमज येण्यासाठी हे पहिले पाऊल होते. त्यांना असे वाटले की, आकडेवारीवर आधारित प्रचलित प्रश्नांचा अभ्यास करणारे संशोधन इतर अनेक संस्था करत आहेत. या ठिकाणी महाराष्ट्रीय स्त्रीचे चित्रण ऐतिहासिक संदर्भात तसेच प्रचलित समाजातील वैयक्तिक चित्रणांच्या स्वरूपात झाले, तर ते अधिक उपयोगी पडेल. विशेषत: हे व्यक्तिअभ्यास करायचे झाले, तर त्यातील काही स्त्रिया अजूनही हयात आहेत, तोवरच ते केले गेले पाहिजेत. ही मालिका या निर्णयाचे फळ आहे.

टाटा समाजविज्ञान संस्थेच्या स्त्री-अभ्यास केंद्राने घेतलेल्या इतर प्रकल्पांपैकी काही असे आहेत. हे प्रकल्प, 'वेगळ्या वाटेने' या व्यापक विषयाचा भाग आहेत. वासंती रामन या नक्षलवादी चळवळीतील आदिवासी स्त्रियांबद्दल लिहीत आहेत. मॅक्झिन वर्नस्टीन यांनी एका दलित स्त्रीच्या जीवनाची, तिच्या विचारप्रक्रियांची नोंद करण्याचे काम हाती घेतले असून त्याला 'स्वचा विकास' असे नाव दिले आहे.

या सर्व संशोधनाची पद्धती काय होती, हे सांगणे सयुक्तिक ठरेल. ज्या वेळी आम्ही या कामासाठी लागणारी मूळ साधने पाहायला लागलो, त्या वेळी असे लक्षात आले की, खूप साहित्य उपलब्ध आहे आणि अनेक अंगांनी इतिहासाचा वेध घेता येणे शक्य आहे. खऱ्या अर्थाने इतिहासाला न्याय द्यायचा असेल, तर खरे म्हणजे एखादा पैलू घेऊन त्यावर मोठ्या संशोधन प्रकल्पाची आखणी करणे आवश्यक आहे. आमच्याकडे उपलब्ध असलेले मनुष्यबळ व आर्थिक साधने यांचा विचार करता, एवढा मोठा प्रकल्प शक्य झाला नसता. आणि तरीदेखील असे वाटत होते की तो काळ, त्या वेळचे स्त्रियांचे प्रश्न हे एका व्यापक पातळीवर साकार करणे आवश्यक आहे. हे काम लवकरात लवकर झाले पाहिजे. यामुळे अधिक सखोल पद्धतीच्या तपशीलवार संशोधनाला चालना मिळू शकेल. माझा या साहित्य साधनांशी जो काही थोडाफार परिचय झाला होता, त्यावरून माझ्या असे लक्षात आले की, प्रचलित काळापासून मागे जात, आजच्या काळातील प्रश्नांची जुळणी मागील कोणत्या कालखंडाशी झालेली आहे, याचा शोध घेत जायचे ठरविले, तर १९ व १८वे शतक नजरेसमोर येते. या कालखंडाबद्दल

पुरेसे ऐतिहासिक साहित्य उपलब्ध आहे. यापूर्वीच्या काळात अन्य स्वरूपाची ऐतिहासिक साधने उपलब्ध नसल्यामुळे संत कवयित्रींच्या चरित्रांचा अभ्यास करण्याचा निर्णय घेण्यात आला. कारण अगदी बाराव्या शतकातील महादाइसेच्या चरित्राबद्दल मजकूर सापडू शकत होता.

यानंतरचा महत्त्वाचा प्रश्न होता, संशोधनाचे आयोजन. आधी उल्लेखिल्याप्रमाणे या कामाला अनेक प्रकारची संवेदनक्षमता आवश्यक होती. महाराष्ट्रीय संस्कृतीबद्दलची आत्मीयता आवश्यक होती. एका व्यापक पातळीवर काही प्रश्नांना पुढे ठेवून स्पष्टीकरण शोधत जाण्याच्या या प्रयत्नामध्ये हा दृष्टिकोन महत्त्वाचा होता. सर्जनशील पद्धतीने लिहिणाऱ्या अनेक लेखिका महाराष्ट्रात आहेत, याची मला जाणीव होती. यांपैकी काही, स्त्रियांच्या प्रश्नावर सातत्याने लेखन करीत आहेत. स्त्री-अभ्यास केंद्र सुरू झाल्यावर अनेक नामवंत लेखिकांनी या केंद्राच्या सहकार्याने काम करण्याची इच्छा प्रदर्शित केली. या केंद्राने समाजविज्ञानाची जोड द्यावी, या दृष्टिकोनातून त्या लेखनाची समीक्षा व्हावी, पारखून घेण्यास मदत करावी एवढीच त्यांची मागणी होती. याच लेखिकांमधून मी गट तयार करायचे ठरविले आणि त्यांच्याकडे या व्यापक कामांपैकी एकेक विभाग सोपवत गेले. स्वत:कडे मी समाजशास्त्रज्ञाची भूमिका घेतली आणि अतिशय प्रखर संशोधन-शिस्त पाळली जाण्यासाठी आवश्यक समीक्षा करण्याचे धोरण स्वीकारले. कारण सर्व संशोधन व लेखन यांच्या एकसूत्रीकरणाची संपादकीय जबाबदारी माझ्याकडे होती. एकूण पाच सभासद या गटामध्ये आहेत. मुख्य म्हणजे प्रत्येक सभासदाला हवा तो कालखंड निवडण्याची मुभा होती. तसेच त्या विषयाचा आवाका, विषयाची उकल कशा पद्धतीने करायची, कोणती साहित्यसाधने वापरायची याचे निर्णय प्रत्येक जण आपापले घेत होती. त्यासंबंधी सतत चर्चा होत असत.

सर्जनशील लेखक व समाजशास्त्रज्ञ यांच्यातील सहकार्य क्वचित पाहायला मिळते. म्हणूनच ही प्रक्रिया कशी साध्य झाली, हे सांगणे महत्त्वाचे आहे. त्या त्या अभ्यासखंडाचा ऐतिहासिक संदर्भ, त्याचा नेमकेपणा याची प्रथम त्या त्या लेखिकेबरोबर चर्चा केली. या मालिकेमधून नेमके काय साध्य करायचे, याबद्दल मतभिन्नता होती. चर्चेतून एक दृष्टिकोन स्थिर होण्यास, एकमत होण्यास बराच वेळ लागला.

या चर्चेतून लक्षात आले की, सर्जनशील साहित्य व समाजशास्त्रज्ञ यांच्या दृष्टिकोनामध्ये फरक पडतो. ह्या चर्चेची आवश्यकता होती, कारण मालिकेतील पाचही पुस्तकांतून एक सुसूत्रता, वाद्यमेळ साध्य होणे आवश्यक होते. म्हणूनच संशोधनाचे काम सुरू करण्यापूर्वी प्रत्येकीला तिच्या कामाची ओळख करून देणारे प्राथमिक लेखन करायला सांगितले. त्यानंतर सातत्याने त्यांचे काम चालू असताना त्यांच्याबरोबर भेटी, आत्तापर्यंत पाहिलेल्या साहित्य साधनांबाबत चर्चा, त्यावर आधारित निष्कर्षांची चर्चा हे सातत्याने करीत गेले. आमच्या सहकार्याचा हा भाग अतिशय रसपूर्ण व फलदायी ठरला, असे वाटते. या सर्जनशील लेखिका एखाद्या स्त्री-प्रश्नावर जी स्पष्टीकरणे देण्याचा प्रयत्न करीत; ती कल्पक असत, नवनवीन शक्यता दर्शविणारी असत. परंतु समाजशास्त्रज्ञाचे समाधान करणारी नसत. ती स्पष्टीकरणे व निष्कर्ष सिद्ध करण्यासाठी लागणारे अधिक पुरावे गोळा करण्याची गरज असे. पुष्कळदा ही विधाने सरधोपट असत. माझ्याशी झालेल्या सततच्या संवादामुळे त्यांना पुराव्याचे महत्त्व पटत गेले. लेखिकांनी प्रामाणिकपणे पुरावा गोळा करून लेखन अधिक कसदार करण्याचा प्रयत्न केला. मात्र माझ्या लक्षात येत होते की, काही वेळा त्यांच्या लेखनातील उत्स्फूर्तता आणि रसरशीतपणा निघून जात होता. लेखिकांना कल्पनाविलासात मुक्तपणे रमण्याची, आपली मते – आपल्या भावना – आपले निष्कर्ष अधिकारीपणे व्यक्त करण्याची सवय झाली होती. पुष्कळदा हे निष्कर्ष बरोबरही असत. परंतु संशोधनाच्या शिस्तीनुसार त्यांची पुरेशी परीक्षा झाल्याशिवाय ते समोर मांडणे चुकीचे ठरले असते. ते काम सूत्रधार म्हणून मी करत असे आणि तेच निष्कर्ष तर्कशुद्ध पद्धतीने सिद्ध करण्याची गरज त्यांना पटवून देण्याचा प्रयत्न करत होते.

लेखनाची भाषा हा आणखी एक मोठा प्रश्न उभा राहिला. सर्जनशील लेखक असल्यामुळे मराठी भाषेवर त्यांचे चांगले प्रभुत्व आहे. परंतु समाजशास्त्रज्ञाच्या दृष्टिकोनातून ह्या भाषेमध्ये विशेषणांची रेलचेल असे. त्यामुळे 'मूड' तयार व्हायला जरूर मदत होई. वातावरणनिर्मिती होई. परंतु अशा लेखनात भावनांना आवाहन करण्याचे उद्दिष्ट असून चालत नाही, तर तर्कशुद्धतेला महत्त्व असावे लागते. साहित्यक्षेत्रात मान्यता पावलेल्या लेखिकांकडून असे लिहवून घेणे, हे

समाजशास्त्रज्ञ म्हणून मला अवघडल्यासारखे वाटे. तसेच पुष्कळदा शब्दांच्या जंजाळात हरवण्याची शक्यता असते. तोचतोचपणा, शब्दबंबाळपणा येऊ शकतो. शास्त्रीय लेखनाला सडेतोडपणा आणि नेमकेपणा असणे आवश्यक असते. हे सर्व टाळण्यासाठी पुन्हा पुन्हा सूचना देणे, करवून घेणे आवश्यक होते. शब्दांचा कीस पाडला जात होता. आम्ही सर्व जणी एकच संकल्पना वापरत आहोत ना, याची खात्री करून घेण्यामध्ये वेळ मोडत असे. काही वेळा निराशाही येत असे. आजच्या परिश्रमांकडे बघताना असे वाटते की, कदाचित हे लेखन धड सर्जनशील म्हणूनही गणले जाणार नाही आणि दुसऱ्या बाजूला चांगले संशोधित लेखन म्हणूनही त्याला किंमत लाभणार नाही. या लेखनामुळे या कालखंडावर अधिक चिंतन करण्यास इतर अनेक जण पुढे येतील. त्यांना उत्सुक करण्याचे काम ही मालिका करेल. या व्यापक संशोधनामुळे इतिहासात स्त्रियांना भोगावा लागणार छळ, त्यांचे आनंदाचे क्षण, त्यांनी 'वेगळ्या वाटा' चोखाळण्यासाठी केलेले संघर्ष, स्वायत्तता-अधिकार-स्वातंत्र्य मिळविण्यासाठी वापरलेल्या संधी या सर्वांचा आलेख उभा केला जाईल, अशी अपेक्षा आहे. परंतु आमच्या गटातील सर्वच सभासदांनी आवश्यक चिकाटी, संयम आणि संवेदनक्षमता दाखवली आहे, असे म्हणायला हवे. या सर्व प्रयत्नांचे फळ म्हणून आता ही मालिका तयार होत आहे आणि वाचकांच्या हाती सुपुर्द करताना संपादक म्हणून मला आनंद वाटतोय.

डॉ. सुमा चिटणीस

(मूळ इंग्रजीतून अनुवादित)
स्त्री-अभ्यास केंद्र, देवनार,
टाटा समाजविज्ञान संस्था,
मुंबई ४०००८८.

या अभ्यासखंडाबद्दल

डॉ. सुमा चिटणीस यांनी वुमेन्स स्टडीज युनिट, टाटा समाज विज्ञान संस्था, यांचेतर्फे महाराष्ट्रातील स्त्रीच्या अस्मितेचा ऐतिहासिक आलेख घेण्यासाठी संशोधन मालिकेचे आयोजन केले. त्या सात पुस्तकांपैकी हे शेवटचे. साधारणपणे १९३० नंतरच्या काळात ज्या लेखिका लेखन करू लागल्या होत्या आणि निश्चितपणे काही वैचारिक भूमिका मांडू लागल्या होत्या, त्यांपैकी चार लेखिकांच्या लेखनाचा आणि त्या लेखनामागील प्रेरणांचा मागोवा घेण्याचा हा प्रयत्न आहे.

गीता साने, मालती बेडेकर, कृष्णाबाई मोटे आणि शंकुतला परांजपे यांची निवड येथे केलेली आहे. त्यांच्या मुलाखतीही घेतल्या गेल्या. या कारणासाठीच हयात असलेल्या लेखिका हाही निकष वापरला गेला. इरावती कर्वे हे नाव वगळण्याचे कारणही तेच आहे.

संत कवयित्रींपासून सुरुवात झालेला स्त्री-अस्मितेचा ओघ या आधुनिक काळातील स्त्रियांपाशी येऊन थांबतो आणि चालू काळातील स्त्रीसंबंधी होणाऱ्या लेखनासाठी अतिशय बोलकी ऐतिहासिक पार्श्वभूमी तयार होते. डॉ. सुमा चिटणीस म्हणतात, तशा या खरोखरच पाऊलखुणा आहेत. या पावलांच्या आधारानेच आजच्या स्त्री-मुक्ती चळवळीला आपली दिशा शोधता येणार आहे.

आज जगातील नेटवर्किंग इतके वाढले आहे की, अनेक दिशांनी नवे नवे

विचार येऊन ठेपतात. अशा वेळी आपली मुळे येथील मातीत घट्ट रुजलेली नसली, तर विचारांच्या धारेने वाहून जायला होते. यासाठी जनतेत ठामपणे उभे राहून काम करणे जितके आवश्यक आहे, तितकेच पूर्वसूरींचा परिचय करून घेणे आणि आपले संचित तपासणे, हेही आवश्यक आहे. विशेषत: प्रस्थापिततेविरोधी सूर केव्हा, कसा, कुणी लावला याचा वेध घेणे आवश्यक आहे. बंडखोर पुरुष साहित्यिकांना पुढील काळात स्वीकारले गेलेले आणि त्यांचे कौतुक झालेले आढळते. त्यामानाने या स्त्रीलेखिका प्रकाशात आल्या नाहीत. आणि आधुनिक काळातही त्यांचे योग्य ते मूल्यमापन झाले नाही. कुसुमावती देशपांडेसारख्या साक्षेपी समीक्षिकेनेही त्यांच्या लेखनातील वेगळ्या सुरांची नोंद घेऊ नये, याबद्दल खडपेकर खेद व्यक्त करतात. मार्क्स म्हणतो तसे, जोपर्यंत समूह हलत नाही, तोपर्यंत ते जड असल्याची भावना असते.

हे संशोधन अर्थातच साहित्यिक समीक्षेच्या दृष्टिकोनातून केलेले नाही. लेखिकांच्या साहित्यिक कर्तृत्वाचे सौंदर्यशास्त्राच्या दृष्टिकोनातून केलेले हे मूल्यमापन नव्हे. या संशोधनाचा उद्देश त्या काळाच्या पार्श्वभूमीवर, विशेषत: सामाजिक संदर्भाच्या कोंदणात स्त्रीची अस्मिता कोणत्या अंगाने फुलू लागली होती व स्त्री-मुक्तीच्या संदर्भात कोणते विचार सहजपणे किंवा आग्रहीपणे उमटू लागले होते, याचा शोध घेणे हाच आहे. म्हणूनच पुस्तकाच्या पहिल्याच प्रकरणामध्ये १९०१ ते १९३० या अगदी नजीकच्या भूतकाळाचा तपास करून, त्या वेळी साहित्यातून कोणते स्त्रीविषयक विचार मांडले जात होते, याची नोंद केलेली आहे. या काळाचा विशेष म्हणजे स्त्रिया स्वत: बोलू लागल्या होत्या, लिहू लागल्या होत्या. एकोणिसाव्या शतकात अनेक पुरुष सुधारकांनी स्त्री-सुधारणेसाठी प्रयत्न केले, त्याला फळे येऊन सुशिक्षित स्त्रियांचा एक वर्ग तयार झालेला होता. स्त्रियांसाठी व स्त्रियांनी संपादित केलेली मासिके त्या काळात आढळतात. पत्रव्यवहारातून सामान्य स्त्रिया मनोगते व्यक्त करू लागल्या होत्या. एकोणिसाव्या शतकात पंडिता रमाबाई, रमाबाई रानडे, काशीबाई कानिटकर यांच्यासारख्या उत्तुंग स्त्रिया होऊन गेल्या. त्यांनी पेरलेले बी उगवू लागले होते. स्त्रीची भूमिका नक्की कोणती, याची चर्चा होऊ लागली होती.

या कालखंडात व्यक्त झालेल्या स्फुट विचारांना अधिक तर्कशुद्ध रूप देणे आणि ललित साहित्यातील व्यक्तिरेखांमधून हे विचार मूर्तरूपाने व्यक्त करणे हे काम गीता साने, मालती बेडेकर, कृष्णाबाई मोटे व शकुंतला परांजपे यांसारख्या स्त्रियांनी केलेले दिसते. त्या विचारवंत होत्या, तशाच सामाजिक वास्तवाकडे संवेदनक्षमपणे बघण्याचा हळुवारपणाही त्यांच्याकडे होता. अभ्यासखोलीमध्ये बंद होऊन त्यांचे लिखाण घडलेले नाही. समाजकार्यकर्त्या, संशोधन अशा कुठल्या ना कुठल्या नात्याने त्या जनसामान्यांमध्ये मिसळलेल्या होत्या. त्यांच्याशी त्यांची नाळ जुळलेली होती. सामान्य स्त्रीचे मन, मध्यमवर्गीय स्त्रीची कुचंबणा त्या जवळून बघत होत्या. म्हणूनच त्यांना हाडामासांची स्त्री रंगविता आली.

वा. म. जोशी, श्री. व्यं. केतकर, पु. य. देशपांडे या अनेक लेखकांनी स्त्री-पुरुष संबंधाविषयी अतिशय उदार विचार व्यक्त केलेले आढळतात. पण अनेक वेळा हे विचार अमूर्त पातळीवर, आदर्शाच्या संदर्भात केलेले असतात. त्यातून तत्कालीन स्त्री-मनाचे हुंकार कळू शकत नाहीत. स्त्रियांच्या आशाअपेक्षांचे, त्यांच्या खऱ्या सामर्थ्याचे प्रतिबिंब त्यांच्या व्यक्तिरेखांमध्ये नसते.

विनया खडपेकरांनी अतिशय सार्थपणे या चार लेखिकांनी रंगविलेली स्त्री आणि समकालीन लोकप्रिय लेखकांनी रंगविलेली रोमँटिक स्त्री-व्यक्तिरेखा यांचा तौलनिक अभ्यास करून खांडेकर, फडके या नावाजलेल्या साहित्यिकांच्या लेखनातील कच्चेपणा दाखवून दिला आहे. अभिजात साहित्यिकाला भोवतालचे वास्तव हे 'आतून' कळले पाहिजे. स्वत:चे चष्मे काढून त्याने या वास्तवाच्या आकलनाचा प्रयत्न केला पाहिजे; पण तसे घडलेले आढळत नाही.

येथे लेखिकांच्या लेखनाचा वेध हा त्यातील कथावस्तू, व्यक्तिरेखा व वैचारिक मांडणी या अंगाने घेतला गेला आहे. प्रामुख्याने स्त्री-पुरुष संबंधांना स्पर्श करणारे, स्त्रीच्या श्रेयाची चर्चा करणारे असे हे लेखन आहे, असे विनया खडपेकर यांनी अतिशय सूत्रबद्ध पद्धतीने नोंदले आहे.

'वुमेन्स स्टडीज' ह्या ज्ञानशाखेसाठी ऐतिहासिक पद्धतीने स्त्रीच्या स्थानाचा शोध घेणारे लेखन, विशेषत: महाराष्ट्राच्या संदर्भात फारसे झाले नाही, तेव्हा ह्या सातही पुस्तकांतील मजकुराची मांडणी ही त्या अनुषंगाने अभ्यास करू पाहणाऱ्या

सर्वांनाच अतिशय मार्गदर्शक ठरेल. त्याच वेळी 'लिंगसापेक्षता' हा 'सामाजिक घडणीचा कसा भाग असतो, हेही समजून येईल. 'वास्तव' स्त्री, साहित्यातील तिची प्रतिमा आणि मग इतिहासलेखनात या प्रतिमेचे उमटलेले पडसाद, जेव्हा आजच्या वाचकापर्यंत पोहोचतात, तेव्हा तो वास्तव इतिहास राहत नसून लेखकांनी 'रचलेला इतिहास' होतो.

आपल्याकडील साहित्याचा प्रमुख प्रवाह हा बहुधा पुरुषांनी लिहिलेल्या साहित्याचा आहे. त्यातून पुरुषी चष्म्यातून 'रचलेली' स्त्री आपल्यापर्यंत पोचली आहे. अर्थात या प्रतिभावंत स्त्रिया सोडल्या, तर अनेक सर्वसामान्य स्त्रियाही स्वत:कडे आणि इतर स्त्री-जातीकडे याच पुरुषी चष्म्यातून बघतात, असे लक्षात येते. एकदा इतिहासाची ही प्रक्रिया लक्षात आली की, इतिहासाच्या पुनर्लेखनाची व पुनर्रचनेची आवश्यकताही पटू लागते. ही सातही पुस्तके थोड्याफार अंशी हाच प्रयत्न करतात.

पुरुषी चष्मा व स्त्री-वादी चष्मा अशा ढोबळ व सैद्धान्तिक पातळीवरील संकल्पना येथे वापरल्या आहेत आणि ते समर्थनीय आहे. गीता साने एक व्यक्ती आहेत आणि व्यक्ती म्हणून तिचे स्वतंत्र विचार आहेत, इतरांपेक्षा वेगळे आहेत, असे म्हणता आले असते. परंतु या चारही लेखिकांमध्ये जेव्हा काही सर्वसामान्य सूत्र आढळते, तेव्हा मात्र त्यांच्या विचार करण्याच्या व पाहण्याच्या दृष्टिकोनासाठी 'स्त्री-वादी' अशी संकल्पना वापरावीशी वाटते. तसेच पुरुषांच्या लेखनामध्ये अगदी दोन टोकाच्या पातळीवरील पुरुष लेखक घेतले, तरी एकतर पारंपरिक दृष्टी सापडते किंवा उदारमतवादी लेखकांमध्ये अतिशय रोमँटिक आणि पंखाखाली घेण्याची वृत्ती सापडते. या दोन्ही वृत्तींची चिकित्सा करत करतच इतिहासाचे पुनर्लेखन व त्याची पुनर्रचना करणे शक्य होत आहे.

या सातही पुस्तकांनी 'वुमेन्स स्टडीज' या शाखेमध्ये 'संशोधन' पद्धतीबाबत जे विविध प्रयोग चालू केले आहेत, त्यामध्ये भर घातली आहे. 'वास्तव' स्त्रीचा खरा वेध घेतला जात आहे. या सातही पुस्तकांतून प्रामुख्याने लिखित साधनांचा वापर केला गेला. त्याचप्रमाणे मुख्यत: उच्चवर्णीय स्त्रीच्या स्थानाचा आलेख काढण्याचा प्रयत्न झाला. याच्या जोडीला 'लिट्‌ल ट्रॅडिशन' किंवा लोकपरंपरेतील

स्त्रीच्या स्थानाचा आलेख काढला गेला पाहिजे, असे वाटू लागलेले आहे. 'अपौरुषेय' वाङ्मय, कर्मकांडे, मिथ्या कथा या तिन्हींचा वापर करत करत या लोकस्त्रीचा, तिच्या स्वत:विषयीच्या प्रतिमेचा वेध घ्यावा लागेल. अर्थात, येथेही पुरुषप्रधान संस्कृतीचा पगडा असेलच. मात्र, कदाचित हा पगडा थोडासा सैल असण्याचा संभव आहे. जीवनाच्या धकाधकीला तोंड देताना, जीवनाचे संवर्धन करताना त्या स्त्रीला स्वसामर्थ्याचा प्रत्यय अधिक तीव्रतेने येत असावा. अशा प्रकारच्या लेखनाला सुरुवात झालेली आहे. परंतु ते आलेख स्वरूपात एकत्र येणे फार गरजेचे आहे. सामान्य कष्टकरी स्त्रीची, तिच्या अस्मितेची, एक वेगळीच प्रतिमा आपल्यापुढे उभी राहू शकेल आणि स्त्री-मुक्तीच्या पाऊलखुणा रानावनात जाऊन पोहोचलेल्या आहेत, याची साहित्यात नोंद होईल.

हे पुस्तक प्रकाशनाच्या मार्गावर असतानाच, कृष्णाबाई मोटे आणि गीताबाई साने यांचे निधन झाले. त्या हे पुस्तक पाहू शकल्या असत्या, तर आम्हाला आंतरिक समाधान वाटले असते. त्यांना मन:पूर्वक आदरांजली.

मुंबई
२५-११-१९९१

छाया दातार
प्रपाठक
स्त्री-अभ्यास केंद्र, टाटा समाजविज्ञान संस्था

अनुक्रम

१. पार्श्वभूमी

एकोणिसाव्या शतकाच्या उत्तरार्धातील 'स्त्री-स्थिती'वर दृष्टिक्षेप

एकोणिसाव्या शतकाच्या उत्तरार्धात 'स्त्री'च्या दास्यत्वाची, परवशतेची जाणीव महाराष्ट्रातील विचारवंतांना तीव्रतेने होऊ लागली होती. 'स्त्री'ची दास्यत्वातून मुक्तता करण्यासाठी स्त्री-शिक्षण, पुनर्विवाह हे विचार प्रकर्षाने मांडले जाऊ लागले होते. सर्वसामान्य जनतेचे मन हे विचार आचरणात उतरविण्यासाठी सिद्ध झालेले नव्हते. किंबहुना ज्या व्यक्ती हे विचार मांडीत होत्या, त्यांनाही त्यानुसार आचरण करणे शक्य होत होते, असे नाही. त्यांच्यावर 'बोलके सुधारक' अशी शेलकी टीकाही होत होती. तथापि, मूठभर कृतिशूरांनी हे विचार प्रत्यक्ष कृतीत उतरविण्याच्या कार्यवाहीला प्रारंभही केला होता. स्त्री-वादी दृष्टिकोनातून एकोणिसाव्या शतकाच्या उत्तरार्धातील महत्त्वाच्या घटना :

इ.स. १८४८ मध्ये लोकहितवादींची शतपत्रे 'प्रभाकर' या साप्ताहिकातून प्रसिद्ध होऊ लागली होती. यांतील काही पत्रांमधून लोकहितवादी स्त्रियांना हीनदीन स्थितीला पोहोचविणाऱ्या भोवतालच्या समाजावर आघात करीत होते.

ऑगस्ट १८४८ मध्ये ज्योतिबा फुले यांची मुलींची शाळा पुणे येथे बुधवार पेठेतील भिड्यांच्या वाड्यात सुरू झाली. तेथे महार, मांग, चांभारादी अतिशूद्रांच्या मुली शिकू लागल्या. ज्योतिबांनी १७ सप्टेंबर १८५१ रोजी

रास्ता पेठेत मुलींची दुसरी शाळा काढली आणि १५ मार्च १८५२ रोजी वेताळ पेठेत मुलींची तिसरी शाळा काढली.'[१]

इ.स. १८५६मध्ये विधवाविवाहास अनुमती देणारा कायदा अस्तित्वात आला.[२]

इ.स. १८६५मध्ये विष्णुशास्त्री पंडितांनी प्रसिद्ध बंगाली सुधारक ईश्वरचंद्र विद्यासागर यांच्या 'मॅरेज ऑफ विडोज' या ग्रंथाचे मराठीत भाषांतर केले.[३]

इ.स. १८६५मध्येच मुंबईस विष्णुशास्त्री पंडितांच्या पुढाकाराने आंग्रेवाडीत माधवराव विठ्ठल विंचुरकर यांच्या अध्यक्षतेखाली पुनर्विवाहोत्तेजक मंडळी स्थापन झाली. त्यांच्या प्रयत्नाने नाना भिडे, करमरकर, मोरोबा कान्होबा या सुधारक पुरुषांनी विधवांशी विवाह केले.[४]

२८ मार्च १८७० ते ५ एप्रिल १८७० या कालात पुणे येथे विधवाविवाहाच्या सशास्त्रतेसंबधी कडाक्याचा वाद झाला. त्यात सनातन्यांचा विजय होऊन त्रैवर्णिकात विधवाविवाह निषिद्ध ठरविण्यात आला.[५]

इ.स. १८८८मध्ये गो. ग. आगरकरांचे 'सुधारक' हे पत्र सुरू झाले. बुद्धिवादी दृष्टिकोनातून समाजजीवनाचे विश्लेषण करून आगरकरांनी स्त्रीची दुर्दशा करणाऱ्या केशवपन, बालविवाह या अन्याय्य रूढींवर कडाडून हल्ला चढविला. स्त्री-शिक्षण, विधवाविवाह, बालविवाहबंदी या कल्पनांचा पुरस्कार केला.

दि. ११ मार्च १८९३ या दिवशी धोंडो केशव कर्वे यांनी ख्रिस्ती धर्म स्वीकारलेल्या पंडिता रमाबाई यांनी चालवलेल्या शारदाश्रमातील गोदू उर्फ बाया नातू या हिंदू विधवेशी पुनर्विवाह केला. बाया नातू यांचे केशवपन झाले होते. केशवर्धन करून त्यांनी पुनर्विवाह केला.[६]

रूढिग्रस्त स्त्री-जीवनाचे चित्रण करणारी ह. ना. आपटे यांची 'पण लक्षात कोण घेतो!' ही कादंबरी इ.स. १८९३मध्ये पुस्तकरूपाने प्रसिद्ध झाली. आणि लोकप्रिय ठरली. प्रथमावृत्तीच्या दोन हजार प्रती निघाल्या.

इ.स. १८९९मध्ये बालजरठ विवाहाचा निषेध करणारे गो. ब. देवल यांचे 'शारदा' हे नाटक रंगभूमीवर आले आणि लोकप्रिय झाले.

इ.स. १८९९मध्ये धोंडो केशव कर्वे यांनी पुण्यात अनाथ बालिकाश्रमाची स्थापना केली आणि इ.स. १९००मध्ये हा आश्रम हिंगणे येथे स्थलांतरित होऊन पुढे महाराष्ट्रातील स्त्री-शिक्षणाचे महत्त्वाचे केंद्र ठरला.[७]

पुरुषांचे नेतृत्व :

आगरकर, कर्वे यांच्यासारख्या त्या काळातील अनेक स्त्री-सुधारणावादी पुरुषांची चरित्रे, आत्मचरित्रे व ग्रंथ आज उपलब्ध आहेत. ज्या निकटवर्ती स्त्रियांनी त्यांचे विचार कृतीत उतरविले, त्या स्त्रियांची चरित्रे-आत्मचरित्रेही आज उपलब्ध आहेत. बाया कर्वे, काशीताई कानिटकर, आनंदीबाई जोशी इत्यादींची उपलब्ध पुस्तके आणि एकोणिसाव्या शतकाच्या उत्तरार्धातील महत्त्वाच्या घटनांवरून दृष्टी फिरवली असता लक्षात येते की, त्या काळातील स्त्री-सुधारणेचे नेतृत्व पुरुषांकडे होते. याचा अपरिहार्य परिणाम असा दिसतो की, ज्या घरातील पुरुष स्त्री-सुधारणेस अनुकूल होते, त्या घरातील स्त्रिया शिक्षण घेऊ लागल्या.

अनंतशास्त्री डोंगरे यांची कन्या रमाबाई (पंडिता रमाबाई), न्यायमूर्ती रानडे यांच्या पत्नी रमाबाई, लोकहितवादींच्या (गो. ह. देशमुख) पत्नी गोपिकाबाई आणि कन्या येसू व द्वारका, ज्योतिबा फुले यांच्या पत्नी सावित्रीबाई, गोपाळराव जोशी यांच्या पत्नी आनंदीबाई, गोविंदराव कानिटकर यांच्या पत्नी काशीताई इ. स्त्रिया या काळात शिक्षण घेऊ लागल्या. यांतील प्रत्येकीची वाटचाल निरनिराळी होती. गोपिकाबाई, रमाबाई लिहिण्या-वाचण्यास शिकल्या. सभेत उभे राहून त्यांनी आपली भाषणे वाचून दाखविली. पंडिता रमाबाईंच्या विद्वत्तेचे महाराष्ट्राने कौतुक केले. परंतु त्यांच्या धर्मांतरामुळे महाराष्ट्राचा जहरी तिरस्कार त्यांना सोसावा लागला. सावित्रीबाई शेणमार सहन करीत मुलींच्या शाळेत शिकविण्यासाठी गेल्या. नवऱ्याच्या इच्छेनुसार आणि धाकामुळे शिक्षणास सुरुवात झालेल्या आनंदीबाई जोशी केवळ लिहिण्यावाचण्याशी न थांबता, रूढिविरुद्ध परदेशी जाऊन, विद्याविभूषित होऊन स्वदेशी परत आल्या आणि अखेर रूढींच्या वेदीवरील बळी ठरल्या. सासरच्या माणसांच्या मनात स्त्री-शिक्षणाबद्दल राग आणि शिकले नाही तर नवरा टाकून देईल ही धास्ती, अशा कात्रीत सापडलेल्या मनोवस्थेत काशीताई कानिटकरांनी शिक्षण घेतले.

सारांश :

पुरुषांची प्रेरणा आणि खडतर मार्गावरून चालण्याची काही स्त्रियांनी आचरलेली जिद्द यांमुळे महाराष्ट्रात स्त्री-सुधारणेस अनुकूल वारे वाहू लागले. खास स्त्रियांसाठी अशी काही नियतकालिके[८] त्या काळात सुरू झाली. यांपैकी चार मासिकांच्या संपादिका स्त्रिया होत्या. या सर्व मासिकांनी आपापले उद्देश आणि ब्रीदवाक्ये आरंभी दिली आहेत. स्त्रियांनी ज्ञानसंपन्न व्हावे, त्यांना सुशिक्षण प्राप्त व्हावे आणि त्यायोगे त्यांनी उत्तम संसार करावा, असा सामान्यपणे सर्व मासिकांचा उद्देश

दिसून येतो. 'स्त्री'ची संसाराशी बांधिलकी गृहीत धरून स्त्री-विकास साधावा, असा हेतू त्यातून स्पष्ट होतो. 'सीमंतिनी' आणि 'स्त्रियांची मैत्रीण' ही दोन स्त्री-संपादित मासिके मात्र, अनुक्रमे स्त्रियांना वाचनाची गोडी लावणे आणि त्यांना विविध विषयांची माहिती करून देणे, हा उद्देश विशेष करून सांगतात. याच काळात स्त्री-सुधारणेस अनुकूल/प्रतिकूल नाटके, कादंबऱ्या लिहिल्या गेल्या. प्रतिकूल नाटक-कादंबऱ्यांची संख्या अधिक होती. यावरून लक्षात येते की, स्त्री-सुधारणेच्या वाऱ्याचा झोत मंद होता. परंतु तो सातत्याने वाहत होता.

एकोणिसाव्या शतकाच्या उत्तरार्धातील स्त्री-स्थितीबद्दल सारांशाने असे म्हणता येईल की, सनातनी आणि सुधारक एकमेकांशी सामना करीत आपापल्या मार्गाने पुढे जात होते. सुधारकांच्या प्रयत्नांमुळे तुरळक स्त्रिया शिक्षण घेऊ लागल्या होत्या आणि हाताच्या बोटावर मोजण्याइतक्या विधवांना पुनर्विवाहाची संधी मिळाली होती. तरी सर्वसामान्य स्त्री-जीवनात आणि विधवांच्या स्थितीत मूलभूत परिवर्तन झाले होते, असे म्हणता येणार नाही. याचा अर्थ सनातन्यांच्या स्त्रीविषयक कर्मठ भूमिकेला सुधारक पूर्णपणे निष्प्रभ करू शकत नव्हते. आणि सुधारकांनी केलेल्या बंडखोरीला सनातनी रोखू शकत नव्हते.

इ.स. १९०१ ते १९३० :

इ.स. १९०५नंतर महाराष्ट्राचे राजकीय धुरीणत्व टिळकांकडे गेले. 'समाजकारण आधी की राजकारण आधी' या वादाचा निकाल लागून राजकीय प्रश्नांना अग्रक्रम मिळाला.

राजकीय स्वातंत्र्य मिळवण्याची जनतेला जेवढी आवश्यकता वाटत होती, तेवढी स्त्री-स्वातंत्र्याची निकड वाटत नव्हती. मात्र इ.स. १९०१ ते १९३० या काळाचे निरीक्षण करताना असे लक्षात येते की, लोकमान्य टिळकांच्या पक्षाची सरशी झाली, तरी स्त्री-सुधारणेची गती कुंठित झाली नाही. स्त्री-सुधारणेच्या बाबतीत कालचक्र उलटे फिरविण्याचा प्रयत्नही कोणी केलेला दिसत नाही. एकोणिसाव्या शतकाच्या उतरार्धात सुरू झालेले स्त्री-शिक्षण उत्तरोत्तर १९०१नंतर वाढतच गेले. अनाथ स्त्रियांना मदत करण्यासाठी या काळात अनेक संस्था निर्माण झाल्या. महात्मा गांधींनी आपल्या चळवळीत सहभागी होण्यासाठी स्त्रियांना हाक दिली.

या काळात स्त्री-प्रश्नांविषयी पुरुष बोलत होतेच. परंतु आता अल्प प्रमाणात का होईना, स्त्रिया स्वतःही बोलू लागल्या होत्या. त्या केवळ बोलू लागल्या होत्या असे नव्हते, तर स्वतःची मते ठामपणे सविस्तर प्रतिपादू लागल्या होत्या.

‘तत्कालीन नियतकालिके’[१] चाळली असता, तसे स्पष्टपणे दिसून येते.

नियतकालिकातून होणारे स्त्री-दर्शन :

इ.स. १९०१ ते १९३० या काळात महाराष्ट्रात सुमारे साडेतीनशे मराठी नियतकालिकांचा उदयास्त झाला. ही नियतकालिके विविध विषयांना वाहिलेली होती, हे त्यांच्या नावांवरूनच लक्षात येते. ‘कामगार समाचार’, ‘आयुर्वेद चिकित्सक’, ‘शिक्षक-मित्र’, ‘जैनबंधू’, ‘ज्योतिषरत्न भांडार’, ‘किर्लोस्कर खबर’, ‘ज्ञानांजन’, ‘तरुण भारत’, ‘करमणूक’, ‘मालवणपत्रिका’, ‘शांतिनिकेतन’, ‘इस्लामविजय’, ‘खिस्ताश्रम’, ‘संन्यासी’, ‘जगमित्र’ वगैरे.

या तीस वर्षांत महाराष्ट्रात खास स्त्रियांसाठी अशी पंधरा मासिके सुरू झाली, त्यांपैकी आठ मासिकांच्या संपादिका स्त्रिया होत्या. आणि एका मासिकाच्या तीन संपादकांमध्ये एका स्त्रीचाही समावेश होता.

एकोणिसाव्या शतकाच्या उत्तरार्धात स्त्रियांच्या नियतकालिकांचा उद्देश प्रामुख्याने स्त्री-प्रबोधन हा होता. या कालखंडातल्या काही नियतकालिकांचा उद्देश केवळ स्त्री-प्रबोधनापेक्षा अधिक व्यापक आहे, असे त्यांच्या ब्रीदवाक्यांवरून आणि दिलेल्या उद्देशावरून जाणवते.

१) ‘स्वदेशभगिनी’ मासिक : (संपादिका : ताराबाई नवलकर)

‘समविषम गृही ते पाहिजे हो कशाला?
समसम नर-नारी का न ती आपणाला?
समजुनी मनी देती साह्य ते एकमेकां।
कधी मग गृहि तेणे नाही येणार धोका?’
-कीर्तीकर (ब्रीदवाक्य : ‘स्वदेशभगिनी’, १९०२)

‘स्त्रिया पुरुषांची असती खेळणी ती
बालकांच्या जणु बाहुल्या कि हाती
काळ येईल निश्चये तुम्हा सांगे
मुक्त होऊ एकल्या ज्ञानमार्गे॥’
(आरंभपृष्ठ - स्वदेशभगिनी)

‘स्वदेशभगिनी’च्या पहिल्या ब्रीदवाक्यातील श्लोक लिहिणारी व्यक्ती कीर्तीकर ही स्त्री की पुरुष ते कळू शकत नाही. तथापि, सुखी गृहजीवनासाठी स्त्री-पुरुष सहजीवनाची अपेक्षा येथे व्यक्त झाली आहे. स्त्री-पुरुष समानतेची भूमिका यात

आहे. दुसऱ्या आरंभपृष्ठावरील श्लोकात कवीचे नाव लिहिले नसले, तरी 'होऊ' हे क्रियापद प्रथम पुरुषी अनेकवचनी 'आम्ही' कर्त्याचे निदर्शक आहे. स्त्रिया आज पुरुषांची खेळणी आहेत. त्यातून आम्ही मुक्त 'होऊ' असे म्हणणारी व्यक्ती 'स्त्री'च असली पाहिजे. 'स्त्री' दास्यत्वाची जाणीव आणि त्यातून मुक्त होण्याचा निश्चय या श्लोकात धारदारपणे व्यक्त झाला आहे. जागरूक झालेल्या या 'स्त्री'मध्ये आत्मविश्वास आहे, असे या श्लोकात आढळते.

२) 'प्राचीप्रभा' मासिक (संपादिका : सरस्वती वैद्य)

उद्देश : 'कुलीन स्त्रियांसाठी वाचण्याजोगे विचार स्त्री-लेखकांकडून लिहवून प्रसिद्ध करणे. कादंबऱ्या, नाटके, कथा यांना जो ऊत आला आहे, त्यांना आळा घालणे.'

या ठिकाणी स्त्री-लेखकांकडून लिहवून घेण्याची इच्छा 'स्त्री'चे प्रगतीच्या मार्गावरील पुढचे पाऊल दाखवते. परंतु या संपादिकेने स्त्रियांच्या दोन जाती कल्पिलेल्या दिसतात. कुलीन आणि अकुलीन. संपादिका सरस्वतीबाईंनी आपला उद्देश कुलीन स्त्रियांपुरताच मर्यादित ठेवला आहे. अकुलीन स्त्रियांकडे त्या लक्ष देऊ इच्छित नाहीत, असेच दिसते. पुरुष संपादकांनी या दोन जाती कल्पिलेल्या दिसत नाहीत. (यापूर्वीच्या काळातील 'सीमंतिनी' मासिकाच्या संपादिका कृष्णाबाई माळवदकरांनीही कुलीन / अकुलीन भेद केला होता.) यामुळे वरवर पाहता असे वाटू शकते की, स्त्री-संपादक अकुलीन स्त्रियांना वगळते. म्हणजे एक 'स्त्री' दुसऱ्या 'स्त्री'ला अनुदारपणे वागवते. परंतु जरा अधिक विश्लेषण केले असता लक्षात येते की, पुरुषप्रधान समाजव्यवस्थेत 'स्त्री'ची समाजातील प्रतिष्ठा 'पातिव्रत्य' या कल्पनेशी निगडित झाली. त्यामुळे कुलीन/अकुलीन या जातिभेदाचा दबाव स्त्रियांच्या मनावर अधिक असावा. स्त्री-संपादकांच्या मासिकाच्या उद्देशात तो आपोआप उमटला असावा. याउलट पुरुष संपादकांच्या मनावर हा दबाव नसल्यामुळे, त्यांच्या उद्देशात या भेदाचे अस्तित्व जाणवत नाही.

३) 'गृहिणीरत्नमाला' मासिक : (संपादिका : सीताबाई सावंत)

उद्देश : 'वेदकालापासून स्त्रियांची स्थित्यंतरे, त्यांची कारणे व त्यापासून भारतभूमीवर घडलेले इष्टानिष्ट परिणाम, स्त्रियांच्या शिक्षणविषयक गरजा व त्यासाठी स्त्री-पुरुषांचे परस्परांशी वर्तन कसे असावे वगैरे विषयांचे विवेचन.'

स्त्री-पुरुष सहजीवनाची अपेक्षा आणि स्त्री-जीवनाच्या इतिहासाचा वेध घेण्याची इच्छा येथे व्यक्त झाली आहे.

४) आर्यगृहिणी :

उद्देश : 'सांप्रत काळाला योग्य स्त्री-शिक्षण कसे मिळावे, स्त्रियांचे आचार-व्यवहार कसे असावे, त्यांच्या सुधारणेसाठी चाललेल्या पुरुषांच्या प्रयत्नास साह्य कसे द्यावे इत्यादींचा विचार करणे.'

येथे स्त्री-पुरुष सहकार्याची अपेक्षा व्यक्त झाली आहे. तथापि, पुरुषांच्या प्रयत्नांत साहाय्य देणे, ही 'स्त्री'ची दुय्यम भूमिकाच अभिप्रेत आहे.

गृहसंसारापेक्षा अधिक व्यापक उद्दिष्ट सांगणाऱ्या या चार नियतकालिकांपैकी तीन नियतकालिकांच्या संपादिका स्त्रिया होत्या. या कालखंडातील बाकी सर्व नियतकालिके एकोणिसाव्या शतकाच्या उत्तरार्धातील नियतकालिकांप्रमाणेच स्त्रियांची उन्नती, आदर्श संसारासाठी शिक्षण इ. उद्देशच नित्याच्या घोळलेल्या भाषेत सांगतात, 'मनोरमा' या मासिकाच्या उद्देशाची वेगळ्या कारणासाठी नोंद घेणे आवश्यक आहे.

'मनोरमा' मासिक, (संपादक (१) श्री. प्र. के. अत्रे (२) डॉ. इंदुमती नाईक (३) गो. गो. अधिकारी)

उद्देश : 'स्त्रियांच्या हितासाठी वाहिलेले. स्त्रियांचे मुख्य कार्यक्षेत्र गृह. तेथील व्यवस्था उत्तम, काटकसरीची व्हावी व जरूर त्या सर्व विषयांचे ज्ञान लेखनद्वारा घरबसल्या करून द्यावे.'

या उद्देशात स्त्रियांविषयीची संकुचित भूमिका स्पष्टपणे दिसते. स्त्रियांची घराशी बांधिलकी ठामपणे गृहीत धरून, त्यातच त्यांचे हित आहे असे सूचित केले आहे. लेखनद्वारा घरबसल्या मिळणाऱ्या ज्ञानाला किती मर्यादा असतात, याचा विचार 'मनोरमा' मासिकाला उद्देश लिहिताना सुचलेला दिसत नाही. 'मनोरमा' मासिकाचे संपादक मंडळ दोन पुरुष आणि एक स्त्री यांचे मिळून आहे. या संपादकांपैकी एक संपादक प्र. के. अत्रे पुढे नाटककार आणि पत्रकार म्हणून लोकप्रिय ठरले.

स्वतंत्र स्त्री-विचारांच्या ठिणग्या

इ.स. १९०१ से १९३० या कालखंडात स्त्रिया नियतकालिकांतून कथा व चरित्रे लिहू लागल्या होत्या. या कथा किंवा चरित्रलेखनात स्त्री-विकासाचा व्यापक दृष्टिकोन किंवा प्रगल्भता होती, असे नाही. स्त्रिया लेखन करू लागल्या, ते प्रकाशित होऊ लागले, ही घटनाच महत्त्वाची होती. स्त्री-शिक्षणाच्या अवश्यकतेबद्दल आता दुमत उरले नव्हते. स्त्रियांनी घराबाहेरील पुरुषांच्या क्षेत्रात शिरावे किंवा नाही, याचे कुटुंबसंस्थेवर इष्टानिष्ट काय परिणाम होतील, यांसंबंधी चर्चा या

काळात सुरू झाली. या चर्चेत स्त्रिया स्वत: भाग घेऊ लागल्या. संपादकांना पत्रे लिहू लागल्या. आणि कथा, चरित्र-लेखनातून जरी नाही, तरी पत्रांतून स्त्रियांच्या स्वतंत्र विचारांच्या ठिणग्या नियतकालिकांत दिसू लागल्या. उदाहरणार्थ : 'प्राचीप्रभा' नियतकालिकाच्या संपादिका सौ. सरस्वती वैद्य यांनी जानेवारी १९०९च्या अंकात 'स्त्री-पुरुषांस शिक्षण वेगळे की एकच असावे, हा प्रश्न वाचक भगिनींसमोर विचारार्थ ठेवला आणि पुढील अंकी यासंबंधीची विदुषींची मते देण्यात येतील, असे म्हटले. त्यानुसार एप्रिल १९०९च्या अंकात 'स्त्री-शिक्षणवाद' या लेखात पुढील मजकूर प्रसिद्ध झाला.

'शिक्षण पाहिजे, ही गोष्ट आपण मान्य केलीच आहे. जे शिक्षण पुरुषाला पाहिजे, तेच स्त्रियांनाही पाहिजे असे समजायला कोणती हरकत? आता स्त्री-शिक्षण म्हणाल तर ते पुरुषांच्या शिक्षणापासून फारसे वेगळे असता कामाचे नाही. कारण स्त्री-पुरुषांचा संबंध जर सुखकारक झाला पाहिजे, तर त्यांचा होता होईल तितका वियोग (दूरपणा) कमी होऊन, एकमेकांनी एकमेकाला उपयोगी पडणे, साह्य करणे, प्रत्येक कामात मदत करणे इत्यादी संघटन वाढण्याच्या म्हणून जेवढ्या काही गोष्टी असतील, त्या जास्त अनुकूल करून घेतल्या पाहिजेत, हे कोणीही मान्य करील. मग ही अनुकूलता स्त्री-पुरुषांच्या शिक्षणात (विद्येत) जितकी तुल्यता (सारखेपणा) अधिक असेल, तितकी अधिक असणार हे अर्थातच स्पष्ट आहे! उदा. डॉक्टराची बायको ही डॉक्टरीण किंवा निदान कंपौंडरचे काम तरी शिकलेली असल्यावर, तिचा त्याला जास्त उपयोग होईल तसा दुसऱ्या प्रकारे होणार नाही. त्याचप्रमाणे वकिलीत पंडित पुरुषाला, कायदेकानूनचे पूर्ण ज्ञान मिळालेल्या बायकोचा संबंध जितका सुखास्पद होईल, तितका दुसरीचा होणार नाही. याचप्रमाणे इंजिनीअर, सुतार, लोहार, कोटी, शिंपी इ. सर्व कारागिरांचाही प्रकार असाच म्हणायला हरकत नाही.'

युद्धकलेचे शिक्षणही स्त्रियांस द्यावे, असा विचार व्यक्त करून लेखिकेने त्याचे फायदे दिले आहेत. 'संरक्षणाची जबाबदारी जी आज सगळीच्या सगळी पुरुषावर पडलेली आहे, ती अर्धी कमी होईल. इतकेच नव्हे, पण पुरुष जसे एकमेकाला साह्याला उपयोगी पडतात, त्याचप्रमाणे बायकाही बायकांना उपयोगी पडून पुरुषावरील संकटाचे वेळीही उपयोगी पडतील.' (पृ. ७८ ते ८१)

लेखिकेने आपले नाव गुप्त ठेवण्यास सांगितले होते. 'प्राचीप्रभा' सप्टेंबर १९०९च्या अंकात संपादिका सरस्वती वैद्य यांनी 'स्त्री-शिक्षणवाद' या आपल्या लेखात म्हटले होते, 'एप्रिल १९०९च्या अंकात लिहिणाऱ्या बाईंनी आपले नाव

गुप्त ठेवण्यास सांगितले असल्यामुळे, सोयीसाठी आपण त्यांना साम्यवादिनीबाई म्हणू.'

साम्यवादिनीबाईंची विचारधारा थेट आंतरराष्ट्रीय महिला वर्षानंतर म्हणजे १९७५नंतर महाराष्ट्रात जोरावलेल्या स्त्री-मुक्ती विचारधारेशी साम्य दाखवते. परंतु साम्यवादिनीबाईंना भोवतालच्या स्त्री-पुरुषांकडून सहमताचा प्रतिसाद मिळालेला दिसत नाही. त्यांच्या मताच्या विरोधी प्रतिक्रियाच नोंदविल्या गेलेल्या दिसतात. यामध्ये संपादिका वैद्यबाईंच्या प्रतिक्रियेचे पृथक्करण करणे योग्य होईल. वैद्य या संपादिका असल्यामुळे त्यांच्याकडून अधिक विचारशीलतेची अपेक्षा निर्माण होते. काही प्रमाणात त्या ती पुरी करतात. साम्यवादिनीबाईंच्या विचारांशी सहमत नसूनही वैद्यबाईंनी त्यांचा लेख प्रसिद्ध करण्याची सुजाण परिपक्वता दाखवली होती.

'स्त्री-शिक्षणवाद' या आपल्या लेखात ('प्राचीप्रभा' सप्टेंबर १९०९) साम्यवादिनीबाईंची काही मते मान्य करून पुढे संपादिका म्हणतात :

'परमेश्वराने स्त्री-पुरुषांचे शरीररचनेत जितका फरक केलेला आहे, तितकाच फरक त्यांच्या स्वभावात ठेविलेला आहे आणि त्याप्रमाणे तो आयुष्यक्रमातही भरलेला आहे. म्हणून दोघांचे शिक्षण एक होता कामा नये. दुसरी व्यवहाराची बाजू घेऊन पाहिले असता, एका धंद्यापासून एका मनुष्याला जितका फायदा होतो, तोच धंदा दोघांनी केला म्हणजे तो फायदा अर्धाअर्धा दोघांच्या वाटणीला येतो, हे उघड आहे. याकरिता जे धंदे किंवा ज्या विद्या पुरुषांनी पत्करिल्या असतात, त्याच जशाच्या तशा बायकांनी पत्करणे हे पुरुषाच्या उत्पन्नात तूट पडण्यासारखेच होणार आहे.' (पृ. २०१, २०२)

असे सांगून संपादिकेने असा अभिप्राय व्यक्त केला आहे की, याचा अर्थ स्त्रियांनी डॉक्टर होऊ नाही, असा नाही. तर पुरुष-डॉक्टरला करण्यास अयोग्य अशी कामे स्त्रियांनी शिकून घ्यावीत. प्रत्येक व्यवसायात हा भेद आवश्यक आहे.

वैद्यबाईंच्या लेखावरून असे दिसते की, स्त्रिया पुरुषांच्या क्षेत्रात शिरल्यावर पुरुषाचे उत्पन्न कमी होईल हे अर्थशास्त्रही त्यांच्या लक्षात आलेले आहे. पुरुषांच्या क्षेत्रात शिरल्यावर त्या जबाबदाऱ्या स्त्रिया सांभाळू शकतील किंवा नाही, याबद्दल वैद्यबाईंना शंका दिसत नाही. तरीही पुरुषांची बरोबरी करू नये असे त्या म्हणतात, याचा अर्थ वैद्यबाई 'स्त्री'चा विचार पुरुषांच्या संदर्भातील दुय्यम व्यक्ती म्हणून करतात. 'स्त्री'चा स्वतंत्र व्यक्ती म्हणून त्या विचार करू शकत नाहीत. का करू शकत नाहीत? वैद्यबाईंनी आपल्या नियतकालिकात स्त्रियांना मतदानाचा हक्क मिळावा म्हणून लढणाऱ्या पाश्चात्त्य 'स्त्री'ची दखल घेतली आहे.[१०] परदेशातील

स्त्री-चळवळीची आवर्जून दखल घेणाऱ्या दूरदर्शी संपादिका स्व-समाजातील 'स्त्री'चा स्वंतत्र व्यक्ती म्हणून का विचार करू शकत नाहीत? कारण रूढिबद्ध सामाजिक व्यवस्थेने (सोशल कंडिशनिंग) त्यांची विचारशक्ती नियंत्रित केली आहे. यामुळे अर्थशास्त्र समजले, तरी अर्थोत्पादनाच्या जोरावर 'स्त्री'ला स्वतंत्र व्यक्ती म्हणून समाजात स्थान मिळू शकेल, या विचारापर्यंत वैद्यबाईंची मजल पोहोचू शकत नाही. उलट पुरुषांचे उत्पन्न कमी होऊ नये, म्हणून स्त्रियांनी दुय्यम कामे करण्यास त्या सुचवतात. रूढिबद्ध सामाजिक व्यवस्थेची व्यक्तीच्या विचारप्रक्रियेवर किती घट्ट पकड असू शकते, याचे येथे दर्शन होते. मुलामुलींच्या एकत्र शिक्षणाची वैद्यबाईंना भीती वाटते, ती याचमुळे! याच लेखात स्त्री-शिक्षणाची गती मंद आहे, असे सांगून संपादिका त्याचे कारण देतात.

'सरसकट बऱ्यावाईट तरुण पुरुषांत मिसळल्याशिवाय त्या उंच शिक्षणाचा लाभ घेता आला असता, म्हणजे छचोर तरुण बांडांच्या सहवासातल्या त्रासाशिवाय मुख्य शिक्षणाचा लाभ करून घेता आला असता, तर स्त्री-शिक्षणाने एव्हांशी किती लांब मजल मारिली असती?' (पृ २०४)

स्त्रियांना उच्च शिक्षण घेता यावे, असा वैद्यबाईंच्या विचारांचा कल आहे. स्त्री-शिक्षणाच्या मार्गात त्यांना अडथळा कोणता दिसतो? 'छचोर तरुण बांडांच्या सहवासातला त्रास.' सहशिक्षणात तरुण मुलामुलींना एकमेकांचा सहवास सुखद होऊ शकेल, प्रेरक होऊ शकेल असा विचार वैद्यबाईंच्या मनात डोकावलेला नाही. का? तत्कालीन समाजात स्त्री-पुरुष नैसर्गिक आकर्षणावर इतके सामाजिक निर्बंध होते की, प्रणय - अनुनय हे त्या आकर्षणाचे रम्य आविष्कार लोप पावून लैंगिक वासनांना वाट देणारी छेडछाड तेवढी उरली असावी. म्हणून पुरुषाचा सहवास 'स्त्री'ला जाचकच होणार, अशी वैद्यबाईंची धारणा बनली असावी. त्रास देणाऱ्या तरुण 'बांडास' शासन केले तर मुलींच्या 'उंच शिक्षणाचा' मार्ग मोकळा होईल, अशा प्रकारचा विचारही त्यांना सुचलेला नाही. म्हणजे 'पुरुषाला शासन' ही कल्पना त्यांना असह्य, अशक्य वाटत असावी. तत्कालीन स्त्री-मनातली पुरुषाची प्रतिमा कोणती होती, हे येथे दिसून येते. स्त्रियांसाठी स्वतंत्र शिक्षणसंस्था असणे योग्य, असेही त्या म्हणत नाहीत. वास्तविक पाहता इ.स. १९००मध्ये धों. के. कर्वे यांची स्त्री-शिक्षण संस्था सुरू झाली होती. त्या आधाराने उच्च शिक्षणासाठीही स्वतंत्र स्त्री-संस्था हा विचार स्फुरण्यास हरकत नव्हती. परंतु परदेशी स्त्री- चळवळीचे कुतूहल असले, तरी महाराष्ट्रातल्या सर्व स्त्री-सुधारणा केंद्रांबद्दल बाई जागरूक, संवेदनाशील नसाव्यात. आणि कर्वे यांच्या स्त्री-शिक्षण संस्थेचा व्यापही इतका मर्यादित असावा की, बाईंपर्यंत तो पोहोचू शकला नसावा.

स्त्रीच्या स्वतंत्र विचारांची ठिणगी 'गृहिणीरत्नमाला' (संपादिका : सीताबाई सावंत) या नियतकालिकाच्या वाचक-स्त्रीमध्येही दिसते. ती म्हणते :

'ब्राह्मणेतर बहुतेक वर्गांत स्त्रियांस पूर्ण स्वातंत्र्य आहे. या अशा वर्गातील स्त्रिया पुरुषांवर मुळीच अवलंबून नसतात. म्हणूनच त्यांना स्वतंत्र रितीने संसारकामे दक्ष करण्याची हातोटी साधलेली आहे. त्यांच्यात फक्त शिक्षणाचा अभाव आहे, इतकेच. ही त्यांची चूक नव्हे. त्या वर्गातील पुरुषवर्गही अशिक्षित आहे. या वर्गातील स्त्रियांप्रमाणे सर्व वर्गातील स्त्रियांस संसारकामे स्वतंत्र रितीने करिता आली पाहिजेत. तेव्हाच त्यांच्यात हिंमत व हुशारी येईल. म्हणून स्त्रियांनी पुरुषांइतकेच स्वतंत्र असायला पाहिजे. त्यांचे त्यांच्या पतीशी नाते म्हणजे मित्रत्वाचे होय. पुरुषांनी त्यांचे रक्षण करण्याचा मक्ता घेऊ नये, असे माझे मत आहे. माझे मत प्रांजळपणे कळविल्याबद्दल रागावू नये. कळावे लोभ असावा.'

- एक ग्राहक : अन्नपूर्णा 'गृहिणीरत्नमाला' जून १९१६ (पृष्ठ २३). येथेही संपादिका सीताबाई सावंत यांनी पारंपरिक विचारप्रणालीनुसार या अन्नपूर्णेला उत्तर दिले आहे.

'भगिनींनो, स्त्रियांना आपल्या पतीच्याच सेवेत राहणे योग्य आहे, अशा प्रकारचे माझे धोरण वाचून कित्येक भगिनींनी मोकळ्या मनाने आपापली मते मला कळविली आहेत. त्या सर्वांचे धोरण ज्याप्रमाणे आपले पती चोहोकडे फिरून स्वतंत्र रीतीने व्यवहार करतात, एकमेकांशी भेटतात, बोलतात अथवा कारणप्रसंगी दुसऱ्या गावी जाऊन राहतात, अशा अनेक गोष्टी ज्या स्वातंत्र्याने करतात, तेच स्वातंत्र आम्हा स्त्रियांस असावे. पतीच्या वर्चस्वामुळे आमच्या सामाजाची अतिनीच अशी दारिद्र्यदशा झाली आहे. कारण उघडच आहे की, संसारगाड्याचे पतिरूप चाकच फिरणारे, पण स्त्रीरूपी चाक हे निव्वळ धोंड्यासारखे स्थिर. तेव्हा दारिद्र्य नको असेल तर पुरुषांसारखेच स्त्रियांनाही स्वातंत्र्य असावे. पुरुषांवर त्यांनी अवलंबून राहू नये, म्हणजेच आपली समाजसुधारणा होईल वगैरे, निष्प्रांजलपणे आपली मते कळविल्याबद्दल मी सर्वांचे आभार मानते. स्त्री-समाजाची सुधारणा व्हावी अशी आपणा सर्वांचीच इच्छा. परंतु त्याच्या दिशा मात्र भिन्न भिन्न आहेत. स्त्री-स्वातंत्र्य याचा अर्थ पुरुष स्वातंत्र्य की पत्यंकित गृहांतर्गत स्वातंत्र्य ह्याचा प्रकाश माझ्या सुशिक्षित भगिनींच्या अंत:करणात पडेल, ह्यात संशय नाही.''
(पृष्ठ. १८,१९)

असे निवेदून आपले मत स्पष्ट करण्यासाठी पुढे संपादिकाबाईंनी एक हजार वर्षांपूर्वीची सौराष्ट्रातली कथा सांगितली आहे.

त्या म्हणतात, 'राणी जयादेवी ही एवढी रूपवान, विद्वान आणि वीर्यवान

असूनही नवऱ्यासारखे स्वातंत्र्य आपल्याला असावे, आपण स्वतंत्र असा पुरुषासारखा व्यवहार करावा आणि पुरुषासारखी आपल्या पोशाखाची ढब ठेवून मंगलतिलक, सौभाग्यशील, भूषणशृंगार आणि स्त्री-जातीविनय टाकून स्वैर व्यवहार करावा, अशा कुत्सित विचारांचा गंधही तिला स्पर्श करण्यास समर्थ नव्हता.' असे होण्याचे कारण स्त्री-पुरुष नैसर्गिक शरीरभेद हेच दिले आहे. संपादिका बाई पुढे म्हणतात, 'विद्वान स्त्रिया असे म्हणतील की आम्ही विद्वान आहो, तेव्हा आम्हाला स्वातंत्र्य असणे योग्य आहे. परंतु त्यांनी पक्के जाणावे की राघू जितका जास्त बोलणारा, तितका त्यास भक्कम पिंजरा मिळणार. त्याप्रमाणे स्त्रियांचा विद्वत्तादी गुण सौंदर्यादी मोहक गुणांत विशेष भर घालून त्या स्वातंत्र्यामुळेच ती विद्वान स्त्री ही आपल्या हातानेच भक्कम अशा दुःखरूपी पिंजऱ्यात पडणार, यात शंकाच नाही! कोणतेही भौतिक ज्ञानसंपन्न लोक किती जरी शांतीचे ढोंग दाखवू लागले, तरी त्यांना स्वतःच्या मनोवृत्तीवर कधीही जय मिळविता येणार नाही. जरी सर्व राष्ट्र भौतिक ज्ञानसंपन्न झाले, तरीही स्त्रियांना स्वातंत्र्य देणे हे फारच अनर्थावह आहे.'

- *गृहिणीरत्नमाला / जून १९१६ (पृष्ठ १८ ते २०)*

एकंदरीत निवेदनावरून असे लक्षात येते की, सावंतबाई स्त्री-स्वातंत्र्य म्हणजे पुरुष स्वातंत्र्य की पत्यंकित गृहांतर्गत स्वातंत्र्य असे म्हणतात, तेव्हा त्यांना पुरुष स्वातंत्र्य म्हणजे स्त्रीला पुरुषाप्रमाणे मूलभूत स्वातंत्र्य की पतीच्या सावलीतले गृहापुरते मर्यादित स्वातंत्र्य, असा प्रश्न करावयाचा आहे आणि त्यांचा कौल पत्यंकित गृहांतर्गत स्वातंत्र्य असा आहे. हाच पारंपरिक सूर इतरही नियतकालिकांतील लहानमोठ्या लेखांत किंवा कवितेत दिसतो.

नर सम स्वैरगति संचारी । नारिसी योग्य न या संसारी ।
निसर्गरचना भिन्न नराहुनी प्रपंचकार्यी भेद न राहुनी?
बीज धारणी जन्म जियेचा । पालन लालन करण्याचा ।
गृहिणी भूषवी योग पतीचा । गृहस्वामिनी कुल तारी?

- श्री. सौभाग्यवती ताराबाई गृहिणीरत्नमाला, जून १९१६, पृ. १७

'प्राचीप्रभा' नोव्हेंबर १९०९च्या (पृष्ठ. २४९) अंकात सावित्रीबाई शीलकर लिहितात की, सृष्टीचा क्रम असा आहे की पुरुषांनी बाहेरची जास्त श्रमाची कामे करून पैसाअडका व दाणादुणा घरात आणावा आणि बायकांनी घरातल्या छायेत राहून त्याचा काटकसरीने योग्य उपयोग करावा. स्त्रियांना लेखन-वाचन करता

येणे, पत्रव्यवहार करण्यासाठी आणि हिशोब ठेवण्यासाठी आवश्यक आहे असे या बाईंना वाटते. धर्म, नीती, सृष्टिज्ञान, शिवणकाम, वैद्यकीय माहिती, स्वयंपाक याचेही शिक्षण स्त्रियांना हवे, असे शीलकरबाई म्हणतात.

यावरून असे दिसते की काही स्त्रिया मूलभूत स्वातंत्र्याची, स्त्री-पुरुष समानतेची संपूर्ण मागणी करीत होत्या, तर काही स्त्रिया पारंपरिक विचारसरणी शिरोधार्य मानीत होत्या. ज्या दोन स्त्रियांचे स्त्री-पुरुष समानतेचे विचार प्रसिद्ध झाले आहेत, त्यांनी आपली नावे गुप्त ठेवली होती. त्या अर्थी नावे समजल्यास समाजाकडून त्रास होण्याची भीती त्यांना वाटत असावी. पारंपरिक विचारांचा दबाव या भीतीतून सिद्ध होतो. पारंपरिक विचारांचे समर्थन करणाऱ्या स्त्रियांना आपली नावे गुप्त ठेवण्याची गरज भासलेली नव्हती. याशिवाय येथे आणखी एक वस्तुस्थिती दिसते. प्रसारमाध्यमांच्या मोक्याच्या जागी म्हणजे संपादकपदी असलेल्या स्त्रिया पारंपरिक विचारांच्या होत्या. काही वाचक स्त्रिया परंपरेला ठोकरून पुरुषांच्या बरोबरीने स्त्रीसाठी स्वातंत्र्य आणि समान स्थानाची मागणी करणाऱ्या होत्या. पारंपरिक विचारांच्या संपादिकेमुळे पुरोगामी स्त्री-विचारांच्या प्रसिद्धीला मर्यादा आल्या असू शकतील. संपादिका वैद्यबाईंनी साम्यवादिनीबाईंचे विचार स्वत:च्या विचारांच्या विरोधी असले, तरी प्रसिद्ध केले आहेत. परंतु संपादिका सावंतबाईंनी पुरुषांच्या बरोबरीचे स्थान मागणाऱ्या भगिनींची पत्रे आल्याचे आपल्या लेखात केवळ नोंदविले आहे. त्या सर्व पत्रांचा आशय सारांशाने दिला आहे. ती पत्रे प्रकाशित केलेली नाहीत. पत्रलेखिकांनी मागितलेली स्वतंत्रता स्त्रियांसाठी कशी योग्य नाही, अशा प्रकारचे पारंपरिक स्वमत मात्र विस्ताराने प्रतिपादन केले आहे. समान स्थान मागणाऱ्या त्या पत्रलेखिकांचे कितीतरी निरनिराळे दृष्टिकोन असू शकतील. परंतु ते प्रसिद्ध झाले नाहीत. त्यामुळे त्या काळात त्या विचारांचा प्रसार होऊ शकला नाही. आणि पुढील पिढीच्या अभ्यासकास 'स्वतंत्र स्त्री- दृष्टीचा इतिहास' सांगू शकणाऱ्या काही खिडक्या बंदच राहिल्या.

असे का व्हावे? पुरुषांच्या बरोबरीचे स्थान सर्वार्थाने मागणाऱ्या स्त्रिया त्या काळात समाजामध्ये होत्या, असे साम्यवादिनीबाईंच्या लेखावरून आणि सावंतबाईंच्या लेखातील नोंदीवरून निश्चितपणे म्हणता येते. तरीही त्या स्त्रिया संपादकपदी का येऊ शकल्या नाहीत? नियतकालिकांच्या चालकांचे यामागे काही धोरण होते का? लेखिकांना, पत्रलेखिकांना गुप्त राहता येते, तसे संपादकांना गुप्त राहणे शक्य नसते. म्हणून या स्त्रियांची स्वत:चीच संपादक होण्याची इच्छा नव्हती का? संपादक होण्यासाठी आवश्यक ते सामाजिक संपर्क व आर्थिक पाठबळ त्यांच्याकडे नव्हते का? ही सर्वच कारणे परस्परांत गुंतलेली असू शकतील. परंतु उपलब्ध

असलेली इ. स. १९०१ ते १९२० या काळातील स्त्री-नियतकालिके पाहता परिणाम एकच दिसतो, पारंपरिक विचारांशी बंडखोरी करणाऱ्या स्त्रियांच्या हाती आपले विचार सर्वदूर पसरविण्याची यंत्रणा आली नव्हती.

तुरळक सर्वसामान्य (ज्यांना सामाजात खास स्थान नव्हते) स्त्रिया मूलभूत स्त्री-स्वातंत्र्याचा विचार करण्याइतक्या प्रगल्भ आणि धीट झाल्या होत्या. परंतु एकोणिसाव्या शतकात फुले, आगरकर होऊन गेले होते, तरी या काळातील सर्वसामान्य पुरुषांपर्यंत त्यांचे विचार पोहोचले होते, असे नियतकालिकांतील त्यांचे लेख,[११] कविता[१२] पत्र[१३] यांवरून वाटत नाही.

'प्राचीप्रभा' अंकातील एका विद्यार्थ्याचे पत्र तरुण मनातील स्त्री-विषयक दृष्टिकोनाचे दर्शन घडविते. स्त्रियांचा जन्म स्वत:साठी नसून पुरुषांसाठी आहे, याबद्दल कोणत्याही प्रकारचा संदेह या तरुणाच्या मनात नाही. स्त्री-शिक्षण आवश्यक आहे, असे त्याला निश्चितपणे वाटते. मात्र स्त्रियांचे शिक्षण स्वभाषेत असावे आणि त्यात आपला देश-धर्म, चालिरीती यांची माहिती असावी, म्हणजे स्त्रिया शिक्षणाने बिघडणार नाहीत, असे तो म्हणतो. इंग्रजी भाषेत शिकविण्याने आणि देश-धर्म-चालिरीतींच्या शिक्षणाचा अभाव असेल तर स्त्रिया बिघडतील, असा अर्थ यातून ध्वनित होतो. इंग्लिश भाषेमुळे किंवा देश-धर्म-चालिरीती यांचा शिक्षणात अभाव असल्यास पुरुष बिघडतील का? असा विचार या तरुणाच्या मनात उद्भवल्याचे दिसत नाही. बिघडणे, न बिघडणे या कल्पनांचा विचार नेहमी स्त्रीच्याच संदर्भात करावयाचा, पुरुषांच्या संदर्भात करावयाची आवश्यकता नाही. या प्रकारच्या मानसिकतेत 'स्त्री' विषयीच्या एकांगी विचारांची मुळे आहेत.

महात्मा गांधींच्या उदयानंतर

इ.स. १९१७ ते १९२४ या काळात स्त्रियांचे नवे नियतकालिक सुरू झाल्याचे दिसत नाही. इ.स. १९२०मध्ये महात्मा गांधीचा राजकारणाच्या क्षितिजावर उदय झाला आणि महाराष्ट्रातील स्त्री-जीवनात नवे पर्व सुरू झाले.[१४] गांधीजींच्या चळवळीची हाक सर्वसामान्य गृहिणीपर्यंत पोहोचली होती. 'टिळक झाले स्वर्गवासी, गांधी आले कार्या. रावांचे नाव घेते - बाई भार्या' असे तिचे प्रकटन हळदीकुंकवाच्या बैठकीत झालेले दिसते. या काळात स्त्री-जीवनात वेगाने सुरू झालेल्या परिवर्तनाच्या खुणा नियतकालिकांमध्ये दिसतात. इ.स. १९१६ पर्यंतच्या नियतकालिकांपेक्षा नंतरच्या नियतकालिकांचे स्वरूप बरेच वेगळे आहे. त्यामध्ये स्त्रियांच्या लेखनाचे प्रमाण खूप वाढले आहे. हे लेखन सुश्लिष्ट, सुबद्ध, प्रगल्भ झालेले दिसते. आपल्या गरजेनुसार निरनिराळ्या मागण्या करणाऱ्या, वारसा हक्कांसाठी जागरूक

झालेल्या आणि निरनिराळ्या विषयांवर मते प्रतिपादन करणाऱ्या स्त्रिया या नियतकालिकांमधून दिसतात.[१५] मतप्रतिपादन करताना आपली नावे गुप्त ठेवण्याची आवश्यकताही त्यांना भासलेली नाही, असे दिसते.

मालिनी पाणंदीकर आणि गुलाबखान यांच्या आंतरधर्मीय विवाहाने त्या काळात बरीच खळबळ माजवली होती.[१६] मालिनीबाईंच्या विरोधात महाराष्ट्रातले वातावरण तप्त झाले होते. परंतु मालिनीबाईंनी जराही न डगमगता समतोल बुद्धीने धर्म, विवाह या विषयींचे आपले विचार जाहीरपणे मांडून आपल्या आक्षेपकांना उत्तर दिले.[१७] तरुण सुशिक्षित स्त्रीच्या स्वयंसिद्ध व्यक्तिमत्त्वाचेच ते उदाहरण म्हणता येईल.

जागरूक झालेल्या स्त्रिया समान हक्कांची मागणी धीटपणे, ठामपणे व्यक्त करू लागल्या होत्या. तरी पारंपरिक विचारप्रवाह थंडावला होता, असे नाही. आपल्या परीने तोही जोरातच वाहत होता. त्यांच्याही खुणा नियतकालिकांत जागोजागी दिसतात. सर्वसामान्य स्त्रीच्या मनावरील नीतिकल्पनांचे प्रचंड दडपण या काळातील काही लेखांत अगदी कृत्रिम शैलीत व्यक्त झाले आहे.[१८] जुन्या-नव्याच्या गोंधळामुळे त्यांतील विचार धूसर झाले आहेत. न्हाणवलीच्या कौतुकाची कविताही अजून दृष्टीला पडते.[१९]

कादंबऱ्यांतून दिसणारे स्त्री-जीवन (१९०१ ते १९३०)

'कादंबरी' हा मानवी जीवनाशी आत्यंतिक जवळीक साधू शकणारा साहित्यप्रकार आहे. कविता म्हणजे मानवी भावनेचा क्षणिक उत्स्फूर्त आवेग असतो. कथा जीवनातल्या लहान तुकड्याशी किंवा प्रसंगाशी संलग्न असते. एखाद्या व्यक्तीचे अथपासून इतिपर्यंतचे जीवन कथेत दिसू शकत नाही. कादंबरीमध्ये मुख्य पात्रांच्या जीवनाचा बराच मोठा काळ घेतलेला असतो. त्याभोवती अनेक उपपात्रे असतात. कादंबरीत माणसामाणसांतला संवाद असतो. त्याचप्रमाणे तीत निसर्ग, घरेदारे, गावे यांनाही अस्तित्व असते. विशिष्ट वेळेची आणि उपलब्ध साधनांची मर्यादा रंगमंचावरील प्रयोगाला असते. कादंबरीला अशी कोणतीच मर्यादा नसते. त्यामुळे कादंबरी जीवनात अधिक खोल शिरू शकते आणि अधिक कालावधी व्याप्त करू शकते. एखाद्या कालखंडाचे यथोचित चित्र साकार करणे, कादंबरीला स्वभावतःच अधिक पेलवते. यास्तव कादंबरीच्या माध्यमातून महाराष्ट्रातील स्त्री-जीवनाचे मूल्यमापन करणे योग्य ठरावे.

कादंबऱ्यांच्या आधारे महाराष्ट्रातील १९०१ ते १९३० स्त्रीची वाटचाल पाहताना प्रथम लक्ष जाते, ते ह. ना. आपटे यांच्या 'पण लक्षात कोण घेतो!'

(१८९३) या कादंबरीच्या खपाकडे! या कादंबरीची पंधराशे प्रतींची दुसरी आवृत्ती १९०९मध्ये, दोन हजार प्रतींची तिसरी आवृत्ती १९१५मध्ये, दोन हजार प्रतींची चौथी आवृत्ती १९२२मध्ये आणि दोन हजार प्रतींची पाचवी आवृत्ती १९२८मध्ये निघाली. केशवपनाच्या रूढीतील अमानुषता, स्त्री-शिक्षण, सुटसुटीत कुटुंबाचे रम्य चित्र, दोन-तीन तरुण जोडप्यांचे एकत्र बसून गप्पागोष्टी करणे; हे सारे चित्रित करणाऱ्या या कादंबरीचा या काळातील एवढा खप समाजमनातील स्त्री-सुधारणेचा कल स्पष्टपणे दाखवतो. सामाजिक कादंबरी निर्मितीच्या दृष्टीने हरिभाऊंच्या प्रतिभेचा हा उतरता काळ. तरीही या काळातील त्यांच्या पूर्ण, अपूर्ण कादंबऱ्यांमध्ये बदलत्या स्त्री-जीवनाचे चित्र दिसते. या काळात त्यांनी चित्रित केलेल्या स्त्रिया 'पण लक्षात कोण घेतो'मधल्या यमू आणि दुर्गीइतक्या अगतिक नाहीत. 'मी' (१९१६) कादंबरीतली ताई प्रथम अगतिकतेने म्हणते, 'बाबारे! आम्ही घरात बांधलेली मुकी जनावरं!' पण पुढे अति झाल्यावर ती नवऱ्याला हाकलून देते. विचारी वडील माणसेही आता मुलीकडे केवळ 'लग्नाऊ वस्तू' म्हणून पाहत नाहीत. 'मी' कादंबरीतल्या 'सुधारक' शिवरामपंतांच्या मुलीने खूप शिकून, लग्न न करता समाजकार्य करावे अशी त्यांची इच्छा. सुंदरीची बुद्धी वडिलांचे विचार समजू शकली, तरी तिच्या भावना बाळबोध, संसारी मुलीच्या! शिवरामपंत स्वमत न लादता तिच्या कलानेच जायचे ठरवतात. अपूर्ण राहिलेल्या 'कर्मयोग' कादंबरीतील 'लीला' ही बदलत्या स्त्री-जीवनाचा मनोहारी उन्मेष असल्याचे समीक्षक कुसुमावती देशपांडे सांगतात.

शिक्षणाच्या प्रसारानंतर महाराष्ट्रात पुरुषांच्या समान स्थान इच्छिणारी आणि मूलभूत स्वातंत्र्याची मागणी करणारी स्त्री जन्म घेत होती. तिच्या अस्तित्वाचा अस्सल पुरावा नियतकालिकांच्या निरीक्षणामध्ये मागे दिलाच आहे. ('प्राचीप्रभा'मधील साम्यवादिनी बाई आणि 'गृहिणीरत्नमाला'मधील अन्नपूर्णा बाईंचे पत्र) या स्वतंत्र स्त्रीच्या व्यक्तिमत्त्वाचे सर्व पैलू वा. म. जोशी यांच्या कादंबऱ्यांमध्ये मनोहारी रीतीने व्यक्त झालेले आहेत. महाराष्ट्रातल्या बदलत्या आधुनिक स्त्री-जीवनाचे पडसाद त्यांच्या कादंबऱ्यांमध्ये उमटलेले दिसतात. वा. म. जोशी यांच्या या काळातील चारी कादंबऱ्यांची नावे 'स्त्री' केंद्रबिंदू असल्याची निदर्शक आहेत. 'रागिणी' (१९१५), 'आश्रमहरिणी' (१९१६), 'नलिनी' (१९२०) 'सुशीलेचा देव' (१९३०). यांपैकी 'आश्रमहरिणी' ही कादंबरी तेवढी प्राचीन कथेच्या माध्यमातून विधवेच्या पुनर्विवाहाचे समर्थन करण्यासाठी लिहिली आहे. विधवाविवाहाचा प्रश्न ओलांडून समाज स्त्री-सुधारणेच्या बाबतीत अधिक पुढचे विचार करू लागला होता, असे बाकीच्या तीन कादंबऱ्या दर्शवितात. वा. म. जोशींची उत्तरा 'स्त्री-

स्वातंत्र्य' या कल्पनेचा अगदी मूलगामी विचार करते,[२०] बंडखोर उत्तरा हिंदू धर्मावर सपासप वार करते, मात्र तिच्या हृदयाच्या एका कोपऱ्यात हिंदू धर्माला जागा आहे. हिमालयातल्या आदिवासींनी धर्मांतर किंवा मरण हा पर्याय समोर ठेवल्यावर उत्तरेच्या वडिलांखेरीज इतर सर्व जण मरण पत्करण्याचे ठरवतात. त्यातच उत्तराही आहे.

'आश्रमहरिणी' (१९१६) या कादंबरीत पुराणकथेचा आधार घेऊन विधवा विवाहास काहीच हरकत नाही, असा अभिप्राय वा. म. जोशींनी व्यक्त केला आहे. विधवेचा विवाह केवळ सुरक्षिततेसाठी नव्हे तर आत्मोन्नतीसाठीही आवश्यक आहे, हे त्यांचे प्रतिपादन विशेष आहे.[२१] त्याचप्रमाणे स्त्रीचा स्वतंत्र व्यक्ती म्हणूनही विचार या कादंबरीत आला आहे.[२२] पुरुषांनी धर्मशास्त्रे स्वत:च्या सोयीनुसार रचली आहेत असे 'नलिनी' (१९२०) या कादंबरीत सूचित झाले आहे.[२३] वा. म. जोशींची सुशीला सर्व धर्मांचे संस्कार पुसून विश्वकुटुंबवादाला जाऊन भिडते. लहानपणापासून पारंपरिक संस्कारात वाढलेली सुशीला वैधव्यानंतर मिशन स्कूलमध्ये नोकरी करते. पण आपण आता कोणत्याच धर्माच्या संस्कारात अडकू शकत नाही, हे ती स्पष्ट शब्दांत सांगते.[२४] स्त्रीविषयीच्या चुकीच्या कल्पना आता म्युझियमच्या एकेका कपाटात बंद करून ठेवाव्या लागतील असे, 'सुशीलेचा देव' कादंबरीतील तरुण पुरुष म्हणतात.[२५]

वामन मल्हारांनी आपल्या कादंबऱ्यांतील कथानकासाठी सुखवस्तू आणि वैचारिक दृष्टीने संपन्न अशा व्यक्तींची वर्तुळे निवडली आहेत. त्यांच्या कादंबऱ्यांतील व्यक्ती काव्य, शास्त्र, विनोदात रमणाऱ्या आहेत. समकालीन राजकारणावर, समाजकारणावर अटीतटीने चर्चा करणाऱ्या आहेत. ही माणसे गतानुगतिकतेने जाणारी नाहीत. ती विचारपूर्वक जीवनप्रवास करणारी आहेत. यास अपवाद फक्त कादंबरीतील प्रौढ स्त्रियांचा आहे. उत्तरेची आई, रागिणीची आई, नलिनीची आई, आवडीची आई इत्यादी स्त्रिया सामान्य गृहिणी आहेत. चर्चेत त्या फारशा सहभागी होत नाहीत. पुरुष आणि तरुण मुली मनमोकळ्या चर्चा करतात. या कादंबऱ्या वाचताना जाणवते, ते असे की, शिक्षणाच्या प्रसारानंतर महाराष्ट्रातील सुशिक्षित-सुखवस्तू कुटुंबांत नवे स्त्री-जीवन उमलू लागले होते. या स्त्रिया शिक्षित होत्या. त्यांना स्वयंनिर्णय होता. त्या आत्मनिर्भर होत्या. एकोणिसाव्या शतकातील कादंबऱ्यांत अशा स्त्रिया भेटत नाहीत. 'रागिणी' कादंबरी सुशिक्षितांच्या घरोघरी पोहोचली होती. तीत वामन मल्हारांनी महाराष्ट्रातील स्त्री-जीवनातील एका नवीन उन्मेषाचे दर्शन घडवले, असे कुसुमावतीबाईंनी म्हटले आहे.[२६]

सुधारकांची स्त्री-घातक संस्कारबद्धता

वा. म. जोशी यांच्या स्त्री-सुधारणेच्या कल्पना वरवरच्या नव्हत्या. हिंदू धर्माची स्त्रीबद्दलची अनुदारता, समाजाने स्त्री-पुरुषांना लागू केलेले दुटप्पी नीतिनियम यांमुळे स्त्रीचे व्यक्तिमत्त्व संकुचित होते, मारले जाते हे त्यांना जाणवले होते. त्यांच्या उत्तरेने हे परखडपणे बोलून दाखविले होते. परंतु विचारवंत वामन मल्हारांच्या व्यक्तिमत्त्वात पारंपरिक संस्कारात भिजलेले वामन मल्हारही लपून बसले होते. हे संस्कारबद्ध वा. म. मधून मधून आपला दृष्टिकोन / मनोगत कादंबरीच्या प्रवाहात सोडून देतात. म्हणून वादावादी करणाऱ्या उत्तरेपेक्षा वा. म. जोशींचे वात्सल्य सौम्य स्वभावाच्या रागिणीवर अधिक बरसताना दिसते. ही रागिणी सुशिक्षित आणि हुशार आहे. प्रिय पुरुषांशी विवाहबद्ध होण्यास आवाक्याबाहेरचा हुंडा वडिलांना द्यावा लागतो, म्हणून दु:खी होते. पण लग्न नको म्हणत नाही. छळणाऱ्या सासऱ्याची सोशीकपणे सेवा करते. वा. म. जोशी कौतुकाने लिहितात, नवरा वारला म्हणून रागिणी काही माहेरी गेली नाही. खलनायकाने पेरलेल्या विषामुळे प्रेमप्रकरणात उत्तरा रागिणीचा संशय घेते. रागिणीला याची कल्पनाच नसल्यामुळे ती शांत असते व उत्तरा टोमणे देते. वाचकांच्या सहानुभूतीचा काटा आपोआप रागिणीकडे झुकतो. दोघींनाही कादंबरीत सारखेच महत्त्व असले, तरी कादंबरीचे नाव 'रागिणी' आहे. याचा अर्थ रागिणीच वामनरावांच्या मनातील नायिका होती. नायिका नेहमीच अगदी नकळतपणे वाचकांच्या मनात आदर्श म्हणून रुजून जाते. उत्तरेकडे अत्यंत कौतुकाने पाहत, वा. म. जोशी यांनी स्वत:च्याही नकळत अभावितपणे रागिणीला आदर्श स्त्री म्हणून समोर आणले आहे. रागिणीच्या काही संवादांत तिच्यावरील पारंपरिक संस्कारांची कल्पना येऊ शकते.

रागिणी म्हणते, ' 'अधिकार कोणाचा अधिक आहे', याचा नवरा-बायकोने विचार करण्यापेक्षा 'प्रेम कोणाचे अधिक आहे', याचा विचार केला तर वाईट का? आपलं जीवित आपल्या नवऱ्याकरिता नि मुलाबाळांकरिता असं ज्या बायकोला वाटतं, तिला बरोबरीचे अधिकार काय करायचे आहेत? आणि आपली बायको ज्याला सहधर्मचारिणी-अर्धांगी वाटते, तो बायकोवर कसला अधिकार गाजवील! आणि गाजवलान् म्हणून झालं काय वाईट!'[२७]

कादंबरीच्या शेवटी हिमालयाच्या परिसरात उत्तरा-आनंदराव विवाह ठरतो आणि रागिणी-भय्यासाहेब या जोडप्याची पुनर्भेट होते. दोन युगुले दोन वाटांनी फिरावयास निघून जातात. स्त्री-स्वातंत्र्याची मागणी करणारी उत्तरा आणि स्वराज्यासाठी उत्सुक झालेला आनंदराव विवाह करण्याचे ठरवल्यावर काय बोलतील ते ऐकणे

अधिक मनोरंजक ठरले असते. परंतु, वामन मल्हारांचा कॅमेरा या युगुलाकडे वळतच नाही. ते रागिणी-भय्यासाहेबांचा संवाद वाचकांना ऐकवतात.

'ब्रह्मानंद म्हणजे काय आहे, हे मला ठाऊक नाही; पण मला तर पुत्रसुखापुढे ब्रह्मानंदाची विशेष मातब्बरी वाटणार नाही.' (रागिणी)

'पुत्रापेक्षा कन्येला हातात घेऊन चालणे अधिक आनंददायक आहे', भय्यासाहेब उगाच आपले प्रेम विवादाकरिता म्हणाले.

'नाही. पुत्रसुखाची सर कशालाच यायची नाही!' रागिणी.[२८]

उत्तरा - आनंदराव संवाद वामन मल्हारांनी का दाखवला नाही? रागिणी ही त्यांची अधिक प्रिय मानसकन्या, म्हणून असे झाले आहे का? उत्तरेपेक्षा रागिणी अधिक प्रिय वाटावी, हे कशाचे द्योतक? उत्तरा-आनंदराव संवादाची त्यांना कल्पनाच करता आली नाही का?

रागिणीच्या विवाहासाठी भय्यासाहेबांच्या वडिलांना तेरा हजार रुपये हुंडा दिल्याचा उल्लेख आहे. इ.स. १९१५मध्ये ही रक्कम अतिरंजित वाटते. या हुंड्याच्या व्यवहाराबद्दल फटकळ उत्तरासुद्धा रागिणीला, रागिणीच्या वडिलांना किंवा भय्यासाहेबांना काहीही बोलत नाही, याचे आश्चर्य वाटते. ही वा. म. जोशी यांची किंवा त्या कालाची मर्यादा म्हणायला हवी.

असे सुधारक परंतु संस्कारबद्ध वा. म. जोशी त्यांच्या इतरही कादंबऱ्यांत मधूनमधून डोकावतात.

वा. म. जोशी लिहितात, 'मातेचे प्रेम आणि पत्नीचे प्रेम यांच्या आंधळेपणात आणि खुळेपणात जे काव्य भरलेले आहे, ते सर्व पृथ्वीवर एकछत्री साम्राज्य स्थापण्यातदेखील नाही. आमचे स्वराज्य गेले, हे वाईट तर खरेच. पण उद्या स्वराज्य मिळाले आणि त्याबरोबर आमच्या स्त्रियांचे आपल्या मुलांवरचे व पतीवरचे प्रेम जर नष्ट झाले, तर मी कितीही स्वराज्यवादी असलो तरी म्हणेन की, देवा, मला हे स्वराज्य नको. मला आपल्या पूर्वीच्या प्रेमळ आया आणि प्रेमळ स्त्रिया हिंदुस्थानात पाहावयास मिळू दे. माझे त्यात समाधान आहे.'[२९]

फरारी असलेल्या विनायकरावांची काही बरी-वाईट बातमी पत्रात असावी, या कल्पनेनेच विनायकाची पत्नी आवडी आणि तिची आई रडू लागतात, तेव्हा त्यांच्या आंधळ्या प्रेमावर वा. म. जोशी वरील भाष्य करतात. सुशिक्षित, धीट स्त्रिया इतके आंधळे प्रेम करू शकणार नाहीत. म्हणजे क्षणिक आवेगात नको ती स्त्री-सुधारणा, असे वा. म. जोशी यांना वाटलेले आहे. 'सुशीलेचा देव' या कादंबरीत विवाह-केंद्री मराठी कादंबरीची सौम्य टवाळी वा. म. जोशी करतात. या कादंबरीतील विनायकराव बायकोला म्हणतात :

'कादंबरीकार आणि मुलीची आई, यांना मुलीच्या लग्नाशिवाय दुसरा काही विषयच दिसत नाही! मला तर असं वाटू लागलंय की जगात जणू काही धर्म, राजकारण, शिक्षण वगैरे काही विषयच नाहीत.'[३०]

असे म्हणणारे वा. म. जोशी याच कादंबरीत नायिकेची म्हणजे सुशीलेची एक सोडून दोन लग्ने लावतात. पारंपरिक विचारांची सुशीला वैधव्यानंतर मिशन स्कूलमध्ये मिळालेल्या मोकळ्या हवेत स्वतंत्र विचार करू लागते. तिला कोणताही धर्म पटेनासा होतो. ती भांडवलशाहीच्या विरुद्ध जाते. आदर्श नोकरशाहीचे स्वप्न पाहते. मानवतावादाचे दुर्दम्य बीज तिच्या मनात रुजते. आपल्या सोनगावात मुलींसाठी शाळा काढण्याचे ती योजते. तिच्याजवळ मृत नवऱ्याचा आणि वडिलांचा पैसा आहे. तरीही तिचा बालपणापासूनचा मित्र बाळू ऊर्फ बळवंतराव यांच्या पत्नीचा मृत्यू घडवून आणून वा. म. जोशींनी सुशीलेसाठी एक नवरा तयार केला. पुनर्विवाहामुळे आपल्या कार्यात व्यत्यय येईल, असे सुशीलेस वाटते. म्हणून ती आधी विवाहाला नकार देते. नंतर तयार होते. वा. म. जोशी यांनी सुशीलेचा बळवंतरावाबरोबर विवाह करून देऊन, नंतर विश्वकुटुंबवादाचा पाठपुरावा करण्यासाठी इंग्लंड-अमेरिका-रशिया पाहण्यासाठी गर्भवती सुशीलेला नवऱ्याबरोबर परदेशगमनाच्या नौकेत बसवून दिले. एवढी प्रगल्भ सुशीला एकटीच परदेशी गेली असती आणि परत आल्यावर तिने विवाह केला असता, तर काय बिघडले असते? परंतु वा. म. जोशींमधल्या प्रेमळ पित्याला ते मानवले नसावे. वास्तविक प्रत्यक्षात १९३०च्या आसपास शकुंतला परांजपे, सुलभा पाणंदीकर, कुसुमावती जयवंत, कृष्णा खरे इ. तरुण अविवाहित मुली उच्च शिक्षणासाठी इंग्लंडला गेल्या होत्या. तरीही वा. म. जोशी यांची विद्याविभूषित मानसकन्या सुशीला ही नवऱ्याबरोबर परदेशी गेली. स्त्रीचा विवाह या कल्पनेचा पगडा सुधारकांवरही किती होता, हे यातून जाणवते.

लोकप्रिय कादंबरीकारांचा संकुचित स्त्री-दृष्टिकोन

समीक्षकांनी ज्यांची दखल घेतली नाही, अशा अनेक मराठी कादंबरीकारांची लोकप्रियता वादातीत होती.[३१] साहित्यातून तत्कालीन समाजाविषयी अंदाज करताना या लोकप्रिय कादंबऱ्या महत्त्वाच्या ठरतात. या लोकप्रिय लेखकांनी आपल्या काही कादंबऱ्यांच्या प्रास्ताविकांत स्वत:ची सामाजिक मते किंवा कादंबरीलेखनामागचा हेतू, कादंबरीची निर्मिती कशी झाली यांविषयी विचार व्यक्त केले आहेत.[३२] त्यांतील काहींवरून नजर फिरवली, तरी त्या कालातील लोकप्रिय लेखकांचा स्त्रीविषयक दृष्टिकोन समजतो. स्त्रियांनी शिक्षण जरूर घ्यावे, परंतु शिक्षित स्त्रीचा जीवनहेतूही अशिक्षित स्त्रीप्रमाणेच पतिव्रता पत्नी, सोशीक सून, प्रेममूर्ती आई

हाच असणे, समाजाच्या आणि स्त्रीच्या दृष्टीने योग्य आणि इष्ट आहे, असा एकंदर या लेखकांचा सूर आहे. या कादंबऱ्यांना लोकप्रियता लाभली होती. याचा अर्थ जनतेला हा दृष्टिकोन अधिक पटला होता. इ.स. १९०१ ते १९३० या काळात वा. म. जोशींनी केवळ चार कादंबऱ्या लिहिल्या. तर नाथमाधव, वि. वा. हडप यांनी कित्येक कादंबऱ्या लिहिल्या.[३३] १९२१मध्ये 'स्वराज्याचा श्रीगणेशा'पासून सुरुवात करून नाथमाधवांनी स्वराज्यावर कादंबरी-मालिका लिहिली. तर वि. वा. हडपांनी कादंबरीमय पेशवाईची निर्मिती केली. ना. ह. आपटे यांनीही काही ऐतिहासिक आणि सामाजिक कादंबऱ्या लिहिल्या. ऐतिहासिक कादंबऱ्यांमुळे या लेखकांना कमालीची लोकप्रियता मिळत होती. त्यामुळे ज्या पारंपरिक 'स्त्री' भूमिकेचे पोषण ते त्यांच्या सामाजिक कादंबऱ्यांमधून करीत होते, त्याचा वाचकांवर बराच प्रभाव पडत असावा.

कादंबऱ्यांच्या या समुद्रात वा. म. जोशींच्या चार कादंबऱ्या आणि त्यांचा वाचक वर्ग चिमुकल्या बेटासारखा आहे. ही वस्तुस्थिती लक्षात घेता असे वाटते की, 'रागिणी' या कादंबरीचे मराठी समीक्षकांनी जरी कितीही कौतुक केले, तरी या कादंबरीतील उत्तरेचा आवाज तत्कालीन सर्वसामान्य जनांपर्यंत किती पोहोचू शकला असेल, याची शंकाच आहे. मुळात वामन मल्हारांचे सादरीकरणही उत्तरेपेक्षा रागिणी प्रभावी दिसावी, असेच होते. उत्तरा विशिष्ट संवेदनाक्षम वैचारिक वर्तुळातच पडसाद घुमवू शकली असेल. उत्तरेचा आवाज महाराष्ट्रातील जनमानसात खोलवर पोहोचला असता, तर नाथमाधव, हडप इतके लोकप्रिय होते ना!

येथे असेही म्हणावेसे वाटते की, कोणत्याही काळी विचक्षण, प्रतिभावंत लेखक जे गुंतागुंतीचे जीवन चित्रित करतात, त्याचे ढोबळ अनुकरण दुय्यम दर्जाचे लोकप्रिय लेखक करतात. या अनुकरणात मानसिक गुंतागुंत नसते. चांगले-वाईट असे काळेपांढरे चित्र ठोसपणे रंगविलेले असते. हे दुय्यम दर्जाचे साहित्य जनतेपर्यंत अधिक प्रभावीपणे पोहोचते. वा. म. जोशींनी रागिणीला आदर्श म्हणून पुढे आणले, तरी उत्तरेला कोठेही तुच्छ लेखले नव्हते. उत्तरेची मूलभूत स्त्री-स्वातंत्र्याची मागणी त्यांना उत्तम प्रकारे समजलेली होती. त्यांना ती पटलीही होती. परंतु त्यांच्या संस्कारबद्ध मनाला ती पचविता आली नव्हती. म्हणून रागिणी आदर्श झाली. विचक्षण वा. म. जोशींची संस्कारबद्धता लोकप्रिय लेखकांनी ढोबळ केली आणि भलत्याच तऱ्हेने ती वाचकांपर्यंत पोहोचली. सुशिक्षित तरीही परंपराबद्ध स्त्री – ती सज्जन आणि सुशिक्षित परंतु परंपरेशी बंडखोरी करणारी स्त्री – ती दुर्जन, अशा प्रकारचे चित्र त्यांच्या कादंबऱ्यांतून पुढे आले.

इ.स. १९२५पासून नव्या दमाचे लेखक ना. सी. फडके, भा. वि. वरेरकर,

पु. य. देशपांडे, श्री. व्यं. केतकर, वि. स. खांडेकर यांनी कादंबरी लेखनास सुरुवात केली. कमलाबाई बंबेवाले आणि शांताबाई नाशिककर या स्त्रियांनीही या काळात कादंबरी लेखनास प्रारंभ केला. विविध पार्श्वभूमीच्या या कादंबरीकारांमुळे निरनिराळ्या परिसरातील मराठी स्त्री-जीवन निरनिराळ्या विषयांच्या संदर्भात प्रकट झालेले आढळते. या कादंबरीकारांनी सुशिक्षित स्त्रियांचेच जीवन चित्रित केले होते. फडके, खांडेकर, वरेरकर मुंबई-पुणे-कोल्हापूर-कोकण व परिसरातील सुशिक्षित स्त्रीचे चित्रण करतात. तर केतकर, देशपांडे नागपूर-उमरावती भागातील स्त्री-दर्शन घडवितात. यावरून एवढे दिसते की, महाराष्ट्रात सर्वत्र शिक्षणामुळे स्त्री-जीवन बदलू लागले होते.

वास्तववादी केतकर वा. म. जोशींप्रमाणेच उदारमतवादी आहेत. त्यांच्याप्रमाणेच प्रामुख्याने काव्य, शास्त्र, विनोदात रमणाऱ्या सुखवस्तू कुटुंबातील स्त्रियांचे ते चित्रण करतात. स्त्री-स्वातंत्र्याचे कट्टर पुरस्कर्ते वरेरकर लढाऊ बाण्याच्या स्त्रीचे दर्शन घडवतात. फडके, खांडेकर, देशपांडे यांची सुशिक्षित स्त्रीकडे पाहण्याची दृष्टी स्वप्नाळू आहे. कमलाबाई बंबेवाले आणि शांताबाई नाशिककरांची स्त्रीकडे पाहण्याची दृष्टी वास्तवाचा वेध घेत स्वप्नात बुडून जाते.

ना. सी. फडके यांच्या 'दौलत' (१९२९) या कादंबरीला अफाट लोकप्रियता लाभली होती. तत्कालीन समाजाचा स्त्रीविषयक दृष्टिकोन आणि अपेक्षा ही कादंबरी स्पष्ट करू शकते, असे म्हणायला हरकत नाही.

मध्यमवर्ग ज्या सुशिक्षित श्रीमंत वर्गाकडे कुतूहलाने पाहत होता, ज्या वर्गाचे आकर्षण त्यांच्या मनात होते, त्या वर्गामधली निर्मला 'दौलत'ची नायिका होती. निर्मला सुंदर होती. पदवीधर होती. सुस्वभावी होती. तिने मध्यमवर्गीय कर्तबगार तरुणावर प्रेम केले. वडिलांनी सुचविलेल्या पैसेवाल्या मुलाला तिने ठामपणे नकार दिला व ती घराबाहेर पडली. तिने थोडे दिवस नोकरी केली. वडिलांच्या आजारपणात त्यांची मनःपूर्वक शुश्रूषा केली. वडिलांचे प्रेम आणि संमती मिळवून तिने अविनाशशी विवाह केला. निर्मलेचे सगळे निर्णय अचूक. बॅगेचे कुलूप काढणे असो किंवा विवाहाचा निर्णय असो! दोन्ही ठिकाणी निर्मलेची धनलोभी मैत्रीण कमळ चुकली आणि निर्मला दोन्ही ठिकाणी बरोबर ठरली. सुंदर आणि हुशार, श्रीमंत तरीही साधी, शालीन तरीही बंडखोर, शांत तरीही निश्चयी अशी सर्व गुणांनी मंडित असलेली रूपवान – भावनोत्कट – प्रणयिनी निर्मला महाराष्ट्राला हवीहवीशी वाटली असावी. तिने समाजाला कोणताही प्रश्न विचारला नाही. स्वतःचे सगळे प्रश्न कुशलतेने, हुशारीने स्वतःच सोडवले. 'सुशिक्षित स्त्री' हे ज्या काळी अर्धस्फुट उमललेले स्वप्न होते, त्या काळी ती अशी सर्वांगांनी परिपूर्ण असणार,

असावी असे त्या समाजास वाटत असावे.

'सुशिक्षित स्त्री-दर्शना'ने मोहून गेलेल्या फडक्यांसारख्या लेखकांनी अशा स्त्रियोत्तमेला साजेसा पुरुषोत्तम योग्य वेळी तिला भेटणार, हे गृहीतच धरले होते. त्यांच्या सर्वच सुशिक्षित नायिकांचा प्रवास साधारण या एकाच दिशेने झालेला दिसतो. 'तो' आणि 'ती'च्या भेटीची पार्श्वभूमी तेवढी निराळी. कधी ते परजातीय असतात. कधी परधर्मीय असतात. कधी गरीब-श्रीमंत असतात. आज मात्र वळून पाहताना त्या स्वप्नरंजनाच्या मर्यादा सहजपणे जाणवतात. इतकी सर्वगुणसंपन्न व्यक्ती प्रत्यक्षात असू शकते का? स्त्री-पुरुषांमधे सतत पडदा असलेल्या समाजात अगदी अठरा ते बावीस या वयात सर्वगुणसंपन्न प्रियकर प्रत्येक मुलीला भेटणे, शक्य आहे का? एवढे दोनच प्रश्न मनात आणले, तरी निर्मलेभोवती घुटमळणाऱ्या स्वप्नांचा पोकळपणा जाणवतो. हुंड्याची चाल 'दौलत'मध्ये उल्लेखिली गेली आहे. कमळचा विवाह भरपूर हुंडा देऊन होतो. कमळचे जीवन निराशेचे दाखवून हुंड्याचा अप्रत्यक्ष निषेधही केला आहे.

पु. य. देशपांडे यांच्या कादंबऱ्यांमध्येही मनस्वी वृत्तीचे स्वप्नरंजन आहे. 'बंधनाच्या पलीकडे' (१९२७) या कादंबरीतील प्रतिष्ठित वकिलाचा मुलगा प्रभाकर कुटुंबाच्या ओळखीतल्या सुंदर, पदवीधर सुशीलेला प्रेम नाही म्हणून नकार देऊन स्वत:ला प्रिय झालेल्या नायकिणीच्या मुलीशी, मैनेशी विवाहबद्ध होतो. दोघेही आपल्या कुटुंबाचा, समाजाचा विरोध सहन करून सुखाचा संसार करतात. यातील विरोध फारच कोमट वाटतो. १९२७ सालच्या नागपूरमध्ये नायकिणीच्या मुलीशी झालेला विवाह, ही घटना इतक्या सहज स्वीकारली जाणे, शक्यच वाटत नाही. गतानुगतिकतेने जाणाऱ्या कर्मठ समाजाने नायकिणीच्या मुलीला जगणे असह्य करणे, या प्रकारचे चित्र कदाचित जास्त पटू शकले असते. म्हणून या कादंबरीतील आदर्शवादी चित्रण एक प्रकारचे स्वप्नरंजनच वाटते. वरेरकरांच्या 'विधवाकुमारी' (१९२८)मधील नायिका बालविधवा मथू हिला तिची प्रौढ सावत्र मुलगी लीला आणि तिचा नवरा भक्कम आधार देतात. मनाप्रमाणे हवे तेवढे शिकण्यास प्रोत्साहन देतात. १९२८च्या कोकणच्या खेड्यातले हे प्रातिनिधिक चित्र नाही. काही अपवादात्मक 'सुधारक' जोडपी त्या काळात प्रागतिक पाऊल उचलणे शक्य होते. पण मग भोवतालच्या ग्रामस्थांशी त्यांचा संघर्षही अटळ होता. त्या संघर्षांचे चित्र कादंबरीत म्हणण्यासारखे येत नाही. म्हणून मथू आणि लीला या स्त्रिया वरेरकरांचे स्वप्नरंजनच वाटते. नुकतेच लिहू लागलेले खांडेकरही स्त्रीविषयीच्या स्वप्नातच बुडाले होते.

या सर्वांच्या तुलनेत कादंबरीलेखन करू लागलेले श्री. व्यं. केतकर स्त्रीच्या

बाबतीत अधिक वास्तववादी होते. केतकरांनी या काळात 'गोंडवनातील प्रियंवदा' (१९२६), 'परागंदा' (१९२६), 'आशावादी' (१९२७) 'ब्राह्मणकन्या' (१९३०) या कादंबऱ्या लिहिल्या. केतकरांच्या कादंबऱ्यांतील सर्व स्त्रिया शिक्षित आहेत. शिक्षणामुळे येणारी किमान बौद्धिक पात्रता सर्व जणींमध्ये आहे. फडक्यांच्या नायिकांप्रमाणे त्यांच्या स्त्री-पात्रांचा विकास एकाच गतीने, ठरावीक दिशेने होत नाही. विविध वैचारिक पातळ्यांवर त्या उभ्या आहेत. सर्व जणी शिक्षित असल्या, तरी त्यांच्या बौद्धिक कुवतीत फरक आहे. प्रत्येकीचा जीवनमार्गही निराळा आहे. 'ब्राह्मणकन्या'मधील कालिंदी बुद्धिमान असली, तरी स्वत:च्या विवाहाच्या प्रश्नात चूर आहे. त्यातून ती कधी बाहेर पडू शकत नाही. 'गोंडवनातील प्रियंवदा'मधील शारदा किंवा 'आशावादी'मधील डॉ. नंदिका यांचा बौद्धिक आवाका कालिंदीला नाही. शारदा आणि नंदिका दोघी बुद्धिमान असल्या, तरी नंदिका आपल्या व्यवसायात निष्णात अशी डॉक्टर आहे. ती शारदेसारखी विद्वत्तेची उपासक नाही. शारदेच्या व्यक्तिमत्त्वाला परखडपणाची धार आहे. नंदिका भावनोत्कट आहे. रसिक आहे. पुरुषांच्या सहवासात रमून ती स्वत:चा अहंकार सुखावून घेते. क्वचित मोहवशही होते. 'परागंदा'मधील डॉ. मत्तमयूरी हुशार, स्वभावाने आनंदी आणि श्रीमंत आहे. ती उच्च शिक्षणासाठी अमेरिकेला जाते. 'गोंडवनातील प्रियंवदा'मधील प्रियंवदा आणि बिंबा, 'परागंदा'मधील मिस कामत आणि गंगाधरची पत्नी, 'आशावादी'मधील गोदावरी आणि मिसेस हंटर, विहंगमा आणि कपिला सामान्य बुद्धिमत्तेच्या शिक्षित स्त्रिया. अवखळ-अल्लड प्रियंवदा सर्व बाजूंनी नशीबवान आहे. तिचे माहेर-सासर सुखवस्तू, समृद्ध, प्रेमळ आहे. आई-वडिलांनी पाहून दिलेल्या नवऱ्यावर ती मन:पूर्वक प्रेम करते. त्यांच्याही प्रेमाचा उत्कट प्रतिसाद तिला मिळतो. स्वत: हुशार नसली, तरी शारदेच्या बुद्धिमत्तेचे आकर्षण तिला आहे. विधवा बिंबा हरिभय्याला प्रेम देते, घेते आणि पुनर्विवाह करते. अमेरिकेत स्थायिक झालेल्या महाराष्ट्रीय कुटुंबातली मिस कामत विवाहित गंगाधराच्या प्रेमात पडते. पण गंगाधराचा प्रतिसाद नाही म्हटल्यावर आपले प्रेम सर्जेरावाकडे वळवते. 'आशावादी'तील वैफल्यग्रस्त मिसेस हंटर स्त्रियांना आधार देणारी संस्था काढते. नवरा बेपत्ता म्हणून निराश झालेली गोदावरी, मिसेस हंटरकडे आधारासाठी जाते आणि तिच्या कार्यात सहभागी होते.

मैत्रीमुळे स्त्री-जीवनाची समृद्धी वाढल्याचे केतकर दाखवतात. केतकरांनी चित्रित केलेल्या मैत्रीभावालाही वास्तवाचा पुरेसा आधार होता, हे मागे दिलेल्या 'रागिणी'वरील कुसुमावतीबाईंच्या अभिप्रायावरून दिसून येते. कौटुंबिक संदर्भ नसताना अनेक जणी एकमेकींच्या गाढ मैत्रिणी असल्याचे केतकरांच्या साहित्यसृष्टीत

दिसते. शारदा-प्रियंवदा, मिसेस हंटर–गोदावरी एकमेकींच्या गुणांकडे, व्यक्तिमत्त्वाकडे आकर्षित होऊन मैत्रिणी झाल्या आहेत. त्या एकमेकींना पूरक आहेत. पारंपरिक हिंदू समाजातल्या कालिंदी आणि गोदावरी यांची परधर्मीय स्त्रियांशी गाढ मैत्री निश्चितच स्त्रीचे प्रागतिक पाऊल दाखविते. मात्र प्रत्येक स्त्रीसाठी केतकरांनी जिवाभावाची मैत्रीण निर्माण केलेली नाही. नंदिका, विहंगमा, कपिला, मिस कामत, मत्तमयूरी यांना मैत्रीण दिसत नाही. त्याअर्थी स्त्रियांची एकमेकींशी मैत्री ही पुरुषांमधील एकमेकांच्या मैत्रीइतकी नित्याची नव्हती, असे केतकरांचे निरीक्षण होते.

केतकरांच्या कादंबऱ्यांतील स्त्रिया निसर्गाच्या नियमाप्रमाणे सहजपणे मिलनोत्सुक आहेत. पण मिलनासाठी अगतिक नाहीत.. प्रियकर, नवरा मिळत नाही म्हणून किंवा तो दुरावल्यामुळे त्या खचून जात नाहीत. तर स्वत:चा वेगळा मार्ग शोधू शकतात. संधी मिळताच मिलनाच्या क्षणालाही उत्कटतेने सामोऱ्या जातात. केतकरांचे वैशिष्ट्य असे की, त्यांची पुरुषपात्रेही विवाहाची, संसाराची मन:पूर्वक इच्छा करतात. प्रेयसीच्या – पत्नीच्या मिलनासाठी भावनोत्कटतेने उत्सुक दिसतात. परंतु हे मिलन कसे आहे? प्रेमिकांच्या सर्वच जोड्यांमध्ये स्त्रिया शिक्षणाने, अर्थसंचयात, कर्तृत्वाच्या क्षेत्रात कमी आहेत. योग्य प्रमाणात कमी आहेत. म्हणजे वैजनाथशास्त्री इतिहास संशोधक आहेत, तर त्यांची जोडीदारीण अगदी निरक्षर किंवा दोन यत्ता शिकलेली नाही. ती शारदेसारखी पदवीधर, धिटाईने सभेत बोलणारी हुशार स्त्री आहे. परंतु वैजनाथशास्त्री तिच्यापेक्षा अधिक व्यासंगी आहेत. सर्वच जोड्या अशा अनुरूप आहेत. अपवाद डॉ. नंदिकेचा. डॉ. नंदिकेचा नवरा तिच्यापेक्षा शिक्षणात कमी आहे. पण डॉ. नंदिका वैफल्यग्रस्त आहेच. केतकरांच्या स्त्री-पात्रांचा विकास त्यांच्या पुरुष जोडीदाराची हिंमत आणि कुवत लक्षात घेऊन त्या हिशोबाने होतो, असे म्हटल्यास वावगे होणार नाही. येथे असे म्हणता येईल की, मुलीसाठी सर्व दृष्टींनी तिच्यापेक्षा श्रेष्ठ नवरा पाहून देण्याची भारतीय समाजाची चालरीत आहे. या चालरितीचा दबाव प्रेमात पडणाऱ्या प्रेमिकांवरही अनेकदा दिसतो. हेच वास्तव केतकरांनी चित्रिले, तर त्यात हिशोब कसचा? लेखिकांचे साहित्य पाहिल्यावर केतकरांचे चित्रण ही नाण्याची एक बाजू आहे, हे लक्षात येते. ते अर्धसत्य आहे. लेखिकांच्या साहित्यानुसार इतक्या अनुरूप प्रेमिकांच्या किंवा दांपत्यांच्या जोड्या ही वस्तुस्थिती वाटत नाही. नाण्याची दुसरी बाजू लेखिकांच्या लेखनात दिसून येते. लेखिकांचे साहित्य तपासून पाहताना सत्याचा दुसरा अर्धा भाग आपल्याला उमगतो. तो पुढे येईलच. सुशिक्षित स्त्रीला अनुरूप पुरुषांबरोबर सुखी, संसारी जीवन देण्यासाठी केतकरही किंचितसे

स्वप्नरंजनाकडे झुकले होते, असे म्हणावे लागते.

कमलाबाई बंबेवाले आणि शांताबाई नाशिककर यांनी आपल्या कादंबऱ्यांमध्ये प्रीती, विवाहबाह्य प्रीती, स्त्री-पुरुषांचा दुसरा विवाह करण्याचा हक्क, घटस्फोट या कल्पनांचा वेगळा विचार केलेला दिसतो.

शांताबाई नाशिककर यांच्या 'लग्नाचा बाजार' (१९२९) या कादंबरीत चार प्रमुख स्त्री-पात्रे आहेत. सुमित्रा, सत्यवती या महाविद्यालयीन शिक्षण घेणाऱ्या मुलींचे प्रश्न आणि अशिक्षित सखुबाई, अल्पशिक्षित सुलोचना यांचे प्रश्न यांत खूप मोठी दरी आहे. सुलोचनेच्या वडिलांनी वयस्क रावसाहेबांकडून पैसे घेऊन तिचे त्यांच्याशी जबरदस्तीने लग्न लावले आहे. रावसाहेबांच्या शारीरिक जवळिकेने मानसिक धक्का बसलेली सुलोचना त्या घरातून कसे सुटावे, या पेचात असते. तर रावसाहेबांनी हाकललेली त्यांची प्रथम पत्नी सखुबाई सवतीची लुगडी धुऊनसुद्धा नवऱ्याच्या घरात कसे राहायला मिळेल, हे पाहत असते. सत्यवतीकडे पाहुणी आलेली तिची अविवाहित मैत्रीण सुमित्रा आणि सत्यवतीचा नवरा सुरेश एकमेकांच्या प्रेमात पडतात. प्रयत्न करूनही दोघांना संयम ठेवता येत नाही. म्हणजे चुंबनालिंगनाच्या शारीरिकतेपर्यंत त्यांचे प्रेम पोहोचते. शांताबाईंनी हे दोन प्रश्न कोणत्या प्रकारे सोडवून दाखवले आहेत, ते पाहिले, की सुशिक्षित स्त्रीच्या प्रश्नाचे आकलन होते. सखुबाई आणि सुलोचना यांच्यावर झालेल्या अन्यायाबद्दल शांताबाई नि:शंक आहेत, हे सखुबाईचा भाऊ[३४] सीतारामपंत आणि सावळारामपंत यांच्या संवादात स्पष्ट होते. सखुताई आणि सुलोचना एकमेकींना आधार देतात. व्यसनी रावसाहेबांना मृत्यू आल्यावर दोघींचाही प्रश्न सुटतो. सुलोचना तिला प्रिय झालेल्या सत्यव्रताशी पुनर्विवाह करते. सखुबाई भावाकडे आश्रयाला जाते. सुलोचनेवरील अन्यायामुळे विवाहित सुलोचना आणि अविवाहित सत्यव्रत यांची प्रीती लेखिकेला गैर वाटत नाही. कारण सुलोचनेवरील अन्याय ठोसपणे दिसतो. शिवाय तेथे विवाहपूर्व शरीरस्पर्श नाही. सुरेश-सत्यवती विवाहात कोणताही प्रत्यक्ष स्वार्थ, क्रौर्य नाही. अन्याय ठोसपणे दिसत नाही. सुरेश-सुमित्रा विवाहपूर्व शरीरस्पर्श आहे. त्यामुळे विवाहित सुरेश आणि अविवाहित सुमित्रा यांची प्रीती शांताबाईंना गैर वाटते. म्हणून सुमित्रा-सत्यवती-सुरेश हा तिढा सोडविताना शांताबाई प्रथम तिघांना एकमेकांपासून अलग करतात आणि शेवटी त्यांना देशकार्यासाठी एकत्र आणतात. सुमित्रा-सुरेश मग सत्यवतीच्या संस्थेत बहीण-भावंडाप्रमाणे एकत्र कार्य करण्याचा निर्णय घेतात. संसार मोडल्यामुळे सत्यवती आणि सुमित्रा, सुरेश देशकार्याला लागतात. दोघांच्या हातून घडलेल्या पापामुळे शांताबाईंनी तिघांचा वैवाहिक जीवनाचा अधिकार रद्द केला आहे. सुमित्रा-सत्यवती-सुरेश यांच्या प्रश्नांचे वास्तव

आकलन शांताबाईंना झाले होते. या सुशिक्षित प्रगल्भ तरुण व्यक्तींना पाच मिनिटे एकमेकांकडे पाहून लग्नाच्या बाजारात जीवनसाथी निवडणे चुकीचे वाटते. परिचयोत्तर प्रीतिविवाह अनुरूप[३५] जोडीदारासाठी योग्य वाटतो. परंतु तशी संधी नसल्यामुळे अशिक्षित, अप्रगल्भ व्यक्तींचा 'बाजारू' विवाहमार्गच सुरेश-सत्यवतीला स्वीकारावा लागतो. अनुरूप सुरेश-सुमित्रा सहवासात आल्यावर एकमेकांच्या प्रेमात पडून प्रश्न निर्माण होतो, असा शांताबाईचा साधारण रोख आहे. म्हणजे सुशिक्षित तरुण मनाची कोंडी त्यांना कळली, त्यावरचा उपायही साधारण समजला. तरीही सुमित्रा-सुरेशच्या वागण्याकडे शांताबाई उदार हृदयाने पाहत नाहीत. रूढ नीतिमूल्यांच्या चष्म्यातून त्यांच्या वागण्याला ठामपणे 'पाप' म्हणतात. असे का? संपादिका वैद्यबाईंच्याच बाबतीतले विधान येथे पुन: करावे लागते. रूढिबद्ध सामाजिक व्यवस्थेने शांताबाईंची विचारशक्ती नियंत्रित केली होती, तरी स्त्री-पुरुष समानतेची शांताबाईंची आस इतकी तीव्र होती की, रूढिबद्ध सामाजिक व्यवस्थेच्या चौकटीला फटी पाडून ती काही ठिकाणी बाहेर आलेली दिसते. स्त्री-जन्मामुळे स्त्री-पुरुष असमानता त्यांना इतकी बोचत असावी की, शांताबाई रूढींची चौकट हेतुत: मोडू इच्छित नव्हत्या, तरीही त्या चौकटीला त्यांच्या हातून अभावितपणे तडे गेले आहेत; जे पुरुषांच्या साहित्यात झालेले दिसत नाही. म्हणूनच रूढार्थाने 'गैर' वागण्याच्या बाबतीत शांताबाईंनी सुरेश आणि सुमित्रा यांना सारखेच बेजबाबदार धरले आहे. 'स्त्री' म्हणून सुमित्रेला अधिक बेजबाबदार धरलेले नाही.

स्त्री-सुधारणेचे चाहते भा. वि. वरेरकर आणि शांताबाई नाशिककर दोघांनीही विधवेला कुंकू लावण्याचा अधिकार दिला.[३६] दोघांचाही विचार एकच असला, तरी त्या विचारांमागच्या प्रेरणा निराळ्या आहेत. चटोर लोकांच्या नजरेपासून रक्षण म्हणून विधवेने कुंकू लावावे, असे स्त्रियांचे प्रामाणिक कैवारी असलेल्या वरेरकरांना वाटते. तर कुंकू लावणे, हा स्त्रीचा जन्मसिद्ध अधिकार आहे, विधुरांना जर विधुरत्वाची खूण नाही तर विधवांनाही ती नसावी, असे शांताबाईचे प्रतिपादन आहे. विधवेला कुंकवाचा हक्क मागून शांताबाई स्त्रियांसाठी पुरुषांच्या बरोबरीच्या स्थानाची मागणी करीत आहेत.

कमलाबाई बंबेवाले यांची 'बंधमुक्ता' (१९३०) ही कादंबरी स्त्रियांच्या दृष्टिकोनातून विशेष महत्त्वाची आहे. यात उषा या नायिकेची मैत्रीण सुधा ही वकील आहे. कमलाबाईंनी कादंबरीत हिंदू विवाह कायद्याचा इतिहास, त्याची स्त्रीवरील अन्यायकारकता सविस्तरपणे, सोप्या शब्दांत सुधेच्या मुखाने वदविली आहे.[३७] व्यसनी, बेइमान नवऱ्यापासून मुक्त होऊन प्रियकराशी विवाहबद्ध होण्यासाठी उषा आणि तिचा प्रियकर प्रभाकर धर्मांतर करतात.[३८] गतानुगतिकतेने जाणाऱ्या

परंपराप्रिय समाजातील नायिकेचे हे पाऊल धाडसी आहे, यात शंका नाही. उषा-प्रभाकरच्या माताही त्यांना धर्मांतरास परवानगी देतात. लेखिकेचे हे स्वप्नरंजन आहे असे म्हटले, तरी या स्वप्नरंजनात स्त्री-मनाची बंडखोरी आहे. परधर्मातील घटस्फोटाच्या कायद्याची शिफारस करून त्या तुलनेत हिंदू धर्माचा निषेध[३१], हा कमलाबाईंनी घेतलेला संघर्षाचा पवित्रा, म्हणजे भोवतालच्या परंपराप्रिय समाजावर तीव्र आघात होता. कादंबरीमधून कायद्याची माहिती देण्याचा कमलाबाईंचा प्रयोग त्या काळात अभिनव म्हटला पाहिजे. बेसावधपणे किंवा भावनातिरेकाने प्रेमिकांच्या हातून कायद्याचे उल्लंघन होऊन, त्याचे कोणते दुष्परिणाम भोगावे लागतात, हे सांगताना कमलाबाईनी धर्मांतर आणि विवाह या कायद्याची माहितीही सांगितली आहे. धर्मांतरानंतर सहा महिनेपर्यंत प्रथम नवऱ्याचा पत्नीवर अधिकार असतो आणि त्याने जर तिचा ताबा मागितला, तर तिचे हे पूर्वलग्न रद्द ठरू शकत नाही. कायद्यातील या तरतुदीमुळे नायक-नायिकेची शोकांतिका होते, असे कमलाबाईंनी दाखविले आहे. उषेचा नवरा विलायतेत दुसरे लग्न करून हिंदुस्थानात परत आल्यावर उषेला कोर्टात खेचतो. निकाल लागलेला नसतानाच उषा मुलीला जन्म देते आणि आत्महत्या करते. मृत्यूपूर्वी लिहिलेल्या चिठ्ठीत ती हिंदू धर्माचा स्पष्ट शब्दांत निषेध करते.

'निर्घृण हिंदू कायद्याच्या घोर बंधनातून तुमची उषा आता कायमची मुक्त झाली आहे.' (पृ. २१७) प्रभाकरही आत्महत्या करतो.

'बंधमुक्ता' या कादंबरीचा उल्लेख मराठी साहित्यात झाला असला, तरी कुसुमावतीबाईंसारख्या साक्षेपी समीक्षिकेनेही 'बंधमुक्ता'च्या विषयाची आणि विषयाच्या हाताळणीची विशेषत्वाने दखल घेतलेली दिसत नाही, हे येथे नमूद करणे आवश्यक आहे.

नाटककार आणि स्त्री-सुधारणा

१९०१ ते १९३० या काळात मराठी रंगभूमी ऐन बहरात होती. कृ. प्र. खाडिलकर, रा. ग. गडकरी, भा. वि. वरेरकर, वीर वामनराव जोशी हे नाटककार लोकप्रियतेच्या शिखरावर होते. श्री. कृ. कोल्हटकर, वासुदेवशास्त्री खरे, न. चिं. केळकर यांच्या नाटकांना अफाट लोकप्रियता लाभली नसली, तरी मर्यादित लोकमान्यता होती. यांखेरीज नाट्यसमीक्षकांनी ज्यांची दखल केवळ उल्लेखापुरती घेतली किंवा घेतलीच नाही, असे अनेक नाटककार या काळात होते.

या सर्व नाटकांचे निरीक्षण करताना तत्कालीन समाजाचे जिव्हाळ्याचे विषय लक्षात येतात. राष्ट्रस्वातंत्र्याचा ध्यास त्या समाजास लागला होता. देशभक्ती हा

उत्कट रस व्यक्तीव्यक्तीच्या मनात हेलावत होता. 'स्त्री-जीवनपरिवर्तन'विषयक विचारांची सतत घुसळण त्या समाजात सुरू होती. 'स्त्री-जीवन' या विषयाला स्वातंत्र्य, देशभक्ती यांच्या बरोबरीचे स्थान नाटककारांनी दिलेले दिसते. स्त्री-सुधारणेविषयीची उत्सुकता आणि सुधारणेच्या परिणामांची भीती नाटककारांच्या आणि समाजाच्या मनात होती. कादंबरीकारांप्रमाणेच मराठी नाटककार स्त्री-सुधारणावादी होते. स्त्रीभोवतीची नीतीची चौकट घट्ट ठेवून स्त्री-शिक्षण, विधवा विवाहाचा पुरस्कार करणारे आणि बालविवाह, बाला-वृद्ध विवाह याचा निषेध करणारे! 'सुशिक्षित स्त्री'ने पतिव्रता आणि अधिक कर्तव्यदक्ष प्रेमळ माता असण्यावर भर देणारे! उदाहरणासाठी गडकरींचा एकच संवाद तपासणे पुरेसे वाटते.

धनेश्वर : मालती, लतिकेला शिक्षण दिले, त्याचे हे दुष्परिणाम!

मालती : मी जरा अधिक बोलले, तर आपल्याला राग येणार नाही ना? शिक्षणामुळे लतिकाताईने कोणता दुष्परिणाम दाखविला? नीटनेटका पोशाख करणे, जरासे लडिवाळपणे बोलणे याला आपण दुष्परिणाम म्हणता का? अशी बुद्धिवान आणि निर्मळ मुलगी पाहू जाता कोठे सापडायची नाही. बोलण्याचे प्रमाण नेहमी असेच राहणार आहे, असे का आपल्याला वाटते? अशा सुंदर स्वभावाला शिक्षणाने शोभा येते की, दूषण येते बरे? क्षुल्लक कारणावरून स्त्री-शिक्षणाविरुद्ध अशी सगळ्यांनी हाकारी केली, तर कसे होईल बरे?

रा. ग. गडकरी : 'भावबंधन' (१९१९) २री आवृत्ती अंक २. प्रवेश १ पृष्ठ ६४, ६५.

येथे नाटककार गडकरी स्त्री-शिक्षणाची शिफारस करतात. परंतु या संवादातील 'बोलण्याचे प्रमाण नेहमी असेच राहणार आहे का', हे वाक्य महत्त्वाचे आहे. शिकलेली असली तरी लतिका काही कायम फटकळपणे बोलणारी राहणार नाही, असा अभिप्राय त्यातून व्यक्त होतो. म्हणजेच ही शिक्षित 'स्त्री'सुद्धा अल्लड वय निघून गेल्यावर पारंपरिक स्त्रीप्रमाणेच खाली मान घालून संयमाने बोलणारी स्त्री असेल, अशी कल्पना गृहीत धरली आहे.

गडकरींच्या 'पुण्यप्रभाव' (१९१७) या नाटकात वसुंधरेच्या पातिव्रत्यामुळे खलनायक वृंदावनाच्या मनात बदल होतो. तिचा हात धरण्यासाठी आलेला वृंदावन तिचे पाय धरतो.

स्त्री-सुधारणा आणि पातिव्रत्य या कल्पनांची जी सांगड प्रतिभासंपन्न-नामांकित नाटककार गडकरी आणि त्यांच्यासारखी इतर नाटककारांनी घातली होती, तिचेच अनुकरण कृ. ना. अस्नोडकरांसारख्या समीक्षकांनी दखल न घेतलेल्या सामान्य नाटककाराने केले होते. त्यांच्या नाटकातील तरुण मुली दोन विवाहेच्छू म्हाताऱ्यांना

म्हणजे स्वत:च्या वडिलांनाच फसवाफसवीने बुरखे घालून विवाहासाठी समोरासमोर उभे करतात आणि उपहासाची मंगलाष्टके म्हणतात.[४०] इतक्या धीट, बंडखोर, सुशिक्षित मुली स्वत:चे शील, शरीरपावित्र्य कमालीचे जपतात.[४१] स्त्री-सुधारणेच्या बाबतीत कादंबरीकारांच्या विचारांना ज्या मर्यादा होत्या, त्याच मर्यादा नाटककारांच्या विचारांनाही होत्या.

तेव्हा आता कादंबरीकारांपेक्षा स्त्री-जीवनविषयक जे वेगळे विषय नाटककारांनी हाताळले, त्याचाच फक्त विचार करू.

राजकारण, युद्ध आणि स्त्री

या काळातील अनेक नाटकांत स्त्रिया रणांगणात उतरलेल्या दिसतात. त्यांनी रणांगणात उतरावे किंवा नाही, याबद्दल चर्चाही नाटकात आहेत. महात्मा गांधींच्या हाकेबरोबर स्त्रिया स्वातंत्र्यलढ्यात उतरल्या होत्या. त्यामुळेच या प्रकारच्या चर्चा नाटकात आल्या असाव्यात. वासुदेवशास्त्री खरे यांच्या 'उग्रमंगल' (१९२२) नाटकातील पद्मावती, वीर वामनराव जोशी यांच्या 'रणदुंदुभी' (१९२७) नाटकातील तेजस्विनी आणि 'धर्मसिंहासन' (१९२९) नाटकातील कामलता व चंद्रलता या सर्वजणी रणात उतरल्या होत्या. स्त्रियांनी राजकारणात पडावे की नाही, केवळ राजकारणापाशी थांबावे की प्रत्यक्ष युद्धातही सहभागी व्हावे याची चर्चा 'उग्रमंगल' नाटकात आहे.[४२] पद्मावती रणात उतरली आणि तिने पराक्रमही गाजवला, तरी वासुदेवशास्त्रींच्या विचारसरणीचा कल स्त्रियांनी युद्धात भाग घेऊ नये, असाच होता. म्हणूनच रणांगणात उतरणाऱ्या स्त्रियांच्या पोशाखाचा प्रश्न ते टवाळखोरपणे पुढे आणतात[४३] आणि त्यांच्या लक्ष्मणसिंगाला पत्नीचा पराक्रम नवऱ्याला कमीपणा आणणारा वाटतो.[४४]

वास्तविक पाहता यापूर्वीच्या काळात झाशीची राणी युद्ध गाजवून गेली होती. अहिल्याबाई होळकरांसारख्या अनेक स्त्रियांनी राजकारणात कर्तबगारी दाखवली होती. तरीही स्त्रीचा राजकारण आणि युद्धातील सहभाग स्वाभाविक समजण्यास वासुदेवशास्त्रींची तयारी नव्हती.

वीर वामनराव जोशींना मात्र स्त्रियांचा युद्धातला सहभाग आवश्यक वाटत होता, असे दिसते. 'रणदुंदुभी'मधील तेजस्विनी भावी पतीचा भ्याडपणा सहन न होऊन रणात उतरते. बंडखोरी करते. कैद होते. तोफेच्या तोंडी जाण्याची वेळ येते; पण ती मातंगांच्या युवराजाला शरण जात नाही. शेवटी यशस्वी होते. 'धर्मसिंहासन'मधील कामलता देशासाठी प्रीतीचा त्याग करायला तयार होते. चंद्रकला दुर्बलांना स्वातंत्र्य बहाल करते.

विवाहातील स्त्री-दान

भा. वि. वरेरकर आणि वि. दा. सावरकर यांच्या नाटकांतील स्त्रिया स्वतंत्र बाण्याच्या, तडफदार आहेत. आपल्या मनातील विवाहकल्पना, प्रणयभाव यांविषयीचे विचार त्या मनमोकळेपणाने स्वत: बोलून दाखवतात.

क्षमा : तिनं असा पण केला आहे, की तिच्या मताप्रमाणं जो उत्तम देशभक्त ठरेल, त्याच्याशीच लग्न करायचं.

नलिनी : खोटं कशाला बोलू? खरंच पण केला आहे आणि तोही हाच. नाहीतर लग्न करायचं नाही. मला कुणी वडीलधारं नाही, तेव्हा कन्यादान नाहीच व्हायचं. आत्मदान करायचं तर ते देशभक्तालाच करावं, म्हणजे उभयता देशकार्याला वाहून घेता येईल.[४५]

कोणीतरी नात्यागोत्यातली माणसं माझ्या कन्यादानाला उभी राहतील, असे न म्हणता नलिनी 'आत्मदान' ही कल्पना मांडते. स्त्रीला स्वत्वाचे आलेले भान या शब्दांत दिसते आणि त्याबरोबरच 'स्व'त्वाच्या भानाची मर्यादाही जाणवते. स्वत:च्या निर्णयाने का होईना, परंतु अजूनही स्त्री स्वत:चे 'दान' पुरुषाला करू इच्छित होती. ही वरेरकरांच्या स्त्री-सुधारणेची मर्यादा होती.

स्वातंत्र्यवीर सावरकरांच्या 'उ:शाप' (१९२७) या नाटकातील कमलिनी स्वतंत्र व्यक्तित्वाची स्त्री आहे. स्वत:च्या मैत्रिणींमध्ये आणि वस्तीत ती अनेक सुधारणा घडवून आणते. भावाशी आणि प्रियकराशी ती बरोबरीच्या नात्याने वागते. आपला प्रणयाचा अनुभव स्नेहाने आणि धीटपणे भावाला सांगणारी मराठी साहित्यातील ही कदाचित पहिलीच नायिका असेल. तिचा प्रियकर, शंकर हा भावाचा मित्र आहे. भावाची या प्रीतीला असलेली शुभेच्छा भाऊ कोणत्या शब्दांत व्यक्त करतो? "मी माझी स्नेहदक्षिणा म्हणून शंकरालाच तुला अर्पण करणार आहे. बरं का ताई!"[४६] इतक्या प्रगल्भ मुलीला 'विवाहात अर्पण करणे' या कल्पनेतून सावरकरही सुटले नव्हते.

पुरुष नाटककार आणि स्त्री नाटककार : सवाल-जबाब

स्त्री-जीवनविषयक या काळातील दोन महत्त्वाची नाटके म्हणजे कृ. प्र. खाडिलकरांचे 'बायकांचे बंड' (१९०९) आणि गिरिजाबाई केळकरांचे 'पुरुषांचे बंड' (१९१२).

'बायकांचे बंड' हे नाटक महाभारतातील जैमिनी अश्वमेधातील प्रमिला आख्यानाच्या आधाराने लिहिले होते. प्रमिला राणीच्या स्त्री-राज्यात पुरुषांनाच काय पण पुरुषी भाषेलासुद्धा मज्जाव होता. परंतु अर्जुन आणि इतर काही जण तेथे युक्तीने प्रवेश

करतात. स्त्री-राज्यातल्या स्त्रिया या पुरुषांच्या प्रेमात पडतात. एकंदरीत पुरुषांपुढे स्त्रिया निष्प्रभ होतात, असा खाडिलकरांचा अभिप्राय आहे.

पौराणिक आणि ऐतिहासिक कथावस्तूद्वारा समकालीन प्रश्न मांडणे, हे खाडिलकरांचे वैशिष्ट्य होते. 'भाऊबंदकी' आणि 'कीचकवध' या नाटकांतून पेशवाई आणि महाभारताचे कथानक घेऊन इंग्रजांकडून होणारा अन्याय त्यांनी चित्रित केला होता, असा मराठी रंगभूमीच्या समीक्षकांचा अभिप्राय आहे. ज्याअर्थी महाभारतातील आख्यान निवडून 'बायकांचे बंड' हे नाटक १९०९मध्ये लिहिण्याची आवश्यकता खाडिलकरांना भासली, त्याअर्थी १९०९मध्ये स्त्री-वर्ग पुरुषसत्तेविरुद्ध बराच जागरूक झाल्याचे आणि संघटनेची आवश्यकता स्त्री-वर्गास भासू लागल्याचे संवेदनाक्षम नाटककार खाडिलकरांना जाणवले असावे. स्त्री-मनातील पुरुषसत्तेविरुद्धचा संताप आणि अगतिकता खाडिलकरांना जाणवली होती, असे बुद्धिमती-वाग्मही संवादावरून स्पष्ट होते.[४७] परंतु या संतापामागची कारणे त्यांनी शोधली नाहीत. शोधण्याची आवश्यकता त्यांना भासली नाही. कारण पुरुष श्रेष्ठ आहेत, स्त्रियांनी त्यांचे आधिपत्य स्वीकारले पाहिजे, त्या ते आपोआप स्वीकारतातच अशी खाडिलकरांची नि:संदिग्ध धारणा होती.[४८] नवरा नसलेल्या स्त्रीला स्त्रियाच मान देत नाहीत, असे ते करालमायेच्या बोलण्यातून दाखवतात.[४९] पारंपरिक दृष्टिकोनातून स्त्री-पुरुषांचा समन्वय साधण्याचा प्रयत्नही खाडिलकरांनी या नाटकात केला होता. स्त्री रक्षणीय आणि पुरुष रक्षक अशा प्रकारचा हा समन्वय होता.[५०] स्त्री-राज्यातील सर्व स्त्रिया हरतात. फक्त सत्यमाया एकटी पुरुषांच्या विरोधात तपश्चर्येला बसून राहते. सत्यमायेला हट्टी, हेकेखोर म्हणून चित्रित केले होते. असे जरी होते, तरी स्त्रीच्या बंडाची ज्योत पूर्णपणे विझून जाणार नाही याची खाडिलकरांच्या अंतर्मनात खोल कुठेतरी जाणीव असावी, म्हणूनच सत्यमायेची तपश्चर्या चालू राहिली.[५१]

'बायकांचे बंड' या नाटकाला खूपच लोकप्रियता मिळाली होती, त्याअर्थी खाडिलकरांनी मांडलेला विषय जनतेच्या जिव्हाळ्याचा असावा[५२] आणि विषयाकडे पाहण्याचा खाडिलकरांचा दृष्टिकोनही जनतेला प्रिय असावा.[५३]

या काळातील स्त्री स्वत:च्या जीवनातील प्रयोजनाबद्दल संवेदनशील होती. म्हणून १९१२मध्ये गिरिजाबाई केळकरांनी 'पुरुषांचे बंड' हे नाटक लिहिले. हे नाटक म्हणजे गिरिजाबाईंनी खाडिलकरांना दिलेले प्रत्युत्तरच आहे, असे नाटकाची प्रस्तावना[५२] आणि नाट्यांतर्गत संवाद यांवरून निश्चितपणे म्हणता येते.[५३]

या नाटकाचा काळ म्हणजे महाराष्ट्रातले टिळकयुग होते. कृ. प्र. खाडिलकर हे लोकमान्य टिळकांचे अत्यंत किंबहुना सर्वांत अधिक निकटवर्ती होते. अर्थातच

त्यांचे नाव राजकारणात गाजत होते आणि त्यांच्याभोवती प्रतिष्ठेचे वलयही मोठे होते. प्रतिष्ठित नाटकमंडळ्या खाडिलकरांची नाटके सादर करण्यात भूषण मानीत होत्या. अशा काळात गिरिजाबाईंनी खाडिलकरांना प्रत्युत्तर म्हणून नाटकच लिहावे, ही घटना (जरी गिरिजाबाई टिळकांच्या विश्वासू परिवारातील न. चिं. केळकरांच्या वहिनी होत्या, तरीही) त्यांच्या धाडसाची, धिटाईची आणि आत्मविश्वासाची द्योतक होती. 'पुरुषांचे बंड' या नाटकाच्या लेखनात जागृत झालेल्या स्त्रीच्या अस्मितेचे दर्शन होते, असे त्यांच्या उपोद्घातावरून[५४] दिसून येते. गिरिजाबाईंचे लेखन खाडिलकरांपेक्षा अधिक समतोल वाटते. 'पुरुषांचे बंड' या नाटकात पुरुषांच्या कर्तृत्वाचे मूल्यमापन गिरिजाबाई करतात. शिक्षित पुरुष समाजसुधारणेसाठी काय करतात, असा परखड सवाल त्या विचारतात.[५५] पुरुषांचे दोष जरी त्या दाखवत असल्या, तरी त्या आवेशाने बेभान होऊन आक्रस्ताळेपणाने किंवा फाजील उत्साहाने पुरुषांची युद्ध करण्याची भाषा बोलत नाहीत.[५६] यामध्ये 'स्त्री'ची लीन वृत्ती किंवा कमी ताकदीची जाणीव हे कारण नाही, तर विचारांची परिपक्वता हे आहे. वस्तुस्थितीचे त्यांचे भान कोठे सुटलेले दिसत नाही. गिरिजाबाईंनी सगळे पुरुष स्वार्थी आणि मतलबी रंगविले नाहीत. त्यात यशवंतरावांसारखा खराखुरा स्त्री-सुधारणावादीही आहे.[५७]

खाडिलकरांच्या 'बायकांचे बंड' या नाटकाला भव्य यश मिळाल्याचे, दौरे गाजल्याचे वृत्त मराठी रंगभूमीच्या अनेक इतिहासकारांनी दिले आहे. गिरिजाबाईंच्या 'पुरुषांचे बंड'ची रंगभूमीच्या इतिहासात केवळ नोंद झाली आहे. प्रयोगांना यश लाभल्याचे कोणीच म्हटले नाही. याची कारणे अनेक असू शकतील. खाडिलकरांचे वलय गिरिजाबाईंना नव्हते. खाडिलकरांचे नाटक स्त्रिया चूक आणि पुरुष बरोबर, असे रोखठोकपणे दाखविते. गिरिजाबाईंचे नाटक असे कोणतेच (पुरुष चूक आणि स्त्री बरोबर) रोखठोक विधान करीत नाही. ते काहीसे सूक्ष्म आहे. कलाकृतीतील सूक्ष्मता पचविणे सर्वसामान्य जनतेला नेहमीच जड जाते. म्हणूनही नाटकाला लोकप्रियता मिळू शकली नसेल. किंवा गिरिजाबाईंचा विषयाकडे पाहण्याचा दृष्टिकोन जनतेला पटला नाही, कळला नाही, असेही म्हणता येईल.

ही सर्वच कारणे संमिश्र असू शकतील. त्याचा परिणाम एकच झाला, गिरिजाबाईंचे विचार लोकांपर्यंत पोहोचू शकले नाहीत.

श्री. व्यं. केतकरांनी याच काळात 'स्त्रीसत्तापराभव' हे नाटक लिहिले. हे नाटक 'विद्यासेवक' या नियतकालिकातून १९२४ ते १९२९ या काळात कधीतरी प्रसिद्ध झाले. द. न. गोखले यांच्या अभिप्रायानुसार 'विद्यासेवका'तून क्रमश: प्रसिद्ध होत असलेले हे नाटक अपुरेच राहिले. अ. ना. देशपांडे मात्र हे

नाटक अपूर्ण राहिल्याचे नोंदवीत नाहीत.

डॉ. केतकरांनी 'स्त्रीसत्तापराभव' या नावाचे एक नाटक लिहिलेले आहे आणि त्यातही त्यांच्यातला समाजशास्त्रज्ञ प्रकट झालेला आहे. श्री. वि. वर्तक यांनी 'प्रतिभा' पाक्षिकाच्या १९३७च्या खास केतकर अंकातील केतकरांवरील आपल्या लेखात खाडिलकरांचे 'बायकांचे बंड' आणि केतकरांचे 'स्त्रीसत्तापराभव' या नाटकांचे तुलनात्मक विवेचन केले आहे. त्यांच्या दृष्टीने 'बायकांचे बंड' हे नाटक म्हणजे निव्वळ फार्स असून विद्वत्सभेत त्याला फारशी किंमत नाही. डॉ. केतकरांच्या नाटकात मात्र 'स्त्रीसत्ताक कुटुंबपद्धती व त्या पद्धतीच्या अस्तित्वाची कारणे' सहज ओघाने दाखविली असून, पुरुषाला सतत लढाईच्या कामगिरीवर जावे लागत असल्यामुळे व त्यांचा सतत फन्ना उडत असल्यामुळे गृहसंरक्षणाचे काम ओघानेच स्त्रियांकडे आले, असे दाखविले आहे व या अशा गृहसंस्थेच्या पायावर स्त्री-राज्याची स्थापना झाली आहे, असे दाखविले आहे; परंतु स्त्री-राज्यात त्यामुळे पुरुषांचे महत्त्व मुळीच कमी झालेले नाही. कालांतराने ही कुटुंबपद्धत व अस्तित्वाची कारणे बदलत गेल्यामुळेच केवळ 'स्त्रीसत्तापराभव' झाला, असे दाखविले आहे.''[५८]

या प्रमुख नाटकांखेरीज इतर अनेक स्त्री-केंद्री नाटके या काळात लिहिली गेली. काही इतिहासकारांनी त्यांची केवळ दखल घेतली आहे.

विधवाविवाहाचा पुरस्कार करणारे शि. मि. पारकरांचे 'भ्रमसंभ्रम' (१९१८); स्त्री-साम्राज्य आल्याने बिचाऱ्या पुरुषांची कशी अनुकंपनीय अवस्था होते, हे विनोदाने दाखविणारे वा. बी. आगरेकृत 'स्त्री-साम्राज्य' (१९२४); म. ना. रेगे यांचे 'कुमारिकेचा प्रश्न' (१९३०) ही या काळातील स्त्री-केंद्री नाटके होती.[५९] श्री. वि. गोरे यांच्या 'बनावट सही' (१९२६) या नाटकावरील अभिप्राय पाहिला, तरी त्या काळातील जागृत होणाऱ्या स्त्रीची चाहूल लागते.

'संसारात स्त्रियांना सात्त्विक स्वातंत्र्य देणारी व पुरुषांवर सात्त्विक बंधन घालणारी अशी एखादी नवीन, सुवर्ण मध्यवर्ती समाजपद्धती प्रचलित करता येण्यासारखी आहे काय?' हा प्रश्न 'बनावट सही'त (१९२६) विचारार्थ मांडला आहे. त्यातील नायिका सुशीला सात्त्विक स्वातंत्र्य प्राप्त करून घेते व त्याच्या बळावर नवऱ्याला संकटातून सोडविते. परंतु शेवटी आपल्या प्रेमळ स्वार्थत्यागी अंत:करणाची किंमत किंवा कौतुक करण्याची पात्रता नवऱ्यात नाही, त्याला केवळ आपल्या शरीरसौंदर्याचा अभिलाष आहे, हे पाहून ती नवऱ्यापासून वेगळे राहणेच पसंत करते. या नायिकेच्या योगाने आपल्या समाजातील स्त्री-हृदयात हल्ली नवीन उद्भवणाऱ्या भावनांची सूचना या नाटकात मिळते.[६०]

१९३०च्या अखेरीस

१९३०च्या अखेरी स्त्री-जीवनात सर्व बाजूंनी परिवर्तन दिसू लागले होते. स्त्रिया सभांमधून सर्रास बोलू लागल्या होत्या.[६१] विरोध असूनही स्त्रियांना नवे हक्क मिळण्याच्या चर्चा सुरू झाल्या होत्या. र. धों. कर्वे यांचे संततिनियमन केंद्र १९२१मध्येच सुरू झाले होते. १५ जुलै १९२७पासून त्यांचे 'समाजस्वास्थ्य' हे मासिकही सुरू झाले. संततिनियमनाच्या प्रसारामुळे स्त्री-जीवनात मूलभूत परिवर्तनाचे किरण दिसू लागले. स्त्रिया स्वत: अनेक अधिकार मागू लागल्या होत्या.[६२] स्त्रीला रूढीला बांधून ठेवणारा कायद्याचा एकेक साखळदंड तुटत चालला होता. 'बालविवाह प्रतिबंधक शारदा कायदा' १ एप्रिल १९३०पासून लागू झाला. देवदासी रूढी बंद करण्याच्या दृष्टीनेही कायद्याचे पाऊल पडावे, असे प्रयत्न सुरू झाले.[६३] महर्षी कर्वे यांनी सुरू केलेले महिला विद्यापीठ बहराला आले होते. बडोद्यातील स्त्रियांच्या खेळाची दखल पुण्याचा केसरी घेऊ लागला होता.[६४] पाश्चात्त्य स्त्रियांशी येथील स्त्रियांची सतत तुलना सुरू होती. गो. म. चिपळूणकर, धों. के. कर्वे दोघेही अमेरिकेस जाऊन आले होते. तिकडील निरीक्षणावर दोघांनीही भारतात व्याख्याने दिली. दोघांच्या विचारांच्या दिशा भिन्न होत्या. दोघांनीही स्त्री-शिक्षणाच्या कार्यास वाहून घेतले होते. दोघांच्याही व्याख्यानांना केसरीने प्रसिद्धी दिली होती.[६५]

सारांशाने सांगायचे, तर १९३०च्या अखेरीला महाराष्ट्रात सुशिक्षित स्त्री सर्वत्र चर्चेचा विषय झाली होती. तिच्या कर्तृत्वाविषयी, चारित्र्याविषयी समाजाच्या मनात शंका असतानाच तरुणांच्या स्वप्नांची इंद्रधनुष्ये तिच्याभोवती फुलू लागली होती.

या इंद्रधनुष्याची प्रतिबिंबे १९३०नंतर ना. सी. फडके, वि. स. खांडेकर, पु. य. देशपांडे, ग. त्र्यं. माडखोलकर यांच्या कादंबऱ्यांमध्ये सर्वत्र दिसतात. आश्चर्याची गोष्ट अशी की, याच काळात लिहू लागलेल्या लेखिकांच्या कथा-कादंबऱ्यांमध्ये मात्र ही इंद्रधनुष्ये क्वचितच फुललेली दिसतात. लेखिकांमध्ये दोन टोकांच्या श्रेणी दिसून येतात. ज्या लेखिकांच्या साहित्यात, (उदाहरणार्थ शांताबाई नाशिककरांची 'चिखलातले कमळ') इंद्रधनुष्ये आहेत, तेथे ती इतक्या कृत्रिमपणे फुलविली आहेत की, वर्णने-वातावरण – आशय सर्वच फार निर्जीव आणि सांकेतिक म्हणूनच अवास्तव वाटतात. दुसऱ्या श्रेणीतील लेखिका इतक्या वास्तववादी आहेत की, स्वप्नांच्या इंद्रधनुष्याला त्यांच्या साहित्यात थाराच नाही. लेखकांची इंद्रधनुष्ये मात्र वास्तव वातावरणनिर्मितीच्या अवगुंठनाने आच्छादित होती. त्यामुळे वाचकांची दिशाभूल करण्याचे सामर्थ्य त्यांच्या साहित्यात होते.

याच अनुषंगाने पुढील काही प्रकरणात लेखक-लेखिकांच्या स्त्रीविषयक दृष्टिकोनातील भेद पाहायचा आहे.

●●

संदर्भसूची

१. 'महात्मा जोतीराव फुले' : धनंजय कीर (आ/१), पृष्ठ २९,३७.

२. 'गतशतक शोधितांना' : स. गं. मालशे, (आ/१) पृष्ठ ७९.

३. तत्रैव : पृष्ठ ४४.

४. तत्रैव : पृष्ठ ८०.

५. तत्रैव : पृष्ठ ८२.

६. 'माझे पुराण' : आनंदीबाई कर्वे, पृष्ठ २७,

७. धों. के. कर्वे आत्मवृत्त व चरित्र : धोंडो केशव कर्वे आणि म. ना. पटवर्धन, पृष्ठ १७५.

८. नियतकालिके :
'सुमित्र' - प्रथमांक ऑगस्ट १८५५.
'स्त्रीभूषण' - प्रथमांक जून १८५४.
'स्त्रीज्ञानप्रदीप' - प्रथमांक सप्टेंबर १८६९.
'अबलामित्र' - प्रथमांक सप्टेंबर १८७६.
'स्त्रीबोधचिंतामणी' - प्रथमांक सप्टेंबर १८८१.
'आर्यभगिनी' (१) - प्रथमांक १ मार्च १८८६ संपा. : आनंदीबाई
'आर्यभगिनी' (२) - प्रथमांक डिसेंबर १८८९ संपा. : माणिकबाई
'स्त्री सौंदर्यलतिका'- प्रथमांक १६ डिसेंबर १८८६.
'गृहिणी' - प्रथमांक एप्रिल १८८७.
'स्त्रियांची मैत्रीण'- प्रथमांक जानेवारी १८८८ संपा. मिस. ए. ए. ॲबट
'साध्वी' - प्रथमांक ऑक्टोबर १८८९.
'स्त्री-शिक्षण चंद्रिका' - प्रथमांक जानेवारी १८९९.
'सीमंतिनी'- प्रथमांक श्रावण शके १८१७, संपा. : सौ. कृष्णाबाई माळवदकर.
(मराठी नियतकालिकांची सूची, प्रथम खंड), पृ. ५४२

९. नियतकालिके :
'महाराष्ट्रमहिला' - प्रथमांक जानेवारी १९०१. संपा. : सौ. मनोरमा मित्र.
'सौभ्याग्यभांडार' – प्रथमांक जून १९०१ संपा. सौ. सरूबाई.
'स्वदेशभगिनी' – प्रथमांक जुलै १९०२ संपा. : सौ. ताराबाई नवलकर.
'सुंदरी' - जुलै १९०७.
'प्राचीप्रभा' – प्रथमांक जानेवारी १९०९ संपा. सौ. सरस्वती वैद्य.
'सारिका' – प्रथमांक एप्रिल १९०९.
'भगिनीसमाचार' – प्रथमांक कार्तिक शके १८३४ (प्रथम वर्ष १९१२)
'सुबोधिनी' - प्रथमांक १९१३ निपाणी. संपा. : सौ. गोदुबाई शिंदे.

'वनिताविश्राम – प्रथमांक ऑक्टोबर १९१५.

'गृहिणीरत्नमाला' – प्रथमांक १ मे १९१६. संपा. : सौ. सीताबाई सीताराम सावंत.

'आर्यगृहिणी' – प्रथमांक एप्रिल १९२५

'गृहलक्ष्मी' – प्रथमांक १५ जून १९२७. संपा. : तारा टिळक, पिरोज आनंदकर.

'सरस्वती' – प्रथमांक जानेवारी १९२८ संपा. : कु. नलिनीबाला.

'मनोरमा' - प्रथमांक एप्रिल १९२९. संपा. : (१) प्र. के. अत्रे (२) डॉ. इंदुमती नाईक (३) गो. गो. अधिकारी.

'स्त्री' प्रथमांक ऑगस्ट १९३०.

१०. एका मताभिलाषी स्त्रीचा तुरुंगातील छळ : 'आपल्या स्वातंत्र्यप्रीतीची बढाई मारणारे, पण साम्राज्यमदाने धुंद झालेले इंग्रज लोक समान हक्क मागणाऱ्या आपल्याच आयाबहिणींना कसे वागवितात, याचे एक उत्कृष्ट उदाहरण नुकतेच घडून आले आहे. बर्मिंगहॅम येथे मुख्य प्रधान मि. आस्क्विथ यांचे आगमनाचे वेळी गोंगाट केल्याबद्दल मिसेस मेरी नावाच्या एका मताभिलाषी स्त्रीला तुरुंग दाखविण्यात आला आहे.' ('प्राचीप्रभा', नोव्हेंबर १९०९, पृष्ठ २५८).

११. 'भगिनीसमाचार' नियतकालिक, 'स्त्री-पुरुष मिश्र समाज इष्ट का अनिष्ट', जी. के फाटक फेब्रुवारी-मार्च १९१७, पृष्ठ ७-८.

१२. पती-प्रेमादर्श म्हणून सीतेच्या रामाबरोबर वनवासास जाण्याचे कौतुक करून कवी शेवटी म्हणतो, "पत्नी पदागत सर्व स्त्रियांनी । सार धरावे यातील येईल स्वमनी उपयोगा भव तरणी । नि:संशय त्यांना।।" कृष्णानुज! 'भगिनीसमाचार', मार्च १९१७, पृष्ठ ३.

१३. परमेश्वराने स्त्री जातीला सौंदर्य, दयालुत्व, नाजूकपणा ह्या ज्या देणग्या दिल्या आहेत, त्या काहीतरी कारणामुळे दिल्या असल्या पाहिजेत. सौंदर्य हे मुखचंद्रमा पाहिल्याबरोबर पतीचे श्रम परिहार व्हावेत, एतदर्थ दिलेले आहे. सौंदर्य, नाजूकपणा असला म्हणजे श्रम परिहार लवकर होतो, एवढेच काय ते. बाकी नाजूकपणा ही सौंदर्याची एक शाखा आहे, असे म्हटले तरी चालेल. तरी सदाचरणाकडे नेहमी त्यांच्या मनाचा ओघ राहावा, म्हणून शिक्षण हे अत्यावश्यक आहे. स्त्रियांना जे शिक्षण त्यांच्या आईबाप, पालक व शिक्षक ह्यांनी दिले पाहिजे, ते स्वभाषेत दिले पाहिजे. त्यात आपला देश, आपला धर्म ह्यांची माहिती परिपूर्ण असली पाहिजे. परदेशचे शिक्षण घटकाभर इंग्रजीच समजा ना- ते शिकवायचे, असे आई बाप व पालक

ह्यांना वाटले, तर ते शिकविताना आपला धर्म, समाज, चालीरिती व त्यांचा धर्म, समाज चालीरिती ह्यांतील भेद त्यांनी उदाहरणादाखल म्हणून चांगल्या चांगल्या मनोरंजक ऐतिहासिक गोष्टी सांगून त्यांच्या मनात ह्या तत्त्वाविषयीच्या गोष्टी बिंबवून त्याचा ठसा त्यांच्या मनावर उमटेल, असे करावे व असे केले म्हणजे शिक्षणाने स्त्रिया बिघडणार नाहीत, उलट असल्या गोष्टी राष्ट्रीयत्वाला पोषक अशा होतील, असे माझ्या अल्पमतीला वाटते.

पती सांगेल त्याबरहुकूम वागणे, हा अबलांचा धर्म आहे, हे खरे; परंतु त्याला वाईट मार्गापासून परावृत्त करण्यासाठी उपदेश करून मन वळविणे, हा स्त्रियांचा पतिव्रता धर्म आहे व तो पाळावयास यावा, एतदर्थ शिक्षण हे अत्यावश्यक आहे. 'स्त्रिया शिक्षणाने का बिघडतात' (एका विद्यार्थ्याकडून) 'प्राचीप्रभा', ऑक्टोबर १९०९, पृष्ठ २३९.

१४. गांधीजी आपल्या प्रत्येक सभेत स्त्रियांकडे वळून म्हणत, 'माझ्या सत्य व अहिंसेवर आधारलेल्या या लढ्यात भाग घेण्यास तुम्ही समर्थ आहात.'

गांधीजींनी काँग्रेस कार्यकर्त्यांसमोर स्त्रियांची मुक्ती हे प्राथमिक व मूलभूत कार्य म्हणून ठेवले होते.

'मराठी स्त्रीशक्तीचे राजकारणी रूप' : डॉ. रोहिणी गवाणकर (आ/१) पृष्ठ १९ ते २१.

१५. (१) परमेश्वराची योजना स्त्रियांना व पुरुषांना समाजात समसमान हक्क असले पाहिजेत अशीच आहे.

(२) हल्ली स्त्रियांना शिक्षण मिळते. त्यांना परदेशगमनही करता येते. पण तेवढ्याने स्त्रियांची खरी उन्नती होईल, असे मुळीच नाही. त्यांना धार्मिक, सांपत्तिक व राजकीय असे तीन प्रकारचे पुरुषांच्या बरोबरीचे हक्क प्राप्त झाले पाहिजेत.

'गृहलक्ष्मी', जून १९२७ (लेख : स्त्रियांची सद्य:स्थिती) : लक्ष्मीबाई अभ्यंकर, पृष्ठ २६.

१६. 'मी नागपूरचे 'महाराष्ट्र' साप्ताहिक सहज चाळत होतो. त्या साप्ताहिकातील एका वार्तेने मला भयंकर धक्का दिला. ती वार्ता खान-पाणंदीकर विवाहाची होती. मालिनी पाणंदीकर या सुशिक्षित शिक्षिकेने गुलाबखान नावाच्या मुसलमानाशी लग्न लावले होते. मालिनी ही डॉ. सर रामकृष्णपंत भांडारकरांची नात होती. मुलीची मुलगी! महाराष्ट्रभर ह्या लग्नाचा निषेध करणाऱ्या सभा घेतल्या गेल्या. निषेधाचे ठराव झाले. स्त्रियांच्या सभांतूनही ह्या अघोरी व समाजद्रोही लग्नाचा धिक्कार करण्यात आला. वृत्तपत्रांनी लेखांचा पाऊस पाडला.' प्रथमपुरुषी एकवचनी – पु. भा. भावे, पृष्ठ १८, १९.

१७. 'श्री. गुलाबखान बाशिरद्दीखान यांच्याशी ता. २४ जून रोजी पुणे येथे सिव्हिल मॅरेज ॲक्टप्रमाणे जो माझा विवाह झाला, त्याबद्दल निरनिराळ्या वर्तमानपत्रांतून भलभलत्या बातम्या पिकविल्या जात असल्याचे मला समजून आले. माझी ही व्यक्तीविषयक हकिकत सार्वजनिक स्वरूपात येईल, असे मला केव्हाही वाटले नव्हते. पण ज्या अर्थी ती आता तरी आली आहे, त्या अर्थी प्रस्तुत परिस्थितीकडे लक्ष देऊन, माझी बाजू महाराष्ट्रीय जनसमाजापुढे मांडणे मला आवश्यक वाटू लागले आहे.

'माझ्या लग्नावर जे आक्षेप घेण्यात आले आहेत, त्यांतील महत्त्वाचा म्हणजे धर्मसंबंधाचा! विवाहाच्या प्रश्नात धर्माची आडकाठी यावी, असे मला वाटत नाही. विवाह हा अंत:करणाच्या भावनेचा प्रश्न आहे. अंत:करणाच्या भावना ज्या वेळी उत्कट सत्याने प्रेरित झालेल्या असतात; त्या वेळी धर्म, जात, श्रीमंती किंवा गरिबी या गोष्टी केव्हाही आड येता कामा नयेत. लग्नापूर्वी मी ब्रह्मोसमाजिस्ट होते व आज विवाहानंतर मी ब्रह्मोसमाजिस्टच आहे. मी ब्रह्मोसमाजिस्ट असल्यामुळे, खान यांना हिंदू करवून घेण्याचा प्रश्न माझ्या मनात उद्भवणे शक्यच नव्हते. मी धर्मांतर करण्याचा प्रश्न माझ्या लग्नापूर्वीही निघालेला नव्हता आणि आता विवाहानंतरही निघालेला नाही.

'माझे वडीलही ब्रह्मोसमाजिस्टच आहेत. ते सर्व बाबतींत उदारमतवादी असल्याचे सर्वांना माहिती आहेच. रूढाचाराच्या विरुद्ध जाऊन ज्या वेळी त्यांनी पुनर्विवाह केला, त्या वेळी समाजाकडून त्यांचा कसा छळ झाला होता आणि तो किती धैर्याने त्यांनी सहन केला होता, हे ज्यांना माहिती आहे, त्यांना माझ्या वडिलांचे मत या विवाहाच्या बाबतीत कटू विरोधाचे जाईल असे वाटणार नाही. आचारविचाराच्या बाबतीत त्यांनी मला पूर्ण स्वातंत्र्य दिले होते आणि या स्वातंत्र्याचा मी केव्हाही दुरुपयोग केला आहे, असे मला वाटत नाही.

'आमच्या या विवाहाचा वाङ्निश्चय (एन्गेजमेंट) सुमारे एक वर्षापूर्वी झालेला होता व तो माझ्या काही अंतरंग मैत्रिणींना माहीतही होता. हा विवाह कोणत्याही तात्कालीन परिणामांनी झालेला नसून, अनुकूल परिस्थितीच्या पूर्ण विचारांची पुरेशी मुदत गेल्यानंतरच झालेला आहे. यावरून माझ्यावर या विवाहाच्या बाबतीत जुलूम किंवा जबरदस्ती झाल्याची जी अफवा आहे, ती सहजच खोटी ठरते.' मालिनी खान - 'माझी कैफियत' – 'गृहलक्ष्मी', जुलै १९२७, पृष्ठ ४९, ५०.

१८. 'स्त्री-पुरुष विषयक संबंध': सौ. मनोरमा लेले, 'मनोरमा मासिक' मे

१९२९, पृष्ठ २९.

१९. 'गृहलक्ष्मी', जुलै १९२७, सौ. तारामती, पृष्ठ १०.

२०. 'स्त्रीशिक्षणा'चा व 'स्त्रियांच्या कर्तव्या'चा एक दिवस सहज प्रश्न निघून त्या दिवशी उत्तरेला मोठा आवेश चढला, व 'आम्ही तत्त्वाकरिता भांडतो, सुखाकरिता नाही', असे ती म्हणाली.

'पुरुषांनी आम्हांला प्रेमानं जरी वागविलं, तरी जोपर्यंत ते आम्हाला बरोबरीच्या नात्यानं वागवीत नाहीत, तोपर्यंत आमचं समाधान व्हायचं नाही. पुरुषांशी बरोबरीच्या नात्यानं वागून आम्हाला त्रास झालेला पत्करेल; पण दासीसारखं राहून खायला प्यायला चमचमीत अन्न व ल्यायला उंचीउंची लुगडी मिळाली, तरीसुद्धा ती आम्हाला नकोत! आम्ही हक्काकरता भांडतो, सुखाकरता नाही!'

'मग तुम्हाला काय पाहिजे?' शास्त्रीबुवा हसून म्हणाले, 'लुगडी नकोत, तर आमच्यासारखी धोतरे नेसायची आहेत?'

'आम्हाला वाटलं तर तसं करण्याचाही आम्हाला अधिकार आहे!' उत्तरेने उत्तर दिले.

'नाही म्हणतो कोण, पण?' शास्त्रीबुवा म्हणाले. 'तुमचे अधिकार कधी कोणी काढून घेतले आहेत?'

'न स्त्री स्वातंत्र्यमर्हति' असं लिहिणाऱ्या मनूनं!' उत्तरेने चटकन उत्तर दिले.

'मनुस्मृती'चा प्रश्न मुद्दाम सोडून विषय थट्टेवारीच नेण्याच्या उद्देशाने शास्त्रीबुवा म्हणतात, 'मग तुझं म्हणणं काय? पुरुषांनी उद्यापासून स्वयंपाकाला लागावं, असं का तुझं म्हणणं आहे? बायकांनी फौजेत शिरावं आणि त्यांच्या नवऱ्यांनी घरी भाकऱ्या भाजाव्यात, अशी का तुझी इच्छा आहे?'

'एखाद्या पुरुषाची योग्यता भाकऱ्या बडवायचीच असली, तर त्यानं तेच काम करावं! आणि झाशीच्या राणीसारख्या स्त्रीला जर सेनापतीची जागा मिळाली, तर तिनं ती खुशाल स्वीकारावी. प्रत्येक व्यक्तीला स्वत:च्या आवडीचं काम करण्याचा अधिकार आहे!'

'अधिकार आहे; पण साधारण बायकांची योग्यता कोणतं काम करण्याची असते?'

हे ठरविण्याचा पुरुषांना अधिकार नाही! आम्हाला जर वाटलं की, आम्ही स्वयंपाकाच्याच योग्यतेच्या आहोत, तर आम्ही स्वयंपाक करू; पण 'अमुक कर', म्हणून जोरानं बायकोला सांगण्याचा पुरुषांना अधिकार नसावा. हल्ली पंधरा रुपयांच्या कारकुनाला एखादी सुशिक्षित बायको मिळाली, तरी

तिच्या नशिबी चूल नि तवाच! आणि एखादे दिवशी स्वयंपाकाला उशीर झाला, तर या खरडेघाश्यांना तिला मारण्याचाही अधिकार! असं का? त्या दोघांना बरोबरीचे हक्क का नसावेत?'

'रागिणी' : वा. म. जोशी, १९१५, पृष्ठ ३१०, ३११.

२१. 'आश्रमहरिणी' : वा. म. जोशी, (आ/७), पृष्ठ ७३.

२२. 'पत्नी ही एक आपल्या मालकीची आणि केवळ उपभोगार्थ निर्मिलेली अस्वतंत्र वस्तू आहे, ही कल्पना आता मला अगदी पसंत नाही.'

'आश्रमहरणी' : वा. म. जोशी, १९१६ (आ/७) पृष्ठ ६५, २४.

२३. 'पुरुष जाती ही शारीरिकदृष्ट्या व आर्थिकदृष्ट्या अधिक प्रबळ नसती आणि स्त्रीजातीकडे स्मृतिग्रंथ वगैरे लिहिण्याचा कालावशे अधिकार आला असता, तर श्रीकृष्णाऐवजी एखाद्या श्रीकृष्णेने 'स्त्रीषु दृष्टासु' असे न म्हणता, 'नुषु दृष्टेषु वार्ष्णेयि जायते वर्णसंकरः' असे म्हटले असते.'

'नलिनी': वा.म. जोशी, १९२० पृष्ठ १३४.

२४. 'सुशीलेचा देव': वा. म. जोशी, (आ/१), पृष्ठ १५९.

२५. 'बायका वाईट असतात किंवा त्या कोमल असतात, बायकांना गोषात कोंडून ठेवलं पाहिजे किंवा बायका म्हणजे गृहदेवता आहेत, या कल्पनांच्या सापळ्यांस तिसरे एक कपाट लागेल', बळवंतराव म्हणाला. 'युरोपियन स्त्रियांत नीतिमत्ता मुळीच नाही, आम्ही हिंदी स्त्रिया फार नीतिमान, एक जात कनिष्ठ आणि दुसरी जात श्रेष्ठ, या कल्पनांना चवथं कपाट लागेल.' सुनंदराव म्हणाले.

'सुशीलेचा देव' : वा. म. जोशी, (आ/१), पृष्ठ २७२, २७३.

२६. 'तत्कालीन महाराष्ट्रीय वैचारिक जीवनात जो संघर्ष व जी बहुविधता आली होती व कथावाङ्मयाच्या क्षेत्रात जी तोवर अव्यक्त राहिली होती, तिला सर्वांगीण अभिव्यक्ती वामन मल्हारांनी प्राप्त करून दिली. व म्हणूनच महाराष्ट्रातील समाजातील वरच्या थरामध्ये 'रागिणी' एकदम लोकप्रिय झाली. महाराष्ट्राच्या शिरोभागी असलेला वाचकवर्ग तिने काबीज केला. त्याबरोबरच महाराष्ट्रीय सामाजिक व कौटुंबिक जीवनाला जे एक नवे वळण लागत होते, त्याचेही स्पष्ट प्रतिबिंब 'रागिणी'त दिसून येते. शिक्षणाने सुसंस्कृत व स्वतंत्र झालेल्या दोन मुली व त्यांच्याभोवती गुंफले जाणारे दोन तऱ्हेचे कौटुंबिक जीवन हा या कादंबरीचा मुख्य प्रवाह आहे. या दोघींच्या वृत्ती दोन प्रकारच्या. 'रागिणी' ही शांती व निःस्वार्थता यांची मूर्ती तर उत्तरा ही अधीर व वावदूक, पण स्वतंत्र बाण्याची! उत्तरा तर्कप्रिय सॅफ्रेजेट, तर रागिणीच्या भावना खोल व सनातन. या दोघींच्या जीवनचित्रणाद्वारे नवशिक्षणाचे

दोन प्रकारच्या वृत्तींवर होणारे वेगवेगळे, पण उच्च व सुसंस्कृत परिणाम दाखवून वामन मल्हारांनी फार मोठे सामाजिक कार्य केले. १९२०च्या सुमारास निदान अनेक सुशिक्षितांच्या घरात उत्तरा-रागिणीचे दाखले दिले जात असत. या दोघींच्या मैत्रीच्या चित्रणाने वामन मल्हारांनी महाराष्ट्रीय स्त्री-जीवनातील एका नवीन उन्मेषाचेही दर्शन घडवले. स्त्री-जीवनाची तऱ्हा बदलली, आदर्श बदलले; तसे स्त्रियांचे परस्परसंबंधही बदलले. पूर्वीच्या पिढीत मुलींची मैत्री भातुकलीच्या खेळापुरती व बाहुलीच्या लग्नापुरती! बालपणीच लग्ने होऊन मैत्रिणी आपापल्या घरी गेल्या की, त्यांची भेट कधी हळदीकुंकवाच्या वेळी झाली तर व्हायची. उत्तरा-रागिणीची मैत्री व सहवास जास्त काळ टिकला. एवढेच नव्हे, तो सखीभाव खोल भावना व विशिष्ट जीवनदृष्टी यांच्यावर अवलंबून आहे. त्या दोघी इंग्रजी कांदबऱ्यांशी परिचित आहेत, परंतु प्रेमाची पोपटपंची करीत नाहीत. या दोघींच्या संभाषणातही अकृत्रिम, नाजूक व अस्सल असा सखीभाव आहे व याचे मुख्य कारण हेच की, वास्तवातील नवीनाची जाणीव ठेवूनच वामन मल्हारांनी उत्तरा-रागिणीची निर्मिती केली.

मराठी कादंबरी - पहिले शतक, कुसुमावती देशपांडे : (आ/२), पृष्ठ १२७ ते १२९.

२७. 'रागिणी': वा. म. जोशी, (आ/६), पृष्ठ ३१७.

२८. तत्रैव : पृष्ठ ५२५.

२९. 'नलिनी': वा. म. जोशी, (आ/१), पृष्ठ १०५.

३०. 'सुशीलेचा देव': वा. म. जोशी, (आ/१), पृष्ठ४८.

३१. 'अमुक एका पातळीच्या व विशिष्ट कलाप्रवृत्तीच्या साहित्याची दखल घेण्याचा टीकाकारांचा शिरस्ता दिसतो. त्यापलीकडील साहित्याचे अस्तित्वही त्यांना क्वचित जाणवते. नारायण हरी, नाथमाधव, हडप, साने गुरुजी हे सर्व लेखक अशा एका वर्गात मोडतात की, ज्यांना वाचकांकडून उदंड लोकप्रियता मिळाली; परंतु त्यांच्या निर्मितीची नियतकालिकांतून वा वादप्रसंगी चर्चा करण्याइतकी दखल फारशी कोणी घेतलेली दिसत नाही.'

'मराठी कादंबरी - पहिले शतक' : कुसुमावती देशपांडे, पृष्ठ १०८.

३२. (क) आपल्या देशात 'पातिव्रत्य' शब्दास किती मान आहे, हे येथे सांगण्याची जरुरी नाही. तो स्त्रियांना अलंकारापेक्षाही प्रिय असला पाहिजे. एके ठिकाणी म्हटले आहे की, स्त्रियांना पतीशिवाय दुसरे दैवत नाही, दुसरी गती नाही, दुसरे धन नाही, पतिसेवेहून उत्कृष्ट धर्म नाही, पतिव्रताधर्मचिंतन हेच ब्रह्मज्ञान, गुणस्मरण हेच ब्रह्मज्ञान, पतिवियोगाभाव हाच ब्रह्मानंद अशी ज्या

साध्वीची पक्की खात्री झाली आहे, तिला सर्व सुखे आपोआप प्राप्त होतात.'

'प्रेमवेडा': नाथमाधव, (१९०८) प्रस्तावना, पृष्ठ ३.

(ख) 'बहकलेली तरुणी' या कादंबरीत एक सुशिक्षित व बुद्धिमान कुमारिका सौंदर्य, तारुण्य व स्वातंत्र्य असा आयुष्याचा तिरंगी सामना समाजाशी खेळता खेळता, प्रति खेळगड्यांच्या कुटिल कारस्थानांना बळी पडून, अध:पाताच्या गर्तेत कशी गाडली गेली व वारांगना बनून 'बहकलेली तरुणी' कशी बनली, एथवरचे यथावत् शब्दचित्र वठवले आहे. ही चूक सुधारायची कशी, हे दर्शविणारी 'निवळलेली तरुणी' ही प्रस्तुत कादंबरीच्या उपसंहारात्मक कादंबरी लौकरच प्रसिद्ध होईल, तेव्हा बहकलेल्या तरुणीसारख्या पतिता नारीदेखील पुण्यपतिव्रता व अद्वितीय लोकसेविका शोभण्यासाठी व्यक्तीने किंवा समाजाने काय करावे, ह्या गुढाचा उलगडा होईल.'

'बहकलेली तरुणी': वि. वा. हडप (१९२४) 'बहकलेल्या तरुणीचा इतिहास', पृष्ठ १३, १४.

३३. नाथमाधव : 'प्रेमवेडा' (१९०८), 'ग्रहदशेचा फेरा' (१९१५), 'डॉक्टर' (१९१८), इ. श्री. वि. वा. हडप : 'दिव्य लावण्य' (१९२०), 'बहकलेली तरुणी' (१९२४), 'वाकडे पाऊल' (१९२४), 'निवळलेली तरुणी' (१९२५), 'मास्तरीणकाकू' (१९२५) इ.

३४. 'निरपराध स्त्रीला टाकून देणाऱ्या नरपशूला समाजानं खुनी माणसाप्रमाणं वागवलं पाहिजे आणि कायद्यानं त्याला सक्तमजुरीची शिक्षा दिली पाहिजे.' 'इतकं जरी नाही केलं, तरी अशा तऱ्हेनं केलेलं दुसरं लग्न अन्यायाचं आणि खोटं समजलं पाहिजे. असली लग्नं बेकायदेशीर समजावीत.'

'लग्नाचा बाजार': शांताबाई नाशिककर, पृष्ठ १०५.

३५. 'स्त्री-पुरुषांची ओळख झाली पाहिजे. पाश्चात्त्य देशात स्त्री-पुरुष आपणच लग्ने ठरवतात, तशी आपल्या इकडे चाल पडली पाहिजे.' - (सुरेश)

'लग्नाचा बाजार': शांताबाई नाशिककर, (आ/१), पृष्ठ १३४.

३६. कपाळीचे कुंकू लग्नापूर्वीपासूनचे आमच्या सत्तेचे आहे. वैधव्य आल्यावर ते आम्ही हरवून का बसावे? मंगळसूत्रावर आमची सत्ता नाही, मंगळसूत्र पतीने बांधले आणि पतीबरोबरच ते निघून गेले, तर त्यात गैर असे काही नाही; पण आम्हाला कुंकू पुसायला लावतात, हा जुलूम नाही का? गळ्यात मंगळसूत्र नसले, तर ते कुणाच्या नजरेला येत नाही, पण कपाळी कुंकू नसले, तर धसकन ते प्रत्येकाच्या नजरेत येते, फटपटीत कपाळावरूनच ती विधवा असल्याचे प्रत्येकाला कळून येते. कपाळाचे कुंकू पुसून, चटोर लोकांना आम्ही सांगत असतो की, 'पाहा मी विधवा आहे.'

'विधवाकुमारी': भा. वि. वरेरकर, (आ/१), पृष्ठ १२८.
'विधवांनी कुंकू लावायला हरकत काय आहे? कुंकू ही हिंदुत्वाची केवळ निशाणी आहे. कौमार्यापासून मुली कुंकू लावतात. लग्न झाल्यावर मंगळसूत्र घालतात. ते गेले तर असो- पण कुंकू लावणे हा जर मुलींचा जन्मसिद्ध हक्क आहे, तर नवरा मेल्यावर तो हक्क एकदम का जावा? एखाद्या गुन्हेगाराला जशी काही कायमची खूण करून ठेवावी, तशी विधवांना ही नोंद कशाला? विधुरांची ओळख पटावी म्हणून त्यांना समाजाने खूण दिलेली नाही, असे असता स्त्रियांच्याच बाबतीत हा भेद काय म्हणून?'

'लग्नाचा बाजार': शांताबाई नाशिककर, (आ/१) पृष्ठ १७७.

३७. 'बंधमुक्ता': कमलाबाई बंबेवाले, (आ/१), पृष्ठ २०० ते २०२.

३८. वाचकहो, कर्तव्याची जाणीव-दिव्य प्रेमाची परिपूर्णता होण्याची गोड आशा या दोन्ही शक्तींनी मिळूनच उषा-प्रभाकरांना आपल्या प्रिय धर्माचा बळी देण्यास तयार केले होते. एके दिवशी अखेर उषा-प्रभाकरांनी खरोखरीच आपल्या प्रिय धर्माला तिलांजली दिली व कर्तव्यपूर्ती आणि प्रेमपूर्तीसाठी परधर्माचा स्वीकार केला.'

'बंधमुक्ता': कमलाबाई बंबेवाले, (आ/१) पृष्ठ २१२.

३९. 'बंधमुक्ता': कमलाबाई बंबेवाले, (आ/१), पृष्ठ२०२,२०३.

४०. 'लज्जा नसे ज्या पुरुषास काही विचार नीति तिळमात्र नाही! शुभमंगल सावधान! अशा नरा काय अहो म्हणावे। पशूमध्ये सत्य तया गणावे। शुभमंगल सावधान।'

कृ. ना. अस्त्रोडकर, 'दुरंगी दुनिया' : १९२४, पृष्ठ ८५.

४१. सुधा : "चांडाळा, जातिवंत आर्यकुमारी दुःखाच्या पर्वताखाली जरी चिरडून मेल्या, तरी कालांतरी आपल्या शीलाचा त्याग करीत नसतात. चल, हो बाजूला! तुझ्यासारख्या काळसर्पाचं नुसतं दर्शनही पतिव्रतांची दृष्टी दग्ध करील!"

कृ. ना. अस्त्रोडकर, 'दुरंगी दुनिया' : १९२४, पृष्ठ ७८.

४२. दुर्गावती : "बायकांनी संसार सोडून राजकारणात पडू नये, हे कबूल. पण जर एखाद्या महत्त्वाच्या राजकार्याचा नाश पुरुषांच्या हातून झाला, तर त्याचे दुष्परिणाम निमूटपणे सोसून बायकांनी मुळुमुळु रडत घरात बसून राहावे, हे नाचक्कीचे काम आहे. त्यांनीसुद्धा नासलेले राजकारण सुधारण्यासाठी आपले बुद्धिकौशल्य खर्चायला पुढे सरसावलेच पाहिजे! आता एवढे मात्र खरे की, बायकांनी राजकारणात मन घालायचे तर संधी करण्यापुरते, म्हणजे प्रतिस्पर्ध्यातला कलह मोडून, त्याला परस्पर मैत्री उत्पन्न करण्यापुरते

मात्र मन घालावे. लढाऊ राजकारणाच्या भरीस त्यांनी पडू नये.''
पद्मावती : ''ते का बरे? मी तर म्हणते की, प्रसंग पडेल तर तलवार मारायलासुद्धा बायकांनी कचरता कामा नये!''
'उग्रमंगल': वासुदेवशास्त्री खरे, (आ/१), पृष्ठ ३,४.

४३. हिरासिंग : ''राणी युद्धाला उभी राहणार, तेव्हा तिचा आणि तिच्या शिपायांचा वेश कोणता? पुरुषांचा की बायकांचा? मला वाटते की, ती स्वाभिमानी बायको आहे. सेनापतीचे काम पुरुषांचे असले, तरी ती आपला स्त्रीवेश नाही टाकायची. उलट ती आपल्या सरदार शिपायांना लुगडी नेसवून लढाईला आणणार असेल!
'उग्रमंगल' : वासुदेवशास्त्री खरे, (आ/१), पृष्ठ ५४.

४४. लक्ष्मणसिंग : 'अरे! जिचा मी धिक्कार आणि अव्हेर केला, ती गरीब बिचारी पद्मावती! त्या करुणास्पद अबलेला माझी करुणा येऊन, ती मला सोडविण्याकरिता धावून आली ना? एवढ्या माझ्या लढ्यात राजमंडळात अखेरीस ती एकटीच माझ्या उपयोगी पडली आं? (किंचित थांबून) या वेळी माझ्या मनात आनंद, अभिमान, करुणा, खेद, लज्जा या विकारांच्या लहरींनी जो हलकल्लोळ माजवला आहे, त्याचे वर्णन कोण करू शकेल? भवितव्यते! जर पराक्रमाच्या बाबतीत तुला एका स्त्रीकडून माझी मान जमिनीपर्यंत वाकवायची होती, तर माझ्या शौर्याचा एवढा डंका पृथ्वीवर कशाला माजवला होतास!'' पद्मावतीचा युद्धप्रसंग म्हणजे हा एक दैवनिर्मित विचित्र काव्यप्रसंग होय!... या प्रसंगाचा रस कोणता? मला वाटते हा वीर-विरहित वीर म्हणून नवीनच रस मानला पाहिजे. कारण असल्या प्रसंगाचा दाखला जगाच्या इतिहासात कुठेच सापडायचा नाही.
'उग्रमंगल' : वासुदेवशास्त्री खरे, (आ/१), पृष्ठ ६३.

४५. 'सत्तेचे गुलाम': भा. वि. वरेरकर, १९२२, पृष्ठ ४.

४६. 'समग्र सावरकर वाङ्मय' – खंड ७, (आ/१), पृष्ठ- ४२७.

४७. बुद्धिमती : ''मेल्या या पुरुषांचेच जेथे तेथे राज्य! आमच्याशिवाय दुसरीकडे कोठेही बायकांचे राज्य नाहीना!''
वाग्मती : ''कोठेही नाही हो बुद्धिमती! आमच्या राज्याबाहेर चोहोकडे मेल्या पुरुषांचे राज्य. जेथे तेथे बायका पुरुषांच्या गुलाम आणि कोठे पळून जाईन म्हटले तर बायकांना पुरुषांशिवाय थारा नाही म्हणे!''
'बायकांचे बंड' : कृ. प. खाडिलकर (१९०९) अंक १ प्रवेश २, पृष्ठ ११.

४८. अर्जुन : (वेषांतरातला) ''महाराणीसाहेब, अर्जुन महाराजांचा निरोप इतकाच

आहे की, स्त्री-राज्यामध्ये सर्रास राहण्याची परवानगी पुरुषांना जर आपण दिली, तर लढाईत स्त्री-राज्य सहज मोडले जाईल. कारण शरीराने, मनाने किंवा बुद्धीने पुरुषजातीची योग्यता अधिक असल्यामुळे, स्त्री-राज्यातल्या बायका आपखुशीने पांडवसेनेचा पुढारीपणा कबूल करतील.'
'बायकांचे बंड' : कृ. प्र. खाडिलकर, १९०९, (आ/२), पृष्ठ ६५.

४९. करालमाया : "आइकलका, सटवी कसं म्हनतीया, हिला दादलाबिदला कोनबी न्हाई, आन दादला करनारबी न्हाई- बया तू हातच इस्तरीराज्या बस. नि दादल्याच्या आवा पुरुसराज्यात मायंदल हैती, आन त्या बाजारबसव्यांनी समद्या पुरुषासनी किड लावलीया. बस हातच बस सटवी छबुकड़ी!"
'बायकांचे बंड' : कृ. प्र. खाडिलकर, (आ/२), पृष्ठ ६९,७०.

५०. अर्जुन : "आयुष्यामध्ये रोजचे रोज दुष्ट वासनांशी किंवा दुष्ट मानवाशी कराव्या लागणाऱ्या तंट्यामध्ये स्त्री-पुरुषांनी एक होऊन, पुरुषांच्या छातीच्या ढालेच्या आड बायकांनी उभे राहून, मानवी उत्कर्षाची परंपरा कायम ठेवण्याचे आपले पुण्यव्रत जर चालविले नाही, आणि एकटे पुरुष किंवा एकट्या बायका असे जर जन राहू लागले, तर मानवी जात जगातल्या दुष्टांना बळी पडेल. दुष्टपणाचा किंवा पापाचा पराभव करण्याचे सामर्थ्य एकट्या बायकांच्या अंगी नाही किंवा एकट्या पुरुषांच्या अंगी नाही. दोघांचे जीव एक झाले, तरच संसारात पुण्यशक्ती निर्माण होते. रोज पापाशी झगडून मानवाचा उद्धार करण्याचा बोजा जसा पुरुषांनी स्त्रियांच्या मदतीने पुढारीपणाने आपल्या अंगावर घेतला आहे, तशी एका आयुष्यात स्त्री-पुरुषांनी मिळून संपादलेल्या सद्गुणांची परंपरा पुढे कायम ठेवण्याची कामगिरी पुरुषांच्या साहाय्याने बायकांनी आपल्या अंगावर घेतली आहे. मातेचा मान जर बायकांना आहे, तर संसारात नेत्याचा मान बायकांनी पुरुषांना द्यावयास नको काय?"
'बायकांचे बंड' : कृ. प्र. खाडिलकर, (आ/२), पृष्ठ ११२.

५१. सत्यमाया : "पुरुषांचा गर्व परिहार करून पुरुषांना दाईप्रमाणे राबविण्याचे सामर्थ्य सर्व स्त्री-जातीच्या मनगटात येईपर्यंत मी माझे तपश्चर्येचे आसन सोडणार नाही." 'बायकांचे बंड' : कृ. प्र. खाडिलकर, पृष्ठ ११४.

५२. प्रस्तुत नाटकाच्या संविधानकाचे शेक्सपियरच्या एका नाटकाच्या कथानकाशी बरेच साम्य आहे; परंतु प्रस्तुत नाटकाची स्फूर्ती व्हावयास 'बायकांचे बंड' हेच नाटक कारणीभूत झाल्याचे त्यांच्या नावावरून उघड होते.
श्री. कृ. कोल्हटकर : 'पुरुषांचे बंड' प्रस्तावना.

५३. सरस्वतीदेवी : "पूर्वी म्हणे एकदा बायकांनी बंड केलं होतं; पण त्यांतील अधिकाऱ्यांना प्रथम फोडून मग राणीला अर्जुनाने वश केलेन, असे दाखवून

बायकांकडे कमीपणा दाखवलेला आहे. पण मी म्हणते, ह्यात पुरुषांकडेच कमीपणा येतो! कारण अर्जुनाने सतत त्यांच्या राज्यात राहून नाना तऱ्हेनं त्यांना फोडलं आहे. पण आता पुरुषांच्या बंडाची वेळ आली आहे. आता आम्हाला ते मोडावयाचे आहे. पण आम्ही पुरुषांसारखे फसवून ते मोडणार नाही, तर जे सत्य आहे, परमेश्वरानं सांगितलं आहे, व महात्म्यांनी लिहून ठेविले आहे; ते पुरुषांकडून कबूल करावयास लावून मोडू. आणि त्यांना त्यांची कर्तव्ये काय आहेत, ह्याची जाणीव करून देऊ. हे पुरुष स्वत: काही करीत नाहीत आणि आम्हाला काही करू देत नाहीत. हल्लीचा काळ स्वस्थ बसण्याचा नाही. जगात कोण घडामोडी चालल्या आहेत! कित्येक ठिकाणी नवीन शोध लागत आहेत, नवीन धंदे निघत आहेत. अशा वेळी आमच्या पुरुषांनीच तेवढं विश्वविद्यालयाच्या पदव्या घेऊन ठरावीक धंद्यात पडावं काय! त्यांनी स्वत: उद्योग केले पाहिजेत. आम्हाला उद्योग करावयास शिकविलं पाहिजे. आमच्या ज्ञानार्जनाची सोय केली पाहिजे. म्हणजे आम्हीही त्यांना त्यांच्या कार्यात मदत करावयास तयार होऊ, असें मला कितीतरी वाटतें. कितीतरी उद्योग आमच्या हातून सध्याच्या स्थितीत होण्यासारखे आहेत.''

'पुरुषांचे बंड': गिरिजाबाई केळकर, पृष्ठ ५३.

५४. कोणत्याही गोष्टीत मतभेद हा असतोच, पण हल्लीच्या आपल्या स्थितीत दरेक माणसाला व्यक्ती ह्या नात्याने करिता येण्याजोग्या पुष्कळ गोष्टी आहेत, त्या न करिता (काही विशिष्ट व्यक्ती कितीतरी श्रम करीत आहेत, पण अशांची संख्या फार थोडी आहे.) पुष्कळांना स्त्रिया सुशिक्षित असल्याशिवाय आम्हांस सामाजिक सुधारणेत व राष्ट्रोन्नतीत पुढे जाता येत नाही, असे म्हणताना ऐकू येते व त्या सर्वांचा दोष ही शिष्ट मंडळी बायकांवर लादतात. बायका अज्ञान असतील, नव्हे आहेतही; पण हा काही त्यांचा उपजत दोष नाही. आपल्या आपण दुसऱ्याच्या साहाय्याशिवाय पुढे येणाऱ्या काही व्यक्ती असतील; पण त्या फार थोड्या. सर्वसाधारण पुढे ढकलावयास कोणीतरी लागते व ते काम ज्यांना त्या अज्ञ स्त्रियांपेक्षा जास्त समजते आहे, त्या पुरुषवर्गाचे आहे. जर माझा बंधुवर्ग प्रेम, सदयता, व सदिच्छा धरून आपल्या कुटुंबातील स्त्री-वर्गास सुधारण्याचा प्रयत्न करील, तर शेकडा ५० स्त्रिया तरी खास सुशिक्षित होतील. पण ते न करता किंवा त्या संबंधाने आपले काही कर्तव्य आहे, ह्या संबंधाची जाणीवसुद्धा न ठेवता; ते आपला काळ आपल्या ठरावीक व्यवसायात घालवितात व वेळ आली असता स्त्रियांना दोष देतात.

'पुरुषांचे बंड' उपोद्घात : गिरिजाबाई केळकर, पृष्ठ २, ३.

५५. सरला : ''जेव्हा तेव्हा हे सर्व पुरुष आम्हाला अज्ञानी ठरवितात. आणि आमची सुधारणा झाल्याशिवाय समाजाची सुधारणा होणार नाही, म्हणून ओरडतात; पण अशिक्षित स्त्रियांना शिक्षण देऊन त्यांच्याकडून काम होईपर्यंत, ह्या स्वतः शिक्षणानं तयार झालेल्या पुरुषांनी आपल्या समाजसुधारणेकरिता काय काय केलं आहे, ह्याचा विचार केला, म्हणजे त्यांच्या संख्येच्या मानानं त्यांनी फार थोडं केलं, असं म्हणावं लागतं.''

'पुरुषांचे बंड': गिरिजाबाई केळकर, पृष्ठ ११.

५६. सरस्वतीदेवी : 'आपणाला जरी पुरुषांवर वर्चस्व गाजवावयाचे नसले, तरी त्यांनी आपल्याला उगीच अन्यायाशिवाय पायाखाली तुडवू नये, एवढं आपण बघितलं पाहिजे. आणि तेवढंही जर आपण केलं नाही, तर आजच्यापेक्षा आपली स्थिती पुढे पुढे जास्त जास्त बिकट होईल.'

'पुरुषांचे बंड': गिरिजाबाई केळकर, पृष्ठ ४१.

५७. यशवंत : ''बरे आहे बोवा. ह्या ठिकाणी तुमचं-आमचं पटणं शक्य नाही. कारण तुम्हाला पत्नी म्हणजे नोकर वाटते, मला ती मित्र वाटते. तेव्हा ह्या बाबतीत वाद घालण्यात अर्थ नाही.'

'पुरुषाचे बंड': गिरिजाबाई केळकर, पृष्ठ २७.

५८. 'आधुनिक मराठी वाङ्मयाचा इतिहास भाग २ : अ. ना. देशपांडे, पृष्ठ १६, १७ .

५९. 'तत्रैव' : पृष्ठ. २८४, २८५.

६०. 'मराठी साहित्य समालोचन' : वि. सी. सरवटे (१९३७), पृ. ५१४.

६१. 'केसरी', १७ जून १९३०, पृष्ठ २, वसंत व्याख्यानमाला, सत्यभामाबाई कुवळेकर यांचे भाषण.

६२. 'केसरी', २२ फेब्रुवारी १९३०, 'बडोद्यात स्त्रियांच्या हक्कांची सुधारणा' (वारसा हक्क).

६३. 'केसरी', १५ फेब्रुवारी १९३०, पृष्ठ- ९, बॅ. जयकरांचे देवदासीचे बिल.

६४. बडोदे येथील हिंदविजय जिमखान्यातर्फे सालाबादाप्रमाणे स्त्रियांचे क्रीडा संमेलन ५, ६ जानेवारी १९३० रोजी निर्विघ्नपणे पार पडले. संमेलनासाठी शामियाने व विस्तृत मांडव उभारण्यात आले होते, व स्त्रियांना बसण्याची खास व्यवस्था करण्यात आली होती. संमेलनाच्या जागेच्या भोवताली कनाती लावण्यात आल्या असल्यामुळे गोषातील स्त्रियांनाही त्यात भाग घेता आला.... चालू साली एकंदर दहा खेळ ठेवण्यात आले होते व त्यात जवळ जवळ ४०० भगिनींनी भाग घेतला होता.

'केसरी', १८ जानेवारी १९३०, पृष्ठ २ 'बडोद्यात स्त्रियांचे क्रीडासंमेलन.'

६५. प्रीतिविवाहामुळे युरोपात दुष्परिणाम घडून आले आहेत. स्त्रिया माता होण्यास नालायक होत चालल्या आहेत. प्रीतिविवाहात घटस्फोट फार होतात. अमेरिकेत व युरोपात प्रीतिविवाहाचे धोरण यशस्वी झाले नाही. आपल्या स्त्रिया पाश्चात्त्यांप्रमाणे पुरुषी न होता उत्तम गृहिणी व माता झाल्या पाहिजेत.
'केसरी', १८ जानेवारी १९३०, पृष्ठ ९, 'स्त्रीजीवनविषयक शास्त्रीय विचार' : गोपाळराव चिपळूणकर.

'युरोप व अमेरिका या दोन खंडांतील प्रवासात माझे राहणे व उठणे-बसणे शिक्षणास वाहिलेल्या अशा विशिष्ट वर्गातच होते. याच वर्गातील काही कुटुंबांत राहण्याची मला संधी मिळाली. पुरुषांइतकेच तिकडे स्त्रियांना स्वातंत्र्य आहे. त्यांचे उठणे- बसणे एकत्र असते व एकमेकांची कामेही स्त्री-पुरुष हा भेद मनात न बाळगता करतात. उदाहरणार्थ, टेनिसची मॅच आहे व तिला बायकोने गेले पाहिजे असे असेल, तर नवरा घरी राहून लहान मुलांना सांभाळतो... पाश्चात्त्य देशात नीतिबंधने आपल्या देशातल्याप्रमाणे कडक नाहीत, हे खरे असले तरी तिकडून येणाऱ्या अनीतिसंबधांच्या बातम्या अतिशयोक्तीच्या असल्यामुळे त्याजवर कोणीही फारसा विश्वास ठेवू नये. मला ज्या पाश्चात्त्य कुटुंबात राहण्यास मिळाले, ती कुटुंबे सुखी दिसली. पती, पत्नी व मुले यांत परस्परांविषयी प्रेम व आदर आढळला... मी एके ठिकाणी स्त्रियांची पोहण्याची शर्यत पाहिली. त्या शर्यतीत शेकडो मुली व प्रौढ स्त्रिया सामील झाल्या होत्या...'

'तीन खंडांत तेरा महिने' : धों. के. कर्वे मुलाखत.

'केसरी', २६ एप्रिल १९३० पृष्ठ ५.

'तत्रैव' वरीलप्रमाणे.

●●

२. स्त्री-सुधारणा : पुरुष विचारवंतांचा दृष्टिकोन

एकोणिसाव्या शतकातील आपल्या पूर्वसुरींप्रमाणेच या काळातील विचारवंत पुरुषही स्त्री-सुधारणेविषयी जागरूक आणि अगत्यशील होते. स्त्री-शिक्षण, विधवा-विवाह या विचारांच्या प्रसाराला गती देत होते. केशवपन, पत्नीला मारहाण, बहुपत्नीकत्व, हुंडा या चालींचा निषेध करीत होते.

या प्रकारचे विचार आता नवीन नव्हते. मात्र सातत्याने त्यांचा प्रचार अजूनही आवश्यक होता आणि ती कामगिरी अनेक जण पार पाडीत होते. यापुढे जाऊन स्त्री-पुरुष समानतेविषयी अधिक मूलभूत विचार काहींनी या काळात केलेला दिसतो. त्यांपैकी दोन विचारवंतांचे विचार येथे तपासून पाहण्याचे ठरविले आहे. यावरून तत्कालीन प्रागतिक पुरुषांचा कल स्पष्ट होऊ शकतो.

१) 'समाजात स्त्रियांचा दर्जा कोणता? हा प्रश्न आला, म्हणजे त्याचे उत्तर आमच्यातील विचारी म्हणून नावाजलेल्या बहुतेकांकडून दोन प्रकारच्या निरनिराळ्या पद्धतींनी देण्यात येते. जुन्याची प्रौढी मिरवणारे आमचे लोकनायक म्हणतील, 'न स्त्रीस्वातंत्र्यमर्हति', 'बायकांचे स्वातंत्र्य चुलीपुरतेच'; तर सुधारकांत आपली गणना करून घेणारे लोकाग्रणी सांगतील की, 'अपत्यधारणा आणि बालसंगोपन ही अत्यंत महत्त्वाची कार्ये स्त्री-जातीकडेच आहेत. गृहराज्याची व्यवस्था सुरळीत

चालून उत्तम गृहिणी होणे, हे त्यांचे थोर काम आहे; ते सोडून त्यांनी पुरुषांप्रमाणे जीवनार्थकलहाच्या झटापटीत पडून आपली योग्यता कमी करून घेऊ नये!' या दोन्ही प्रकारे येणाऱ्या उत्तरांचा मथितार्थ इतकाच की, स्त्रियांनी घरकाम सांभाळणे हेच त्यांचे योग्य कर्तव्य होय.

सुदैवाने म्हणा अगर दुर्दैवाने म्हणा, अपत्यधारणा आणि स्तन्यदान ही कामे स्त्रियांकडे आली आहेत. परंतु तितक्यासाठी त्यांनी आजन्म दास्यात राहिले पाहिजे, असे समजणे सर्वथैव अयोग्य होय. ही कामे पुरुषांना निसर्गत: अशक्य आहेत, तरी. परंतु त्याशिवाय इतर गृहकृत्ये करणे, हे ज्या पुरुषांना थोर पदवीचे लक्षण वाटते, त्यांनी निदान आपल्या पुत्रांना तरी गृहकृत्यविशारद बनवून स्त्री-जातीला मिळणारा सन्मान पुरुषजातीकडे अंशत: तरी आणून दिल्याचे श्रेय का घेऊ नये?

सहस्रावधी वर्षांच्या संस्कारांमुळे स्त्रियांच्या अंगी अशक्तपणा आला आहे खरा, पण तो नाहीसा करून त्यांना कार्यक्षम बनविण्याचे प्रयत्नास न लागता, स्त्रिया सुगृहिणीपदाशिवाय दुसऱ्या कोणत्याही कामास योग्य नाहीत, असे मानणे चुकीचे होईल. दोन-तीन शतकांच्या संस्कारांमुळे ज्यांच्या लष्करी गुणांचा लोप झाला आहे, असे भारतीय जर स्वराज्याचा भार वाहण्यास समर्थ होण्याची अपेक्षा बाळगतात, तर बिचाऱ्या स्त्री-जातीने 'यावच्चंद्रदिवाकरे असहाय, अबला' का राहिले पाहिजे?

स्त्रियांसंबंधी कोणतीही सुधारणा घेतली, तर तिला होणाऱ्या विरोधाच्या मुळाशी पुरुषांची स्वार्थबुद्धी असते.'

-श्री. म. वर्दे : उपोद्घात : 'गोदावरी' कादंबरी (१९१७)
लेखिका : इंदिराबाई सहस्रबुद्धे

श्री. म. वर्दे यांचे हे विचार स्त्री-स्वातंत्र्याचा मूलभूत विचार करणारे आहेत. स्त्रीच्या गृहकृत्यांचे उदात्तीकरण म्हणजे तिच्या दास्यत्वाच्या भूमिकेवर चढविलेला सोनेरी मुलामा आहे, हे वर्दे यांना स्पष्टपणे उमगले आहे. आणि या मुलाम्याखालचे सत्य त्यांनी खुबीने उघड केले आहे, हे विशेषच म्हटले पाहिजे. असे श्री. म. वर्दे 'देशसेविकेचे रहस्य' (१९३१) या कादंबरीतील शेवटच्या प्रकरणात काय म्हणतात?

'देशसेविकेचे रहस्य' ही अनेक लेखकांनी मिळून लिहिलेली १९३० सालच्या सत्याग्रहावरील कादंबरी आहे. यात एकही लेखिका नाही. या कादंबरीची एकंदर सात प्रकरणे आहेत. प्रत्येक प्रकरण वेगळ्या लेखकाने लिहिले आहे. गृहकार्याची

हेळसांड करून देशसेवेसाठी घराबाहेर पडलेल्या कमलाबाई, या एक उथळ व्यक्ती आहेत, असे चित्रण सर्व लेखकांनी मिळून केले आहे. उपसंहाराचे प्रकरण श्री. म. वर्दे यांनी लिहिले आहे. त्यात त्यांनी इतर लेखकांच्याच सुरात सूर मिळवला आहे. या प्रकरणात श्री. म. वर्दे यांचे दादासाहेब म्हणतात : "चळवळीत पडल्यापासून ती तोंडफटकळ, चढेल, आणि बेमुर्वतखोर बनत चालल्याचं मला दिसू लागलं. काही दिवस अटकेत काढून जर ती चळवळीपासून दूर झाली, तर बरं असं अजून वाटतं."

१९१७मध्ये स्त्री-पुरुष समानतेचा मूलभूत विचार मांडणाऱ्या वर्दे यांनी १९३१च्या कादंबरीत सत्याग्रहात सहभागी झालेल्या स्त्रीबद्दल नाराजी व्यक्त करावी? तोंडफटकळ, चढेल, बेमुर्वतखोर स्त्री काहींच्या दृष्टीला स्पष्टवक्ती, नेतृत्व करणारी, आत्मनिर्भर अशी दिसू शकते. ही पाहणाऱ्याची दृष्टी असते. ही दृष्टी वर्दे यांच्याकडे दिसत नाही. याचा अर्थ असा होऊ शकतो की, वर्दे यांच्या बुद्धीला स्त्री-पुरुष समानता पटत होती. स्त्रीची केवळ घराशी बांधिलकी अन्यायकारक वाटत होती. परंतु अंत:करणातील उत्स्फूर्त उद्गार कादंबरीत उमटतो. त्यानुसार स्त्रीची गृहिणी हीच प्रतिमा या विचारवंत पुरुषाला प्रिय होती. म्हणून त्यांचे दादासाहेब या प्रकारे बोलते झाले. येथे असे म्हटले जाऊ शकते की, आधीच्या सहा प्रकरणांशी सुसंगत असेच कादंबरीचे उपसंहाराचे प्रकरण असणे आवश्यक होते; म्हणून वर्दे यांनीही देशसेविकेबद्दल ही नाराजी व्यक्त केली. परंतु हा केवळ युक्तिवाद ठरेल. कारण स्वत:च्या विचारप्रणालीविरुद्ध लिहिण्यास लेखक नकार देऊ शकत नाही का?

२) 'आपली चळवळ स्त्रियांनी पुरुषांवर न विश्वसता स्वत: हातात घेतली पाहिजे. स्त्रियांच्या सामाजिक परिषदांतून जी पुरुषांशी थोडीबहुत सहकारिता दिसते, तीत एक मौजेचा प्रकार दिसतो. तो असा की, चांगले शिक्षण झालेल्या स्त्रिया समाजात आता बऱ्याच झाल्या आहेत. तरी स्त्रियांसंबंधांच्या प्रश्नावर अर्धशिक्षित बायकाच बोलताना दिसतात. महाराष्ट्रात चाळीस-पन्नास डॉक्टरणी, चारशे-पाचशे मास्तरणी व तितक्याच शिकलेल्या सुईणी आहेत. असे असता स्त्रियांच्या चळवळीत विशेषत: भाग घेणाऱ्या कोण, तर तमक्या चळवळ्या वकिलाची पढवून तयार केलेली बायको. स्त्रियांची चळवळ स्त्रियांच्या हाती नाही. प्रसंगी असाही अनुभव पुरुषांना येतो की, स्त्रियांची सध्याची चळवळ, म्हणजे काही मतलबी पुरुषांना आपली तुतारी फुंकण्यासाठी स्त्रियांचा उपयोग करून घेण्यापुरती आहे, एवढेच!

स्त्री-शिक्षणाचे ध्येय स्त्रियांस, स्त्रियांना पुरुषांना आवडेल असा गोड घास कसा बनवावा, एवढेच खास नाही. त्या नागरिक आहेत आणि त्यांच्यामध्ये उच्च नागरिकास शोभतील, असे गुण उत्पन्न झाले पाहिजेत. स्त्रियांनी आर्थिक व्यवहारात आपले योग्य स्थान मिळविण्याचा प्रयत्न केल्याशिवाय इतर प्रकारची उन्नती मर्यादितच होणार, ही गोष्ट नव्याने सांगावयास पाहिजे असे नाही. आपल्या स्त्रियांच्या संरक्षणासाठी पडदापद्धती न वापरता, स्त्रियांस ठोसे देण्याचे शिक्षण दिले पाहिजे, म्हणूनही वाटल्यास स्त्रियांनी खटपट करावी. स्त्रियांचे कर्तव्य स्त्रियांसंबंधाने चळवळ करून संपावयाचे नाही- लहान मुलांच्या शिक्षणाचा प्रश्न स्त्रियांनीच विचारास घेतला पाहिजे. शिवाय आपल्याकडे स्वच्छता अधिकाधिक वाढावी, हे ध्येय पार पाडण्यास पुरुषांकडून परिश्रम फारसे होणार नाहीत व झाले तर ते परिणामकारी होणार नाही, ह्यासाठी तिकडे स्त्रियांनीच लक्ष दिले पाहिजे.'

'स्त्रियांचे वाङ्मय आणि स्त्रियांच्या चळवळी' :
'डॉ. श्रीधर व्यंकटेश केतकर : वाङ्मयविषयक लेख',
पृष्ठ ४६ ते ४९

केतकर स्त्रीच्या मूलभूत स्वातंत्र्याचा आणि व्यक्ती म्हणून स्त्रीच्या स्वतंत्र अस्तित्वाचा विचार करतात. तरी त्यांच्या मर्मग्राही बुद्धीलाही पारंपरिक संस्कारांनी छेद दिलेला दिसतो.. लहान मुलांचे शिक्षण आणि स्वच्छतेची जबाबदारी ते स्त्रियांकडे का सोपवतात? ही जबाबदारी स्त्री-पुरुष दोघांचीही समानच आहे, असे ते का मानत नाहीत?

स्त्रीच्या बाबतीत अनेक ठिकाणी केतकर पारंपरिक विचारांत अडकलेले दिसतात. माधव ज्यूलियन यांच्या 'विरहतरंग' या काव्याबद्दल लिहिताना ते म्हणतात,

'नायकाची प्रकृती अस्वस्थ असता, नायिका त्याच्या खोलीत येते. सध्याच्या परिस्थितीत ही गोष्ट अत्यंत अस्वाभाविक वाटते. तरुण पुरुषाच्या खोलीमध्ये तरुण मुलीने येणे आणि त्याचे चुंबन घेणे, ही गोष्ट स्वाभाविक वाटत नाही. अशी उदाहरणे होत नसतीलच, असे म्हणता येत नाही; पण ती प्रशंसनीय नाहीत. अविवाहित पुरुषाच्या खोलीकडे तरुण स्त्रीने जाणे, ही गोष्ट पाश्चात्त्य लोकदेखील गैर समजतात. रशियात कदाचित गैर समजत नसतील, पण ही परिस्थिती पुण्यात आली आहे, असे वाटत नाही. पुण्यास येऊन राहणाऱ्या बाहेरगावच्या मुली कदाचित ह्या बाबतीत काही अधिक स्वातंत्र्य घेत असल्यास

न कळे! तसे होत असल्यास, त्याविरुद्ध सामाजिक निषेधाने लोकमत उत्पन्न व्हावयास पाहिजे.'

'माधव ज्यूलियनचे प्रेमचित्र' :
'श्रीधर व्यंकटेश केतकर : वाङ्मय-विषयक लेख', पृष्ठ १०७

स्त्रीभोवतीची नीतीची चौकट तशीच घट्ट ठेवून केतकर स्त्री-विकास साधू इच्छितात, असेच त्यांच्या या प्रकारच्या अभिप्रायावरून दिसून येते.

'स्त्री-पुरुष समानता म्हणजे काय, स्त्री-स्वातंत्र्य म्हणजे काय' या विचारांचे स्पष्ट आकलन ज्यांना झाले होते, अशा पुरुष विचारवंतांचे विचार आणि त्या विचारांच्या मर्यादा यांचे या प्रकरणात मुद्दाम दिग्दर्शन केले आहे. कारण या पार्श्वभूमीवर १९३०नंतरच्या स्त्री-विचारवंत आपल्या साहित्यातील स्त्री-समस्यांची चित्रे कोणत्या प्रकारे मांडत आहेत, पुरुष विचारवंतांपेक्षा त्यांची स्त्रीकडे पाहण्याची दृष्टी कशी वेगळी आहे, ते आपल्याला तपासावयाचे आहे.

●●

३. विचक्षण बुद्धीच्या चार प्रतिभावंत लेखिका

स्वतंत्र स्त्री-दृष्टीचे लेखिका पर्व

१९३०नंतर मराठी साहित्यात लेखिका ही अतिकौतुकाची व्यक्ती राहिली नव्हती. कारण लेखकांइतक्याच सर्रास लेखिकाही लिहू लागल्या होत्या. लेखिकांची ही संख्या लेखकांच्या पुरेपूर बरोबरीची होती, असे म्हणता येणार नाही. नाटककार म्हणून पुढे आलेल्या स्त्रिया तर अजून खूपच कमी होत्या. तरीही पुरुष आणि स्त्री लेखकांच्या साहित्याची तुलना होण्यास सामान्यत: आवश्यक ती किमान संख्या लेखिकांची होती आणि तसाच त्यांच्या साहित्याचा गुणात्मक कसही होता. स्त्री-शिक्षणाचा प्रारंभकाल लक्षात घेता, स्त्रियांची या काळातील साहित्यिक अभिव्यक्ती गौरवास्पद होती. समाजाच्या स्त्रीविषयक दृष्टिकोनाचा इतिहास तपासून पाहताना लेखक-लेखिकांच्या साहित्यातील स्त्री-दर्शनाची तुलना करणे, स्त्री-वादी अभ्यासाच्या दृष्टीने अगत्याचे आहे. १९३०पूर्वीच लिहू लागलेल्या लेखक-लेखिकांचा स्त्री-जीवनाकडे, स्त्री-प्रश्नांकडे पाहण्याचा दृष्टिकोन भिन्न होता, हे मागील प्रकरणीच पाहिले. १९३०नंतर ही दरी अधिक रुंदावलेली दिसते. वा. म. जोशी, श्री. व्यं. केतकर यांनी दिलेला वास्तववादी दृष्टिकोन नाकारून ना. सी. फडके, वि. स. खांडेकर, पु. य. देशपांडे, ग. त्र्यं. माडखोलकर हे त्या काळावर प्रभाव असलेले सर्जनशील प्रतिभावंत लेखक स्वप्नरंजनाकडे वळलेले दिसतात. हे लेखक स्त्री-

सुधारणेचे शत्रू नव्हते. ते सुशिक्षित स्त्रीचे चाहते होते. सुशिक्षित स्त्रीच्या दर्शनाने दिपून, मोहून गेले होते. आपापल्या परीने ते स्त्री-समस्या मांडतही होते आणि त्यांची उत्तरेही शोधत होते. स्त्री-पुरुष सहजीवनाची आणि समानतेची चित्रे रेखाटित होते. तरीही त्यांची स्त्री-प्रश्नांकडे पाहण्याची दृष्टी आणि समकालीन लेखिकांची स्त्री-प्रश्नांकडे पाहण्याची दृष्टी यांत तफावत जाणवते. कारण आगरकरी दृष्टिकोनातून शिक्षण मिळून स्वत:च्या जीवनाचा विचार करू लागलेल्या लेखिकांची वास्तवाला सामोरे जाण्याची आणि सत्य शोधण्याची धडपड या काळात सुरू झालेली दिसते. ही धडपड नेहमीच यशस्वी झाली असे नाही. कारण जन्माने स्त्री असल्यामुळे स्त्री-प्रश्न जरी उत्कटतेने जाणवले, तरी प्रश्नांभोवतालच्या परिस्थितीत खोल अवगाहन करून, त्यांचे सूक्ष्म मनोविश्लेषण करण्याची विचक्षण बुद्धी आणि अभिव्यक्तीची सर्जनशील प्रतिभा सर्वच लेखिकांना लाभली होती असे नाही. या काळात लेखिकांचे स्थूल मानाने दोन वर्ग दिसतात. सामान्य बुद्धीच्या व प्रतिभेच्या लेखिका आणि विचक्षण बुद्धीच्या सर्जनशील प्रतिभेचे देणे लाभलेल्या लेखिका. दुसऱ्या वर्गातल्या लेखिकांची गोष्ट सोडा. पण सामान्य प्रतिभेच्या लेखिकांनी टिपलेले स्त्री-जीवनातले प्रश्नही लेखकांच्या साहित्यात आढळत नाहीत, तेव्हा लेखकांच्या स्त्री-जीवन निरीक्षणाच्या मर्यादा जाणवतात. विचक्षण बुद्धीच्या लेखिकांच्या तुलनेत तर, लेखकांच्या स्त्रीविषयीच्या विचारशक्तीच्या मर्यादा तीव्रतेने लक्षात येतात. प्रथम सर्वसामान्य लेखिकांचा विचार करू. या संदर्भात कुसुमावती देशपांडे यांचा अभिप्राय लक्ष वेधून घेतो.

'स्त्रियांनी लिहिलेल्या बहुतेक कादंबऱ्यांतील स्त्री-जीवननिष्ठ दृष्टी लपत नाही. लहानसहान प्रसंगांच्या चित्रणात, आशा-आकांक्षांच्या अभिव्यक्तीत, दु:खाच्या प्रकारात स्त्रीसहज अशी उत्कटता दिसते. जे स्त्रियांनाच बोचेल व जे पुरुष लेखकांना शोधूनही दिसणार नाही, अशा अनुभूतीची एखादी स्पर्शच्छटा तरी या बहुतेक कथांमध्ये दिसून येते व तीच स्पर्शच्छटा यात मोलाची ठरण्यासारखी आहे. या बहुतेक लेखनातील वृत्ती मूलत: वस्तुनिष्ठ आहे. याचा अर्थ एवढाच की, कादंबरीतील मूलभूत समस्या व काही लहानसहान पण उठावदार प्रसंगांचे चित्रण वस्तुनिष्ठ असते. या तिळावर मग साहित्यविषयक तंत्राच्या पारंपरिक कल्पनांमुळे किंवा अनुभवाच्या कोतेपणामुळे कल्पनारम्यतेचा काटा आणला जातो, व नित्याच्या व्यावहारिक जीवनात सदैव बुडून गेलेल्या स्त्री-मनाला कल्पनारम्यतेची झेप मारण्याची शक्ती उरतच नाही. म्हणून की काय, या कल्पकतेच्या प्रदर्शनाने जाणत्या वाचकांच्या अंगावरही अनेकदा काटा उभा राहत असावा.'[१]

लेखिकांची स्त्री-जीवननिष्ठ दृष्टी

कुसुमावतीबाईंच्या अभिप्रायाच्या स्पष्टीकरणार्थ काही उदाहरणे पाहू.

कमलाबाई टिळक यांचा 'हृदयशारदा' (१९३२) हा कथासंग्रह या दृष्टीने लक्षात घेण्याजोगा आहे. या कथासंग्रहाचे कलात्मक मूल्य सामान्य आहे. त्यात व्यक्तिचित्रे फारशी नाहीत. मनोविश्लेषण नाही. अनेक ठिकाणी पाल्हाळ आहे. परंतु नव्याने शिक्षित होऊ लागलेल्या स्त्रीच्या प्रश्नांचे ओझरते दर्शन या कथांमध्ये आहे. 'नजर' या कथेतल्या पदवीधर मिनूच्या मनात 'लग्नाचा बाजार' या कल्पनेबद्दल असलेली नाराजी कथनाच्या ओघात सहज जाणवून जाते. वाड्यातील छोटी मुलगी मालू म्हणते:

"आज तिकडे गंमत आहे. त्या मुलीला पाहायला येणार आहेत."

"इश्श! मग त्यात गं कसली आली आहे गंमत!" मी (मिनू) किंचित कपाळाला आठ्या घालून म्हटले.

'हृदयशारदा' या कथेत बिजवराशी विवाह न करण्याचा सुशिक्षित मुलींचा निर्धार आहे. शिवाय बुद्धिमती स्त्री विरुद्ध सुंदर स्त्री असा संघर्ष आहे. नलूच्या मनात विचार येतो, 'खरंच का माझ्या पतीच्या काव्योत्कर्षाला माझ्यासारख्या बुद्धिमतीची जरुरी नव्हती? शारदेच्या माझ्यावर झालेल्या प्रसादाने माझ्या पतींच्या काव्यात उमटणाऱ्या हृदयभावनांची चिकित्सा करणारी मी श्रेष्ठ, का आपल्या सौंदर्याच्या गोड झुळकेने त्यांच्या हृदयवीणेतून मधुझंकार उमटवणारी ती हृदयशारदा श्रेष्ठ?'

'आत्मदान' या कथेतल्या उषेच्या प्रीतीविषयी, विवाहाविषयी खास कल्पना आहेत. उषा प्रियकाराला म्हणते, "प्रीतिविवाहात दोन व्यक्ती एकमेकांशी अगदी समरस होऊन गेलेल्या असतात. त्यामुळे दोघांपैकी ज्याचे व्यक्तित्व जास्त जोरकस असेल, त्याच्या व्यक्तित्वात दुसरीला आपले व्यक्तित्व मिसळवून यावे लागते. नव्हे, नकळत ते तसे निमटून पावतेच."

लेखकांमध्ये आढळणारी प्रीतिविवाहाची धुंदी येथे नाही. कोणा एकाचे व्यक्तित्व लोप पावण्याची वस्तुनिष्ठ भीती मात्र व्यक्त झाली आहे. याचे कारण परंपरेनुसार स्त्रीचे व्यक्तित्व लोप पावण्याची शक्यता नेहमीच अधिक होती. म्हणूनच कमलाबाई टिळकांच्या उषेच्या मनात ती आली. 'वरयोजना' या कथेत स्वार्थी पुरुष क्षुल्लक गोष्टीसाठी अशिक्षित आणि अल्पशिक्षित स्त्रियांच्या भावनांशी कसा सहजपणे खेळतो, याचे दर्शन घडते. बायको बाळंतपणासाठी गेली असताना आपल्या दोन वर्षांच्या मुलाला, गोट्याला घेऊन पंचविशीतला बाबूराव एका चाळीत नवीन राहायला येतो. मुलाला सांभाळायचे कसे, हा त्याच्यापुढचा प्रश्न. बायको मृत

झाल्याचा बहाणा निर्माण करतो. भाबडी नमीची आई नमीसाठी बाबूरावाचे स्थळ मनात योजून गोट्याचे सगळे करते. बाबूरावाची बायको बाळंतपण आणि आजारपणातून उठून परत आल्यावर नमीची आई मनातल्या मनात संतप्त होते. शेजाऱ्यांमध्ये हास्यास्पद होते. पण बाबूरावाच्या बायकोने तिला नमस्कार केल्यावर विरघळते. 'आधी माहिती असते तर हॉस्पिटलात भेटायला आले असते', असे शब्द काहीसे मन:पूर्वक आणि काहीसे उपचारार्थ उच्चारते. आपल्या आजारपणाबद्दल, बाळंतपणाबद्दल नवऱ्याने शेजारणीला काहीच सांगितले नाही, याबद्दल बायको जेव्हा विचारते, तेव्हा बाबूरावाचे सरळ उत्तर आहे, 'मग त्यांनी गोट्याला सांभाळले नसते!' नमीचा आणि तिच्या आईच्या मनाचा विचार करण्याची बाबूरावला आवश्यकताच भासत नाही. उपवर लेकीच्या आईचे संतापणे, विरघळणे, उपचारार्थ आणि अगतिकतेने पडते घेणे, बाबूरावाचा मख्खपणा, त्याच्या बायकोचे झाल्या प्रकाराबद्दलचे औदासीन्य, सारेच केवळ विदारक आहे. पुरुषप्रधान संस्कृतीतच या विदारकतेची मुळे आहेत.

गिरिजाबाई केळकरांच्या 'हीच मुलीची आई' (१९३२) या नाटकातील लक्ष्मी, नवरा तुसडेपणाने वागतो म्हणून नुसती मुळुमुळु रडत नाही. सासू, नणंदेची नजर चुकवून नवऱ्याला एकांतात गाठते. त्याचे वागणे चुकीचे असल्याचे त्याला सुनावते. गिरिजाबाईंच्या या एकाच नाटकात चार भिन्न मनोवृत्तीच्या स्त्रिया आहेत. रमा कजाग आहे. बाळी मूर्ख आणि लबाड आहे. लक्ष्मी धीट आणि समंजस आहे. नमू सोशीक आणि श्रद्धाळू आहे. या सगळ्या जणी अल्पशिक्षित आहेत. लेखकांच्या साहित्यात इतक्या अल्पशिक्षित स्त्रिया दिसत नाहीत. त्याचप्रमाणे इतक्या भिन्न वृत्तीच्या स्त्रिया एका कुटुंबात आढळत नाही.

१९३०नंतर शाळेत जाणारी मुलगी ही काही दुर्मीळ चीज नव्हती. तरीही मुलांच्या तुलनेत मुलींची संख्या आणि त्यांच्या शाळांचीही संख्या खूप कमी होती. अशा वेळी शाळेत जाणाऱ्या मुलीच्या मनात कोणते तरंग उठत होते, याची दखल लेखकांनी घेतलेली दिसत नाही. परंतु प्रथमच शाळेत जाऊ लागणाऱ्या मुलीचे मन इंदिराबाई सहस्रबुद्धे यांनी चित्रित केले आहे. शिक्षण, इंग्रजी भाषेचे शिक्षण हे पुरुषाच्या बरोबरीचे स्थान मिळविण्याचा मार्ग आहे, हे या छोट्या मुलीला अभावितपणे जाणवते आहे.

'माझी ती सर्व रात्र शाळेचा विचार करण्यात गेली. पुण्यात त्या वेळेस एकच प्रख्यात शाळा होती आणि ती म्हणजे मुलींचे 'फीमेल हायस्कूल'. ही शाळा दुरून मी पुष्कळ वेळा पाहिली होती. तिथं बूट घालून टपटप करत चालणाऱ्या मडमा, स्वच्छ फ्रॉक घालून व मैत्रिणींच्या गळ्यांत गळा घालून बागेत हिंडणाऱ्या मुली

आणि तेथील सुंदर फुलं पाहून, मला पुष्कळ वेळा आत जाऊन तेथील गंमत पाहावी असे वाटे. आपण तिथं गेलो तर त्या मडमा आपल्याशी कसं बोलतील, आपल्याला काय म्हणतील, आपल्याला काही खायलाप्यायला देऊन बाटवतील की काय वगैरे विचार माझ्या मनात येत असत आणि त्या आपल्याला बाटवतील असं वाटलं की वाटे, 'तिथं जाऊंच नये.'

पण मी लगेच म्हणे : 'असं भिऊन कसं चालेल? मग आपण इंग्लिश बोलायला कशा शिकणार! आणि दादा, मधूची घमेंडी कशी उतरवणार? छे! ते काही नाही. आपण ह्याच शाळेत जायचं आणि आपल्या शहाणपणानं दादा-मधूना अगदी लाजवून टाकायचं. आपण एकदा दादासारखं शिकायला लागलो, म्हणजे तो आपल्याला खोलीतून हाकलून द्यायला किंवा आपल्याला मारायला धजणार नाही.'

'पण उद्या शाळेत जाताना पोशाख कसा करावा? कोणता परकर नेसावा बरं- तो जरीचा आईनं नुकताच शिवलाहे, तो? हो, तोच बरा आहे, नाहीतर दुसरा कोणता नेसणार! आपल्याला त्या मुलींच्यासारखे छानछान लेसचे फ्रॉक कुठं आहेत? इश्श! आमची आई आपली अशीच! तिला आपले खणाचे परकर नी चोळ्याच आवडतात. आता बाबांच्या पाठीमागं आपल्याला 'फ्रॉकच शिवा' म्हणून हट्ट धरला पाहिजे. हो. आपलं ऐकलं तर बाबाच ऐकतील, आई काही ऐकणार नाही, पण उद्या वेणीचा खोपा बरीक काही झालं तरी घालायचा नाही. नाही तर तो माझा खोपा पाहून सर्व मुली मला हसतील आणि 'बावळट' म्हणतील!'[२]

शांताबाई नाशिककर यांच्या 'कीर्ती' (१९४२) या कादंबरीत तरुण मुली कीर्ती, शीला, धारिणी यांच्या व्यक्तिमत्त्वात स्वतंत्र विचारांच्या ठिणग्या आहेत. शिवाय जातीच्या संदर्भात स्त्री-पुरुष समानतेकडे पाहण्याची लेखिकेची दृष्टी दिसते. जाती-जातीतल्या स्त्रिया वेगळ्या दिसतात. पुरुष मात्र सारखेच दिसतात, असे शांताबाईंचे निरीक्षण आहे. पुरुषच स्त्रियांच्या विकासाआड येतात, असेही त्यांना वाटते.[३] पुरुष आणि स्त्रिया यांच्या प्रेम करण्याच्या वृत्तीतला फरकही त्यांना जाणवतो, म्हणूनच त्यांच्या कीर्तीला प्रश्न पडतो, कौस्तुभचे आपल्यावर प्रेम आहे की ध्येयावर?

'कीर्तीला एक नवीनच धक्का बसल्यासारखे झाले. तिला वाटले की आपण आपले हृदयसर्वस्व कौस्तुभाला अर्पण करून चुकलो, त्यात आता कालत्रयी फरक होणार नाही; पण कौस्तुभानेही आपल्याला हृदयसर्वस्व अर्पण केले असे आपल्याला वाटत होते, ते मात्र चुकीचे होते. कौस्तुभाने आपले हृदयसर्वस्व

आपल्या ध्येयाला वाहिले आहे. आपण केवळ त्या ध्येयमंदिराच्या पायाप्रमाणे आहो. काय बरं म्हणाला तो? खरोखर आज असा एक क्षण आला होता की, माझा ध्येयवाद जर माझ्या मदतीला नसता तर मी आईवडिलांच्या इच्छेखातर कीर्तीला कायमचं सोडायला तयार झालो असतो. असंच ना?' एक हुंदकेवजा नि:श्वास कीर्तीच्या हृदयातून बाहेर पडला. 'म्हणजे प्रथम ध्येय, नंतर आईवडील आणि शेवटी मी.'[४]

कीर्ती केवळ विचार करून थांबत नाही. हे लग्न करण्याची इच्छा नाही, असे दादासाहेबांना ती सकारण सांगते. पण त्यांना तिचे बोलणे पटत नाही. उलट ते म्हणतात, "ध्येयामुळे तो तुला अधिकच प्रिय वाटावा."

'ही तुमची पुरुषी विचारसरणी मला पटत नाही.' कीर्ती उद्वेगभराने बोलू लागली.

कीर्ती नुसते बोलून थांबत नाही. विवाहबद्ध होते, तरी काही काळ कौस्तुभपासून दूर राहणेच पसंत करते. शेवटी कीर्तीचे जन्मरहस्य उलगडून ती ब्राह्मणच निघते. साहित्यपरंपरेच्या संकेतानुसार कीर्ती- कौस्तुभ मीलनही होते. जातीय ऐक्य घडवून आणायला निघालेल्या शांताबाई पुन्हा जातीयतेतच गुरफटलेल्या दिसतात. कुसुमावतीबाई म्हणतात त्याप्रमाणे तंत्राच्या पारंपरिक कल्पनांमुळे किंवा अनुभवाच्या कोतेपणामुळे येणारी कल्पनारम्यता ती हीच!

कृष्णाबाई या टोपणनावाने लिहिणाऱ्या 'पुण्यात्मे' लेखिकेच्या या कथेतील तरुण परित्यक्ता मुलीचे जीवन रिते आहे. तिला एखादे मूल असते तर विरंगुळा झाला असता, असे तिच्या डॉक्टर बहिणीला वाटते. याच कथेतल्या प्रौढ गृहिणीला मातृत्व नकोनकोसे होते. मूल नसलेल्या त्या तरुण परित्यक्तेबद्दल प्रौढ गृहिणीला काय वाटते?

"हं! बरं झालं, सुटली एक जन्म!" लहानसा उसासा सोडून लक्ष्मीबाई म्हणाल्या. मला धक्काच बसला. पैसेवाल्या नवऱ्याची लाडकी बायको, अष्टपुत्रांची माता असलेल्या भाग्यशाली (!) सुवासिनीचा तो सुसकारा होता. मातृपदाची तहान लागलेल्या मंजूच्या दीर्घ सुसकाऱ्यांपेक्षा लक्ष्मीबाईंचा लहान सुसकारा कितीतरी पटीने जास्त भेदक होता!!... धर्माच्या संमतीने भूतदयेची वारांगुळी लावलेले श्रीधरपंत आत येऊन बाळाकडे पाहून मला हसून म्हणाले, 'हे आमचं नवं रत्न!' माझ्या अंगावर शहारेच आले!"[५]

स्त्रीला अपत्यजन्माचे कौतुक असते आणि पुरुषाला ते नसते, या पारंपरिक कल्पनेला या कथेत सहज तडा जातो. शिवाय पत्नीची शारीरिक आणि मानसिक हतबलता पतीला जाणवूच नये, यातील विदारकताही रूढ संस्कृतीचा वेध घेते.

लेखकांना न जाणवलेले स्त्री-प्रश्न, न कळलेले स्त्री-मन कमलाबाई टिळक, गिरिजाबाई केळकर, शांताबाई नाशिककर, कृष्णाबाई यांच्या साहित्यात याप्रमाणे सहज व्यक्त झाले आहे. मुलीची लग्नाच्या बाजाराबद्दलची नाराजी, मुलीच्या लग्नासाठी आईची अगतिकता आणि त्याचा फायदा उठविण्याची पुरुषाची वृत्ती, स्त्री-बुद्धी आणि स्त्री-सौंदर्य यांतील स्पर्धा कमलाबाई टिळकांना जाणवली आहे. कजाग, धीट, श्रद्धाळू, लबाड सर्वच स्त्रियांची रूढीमुळे होणारी कुचंबणा गिरिजाबाई केळकरांना अस्पष्टपणे आकळते आहे. जात ही संस्था आणि प्रीती ही भावना पुरुषांपेक्षा स्त्रीची अधिक कोंडी करते, असे शांताबाई नाशिककरांना निश्चितपणे वाटते. स्त्रीने आई होणे किंवा न होणे हा स्त्रीचा स्वत:चा निर्णय असू शकत नसल्यामुळे, दोन्ही परिस्थितीत स्त्री दु:खी होऊ शकते, त्याची बोच कृष्णाबाईंच्या मनात आहे. परंतु या लेखिकांनी स्त्री-प्रश्नांच्या मुळाशी पोहोचण्याचा प्रयत्न केलेला नाही. जे वरवर दिसते, तेवढेच त्या चित्रित करतात. त्यांच्या लेखनात स्त्री-समस्यांचे योग्य केंद्रीकरण होऊन तिच्या सर्व बाजू दिसत नाहीत. परिणामी कमलाबाई टिळकांची स्त्री-चित्रे धूसर वाटतात. स्त्री हीच स्त्रीची शत्रू आहे, असा सोपा सिद्धान्त गिरिजाबाईंच्या लेखनातून निघू शकतो. शांताबाई नाशिककर स्वप्नरंजनाच्या जोरावर विलक्षण योगायोग दाखवून स्त्री-समस्यांना उत्तर शोधून देतात. या काळातील अनेक लेखिकांमध्ये हेच गुणदोष आहेत. स्त्रीच्या वाट्याला येणारे चाकोरीबद्ध जीवन, रूढींच्या सतत दबावामुळे विश्लेषणशक्तीला पडणाऱ्या मर्यादा, उपजत सर्जनशील प्रतिभेचा अभाव यांमुळे लेखकांना न दिसणारे स्त्री-समस्यांचे रूप लेखिकांना दिसले; तरी सर्वच लेखिकांना ते प्रभावीपणे अभिव्यक्त करता आले नाही.

कृष्णाबाई मोटे, मालतीबाई बेडेकर, शकुंतला परांजपे, गीता साने आणि समकालीन लेखक

पुरुषांइतकेच शिक्षण घेण्याची आणि साचेबंद स्त्री-जीवनाची चाकोरी सोडण्याची संधी ज्या लेखिकांना मिळाली आणि ज्यांच्याजवळ समाजनिरीक्षणाची विचक्षण बुद्धी, उपजत सर्जनशील प्रतिभा होती; त्या लेखिका स्त्री-प्रश्नाच्या मुळाशी जाऊन भिडल्या. त्यांच्या साहित्यातून सामाजिक परिस्थितीच्या पार्श्वभूमीवर स्त्री-समस्यांचे रूप तीक्ष्णपणे अभिव्यक्त झाले. कृष्णाबाई मोटे, मालतीबाई बेडेकर, (विभावरी शिरूरकर), शकुंतला परांजपे, गीता साने या अशा ताकदीच्या लेखिका होत्या. त्यांच्या साहित्यात स्त्री-समस्यांतील मूलभूत भान जागे करण्याचे सामर्थ्य होते.

समकालीन लेखकांच्या साहित्यात जे स्त्री-जीवन चित्रित झाले होते, त्याच्याशी या लेखिकांच्या साहित्यातील स्त्री-जीवनाची तुलना करता, स्त्री-जीवनाकडे पाहण्याची स्त्रीदृष्टी आणि पुरुषदृष्टी यांतील मूलभूत फरक स्पष्ट होतो आणि वास्तवतेचे भान कोणाला अधिक होते, हेही दिसून येते.

लेखक-लेखिकांच्या स्त्री-चित्रणाची रूपरेषा

लेखकांच्या साहित्याचे निरीक्षण करता असे दिसून येते की, बहुसंख्य नायिका रूपाने सुंदर आहेत. अनेकदा नायिकांखेरीज इतर स्त्रियाही सुंदर आहेत. बहुतेक जणी महाविद्यालयात शिकत आहेत किंवा पदवीधर आहेत. अल्पशिक्षित नायिकांची संख्या फारच कमी आहे. त्या प्रीतीमध्ये रंगल्या-गुंगल्या आहेत. विवाहाची गुलाबी स्वप्ने पाहत आहेत. स्त्री-स्वातंत्र्याचा विचार करीत आहेत. राष्ट्रस्वातंत्र्याच्या चळवळीत भाग घेत आहेत. बहुतेक त्या आईवडिलांचे एकुलते एक अपत्य आहेत. फार तर त्यांना एखादे भावंड आहे.

या चार लेखिकांच्या साहित्याचे निरीक्षण करता असे दिसून येते की, बहुसंख्य नायिका रूपाने सामान्य आहेत. काही सुंदर आहेत. काही कुरूप आहेत. काही जणींना पुरेसे शालेय शिक्षणही मिळाले नाही. काही महाविद्यालयात शिकणाऱ्या आणि काही पदवीधर नायिका आहेत. त्या प्रामुख्याने कनिष्ठ मध्यमवर्गीयांमधल्या आहेत. त्यांना अनेक भावंडे आहेत. आई-वडील, भावंडे यांच्या कामकाजाच्या आणि आर्थिक जबाबदाऱ्या बऱ्याच जणींवर आहेत. त्यांच्या शिक्षणात व्यत्यय येतो. त्यांना प्रीतीची संधी फार कमी आहे. प्रेमातली फसवणूक कितीक जणींच्या वाट्याला आली आहे. स्वातंत्र्याच्या चळवळीपासून बऱ्याच जणी दूर आहेत. 'विवाह' या केंद्राभोवती त्यांचे बोलणेचालणे घुटमळते आहे. बहुतेक जणी प्रवाहपतित आहेत. विचारपूर्वक स्वत:च्या जीवनाला आकार देणाऱ्या अगदीच क्वचित आहेत. तरीही बहुतेकींच्या जीवनात लहानमोठे तीव्र संघर्ष आहेत.

आता लेखक-लेखिकांच्या स्त्री-चित्रणाचा तपशील पाहू.

अ) स्त्रीचे रूप :

लेखक : स्त्री-सौंदर्याच्या वर्णनात लेखक गुंगून गेलेले दिसतात.

१) 'समोर एक लावण्यवती तरुण मुलगी बाकावर कोपऱ्यात बसली होती! तिने जरीची गुलाबी साडी परिधान केली होती. तिचा चेहरा मी ओझरताच पाहिला. पण तो पाहताच गुलाबाची ताजी टवटवीत फुले, सफरचंदाची

मोठमोठी लालबुंद फळे, मंद वायुलहरींवर डोलणाऱ्या वनलतांवरचे फलपुष्पांचे घोस माझ्या दृष्टीस पडल्यासारखे मला वाटले! असे लावण्य मी जन्मात पाहिले नव्हते.'[६]

- ना.सी. फडके

२) माझ्या मैत्रिणी नेहमी म्हणत, "देव देऊ लागला, म्हणजे हजार हातांनी देतो. या सुलूचं पाहा. नुसती बुद्धी देऊनच देव थांबला नाही! हे पाहा सुलू, आता आरशापुढे उभी राहत जाऊ नकोस हं!"
मी विचारी, "का?"
"अगं, त्या आरशाचीच तुला दृष्ट लागायची!"[७]

- वि. स. खांडेकर

३) शेखर : 'सुंदर! सौंदर्याची मनोहर कविता आहे ती! जगात इतकं सौंदर्य असूं शकतं, अशी कल्पना नव्हती मला! अशा सौंदर्यानं मोहित न होणारा मनुष्य एक आंधळा किंवा निर्बुद्ध तरी असला पाहिजे.'[८]

- प्र. के. अत्रे

४) 'तिच्या रेखीव पातळ नाकपुड्या थरथरत होत्या. लाल चाफ्याच्या कळीसारखा आपला किंचित कोमेजलेला निमुळता अधर तिने पांढऱ्या शुभ्र अणीदार दंतपंक्तींत दाबला.'[९]

- ग. त्र्यं माडखोलकर

याप्रमाणे पु. य. देशपांडे यांच्या 'सदाफुली'मधील तिलोत्तमा सुंदर, खांडेकरांच्या 'हिरवा चाफा'मधील सुलभा सुंदर, केशर सुंदर. केतकरांच्या कादंबऱ्यांतील मत्तमयूरी, मधुमालती, शारदा, नंदिका सगळ्या सुंदर. फडक्यांच्या 'अटकेपार'मधील नायक सुधीरची प्रेयसी तर सुंदर आहेच, पण त्याची वयस्क आईसुद्धा सुंदर! फडक्यांच्या 'कलंक शोभा'मधील रजनीच्या सौंदर्याची सर्वांत कमाल आहे. रजनी किती सुंदर? तर ग्रेटा गार्बोच्या छायाचित्रावरून शशिकांत पोर्ट्रेट तयार करतो आणि त्याला दक्षिणी पोशाख चढवितो. तेव्हा ते रजनीचेच पोर्ट्रेट आहे, असे पेरिरा मास्तरांना वाटते.

केतकर आणि सावरकर स्त्री-सौंदर्याचा विस्ताराने तपशील देत नाहीत. मात्र त्यांच्या नायिका रूपसुंदर आहेतच.

१) 'संध्याकाळच्या वेळी पश्चिमेकडची समोरची बाजू उघडी असलेल्या आपल्या ओटीवरच्या झोपाळ्यावर बसलेली ती सुरेख, सडपातळ

बांध्याची किशोरी आपल्या सुस्वर गाण्याची माधुरी आपणच उपभोगित उंच उंच झोके घेऊ लागली.'[१०]

-वि. दा. सावरकर.

२) 'प्रियंवदा म्हटली म्हणजे अत्यंत देखणी मुलगी, तिच्यासाठी पुष्कळ मंडळी हपापलेली आणि ती या गोडबोल्यांच्या पोरट्याने उपटली, म्हणून रामभाऊंविषयी पुष्कळ तरुणांस मत्सरबुद्धी वाटत होती.'[११]

-श्री. व्यं. केतकर

सामान्य रूपाच्या नायिका अगदीच नाहीत, असे नाही. खांडेकरांची उल्का, केतकरांची विचक्षणा रूपाने सामान्य आहेत. पण त्यांची संख्या अगदीच कमी आहे.

लेखिका : लेखिका स्त्रियांची रूपवर्णने विस्ताराने करीत नाहीत. त्यांच्या अनेक नायिका रूपाने सामान्य आहेत. अल्प जणी रूपवती आहेत.

१) 'नाही दिले देवाने रूप तर मी तरी काय करणार? पण प्रत्येकाने तेवढ्यासाठी माझा असा वीट का करावा? नेहमी नेहमी वाईट वाटण्याचा माझ्या मनावर शेवटी असा परिणाम झाला, की साहजिकच कोणी आले म्हणजे मला वाटे, कशाला त्यांच्या दृष्टीस पडा? आपण आपले एकीकडे जाऊन बसावे. नवख्या माणसापुढे बुजून जाणे, ही मला सवयच जडली. शिकून, स्वावलंबी होऊन असाच जन्म काढायची तयारी हवी, हे जाणतेपणी मला कळू लागले. माझ्यासारख्या कुरूप मुलीला कोण पत्करणार?'[१२]

-मालती बेडेकर

२) 'तिचे एका आय. सी. एस.शी लग्न झाले. ती दिसायला सामान्यच होती. पण आय. सी. एस.ची ती बहीण व आय. सी. एस. त्याचा मित्र, म्हणून जमले.'[१३]

-मालती बेडेकर

३) 'मी दिसण्यात उत्तमपैकी तर खासच नव्हते; पण कोणीही माझ्याकडे पाहून नाक मुरडावे, इतकीही वाईट नव्हते; दहाजणींसारखीच होते. माझ्या बरोबरीच्या मुली रूपाविषयी बोलणी निघाली, तर मला 'तरतरीत दिसतेस' असं म्हणत.'[१४]

-मालती बेडेकर.

४) 'माझ्या रूपासारखीच माझी सामाजिक जन्मपत्रिकाही चारचौघींपेक्षा वेगळी नाही.'[१५]

-गीता साने

५) 'तुम्हाला आठवेल तरी का हिरा? गेल्या तीन वर्षांत तुमच्या हाताखालून पाचशे पोरी गेल्या असतील. वर्णानं सावळी, बांध्यानं स्थूल अन् ठेंगणी. छोटंसं कपाळ अन् त्याखाली काळ्याभोर पण वाकायचं विसरलेल्या भुवया, स्वप्नाळू डोळे, अरुंद पण जाड ओठांनी विरूप झालेली जिवणी. कितीतरी मुलींना हे वर्णन जुळेल माझ्या वयाच्या.'[१६]

-गीता साने

६) 'दिसायला ती थोडी कुरूप आहे. आताही तिला क्रेशच्या फाटकातून पाहिली तर तिचे पांढरेशुभ्र, पण वरच्या ओठाशी असहकार पुकारून खालच्या ओठाशी युद्ध करणारे दात पाहणाऱ्याच्या डोळ्यांना टोचतात. पण पाहुण्यांना पाहताच ती स्वागताच्या उत्साहाने हसते. तिचे ते बोचणारे दात क्षणभर लपल्यासारखे वाटतात. जवळ येणाऱ्याला तिच्या डोळ्यांतले सरळ चारित्र्य आणि तिच्या धवलधूत वस्त्रातले पावित्र्य मोहून घेतात. तिची साधी केशभूषा, तिच्या साधेपणाचा ठसा मनावर उमटवते; आणि तिने शालीनतेने दोन्ही हात जोडून 'या' म्हटले, म्हणजे वाटते, की दैनंदिन कार्यक्रमाचे यज्ञकर्म करणारा हा कोणी ऋषीच इथे उभा आहे.'[१७]

-गीता साने

८) 'इरावती दिसायला सुंदर होती. गोरी गोरी आणि नाक तरतरीत. आम्ही सावळ्या आणि नाकावर म्हशीने पाय दिलेला. मला तिचा भयंकर मत्सर वाटे.'[१८]

-शकुंतला परांजपे

मालती बेडेकरांच्या 'उमा' कादंबरीतली उमा, 'जाई' कादंबरीतली जाईची आई या सुंदर आहेत. गीता साने यांच्या 'निखळलेली हिरकणी'मधील कृष्णा, 'हिरवळीखाली'मधील वनिता 'माळरानात'मधील क्षमा, 'वठलेला वृक्ष'मधील ताई आणि विमलेची वहिनी या सुंदर स्त्रिया आहेत. कृष्णाबाई मोटे यांची मीनाक्षी सुंदर आहे. परंतु त्यांच्या सौंदर्याची विस्तारपूर्वक वर्णने लेखिका करीत नाहीत.

एक-दोन वाक्यांत उल्लेख होतो.

१) 'उतरणीवरच्या एका शिळेवर ती स्त्री निश्चल बसली होती. ती इतकी विचारात गुरफटली होती की, तिने मान मुरडून पाहिले नाही. किती दिवसांत मी असे लावण्य पाहिले नव्हते.'[११]

- मालती बेडेकर

२) 'तशी ती दिसायला चांगली होती. गोरी, घारे व गंभीर डोळे, चिंचोळे महत्त्वहीन कपाळ व मादक गाल हे बघताक्षणीच डोळ्यांत भरत.'[२०]

- गीता साने

गीता साने यांच्या 'माळरानात' कादंबरीतील इंदू आणि लीला, 'हिरवळीखाली'मधील मधू, 'आपलेच वैरी'मधील सुलोचना, 'धुके आणि दहीवर' कादंबरीतली उज्ज्वला, मालती बेडेकर यांच्या 'हिंदोळ्यावर' या कादंबरीतील माणिक आणि अचला, 'विरलेले स्वप्न'मधील रोहिणी, 'बळी'मधील जाई, शकुंतला परांजपे यांच्या 'घराचा मालक' या कादंबरीतील लीलाबाई यांच्या रूपाची बरीवाईट वर्णने लेखिकांनी केलीच नाहीत. रूपवर्णने करण्याची त्यांना आवश्यकताच वाटली नाही, असे दिसते. लेखिका स्त्रियांची वर्णने करीत नाहीत. मग पुरुषाची सौंदर्य वर्णने तरी विस्ताराने करतात का? नाही. या चारी लेखिका नायक-नायिकांच्या मनोविश्लेषणातच गुंगून गेल्या आहेत.

एकंदरीत वस्तुनिष्ठतेने पाहता कोणत्याही स्थळी, कोणत्याही काळी, सुंदर स्त्रिया आणि पुरुष यांची संख्या अल्प. सामान्य रूपाचेच स्त्री-पुरुष संख्येने जास्त. परंतु आमची लेखक मंडळी या बाबतीत वास्तवापासून दूर गेलेली दिसतात. यातून एक दिसते की, लेखकांच्या मनातली सुशिक्षित स्त्रीची प्रतिमाही 'उपभोग्य' अशीच होती.

लेखिका मात्र स्त्रीकडे स्वतंत्र व्यक्ती म्हणून पाहतात.

आ) 'आई'ची प्रतिमा

लेखक : भारतीय समाजात 'आई' ही देवमूर्ती, त्यागमूर्ती मानली जाते. 'मातृदेवता' हा शब्द सहजपणे रूढ आहे. मराठी लेखकांच्या साहित्यात आईविषयीच्या या कल्पनांचे प्रतिबिंब दिसते. नायक-नायिकेची आई कुटुंबावर प्रेम करीत असते. कुटुंबासाठी झिजत असते. आपल्या मुलांवर प्रेम करते, तसेच ती मुलांच्या मित्रमैत्रिणींवर प्रेम करते. बहुतेक ती पार्श्वभूमीला असते. सहसा पुढे येत नाही.

तिला ठळक अस्तित्व नसते. तिचे व्यक्तिमत्त्व अगदी बाळबोध, प्रेमाने ओथंबलेले एकरंगी असते किंवा अनेकदा ती व्यक्तिमत्त्वहीन स्त्री वाटते. ती आदरणीय असते आणि करुणास्पद असते.

> 'उठून खिडकीतून पाहावे, तो ओणवी झालेली आई आनंदाने तुळशी शिंपीत आहे. माझ्या मनात येई, हे दृश्य म्हणजे आईच्या आयुष्याचे प्रतिबिंबच आहे. वडील आमच्या लहानपणीच वारले. आम्ही सारी मुले तेव्हा तुळशीच्या रोपट्यासारखीच नव्हतो का? साऱ्या घराचा उन्हाळा झाला, पण आईनं स्वत:चे रक्त शिंपून...[२१]
>
> - वि. स. खांडेकर

खांडेकरांचे शब्द लेखकांच्या मनातली आईची प्रतिमा साकार करतात. आईचा स्त्री म्हणून कोंडमारा होतो, याची लेखकांना थोडीफार जाणीव दिसते. ही जाणीव सामान्यत: अत्यंत ढोबळपणे कोठेकोठे व्यक्त होते. 'अटकेपार' या कादंबरीतील सुधीरची आई आणि वडील यांच्या संवादात ही जाणीव दिसते. सुधीरची आई हुशार असल्याचे कथन करून जुन्या संस्कृतीने अनेक स्त्रियांचा बळी घेतल्याचे भाष्यही फडके करतात. मात्र सोसण्याने, अश्रुमोचनाने आईचे उदात्तीकरण करण्याकडे त्यांचा कल आहे.[२२]

लेखिका : लेखिकांनी चित्रिलेली आई मात्र वेगळी आहे. तिचे व्यक्तिमत्त्व एकरंगी, वात्सल्यमय, प्रेमळ नाही. तिच्या वात्सल्यात षड्रिपूंचे अनेक तंतू मिसळून गेले आहेत. कधी ती प्रेमळ आहे. कधी रागीट आहे. ती देवासारखी निरुपद्रवी व्यक्ती नाही. ती मुलांवर प्रेम करते. परंतु मुलांशी तिचे तीव्र संघर्ष होतात. या संघर्षात ती मुलांपुढे नेहमी माघार घेते, असे नाही. आपली मते मुलांवर लादण्याचा प्रयत्न करते. क्वचित मुलांचा संबंधही तोडते. तिचे प्रेम सरसकट जगातल्या सगळ्या मुलांना मिळत नाही. त्याला अनेक मर्यादा असतात. आई आणि मूल यांच्यात मूलभूत प्रेम असते. परंतु मूल जसजसे मोठे होत जाते, तसतसे आईच्या प्रेमाचे वळण, प्रेमाची अभिव्यक्ती अनेक प्रकारे बदलत जाते. अशा बदलत्या मातृहृदयाच्या विविध छटा लेखिकांच्या साहित्यात उलगडून गेल्या आहेत.

पशू-पक्षी-आणि माणूस यांतील 'आई'मध्ये मूलभूत भावना एकच असतात, असे सांगताना गीता साने म्हणतात,

'घरात व्यायलेल्या कुत्रीची किंवा मांजरीची पिले देऊन टाकल्यावर आपले रिकामे कोटर पाहून त्या आया कशा वागतात, पाहिले आहात का? त्या घराचे कोपरे हुंगतील, धुंडाळू लगतील. त्या अतिशय अस्वस्थ असतात, केविलवाण्या, खिन्न असतात.

मानवी माता त्या पशुमातेपेक्षा काही वेगळी वागत नाही. ती घराचे कोपरे हुंगीत नाही किंवा शोधीत नाही, हे खरे; पण तीही अस्वस्थ होते, खिन्न होते. तिचे अश्रू काजळकाठाची मर्यादा ओलांडायला तयारच असतात. मुलांच्या जन्मापासून, त्यांच्या अस्तित्वाने पूर्णपणे व्यापलेल्या तिच्या जीवनात एक प्रचंड शून्यमय गोलाकार अचानक निर्माण होतो. तो शून्य गोल झिजवण्यासाठी ती कुठेतरी पाहत असते, काहीतरी शोधीत असते. कुठेही मूल पाहिले की, ती त्याला लोलपून पडण्याचा संभव असतो.[२३]

आईचे अपत्यावरचे अत्यंत नैसर्गिक प्रेम लेखिकांनी चितारले आहे. परंतु ही आई 'निर्जीव प्रेममूर्ती', 'आदर्श त्यागमूर्ती' अशी नाही. वात्सल्याची तिची अभिव्यक्ती काव्यमय नाही. तर अनेकदा अगदी गद्य आहे. गीता साने यांच्या 'माळरानात' या कादंबरीतील बाळबोध वळणाची इंदू. तिच्या छोट्याशा मुलाला पाहुणे कौतुकाने 'ये ये!' म्हणतात. तेवढ्यानेच तिला समाधान होते. या समाधानात तिला काय वाटते? तिच्या 'मुक्या मनात' वाटत होते, 'आणखी एक कप चहा हवा असेल या गृहस्थांना, द्यावा नेऊन...' येवढ्या प्रसंगावरूनच इंदूचे मन त्या पाहुण्याबद्दल फार छान झाले.[२४]

गीता साने यांच्या 'वठलेला वृक्ष' या कादंबरीतील विमलची आई, 'धुके आणि दहीवर' या कांदबरीतील उज्ज्वलेची आई लेकीला समजावून घेते. स्वत:च्या कुवतीनुसार साथही देते. विमल म्हणते, 'खरे म्हटल्यास, आमचे आईवर प्रेम असे. पण वेळेवर जेवणे व तिला अपशब्द न बोलणे येवढ्या गोष्टी केल्या, म्हणजे आमचे कर्तव्य झाले, ही आमची समजूत व त्याबरहुकूम आम्ही वागत असूं.'[२५] या आईचे मत घरात कधी कोणत्याच बाबतीत विचारात घेतले जात नाही. परंतु लग्नाच्या बाजारातील कुचंबणेमुळे अस्वस्थ झालेल्या विमलला ही आई समजून घेऊ शकते. लेकीवरच्या प्रेमामुळे लेकीची कुतरओढ, तडफड या अशिक्षित आईला कळते. त्यामुळे अजून थोडे दिवस लग्नाचे पाहू नये, हा विमलचा विचारही तिला पटतो. परंतु या अल्पमती, परतंत्र आईची स्वाभाविक प्रतिक्रिया : आईने बराच विचार करून शेवटीं म्हटले, 'सांगेन दादाला तसे विचारायला!' म्हणजे नवऱ्याला ती मुलामार्फत विचारणार! लेकीबद्दल कितीही प्रेम असले तरी स्वत:च्या मताप्रमाणे वागायला ही आई समर्थ नाही. संस्कृतीने

तिच्या नैसर्गिक अपत्य प्रेम-भावनेला नियंत्रित केले आहे. मुलीच्या मनातल्या मातृप्रेमालाही नैसर्गिक मर्यादा आहेत. विमल म्हणते, 'आईचे प्रेम बिसतंतूहून नाजूक होते. ती माझी माता व म्हणून गुरू होती. ती माझी प्रेमळ सहचरी व शिष्या होती. तिच्या सहवासात माझे मन रमले होते. पण त्यात मला तृप्ती मात्र नव्हती.'[२६]

आईचे प्रेम सर्व जीवनाला व्यापू शकत नाही, हे सांगून गीता साने 'मातृदेवता' या कल्पनेतल्या कमकुवतपणाला स्पर्श करतात.

'धुके आणि दहीवर'मधील उज्ज्वलेची आईही प्रेमळ आहे. गांधीजींच्या शिकवणुकीप्रमाणे लोककल्याणासाठी उज्ज्वला आश्रमाच्या कार्यात सहभागी होते. तिच्याबरोबर तिची आईही आश्रमात येऊन राहते. पुढे ते कार्य न पटून उज्ज्वला आश्रम सोडते.

ती म्हणते, 'गेल्या सहासात महिन्यांत आश्रम किती बदलला आणि त्या बदललेल्या परिस्थितीमुळेच मी घरी परत आले ना?

'आईला किती आनंद वाटला, घरात आले तेव्हा! श्रीराम वनाहून परतले, तेव्हा कौसल्येला असेच कांहींसे वाटले असेल. आईच्या प्रेमळ भोळ्या मनाला वाटत होते, संन्यास मार्गाकडून माझी मंजू एक पायरी परतली. तिच्या कृतीत हे समाधान स्पष्ट दिसत होते.

'इतका तिला आश्रमाचा तिटकारा होता? निदान नि:सीम अश्रद्धा खचित होती. तरी आपल्या अपत्याच्या सुखासाठी, कल्याणासाठी तिने तेथे सहा महिने काढले ना? तिच्या त्यागाचं मला कौतुक वाटलं, पण त्यापेक्षाही तिच्या औदार्याचं आश्चर्य! वृद्ध वयाबरोबर मनाची गंभीरता व उदारता वाढत जाते का?' [२७]

मालतीबाई बेडेकरांच्या 'जाई' कादंबरीतील जाई नाइलाजाने मुलांना काही काळ अनाथाश्रमात ठेवते. शिक्षण करून नोकरी लागल्याबरोबर त्यांना घेऊन येते. मुले तिला विसरलेली असतात, म्हणून तिला कमालीचे अपराधी वाटते.

मात्र लेखिकांच्या साहित्यातील आई नेहमीच अशी प्रेमळ नसते. कधी स्वाभाविक तर कधी रूढींच्या दडपणामुळे अनेकदा ती कठोर रूप धारण करते. लग्न जमत नसलेल्या मुलीचा सहवास आईला नकोसा वाटतो.

गीता साने यांच्या 'हिरवळीखाली' या कादंबरीतील मधू म्हणते, 'माझे व आईचे तसे फारसे गूळपीठ नव्हतेच. माझ्या लग्नापूर्वी 'गळ्याला लागलेली पोर' म्हणून आई मला शेजारीपाजारी फारशी नेत नसे. आणि लग्न झाल्यापासून मला हिंडायला फारसा वेळ मिळत नसे. त्यामुळे मला आईबरोबर जाणे नवे होते.'[२८]

गीता साने यांच्या 'निखळलेली हिरकणी' या कादंबरीतील नर्स प्रभावती

आणि तिची विधवा आई यांच्यातला संघर्ष वेगळ्या स्वरूपाचा आहे. बारा वर्षांच्या प्रभावतीचे पस्तीस-चाळीस वयाच्या बिजवराशी लग्न होते. रोज रात्री नवऱ्याचे आक्रमण सहन न होऊन नवरा मरावा, म्हणून प्रभा देवाला प्रार्थना करते. तिची प्रार्थना ऐकून तिची आई तिला बेदम मारते. आई आणि मुलगी यांना एकमेकींच्या भावना समजतच नाहीत.

'तूच मर ना ? त्या पुरुषाला का घालतेस मसणात, तूच जा. म्हणजे मीही सुटले नी तूही-' आई.

'माझ्या भावनांची आईला कल्पनाच नव्हती. तिचं वय तिशीच्या घरात म्हणजे ऐन तारुण्यात होते. पण देवानं तिचे हातपाय बांधले होते. त्यामुळे तिला माझ्याबद्दल सहानुभूती वाटण्याऐवजी द्वेष वाटे. आपल्यावरून जग ओळखायला गेले, म्हणजे असेच होते.'[२९]

आई आणि मूल यांच्यात जन्मजात भावबंध असतो, मूल जन्माला आले की, आईच्या हृदयात वात्सल्याचा सागर उसळतो, हेही प्रत्येक ठिकाणी खरे नाही, असा गीता साने यांचा अभिप्राय आहे. अल्प वयामुळे नवऱ्याचे शारीरिक आक्रमण सहन होत नसलेल्या प्रभावतीला चवदाव्या वर्षी मुलगा होतो. प्रभावती म्हणते, 'अखेर चवदाव्या वर्षाच्या सुरुवातीला मुलगा होऊन तो मेलाही. खरं सांगते, मला मुळीच वाईट वाटलं नाही. उलटा आनंद झाला.'[३०]

आईचे वात्सल्य सरसकट भोवतालच्या सगळ्याच मुलांवर बरसत नसते, ते बहुतेक स्वत:च्या मुलांपुरतेच मर्यादित असते; असा आशय गीता साने 'तिचा प्रश्न तिची व्यथा' या कथेत व्यक्त करतात. नेफ्रायटीसने आजारी असलेला विसू हॉस्पिटलमध्ये राहतो आहे. आई वारलेली. वडिलांनी दुसरे लग्न केलेले. सगळ्यांच्या मायेला पारखा झालेला अकरा वर्षांचा विसू भोवतालच्या लोकांचे लक्ष स्वत:कडे खेचून घेण्यासाठी खोडसाळपणा करून इतरांना सतावत राहतो. त्याच हॉस्पिटलमध्ये इतर मुले आहेत. त्यांची काळजी घेणाऱ्या आया आहेत. एकाही आईला कधी विसूकडे लक्ष द्यावेसे वाटत नाही.

विधवा स्त्रीचा सासरी होणारा छळ सर्वपरिचित आहे. परंतु 'निखळलेली हिरकणी' या कांदबरीतील विधवा आई विधवा मुलीला छळते. विधवा झालेली मुलगी घराबाहेर पडली, तर कोठेतरी मोहात सापडून आपली अब्रू घालवेल, या भीतीने ग्रासलेली आई लेखकांच्या साहित्यातील 'प्रेममूर्ती' आईला छेद देते! 'मला सासू नव्हती. पण सासूचे कार्य करायला आई होती. ती मला वाटेल तसे बोले. घराबाहेर जाण्याची अगर कोणाशी बोलण्याची मला अगदीच चोरी झाली. कोणाचा तरी हात धरून निघून जाण्याची भाषा माझ्या अगदीच अंगवळणी

पडली. नव्हे, मी खरोखर गेले असते तर नैतिकदृष्ट्या ते निंद्य होते का? बारा वर्षांच्या अजाण बालिकेवर अत्याचार करणे जर पवित्र, तर अठरा वर्षांच्या मुलीने प्रियकराच्या खांद्यावर मान विसावणे पाप आहे का?

'मला संसाराचा पुरेसा तिटकारा आला होता. निदान आणखी काही वर्षं मी हात धरून जाण्याची भीती खास नव्हती. पण आईला ज्ञान तर नव्हतेच, पण समजूतही नव्हती. ती माझी अगदी सख्खी आई! न भाड्याची न सावत्र. पण बिरबल बादशहाची गोष्ट माहीत आहे ना तुम्हाला? स्वत:च्या नाकातोंडात पाणी जायची पाळी येईतो वानरी पोर डोक्यावर धरील, पण स्वत:वर बेतली म्हणजे...

'मनुष्य स्वार्थी असतो हेच खरे! मी ह्या सगळ्या छळाला त्रासून गेले. आईच्या विरुद्ध बंड करायला सुरुवात केली. प्रथम मी शेजारी जाण्याची प्रथा पाडिली. शिव्या, उपवास चालूच असत. मला मारण्याची मात्र आईची छाती नसे.'[३१]

येथे स्त्री हीच स्त्रीची शत्रू आहे, अशी वस्तुस्थिती दिसते. परंतु ही वस्तुस्थिती निर्माण होण्याचे कारण कोणते? मुलीचे पाऊल वाकडे पडले तर अब्रू जाईल, ही आईच्या मनातली भीती. पुरुषप्रधान संस्कृतीतले नीतिमूल्य, योनिशुचिता! लेखिकांच्या साहित्यात पुरुषप्रधान संस्कृती आईच्या आईपणावर मात करताना अनेकदा दिसते. स्त्रीच्या सौंदर्याला पुरुषप्रधान संस्कृतीत अपार महत्त्व. आपल्या अपत्याचे भोवतालच्या समाजात कौतुक व्हावे, ही आईची नैसर्गिक इच्छा. पुरुषप्रधान मूल्यव्यवस्थेत हे कौतुक केव्हा होऊ शकते? मुलगी सुंदर असेल आणि सुस्थळी पडेल तेव्हा आणि मुलगा कर्तृत्ववान होऊन पैसा मिळेल तेव्हा! या मूल्यव्यवस्थेमुळे देवमूर्ती नसलेली, माणूस असलेली आई मुलगी सुंदर नसली तर हिडीसफिडीस करू लागते.

'अंत:करणाचे रत्नदीप' या मालतीबाई बेडेकरांच्या कथेतील यमू कुरूप आहे. यमूच्या कुरूपतेची हेटाळणी तिचा भाऊ करतो, तितक्याच सहजतेने तिची आईही करते.

'मला कितीही नीटनेटकी ठेवली, तरी मी चांगली दिसत नसे. त्याला मी तरी काय करणार? अशा वेळी आई नाही तर नाना मला मोडून काढीत, 'जा, काही नको असा अवतार बाहेर यायला.'[३२]

आपल्या मुलांना समाजात उत्तम प्रतिष्ठित स्थान मिळावे या आईच्या महत्त्वाकांक्षेतून कुटुंबात काय घडते, याचे चित्र गीता साने यांच्या कथेत येते. मुलाला यंत्राच्या खटपटीची हौस असताना ती त्याला वकिलीकडे जायला लावते. तो वकील होऊ शकत नाही. मुलीला न विचारताच तिचे हुशार इंजिनीअरशी लग्न योजते. ही मुलगी चिडून म्हणते, 'खरं तर तू जितकी कष्टाळू, तितकीच चतुर आहेस.

आपल्या पोरांना जगात मानानं जगता यावं, ही तुझी महत्त्वाकांक्षा, स्तुत्यच ती. पण या महत्त्वाकांक्षेनं तुझं आयुष्य व्यापून नि ग्रासून टाकलंय. तू उरापोटी ओझं घेऊन असल्या चिरवांछिताकडे धावतेस. तुला तुझ्या चुका दिसत नाहीत. दाखविल्या तर ते तुला पटत नाही. आपण करतो तेच बरोबर, असा तुझा अट्टाहास असतो. तुझ्या तेजस्वी व्यक्तित्वामुळे तुझ्या अविरत गतीपुढे आम्ही हार जातो. नि मग घरात निर्माण होते एक विषण्णता अन् अस्वस्थतेचं घबराटीचं वातावरण.'[३३]

आईच्या मनात स्वत:च्या मुलांमध्येही मुलगा-मुलगी हा भेद असतो. मुलगा तिला अधिक प्रिय असतो. मुलीच्या मनात या भेदाविषयी असंतोष निर्माण होत असतो. अशा प्रकारचे चित्रण गीताबाई करतात. मुलग्यांमध्येही जो मुलगा अधिक पैसा आणि प्रतिष्ठा मिळवून देणारा, तो तिचा अधिक आवडता होतो, असे रेखाटतात. धर्म आणि प्रतिष्ठेच्या कल्पना यांतून हा भेद निर्माण होतो, असे त्या सूचित करतात.

'बाळही सारा दिवस स्वत:ची प्रौढी गाई, लीला चांगली खंबीर होती. ती त्याची टिंगल करायची सारा दिवस. एक दिवस सासूबाई रागावल्या.

'मोठ्या माणसांच्या मागे काय लागावं गं दिवसभर?'

'मोठ्या माणसांनी येवढी ऐट दाखवावी कशाला?'

'ऐट का म्हणून, घाम गळेतो अभ्यास केलान् म्हणून त्याचं नशीब जागलं. त्याला अभिमान वाटायचाच त्याचा.'

'आणि तुलासुद्धा. उद्या आणील सुटाबुटांची मड्डम, तेव्हा उघडतील तुझे डोळे.'

'आणू दे आणली, तर त्याला शोभायसारखी बायको त्याला हवीच. तुमच्यासारख्या हडळी काय उपयोगाच्या.'

आईच्या शब्दांनी लीला एकदम चिडली. 'आमच्यासारख्या हडळी! काय हडळपणा आहे आमच्यांत! नि तुझीच मुलं आम्ही. आमचा उणेपणा येता जाता काढीत नको जाऊस. खेटरांनी नाही मोजणार तुला, खेकसून उगीच फुगू नकोस.'

इंदू पाहतच राहिली होती. लीलेची तिखट जीभ तिला माहीत होती; पण शेंडेफळं इतकी कडू निघतात, हे तिला काय माहीत.

"डोक्यावर घेतलं तर तुझं काय जातं? तुला त्याचा मत्सर कशाला?"

"का नको? माझीही आईच आहेस तू. तुला कशाला हा फरक? ही लीला, हा बाळ. एक तुला नरकात नेईल नी दुसरा स्वर्गात पोचवील."

"अगं न पोचवू दे स्वर्गात. मेल्यावर पाणी देईलच-नि नाही दिलं तर आमचं नाव राखील. लग्न झालं की जाशील दुसऱ्याच्या घरी पाय लावून."

"नि दादा? का तोही चालला सासरी?"

"नाव नको घेऊस त्याचं माझ्यासमोर. कुळांगार निघाला कार्टा! काय ध्यानवेश? जसं झाडावरनं पकडून आणलंय. बायकोपोराचं पोट भरायची नाही अक्कल! चालला देशकार्य करायला..." [३४]

इ) स्त्री-शिक्षण

लेखक : लेखकांनी वर्णिलेल्या नायिका शिक्षित आहेत. परंतु स्त्रीच्या सौंदर्याची वर्णने जशी विस्ताराने आली आहेत, तशी तिच्या शिक्षणाची मात्र आली नाहीत. 'सुशिक्षित', 'सुशिक्षित' असा त्यांचा वारंवार उल्लेख होतो. परंतु त्या नेमक्या किती शिकलेल्या आहेत, पदवीसाठी त्यांनी कोणता विषय निवडला आहे, का निवडला आहे याची रसभरीत वर्णने करण्यात लेखक गुंतलेले दिसत नाहीत. ग. त्र्यं. माडखोलकरांच्या 'भंगलेलं देऊळ'मध्ये अनू महाविद्यालयात प्रथम दिवशी जाताना मैत्रिणीने तिला कसे नटविले होते, याचे वर्णन विस्ताराने येते. पण उच्च शिक्षणासाठी प्रवेश करताना अनूच्या मनात शिक्षणाबद्दल, शिक्षणामुळे मिळणाऱ्या भावी आयुष्याबद्दल काही विचार आल्याचे जाणवत नाही. मॅट्रिकपाशीच शिक्षण थांबलेली खांडेकरांची उल्का किंवा केतकरांच्या प्रियंवदा, मधुमालती क्वचितच दिसतात. बाकीच्या बहुतेक जणी मॅट्रिकच्या पुढे शिकणाऱ्या आहेत. खांडेकरांच्या सुलोचना – सुलभा, ना. सी. फडके यांच्या निर्मला – इंदुमती – रजनी, श्री. व्यं. केतकरांच्या कालिंदी – विचक्षणा – शारदा, माडखोलकरांची अनू – सरल – उत्तरा, पु. य. देशपांडे यांची तिलोत्तमा – रजनी–कृष्णा या साऱ्या जणी महाविद्यालयात शिकत आहेत किंवा पदवीधर आहेत. शिक्षणामुळे त्या पुरुषांमध्ये मनमोकळेपणाने वावरतात. धिटाईने बोलतात. एक-दोन प्रेमप्रकरणे सहज करतात. तरीही केतकरांच्या नायिका सोडल्यास इतर जणींमध्ये वैचारिक प्रगल्भता आढळत नाही. सावरकरांची कमलिनी सोडून इतर कोणाचेच व्यक्तिमत्त्व शिक्षणामुळे स्वयंसिद्ध झाल्याचे दिसत नाही. केतकर, सावरकरांनी आपले विचार नायिकांवर लादलेले वाटतात. इतरांच्या साहित्यातील अनेक जणी हुशार असल्याचे लेखक पुनःपुन्हा सांगतात. परंतु कादंबरीच्या कथानकातील प्रसंगांत त्यांची हुशारी कोठेच दिसून येत नाही. खांडेकरांची उल्का हुशार, पण गरिबीमुळे पुढे शिकण्याची संधी न मिळालेली. वयस्क माणसाशी विवाह करून स्वतःला सगळ्या बाजूंनी मुरड घालीत जगते. शिक्षण नाही मिळाले तरी विचार-आचार स्वातंत्र्य देणाऱ्या ध्येयनिष्ठ पित्याची ही मॅट्रिक झालेली कन्या, इतकी अगतिकपणे जगावी? खांडेकरांची 'क्रौंचवध'मधील सुलोचना

महाविद्यालयात शिकणारी, केवढी हुशार मुलगी! परीक्षेत कायम वरचा वर्ग आणि निरनिराळी पदके मिळवणारी! परंतु निर्णयाच्या वेळी कायम गोंधळलेली, धास्तावलेली! आधारासाठी वडिलांच्या, मित्राच्या, नवऱ्याच्या खांद्यावर विसावलेली! श्री. व्यं. केतकरांच्या 'विचक्षणा' कादंबरीतील विचक्षणा बुद्धीने हुशार असल्याचे म्हटले आहे. युक्ती-प्रयुक्तीने मधुमालतीला बाजूला सारून माधव छत्रेचे लक्ष आपल्याकडे वेधून घेण्याखेरीज दुसरा कोणताच बौद्धिक आविष्कार ती दाखवत नाही. पु. य. देशपांडे यांच्या 'सदाफुली'मधील तिलोत्तमा, दणादण टेनिस खेळणारी मुलगी. पण ही शिक्षित मुलगी कोठेही स्वत:चा निर्णय न घेता, इतरांच्या निर्णयाप्रमाणे वाहत जाते. अशोकवर उत्कटतेने प्रेम करते. वडिलांच्या इच्छेनुसार सुरेशशी ठरलेले लग्न मोडून पुन: अशोकला पुढे आणल्यावर अशोकशी विवाहबद्ध होते. अशोकशी विवाह झाल्यावर बधिर झाल्यासारखी होते. देशपांडे यांच्याच 'सुकलेले फूल'मधील कृष्णा आणि 'काळी राणी'मधील रजनी निदान प्रीतीच्या बाबतीत तरी काही विचार करतात. आणि स्वत:च्या निर्णयाने वागतात. परंतु प्रीतीखेरीज इतर बाबतीत त्यांना वैचारिक उंची असल्याचे दिसत नाही. प्र. के. अत्रे यांच्या नाटकातील सुशिक्षित स्त्री-पात्रांना विवाहबंधनामुळे, संसारामुळे होणारी स्त्रीची कोंडी जाणवते. त्या त्रागा करतात. आणि अखेर परंपरेच्या चौकटीला बळी जातात किंवा त्या चौकटीत एखादा फेरफार सुचवून–करून तडजोडीने राहतात. वरेरकरांच्या सुशिक्षित नायिका पुरुषांच्या बरोबरीचे स्थान मागतात. बहुतेक सगळ्या जणी स्त्री-स्वातंत्र्यासाठी अतिउत्सुक आहेत. स्त्री-स्वातंत्र्याची मागणी त्या इतकी येताजाता करतात की, त्या फार कर्कश्य आणि म्हणूनच अवास्तव आणि 'वरेरकरांची निर्मिती' वाटतात.

शिक्षणामुळे विचाराने प्रगल्भ झालेली, व्यक्तिमत्त्वाने स्वयंसिद्ध, आशा-निराशेचा खेळ पेलणारी, तरीही वास्तव वाटेल अशी सुशिक्षित स्त्री लेखकांच्या साहित्यात अभावानेच आढळते. शिक्षणामुळे मिळू शकणाऱ्या अर्थार्जनाच्या संधीचे तर या स्त्रियांना आकर्षणच वाटत नाही. किंबहुना स्वत:च्या अर्थार्जनक्षमतेची त्यांना जाणीवच दिसत नाही. या सुशिक्षित नायिका प्रणयोद्यानी क्रीडा करीत आहेत. त्यांचे प्रश्न मुख्यत: प्रीतीशी निगडित आहेत. स्त्री-स्वातंत्र्य आणि राष्ट्र-स्वातंत्र्य यांचा त्या जाताजाता थोडाफार विचार करतात. तरी ती त्यांची स्वाभाविक प्रकृती नाही. प्रीतीत रंगणे हा त्यांचा सहज स्वभाव दिसतो. सुशिक्षित स्त्रीबद्दलचे समाजमनातले दूषित ग्रह लेखकांच्या साहित्यातून ऐकू येतात. तथापि, त्यांच्या नायिकांना कोणीतरी तारक प्रियकर, नवरा, वडील इत्यादी असतो. त्यामुळे जीवनाच्या आगीत त्या होरपळून निघालेल्या दिसत नाहीत.

लेखिका : सुशिक्षित म्हटल्या जाणाऱ्या सगळ्या जणींना महाविद्यालयात जाण्याची संधी मिळालेली नाही. शालेय शिक्षणापाशीच काहींचे शिक्षण थांबले आहे. मॅट्रिकनंतर नोकरी मिळवण्यासाठी एखादा लहानसा कोर्स करणाऱ्या काही जणी आहेत. काही जणी महाविद्यालयात शिकत आहेत. काही जणी पदवीधर होऊन नोकरी करीत आहेत. त्यांना सच्च्या दिलाचा तारक उद्धारकच्या प्रेरक असा पुरुष कोणत्याच नात्यात भेटल्याचे सहसा दिसत नाही. स्वत:चा मार्ग त्या स्वत: शोधत जातात. कधी धास्तावतात. कधी खचतात. कधी नुसत्याच कुढत राहतात. कधी यशस्वी होतात. परंतु प्रत्येकीच्या वाटेवर कोंडमारा आणि संघर्ष आहेच. लेखिकांच्या साहित्यात सुशिक्षित स्त्रीसमोरचे जे लहान-मोठे अगणित प्रश्न आहेत, त्यांचे अस्तित्व लेखकांना जाणवल्याचे दिसत नाही.

लेखिकांच्या साहित्यविश्वातील शिक्षित होऊ लागलेल्या मुली काव्यमय वातावरणात विहार करीत नव्हत्या. या मुलींचे भावविश्व अशिक्षित मुलींपेक्षा फारसे बदललेले नव्हते, असे मालती बेडेकर सांगतात.

'वाटे, केव्हा एकदा लग्न होऊन जाईल कोण जाणे! माझा वेळ लिहिण्यावाचण्यात मी घालवावा, इतकी मी कुठे शिकले होते? आणि ताई अगदी मनातले बोलू का? इंग्रजी शाळेतल्या ज्या मुली माझ्या ओळखीच्या आहेत, त्यासुद्धा अभ्यासापेक्षा याबद्दलच अधिक बोलतात आणि टवाळी – निंदानालस्ती, अगदी आम्हा अडाणी बायकांच्यासुद्धा पलीकडली करतात. शिकलेल्या मुलींबद्दल मी असे म्हटले, म्हणून तू रागावू नको हं माझ्यावर! पण मला त्यामुळे असे वाटते खरे, की कितीक मुली शिकल्या व कितीक मुली अडाणी असल्या, तरी त्यांचा जिव्हाळ्याचा विषय हाच असतो. पंधरावे वर्ष उलटले न उलटले तोच लग्न, बायका-पुरुषांच्या बाबतीतली कुटाळी हे विषय अगदी निघायचेच.'[३५]

गीता साने यांच्या कथेतली शाळेत शिकणारी मुलगी कशी आहे?

'दर वर्षी कशीबशी पास होत होते मी. आवडी-निवडीही तशाच दहा जणींसारख्या. घरी काम नको म्हणून शाळा, निरुपाय म्हणून अभ्यास. गरिबीत परवडेल तेवढा नखरा. गोष्टी सिनेमाच्या, सिनेतारकांच्या! स्वप्नं श्रीमंत नि मुठीत राहणारा नवरा मिळवण्याची. बहुसंख्य मुलींप्रमाणे नेत्रकटाक्ष फेकण्याचा अभ्यास मीही केलेला.'[३६]

शिक्षण घेणाऱ्या मुलींच्या मनोवृत्ती अशिक्षित स्त्रियांप्रमाणे संकुचित राहण्याचे कारण भोवतालचा बहुजन समाज स्त्री-शिक्षणाकडे उदार मनाने पाहत नव्हता. तिच्या प्रगतीला पुरेसा वाव देत नव्हता. भोवतालच्या कोंदट वातावरणाचे चित्रही लेखिकांनी रेखाटले आहे. सुशिक्षित होत असलेल्या स्त्रीच्या भोवती नाउमेदीचे

जाळे किती प्रकारे विणले जात असे! 'हिरवळीखाली'मधील भावाला शिकलेल्या बहिणीची लाज वाटते. तिच्या विकासाला आवश्यक त्या वाचनाची संधी तिला नाही. मधू म्हणते, 'माझा अभ्यास त्याच्या जुन्या पुस्तकांवर होई. त्याच्या जुन्या वह्यांची फाडलेली पाने मला उपयोगी पडत. मला पुस्तके देण्यापूर्वी, भाऊ काळजीपूर्वक त्याचे नाव असलेले पान फाडून टाकी. शिकलेल्या बहिणीची त्याला लाज वाटत असे.

'त्याचा त्यात फारसा दोष नव्हता. समाजाच्या वरच्या घरातून शिक्षणप्रसार होत होता. पण खालच्या घरांतून मात्र अमावास्येचा काळोख होता. संपत्तीमागून, शिक्षण व संस्कृती ह्या ऐषआरामाच्या वस्तू आहेत हो! ऐषआरामाच्याच नाहीतर काय? ज्यांच्या पोटाला दोन्ही वेळ पोटभर अन्न मारामारीने मिळवयाचे, त्यांचा संस्कृतीशी काय संबंध? संस्कृती हा मानवजातीचा आवश्यक गुण आहे, असे आम्हांला वाटतच नाही. ही माणसे, माणसेच नव्हेत; अशीही कल्पना श्रीमंतांची असेल कदाचित! त्या खालच्या थरांतून शिक्षण घेण्यासाठी मुलगी वर चढू लागली, म्हणजे आकर्षणाचे सर्व नियम तिला खाली ओढू पाहतात.

'गोष्टी समजावून घ्यायला लागणारी बुद्धी अगर साधने माझ्यापाशी नव्हती. कादंबऱ्या, नाटक-सगळं ललितवाङमय माझ्या कक्षेबाहेर होते. त्यांचा घरात विटाळ होई. एकदा माझ्या हातांत 'धाकट्या सूनबाई' पाहून आईने खरपूस मार दिला होता. तीच कांदबरी भाऊकडून तिने मिटक्या मारीत वाचून घेतली, ही गोष्ट अलाहिदा!!'[३७]

मुली शिकल्या की त्यांचे अविवाहित्वाचे वय वाढणार आणि त्यांचा पाय कोठेतरी घसरणार, ही शंका समाजाच्या मनात सतत होती.

'इश्श, एवढाल्या कुंवार पोरी घरात ठेवणे काही लहानसहान का आहे! आधी पोर म्हणजे तलवार; आणि तरणीताठी पोर म्हणजे दुधारी आण.

'ज्याची वस्तू त्याच्याकडे बरी हो. उगीच शिकवण्याच्या भरी भरू! धर्म करिता कर्म उभे राहिले, म्हणजे गळ्याला फास लागेल.'

दहाजणींची दहा!

'अहो, ती तारा नव्हती का रखमाबाईंची, त्यांनी अशीच शिकवली तिला, अन् परवा म्हणे, ती एका नाटक्याचा हात धरून गेली. तरी त्यांना सांगत होतो.'[३८]

सुशिक्षित स्त्रीबद्दल समाजाच्या मनात असलेले दूषित ग्रह स्त्रियांच्या साहित्यात अनेक प्रकारे व्यक्त होतात. सुशिक्षित स्त्री म्हणजे अकार्यक्षम स्त्री. घर सांभाळायला

समर्थ नसलेली स्त्री. समाजाचा असा ग्रह होण्याची कारणे कोणती, तेही लेखिका सांगतात. गीता साने यांच्या 'हिरवळीखाली' या कादंबरीतील मधू पदवीधर आहे. ती एका चार मुलांचा बाप असलेल्या बिजवराशी विवाहबद्ध होते. तिची सासू घराच्या किल्ल्या तिच्या स्वाधीन करताना तिला जे चार शब्द ऐकवते, त्यातून समाजाचा सुशिक्षित स्त्रीबद्दलचा ग्रह कळतो.

'माझे भरले घर तुझ्या स्वाधीन करताना तुला चार गोष्टी सांगते. शिकलेल्या मुली कलहप्रिय असतात, गर्विष्ठ असतात म्हणे! पण इंग्रजी बोलता आले, म्हणजे काही हात स्वर्गाला पोचत नाहीत. संसारात इंग्रजी काही कामाला येत नाही. दूधदह्याचा हिशोब, रटफ करीत पोथी वाचणारी माझ्यासारखी बाई ठेवू शकते. माझी एकच गोष्ट ध्यानात ठेव. अशी वाग की, तिऱ्हाइताला शिकलेली सून घरात असल्याची शंका नाही येता कामा! त्यांच्याकडून वाहवा म्हणवून घे-'बी.ए.एम.ए. होऊन आमच्या पदरात काय पडते? संसार करण्याची कुवत अंगात येत नाही. जी इंग्रजी शिकण्यात आयुष्याची वर्षेच्या वर्षे खर्च होतात, तिच्यामध्ये पंधरा वाक्ये सुसंबद्ध बोलण्याइतके प्रावीण्यसुद्धा मिळत नाही. गणित, इतिहास, भूगोल घोळून उत्तरायुष्यात कधी वर्तमानपत्र उघडावे वाटत नाही; आणि उघडलेच तर हॅम्बर्ग मंगळावर आहे का शुक्रावर, असा प्रश्न पडतो.

'सध्याची समाजाची घडी, तिला हे शिक्षण मानवत नाही आणि परिणाम काय होतो? सुशिक्षित स्त्री गृहिणीपदाला नालायक ठरते. त्या चमत्कारिक परिस्थितीमुळे वृद्ध मंडळी स्त्रियांना जास्त शिक्षण देण्याविरुद्ध असतात. त्यांच्या मते अनाथ विधवांना पोटाचे साधन, या नात्याने उपयोगी पडणारी ही चीज आहे. पण प्रत्येक सुशिक्षित स्त्रीने मग ती विधवा असो, कुमारी वा सौभाग्यवती असो- बुद्धी परिश्रम करणे फक्त शक्य आहे. ही गोष्ट आम्हाला अजून उमजली नाही, म्हणून सगळे घोटाळे होतात.'[३९]

मित्राच्या सुशिक्षित पत्नीशी ओळख करून घ्यावी, अशी एकाची इच्छा. परंतु सुशिक्षित पत्नीची मित्राशी ओळख करून द्यावी, असे त्या नवऱ्याला मात्र वाटत नाही. ओळख करून घेण्यासंबधी सुशिक्षित स्त्रीचे स्वतःचे मत काय आहे, हे तिला विचारण्याची आवश्यकता दोघांनाही वाटत नाही. सुशिक्षित स्त्रीचा स्वतःचाही कोणत्या मताबद्दल आग्रह दिसत नाही. गीता साने यांची विमल म्हणते,

'ह्यांची एक विशेष संवय होती, ती म्हणजे हे आपल्या कोणत्याही मित्राला आंत आणीत नसत. तेवढ्या दृष्टीने त्यांना मी व माई सारख्याच वाटत असू. एकदा त्यांचे आपल्या मित्रांशी खूप झमकले. तो यांना म्हणत होता की, 'तू आपल्या बायकोशी माझी ओळख करून दे.

'हे रागावून म्हणाले,

"तू जर आपल्या बायकोशी माझी ओळख करून देत नाहीस, तर मी का...."

पण माझी बायको अशिक्षित! ती तुझ्या वाऱ्याला नाही उभी राहणार."

"मग माझी बायको तरी राहील, असा तुला का विश्वास आहे?"

'मला त्यांची ही संवय बरीच जाणवे; कारण दादाची संवय त्यांच्या उलट होती. वहिनीचे शिक्षण बेताचेंच असले तरी सर्रास तो त्यांची व माझी सर्वांशी ओळख करून देई. वहिनी केव्हा केव्हा रागावत.'

"आपल्यालाच लोळ सारा! इतर लोक आपल्या बायकांना नेतात का पुरुषांमध्ये?"

"मग नसले नेत म्हणून काय झाले? दुसऱ्या बायका बुरखा घेऊन हिंडल्या, म्हणून तू तसेच करशील का?"

'तथापि, ह्यांच्या ह्या विवक्षित संवयीने माझा फायदाच होत असे. माझा वेळ खायला कोणी येत नसे. शिकलेली व मास्तरीण म्हणून स्त्रिया दूर असत. धड ना 'बायको' धड ना 'पुरुष' अशी माझी स्थिती होती.[४०]

ही विमल अगदीच खालच्या मानेने चालणारी पारंपरिक स्त्री नाही. तिने प्रीतिविवाह केलेला आहे. ती नोकरी करते. नवऱ्यांशी अनेकदा बरोबरीच्या नात्याने ती भांडते. पण घर सांभाळणे आणि नोकरी करणे, दारिद्र्यामुळे चिडचिडा झालेला नवरा सहन करणे, सासूचे टोमणे ऐकणे यांत या पदवीधर स्त्रीची इतकी शक्ती खर्च होते की, बरं झालं, नाही नवऱ्यानं ओळख करून दिली तर वेळ वाचला, अशी तिची उदासीन प्रतिक्रिया.

अगदी लहानसहान प्रसंगी सुशिक्षित स्त्रीवर कसे आघात होत होते, ते लेखिकांच्या साहित्यातून कळते. ते आघात नेहमी जिव्हारी लागणारे होते, असे नाही. अनेकदा ते सौम्य होते. तरी ते सुशिक्षित स्त्रीला सतत साशंकतेने- सावध ठेवणारे होते. नवऱ्याचे नाव घेणे, हे यापैकीच एक. शकुंतलाबाई पुण्याच्या तर गीताबाईंचे वास्तव्य नागपूर-उमरावती परिसरातले आणि महाराष्ट्राच्या बाहेरचे! दोघींची कधी भेटही झाली नाही. तरी दोघींच्या सुशिक्षित नायिकांना एकाच प्रश्नाला सामोरे जावे लागले - 'नवऱ्याचे उखाण्यातून नाव घेणे.'

'अक्षयतृतीयेला हळदीकुंकवांची झोड होती. माझ्या विद्यार्थिनींच्याकडे मी बहुधा जात असे.

'मी जरा लवकरच निघाले. नव्या सब-जज्जांच्याकडे हळदीकुंकू घेतले. त्यांची पितृहीन पुतणी - माझी विद्यार्थिनी बोलवावयास आली. आंत निवडक बायकांची

व्यवस्था होती. बाई इंटर पास झालेल्या आणि बोलून चालून मोकळ्या दिसल्या. मी जायला निघणार तो एक वृद्ध बाई म्हणाल्या,

"नाव घ्यायचं हो!"

"आजीबाई नांव घेईन, उखाणा नाही येत मला."

"इश्श, उखाणा न यायला काय झाले? शिकलेल्या मुली तुम्ही!"

"शिकलेल्या मुलींना सर्व काही येते, असे थोडेच आहे? गौरीपुढे ठेवायला किती सुंदर मांडे आणि फेण्या केल्यात तुम्ही! आम्हांला येतील का?"

"बरं. घे नुसतं नाव." मला धाक घालण्यासाठीच जणू त्या म्हणाल्या.

"विनायक."

"हात् मेल्यानों! तुम्ही अगदी लाजा बाजारात विकल्या की! नेसूचे सोडून डोक्याला गुंडाळलेत."[४१]

शकुंतला परांजपे यांच्या कादंबरीतील प्रसंग :

"मग नाहीच का घेणार नांव?" एका पोक्त बाईंनी विचारले.

"छे हो! अलीकडच्या शिकलेल्या बायकांना उखाणे येतच नाहीत घेता. पुस्तकं लिहिता येतात, व्याख्यानं देता येतात; पण उखाणे काही जुळवता येत नाहीत." दुसऱ्या एक बाई म्हणाल्या. शिकलेल्या बायकांवर झालेला हल्ला परतवण्याकरिता लीलाबाईंनी घसा साफ करून् नाव घेण्याची आपली तयारी दर्शविली. सगळीकडे शांतता झाली. चांदणीकडे पाहत लीलाबाईनी नांव घेतले.

'विद्येला अलंकार सद्‌गुरू साजे । मुकुंदरावांची चांदणी सर्वत्र गाजे.'[४२]

उखाण्यातून नाव घेण्याच्या साध्या प्रसंगात गीताबाईंची पदवीधर विमल परंपरा नाकारण्याचा आपला अधिकार दाखवून देते, तर शकुंतलाबाईंच्या लीलाबाई परंपरेशी तडजोड करून आपले श्रेष्ठत्व सिद्ध करू पाहतात. सुशिक्षित स्त्रीचा प्रवास याप्रमाणे कधी कधी परंपरेचा हात धरून, तर कधी हात सोडून असा चालू होता. या दोन नायिकांमध्ये आणखीही साम्यस्थळे आहेत. त्यांच्याभोवती सौंदर्याचे, श्रीमंतीचे कोणतेही वलय नाही. दोघी शाळेत शिक्षिका आहेत. दोघींनी प्रीतिविवाह केले आहेत. त्या स्त्री-शिक्षण, स्त्री-सुधारणा यांबाबत जागरूक आहेत. परंतु त्या फडके, खांडेकरांच्या नायिकांसारख्या प्रीतीच्या चांदण्यात नाहत बसलेली सौंदर्याची लाजाळू झाडे नाहीत. किंवा त्यांनी वरेरकरांच्या नायिकांसारखा स्त्री-स्वातंत्र्याचा झेंडा हातात घेतलेला नाही. भोवतालच्या चारचौघींपेक्षा दोघीही आधिक चुणचुणीत आहेत. शिक्षणामुळे त्यांच्यात किंचित अहंपणाची भावना निर्माण झाली आहे, पण

उर्मटपणा नाही. आत्यंतिक अभिमान नाही. त्या सर्वसामान्य स्त्री-जगतात मिसळणाऱ्या आहेत. हळदीकुंकवाला जाणाऱ्या आहेत. मुलींना मन:पूर्वक शिकवणाऱ्या आहेत. मुलींना शिस्त लावणाऱ्या आहेत. वेळप्रसंगी सुशिक्षित स्त्रीचे श्रेष्ठत्व दाखवून देणाऱ्या आहेत. तरीही दोघींची जीवनमार्गावरील वाटचाल वेगळी आहे. दूर ठिकाणी राहणाऱ्या दोन लेखिकांच्या नायिकांमधील व्यक्तिमत्त्वातले साम्य आणि वेगळी वाटचाल यांमुळे तत्कालीन सुशिक्षित स्त्रियांचे ते वस्तुनिष्ठ चित्र आहे, असे अधिक विश्वासाने म्हणता येते. प्रसंग नवऱ्याचे नाव उखाण्यात घेण्याचा असो किंवा व्यायलेल्या मांजरीचा असो! कोणत्याही निमित्ताने स्त्री-शिक्षणावर जी टीकाटिप्पणी होत होती, ती लेखिकांच्या साहित्यात प्रतिबिंबित झाली आहे. शकुंतला परांजपे यांच्या लीलाबाई मांजर व्यायल्यावर पिलासकट टोपली देवघरात ठेवतात.

'मांजराच्या स्पर्शाने विटाळ होत नाही, एवढे त्यांना माहीत होते. तेव्हा हा प्राणी निषिद्ध नसल्यामुळे, त्याची स्थापना देवघरात केल्यास कोणाची हरकत येणार नाही, अशी त्यांची समजूत होती.

'भटजी मात्र पुटपुटले, 'सोहेर सुटायच्या आत त्या भाटीला देवघरात कशी ठेवली? नी तीही विटाळाच्या चिरगुटांसकट. हे अलीकडलं स्त्रीशिक्षण.' अर्थात त्यांचे पुटपुटणे लीलाबाईंच्या कानावर गेले नाही. देवांचा देव्हारा मात्र भटजींनी हळूच स्वयंपाकघरात आणून ठेवला, व आपण पुन्हा स्नान करून देवांनाही चांगले स्नान घातले.'[४३]

लेखक आणि लेखिका यांच्या साहित्यातील सुशिक्षित स्त्रियांमधला मुख्य फरक म्हणजे लेखिकांच्या साहित्यातील सुशिक्षित स्त्रिया गरज म्हणून अर्थार्जनासाठी घराबाहेर पडल्या आहेत. त्याची चित्रे लेखिकांच्या साहित्यात आली आहेत. त्यांचा नंतर स्वतंत्र विचार करू.

ई) स्त्री-पुरुष प्रीती

लेखक : लेखकांच्या साहित्यातील बहुतेक तरुण स्त्री-पुरुष प्रीतीमध्ये गुंतले आहेत. केवळ एकच प्रेम करणाऱ्या व्यक्ती फार थोड्या आहेत. अनेक जण दोन जणांच्या प्रेमपाशात गुंतले आहेत.

ना. सी. फडके यांच्या 'कलंकशोभा'मधील शशिकांताच्या जीवनात प्रथम निशा येते. नंतर रंजना येते. नंतर शामा येते. निशा शशिकांतावरच्या आरोपामुळे त्याच्यापासून दूर जाते. शामा समंजसपणे रजनीच्या मार्गातून दूर होते. याच कादंबरीत मोहन–ल्यूसी प्रेम जमते. पण मोहनच्या वडिलांना ते पसंत नसल्यामुळे

मोहन ल्यूसीला सोडून मालिनीबरोबर विवाह करून सुखाने नांदतो. ल्यूसी समाजसेवेला वाहून घेऊन अविवाहित राहते. श्री. व्यं. केतकरांच्या 'आशावादी'मधील लालनाथशी विवाहबद्ध असलेली डॉ. नंदिका, डॉ. परमानंदाच्या प्रेमात सापडते. विश्वामित्राला आपल्या पत्नीपेक्षा डॉ. नंदिकेचे आकर्षण वाटू लागते. 'ब्राह्मणकन्या'मधील कालिंदी आपले प्रेम फसल्यावर शिवशरणअप्पांची रखेली होणे पत्करते. त्याच्याकडून भ्रमनिरास झाल्यावर काही काळ स्वतंत्र राहून एका मजूर पुढाऱ्याशी प्रेमविवाह करते. 'विचक्षणा'मध्ये माधव छत्रेसाठी मधुमालती आणि विचक्षणा या बहिणींमध्ये स्पर्धा सुरू असते. माडखोलकरांच्या 'भंगलेले देऊळ'मधील अनू अरुणवर मन:पूर्वक प्रेम करते. आपले प्रेम वासनामय नाही, म्हणून अरुणने विवाह नाकारल्यावर अनू अनिरुद्धाकडे आकर्षित होते. अनिरुद्ध-अनू विवाहबद्ध झाल्यावर मनू अनिरुद्धाच्या जीवनात येते. खांडेकरांची उल्का वसंता आणि माणिकरावावर मन:पूर्वक प्रेम करते. ही दोन्ही प्रेमप्रकरणे विफल झाल्यानंतर बालमित्र चंद्रकांतावर अशरीरी प्रेम करीत वीस वर्षांनी मोठ्या असलेल्या पुरुषाशी विवाहबद्ध होते. समरस होण्याचा मन:पूर्वक प्रयत्न करते. पण समरस होत नाही. 'क्रौंचवध'मधील सुलोचना दिनकर देसाई या देशभक्त तरुणावर प्रेम करीत असतानाच दरबार सर्जन भगवंतरावांकडे आकर्षित होऊन त्यांच्याशी विवाहबद्धही होते. तरी तिचे मन दिनकरकडे ओढ घेतच असते. पु. य. देशपांडे यांच्या 'सदाफुली'मधील तिलोत्तमा अशोक आणि सुरेश दोघांच्या प्रेमात पडते. 'सुकलेले फूल'मधील विधवा कृष्णा स्वेच्छेने आतेभाऊ केशवशी विवाह ठरवते. नंतर आजारपणात तिला बरे करणाऱ्या डॉक्टरच्या प्रेमात सापडून केशवशी ठरवलेले लग्न मोडून टाकते. डॉक्टरांची इच्छा नसल्यामुळे ती अविवाहितच राहते. 'काळी राणी'मधील रजनी-प्रकाश ही मुख्य प्रीतिकथा चालू असताना, एका बाजूला प्रकाश-वहिनी आणि दुसऱ्या बाजूला रजनी-श्रीधर या आकर्षणांची उपाख्याने होऊन जातात. वा. म. जोशी यांच्या 'इंदू काळे सरला भोळे' या कादंबरीत इंदू-भाऊराव, सरला-विनायकराव, नारायण पाठक-काशी ढवळे अशी सफल-विफल होणारी प्रेमप्रकरणे आहेत. शिवाय इंदू-बिंदुमाधव मैत्रीचे उपप्रकरण आहे. माडखोलकरांच्या 'नवे संसार'मध्ये विवाहबद्ध विद्याधराच्या जीवनात मुक्ता येते.

हे सर्व प्रेमिक प्रेमरंगी रंगले आहेत. लेखकांनी 'सुशिक्षित स्त्री'चे नाते स्वावलंबन किंवा स्त्रीचे स्वतंत्र निर्भय व्यक्तित्व या कल्पनेशी जोडले नाही, तर वृक्षाच्या आधारे वाढणारी सुंदर वेल या प्रीतीच्या कल्पनेशी जोडले. लेखकांच्या कादंबऱ्यांतील सुशिक्षित स्त्रिया प्रीतीची बरसात करीत, आपल्या भोवतालचा परिसर धुंद करीत होत्या. लेखकांच्या साहित्यातील प्रेमिकांना भोवतालच्या जनतेचे

अस्तित्व जाणवल्याचे फारसे दिसत नाही. पारंपरिक भारतीय जीवनपद्धती लक्षात घेता, ही गोष्ट अगदी आश्चर्यकारक वाटते. स्त्री-पुरुषांमध्ये सतत पडदा असणाऱ्या पारंपरिक समाजात इतके निर्वेध प्रेम करण्याची संधी मिळणे, केवळ अशक्य वाटते, जसे काही प्रेमिकांचे स्वतंत्र बेट आहे. श्री. व्यं. केतकर आणि वा. म. जोशी सोडून इतर लेखकांनी निर्मिलेली प्रीतीची ही दुनिया स्वप्नील वाटते. ही स्वप्नील दुनिया पाहून त्याच काळातल्या 'माणूस' चित्रपटातले गीत आठवते.

'प्रेमाची फुटली पेठ, लुटुया प्रेमाचा बाजार
प्रेमची चटणी, प्रेमची भाकर, प्रेमची कांदा गोड
लुटुया प्रेमाचा बाजार'

याच काळातल्या लेखिकांच्या साहित्यात मात्र प्रेमाची अशी भरगच्च पेठ दिसत नाही. प्रीती आहे, परंतु ही प्रीती भोवतालच्या वास्तवाने घेरलेली आहे.

लेखिका : लेखिकांच्या साहित्यात स्त्री-पुरुष प्रीती जरूर आहे. परंतु लग्नाच्या बाजारात एकमेकांना सर्व दृष्टींनी साजेसे असे प्रेमिक अचूकपणे समोरासमोर येत नाहीत. भोवतालचे वास्तव लेखिकांच्या प्रीतिकथेत अपरिहार्यपणे घुसले आहे. परंपरा, परिस्थिती आणि व्यक्तींच्या मनोवृत्ती यांच्या धाग्यातून हे वास्तव विणले गेले आहे. केतकर आणि वा. म. जोशी यांच्या कादंबऱ्यांतील वास्तवापेक्षा लेखिकांच्या साहित्यविश्वातील वास्तवाचा पट वेगळा आहे. केतकर त्यांच्या मनातील समाजशास्त्रीय विचारांची मांडणी करण्यासाठी वास्तवाच्या पार्श्वभूमीवर प्रीतिकथा चित्रित करतात. जोशी त्यांच्या ध्येयवादाच्या संदर्भात चित्र दाखवतात. तर लेखिका स्त्री-मनातील प्रीतीची भावना चित्रित करीत असताना भोवतालचे वास्तव त्या स्त्रीला जसे सामोरे येते, तसे त्याचे चित्रण करतात. मालती बेडेकरांच्या 'अंत:करणाचे रत्नदीप' या कथेची (कळ्यांचे नि:श्वास) नायिका परजातीय तरुणाच्या प्रेमात सापडते. तेव्हा तिची आई, भाऊ तिला विरोध करतात. ती जेव्हा स्वत:ची वेदना बोलून दाखवू लागते, तेव्हा कुटुंबात तिची कुरूपतेमुळे झालेली कोंडी सहजपणे ओघात कथन करते. प्रीतीसाठी आसुसलेले तिचे मन जातीय बंधन सहजपणे तोडून टाकते. तिच्या प्रीतिकथेत कुटुंबसंस्थेचे महत्त्व, जातीयतेचा पगडा आणि स्त्री-सौंदर्याचा महिमा यांचे संमिश्र वास्तव प्रतिबिंबित होते. 'प्रेम हे विष की अमृत' (कळ्यांचे निश्वास) या कथेतील नायिका भोवतालच्या जनतेच्या सतत टीकाटिप्पणीमुळे होणारी दोन मनांची होरपळ कथन करते. 'प्रेमाची पारख'मधल्या (कळ्यांचे निश्वास) नायिकेला सहवासाने तिच्या आणि प्रियकराच्या व्यक्तित्वातील तफावत कळते. ती त्याच्यापासून दूर जाते. 'रिकाम्या भांड्याचे निनाद' (कळ्यांचे

नि:श्वास) या कथेतील काशी स्वत:च्या उथळ स्वभावामुळे आणि भोवतालच्या परिस्थितीमुळे प्रीतीत होरपळून निघते. चारुदत्तच्या मनमोकळ्या वागण्याचा स्वत:च्या सोयीनुसार 'त्याचे आपल्यावर प्रेम आहे', असा अर्थ लावते. त्याने ते नाकारताच त्याच्यावर चिडते. सरळ स्वभावाच्या दामोदरपंतांचे प्रेम आधी स्वीकारते आणि नंतर त्यांचा अपमान करून श्रीमंत भय्यासाहेबांच्या आहारी जाते आणि जबरदस्त ठोकर खाते. या तिच्या होरपळीस तिचा स्वभाव कारणीभूत आहे, तशी पुरुषप्रधान समाजरचनाही. कारण कितीही स्त्रियांशी संबंध ठेवला, तरी भय्यासाहेबांचे समाजातले स्थान ढळू शकत नाही. चारुदत्त आणि दामोदरपंतांनाही थोड्याफार मन:स्तापापलीकडे काही सोसावे लागत नाही. काशी मात्र तिची शरीरपावित्र्य नामक चीज हरवल्यावर मुळापासून उखडून निघाल्यासारखी होते.

मालती बेडेकरांच्या 'विरलेले स्वप्न' या कादंबरीतील रोहिणी वैशाखाच्या प्रेमात पुरेपूर गुंतून जाते. नंतर वैशाखच्या व्यक्तिमत्त्वांची धग सहन न होऊन त्याच्यापासून दूर जाते. 'शबरी' या कादंबरीतील शबरी-अभिराम प्रीतीचा विवाह होताना दोघांच्या निराळ्या पोटजातींचा उल्लेख कादंबरीत येतो. पदवीधर शबरी आणि अभिराम यांचे विवाहापूर्वीचे नाते बरोबरीचे, मैत्रीचे आहे. शबरी ही मिळवती मुलगी आहे. विवाहानंतर, नोकरी सोडल्यानंतर शबरीचे क्षितिज हळूहळू घरात स्वयंपाकगृहात बंदिस्त होत जाते आणि अभिराम घराबाहेर नवनवी क्षेत्रे शोधीत जातो. तेव्हा प्रीती ही भावना आणि विवाह हा व्यवहार यांतील तफावतीचे वास्तव रूप प्रीतीच्या धुंदीपेक्षा अधिक प्रकर्षाने चित्रित होते. 'हिंदोळ्यावर' कादंबरीतली अचला परित्यक्ता असल्यामुळे, तिची आणि तिचा प्रियकर विरागची प्रेमाची वाट बिकट आहे. त्यातही प्रस्थापित समाजरचनेत विरागला फारसे काही भोगावे लागत नाही. मानसिक गुंत्यात भोवंडते आहे ती अचलाच, हे लखलखीत वास्तव मालतीबाईंच्या शब्दाशब्दातून प्रकट होते. 'जाई' कादंबरीतील जाईची प्रीतिकथा अगदीच वेगळी. आई घरातून पळून गेल्यामुळे वात्सल्याला पारखी झालेली जाई वसतिगृहात राहायला जाते. वात्सल्याला मुकलेली, तारुण्याच्या उंबरठ्यावर आलेली वेड्या वयातील जाई आवडलेल्या शिक्षकांना निनावी प्रेमपत्र लिहिते. शाळेतून काढून टाकली जाते. आजीच्या घरात बंदिस्त होते. तिचे लग्न जमणे कठीण होऊन बसते. रूढिमान्य संकेतांना भेदून कोवळ्या मुलीच्या मनातल्या नैसर्गिक प्रीतिभावनेचा आविष्कार झाला, तर मुलीला त्याची किती मोठी किंमत द्यावी लागते; हे जाईची एकतर्फी प्रेमकथा सांगते. गीता साने यांची 'लतिका' तशी नेहमीच्या प्रेमत्रिकोणाची कहाणी. या कादंबरीतील राधा स्वत:च्या दुबळेपणामुळे प्रियकराऐवजी दुसऱ्याशी विवाहबद्ध होते. परंतु तिचा जीव उत्कटतेने प्रियकराकडे

ओढ घेतो. ती प्रियकराकडे जाऊन राहते, तेव्हा तिचा जीव लग्नातून जन्मलेल्या तिच्या मुलाकडे ओढत राहतो. तरी ही ढोबळ प्रीतिकथा वाटू शकत नाही. कारण गीता साने राधाच्या प्रश्नाच्या मुळाशी जाऊन भिडल्या आहेत. बालपणापासून स्त्रीत्वाच्या साच्यात घडवली गेलेली राधा परावलंबी आहे. परावलंबित्वामुळे राधेत आलेला दुबळेपणा, आज्ञाधारकपणा, निर्णयशक्तीची उणीव, रूढ असलेली पारंपरिक पातिव्रत्याची नीतिमूल्ये यांच्या सूक्ष्म चित्रणामुळे; लतिकेच्या प्रीतिकथेला वास्तवाचे सखोल परिमाण मिळते. गीता साने यांच्या 'निखळलेली हिरकणी' या कादंबरीतील अच्युत पंचविशीतला उमद्या स्वभावाचा, सुशिक्षित, सुसंस्कृत तरुण आहे. त्याची पत्नी कृष्णा चौदा-पंधरा वर्षांची. तिच्या कोवळ्या वयामुळे त्याच्या मधुर प्रीतीचे सुख तिला अनुभवता येत नाही. तिला स्वत:चे मन नीट कळत नाही. प्रीतीतली शारीरिकता नकोशी होते. ती मनाने त्याच्यापासून दूर जाते. अपुऱ्या दिवसांच्या बाळंतपणातल्या मुलाच्या मृत्यूनंतर तर मनाने पूर्ण उद्ध्वस्त होऊन अच्युतचे घर सोडते. अच्युतला सर्व दृष्टींनी, बुद्धी-गुणांनी अनुरूप असलेल्या स्वत:च्या मैत्रिणीला अच्युतशी विवाह करण्याची अनुमती देते. समाजाचे घाव सोशीत स्वत: मृत्यूकडे निघून जाते. रूढिग्रस्त समाजातील फुलण्याआधीच बळी गेलेल्या प्रीतीची ही कथा. सर्व प्रकारची अनुकूलता असूनही कृष्णेच्या अल्पवयामुळे ही प्रीती फुलू शकत नाही, हे गीताबाईंना गवसलेले कथाबीज लेखकांना गवसलेले दिसत नाही. 'माळरानात' या कादंबरीतील क्षमा केतकर आय.सी.एस.च्या परीक्षेत बाळ अनुत्तीर्ण म्हटल्यावर, तत्क्षणी आपल्या प्रेमाला विराम देते. इतक्या मतलबी प्रेयसीचे दर्शनही लेखकांच्या साहित्यात सहसा होत नाही. 'दीपस्तंभ' या कादंबरीतील अलका-मधुकर यांची प्रीती आणि प्रीतिविवाह, 'आपले वैरी'मधील गंगाधर-सुलोचना यांची प्रीती वैवाहिक जीवनातही उत्कट आहे. परंतु हे उत्कट प्रीतिजीवन दारिद्र्याच्या आगीत होरपळते आहे. म्हणून फडक्यांच्या कादंबरीतले प्रीतीचे मधुर चांदणे येथे बरसत नाही. 'धुके आणि दहिवर'मधील उज्ज्वला विनयच्या ध्येयातला फोलपणा जाणवल्यावर मनाने तुटते आणि त्याच्यापासून दूर निघून जाते. 'आविष्कार'मधील अजय-इनाक्षी यांची प्रीती तेवढी सुरुवातीचा विरहकाल संपल्यावर केवळ मधुरतेने संपन्न झालेली दिसते. 'मीनाक्षीचे जीवन' कादंबरीतील मीना आणि डॉक्टर यांची प्रीती विवाहानंतर वळण बदलते. डॉक्टरांचा ध्येयवाद, उदारमतवाद व्यावहारिक पातळीवर मीनाला तापदायक होऊन संघर्ष सुरू होतो. शकुंतला परांजपे यांच्या 'घराचा मालक' या कादंबरीतील प्रेमिक वयाने प्रौढ आहेत. लीलाबाई विधवा आहे. बापूसाहेब एका सहासात वर्षांच्या मुलीचे वडील असलेले विधुर आहेत. इतक्या प्रौढ वयाच्या

दुसरेपणाच्या प्रीतिकथा लेखकांनी चित्रिलेल्या नाहीत. त्यांचे नायक-नायिका बहुतेक अविवाहित तरुण-तरुणी अगदी अठरा ते पंचवीस वयांमधले असतात. क्वचित नायक विवाहित असला, तरी अपत्य नसलेला तरुणच असतो; परंतु प्रत्यक्ष जीवनात प्रौढ वयात, दुसरेपणी प्रीती फुलू शकते. ती शकुंतलाबाईंनी चित्रित केली आहे.

लेखिकांनी चित्रिलेल्या प्रेमकथांमध्ये जनतेचे अस्तित्व प्रेमिकांना सतत जाणवते. ही भोवतालची जनता प्रेमिकांवर अनेक बरेवाईट परिणाम करते. मालती बेडेकर म्हणतात :

'ती दोन माणसे जगापासून लपू पाहतात आणि जग त्यांना हुडकून चव्हाट्यावर आणायला गुप्त हेरासारखे टपलेले असते. त्यामुळे लपू पाहणाऱ्या माणसांना जगाचा राग येतो, वीट येतो. वस्तुत: जगाच्या या केवळ रिकामपणाच्या, मन रिझवणाऱ्या गप्पा असतात. पण रागावलेली व चिडलेली ती दोन माणसे मात्र सबंध वेळ उद्विग्न होऊन, जगावर नांग्या मारीत राहतात. त्याने जगाला काहीच अपाय पोहचत नाही. आपल्या हातांनी ही मात्र आपल्या गुप्त गोष्टीची अधिक वाच्यता करतात.'[४४]

शकुंतला परांजपे यांच्या 'घराचा मालक' या कादंबरीतील विधुर बापूसाहेब लीलाबाईच्या व्याख्यानाला जातात. लगेच दुसऱ्या दिवशी कोर्टात त्यांची वकील मित्रमंडळी त्यांना टोकतात.

"काय बापूसाहेब, आता हेमंत व्याख्यानमालेचे सभासद केव्हा होणार?" एकाने विचारले.

दुसरा म्हणाला, "छे हो, त्यांना व्याख्यानांचा अतोनात कंटाळा आहे."

तिसरा म्हणाला, "पण कालच्या भाषणातला मात्र शब्दन् शब्द त्यांना पाठ असेल."

बापूसाहेबांनी काहीच उत्तर दिले नाही. पण तेवढ्याने तो विषय काही संपला नाही.

"काय वय असेल हो त्या बाईचं?" कोणीतरी विचारले.

"अजून गद्धेपंचविशी उलटली नसेल." कोठूनतरी उत्तर आले.

"विधवा आहेत ना त्या?" आणखी एक स्वर निघाला.'[४५]

लेखिकांच्या प्रीतिकथा अशाही प्रकारे वास्तवाने घेरलेल्या आहेत.

लेखिकांच्या साहित्यातील स्त्री-पुरुष प्रीतीची एक सुंदर छटा लेखकांच्या साहित्यामध्ये दिसत नाही. रूढार्थाने नातेवाईक नसलेल्या आणि प्रेमिकही नसलेल्या

स्त्री-पुरुषांची मनोहारी मैत्री लेखिकांनी अनेक ठिकाणी चित्रिली आहे. या निर्हेतुक मैत्रीत अस्फुट आकर्षण आहे आणि गाढ विश्वास आहे.

गीता साने यांच्या कादंबरीतील डॉक्टर बाबू आणि उज्ज्वल यांची मैत्री अशी विश्वासरम्य आहे. कितीदा ते रात्री बरोबर येतात. राजकारणाच्या चर्चा करतात. एकमेकांच्या प्रकृतीची काळजी घेतात.

'...आम्ही परत फिरलो. थंडी कडकली होती. डॉक्टरबाबू पुनश्च एकदा निश्चयाने म्हणाले,

"ताई, रागावू नका. पण माझ्या अंगावरची खादीची चादर स्वच्छ धोब्याची आहे. ती लपेटून घ्याल तर बरं होईल."

"आणि तुम्ही?"

"मी काटक आहे तुमच्यापेक्षा-शिवाय."

'...मी मध्येच थट्टेने म्हणाले, "स्त्री-जातीचा अपमान आहे डॉ. बाबू हा."

त्यांना माझी थट्टाही समजली नाही. ते आर्जवाने म्हणाले, "समजा, तुम्ही जास्त कडक आहात, पण त्याचं असं आहे ताई, मी मेलो तर दहांत एक. आणि तुमचं बरंवाईट झालं, तर एकात एक म्हणजे समूळ नाश."

"मनाला बरं नाही वाटत, डॉक्टरबाबू, आपल्या सहकाऱ्याला उघडं करून आपण आपलं रक्षण करणं."

'डॉक्टरनी उत्तरादाखल चादर मला दिली. अनुराधा-विशाखा डोक्यावर नाचत होत्या. डॉक्टरच्या शालीने माझ्या शरीराला किती ऊब दिली कोण जाणे, पण माझ्या भावनांना चालना मात्र दिली...

'अनेक भावनांच्या गुंतागुंतीतून एक निव्वळ भावना वर आली. माझे हृदय विनयच्या हृदयाची ऊब मागत होते. आणि - आणि तो विनय कुठे होता.'[४६]

गीता साने यांच्या 'आविष्कार' कांदबरीतील अजय-वीणा मैत्री आणि 'आपले वैरी'मधील नाना- सुलोचना यांची जवळीक अशीच मनमोकळी आहे. त्यांतील सुंदर रंग निरनिराळे अहेत. अजय-वीणा यांना एकमेकांच्या बुद्धीचे आकर्षण आहे, तर नाना-सुलोचना यांची जवळीक केवळ भावनेवर आधारलेली आहे.

मालती बेडेकर यांच्या 'दोघांचे विश्व' या दीर्घकथेतील संपादक आणि लेखिका वामन-चित्रा यांच्या मनमोकळ्या मैत्रीची पातळी आणखी निराळी आहे. डॉक्टर आणि उज्ज्वलेसारखी ही मैत्री सरळ रेषेतली नाही. स्त्री-पुरुष प्रीतीची नागमोडी वळणे वामन-चित्रा मैत्रीत आहेत. तरीही दोघांना एकमेकांचे शरीरापलीकडचे असे आकर्षण आहे.

'हॉटेलमध्ये जाऊन आम्ही बसलो. चित्रा उजळ झाली होती. तिचा तो नेहमीचा

सावळा रंग कुठल्या कुठे लोपला होता. तिच्या चेहऱ्यावरही प्रसन्नता दिसत होती. तिचे तेच ते नेहमीचे हसणे, त्यात पुरुषाला आकर्षून घेण्याचा भाग नसे. आत्म्याचा साक्षात्कार देणारे ते निर्मळ हसू मला भासे.'[४७]

ही मैत्री हळूहळू इतकी मनमोकळी फुलत जाते की आपल्या मैत्रीचे स्वरूप कोणते, आपण जर विवाह केला असता तर ही मैत्री अशी सुंदर राहू शकली नसती, असे एकमेकांना बोलून दाखविणे त्यांना शक्य होते. इतकी ती मैत्री नि:संकोच होते.

लेखिकांच्या साहित्यातील प्रीतिविश्व श्रीमंत आणि समृद्ध वाटते.

३) विवाहबाह्य मातृत्व :

स्त्री-पुरुष प्रीतीची स्वप्नील दुनिया निर्माण करणाऱ्या लेखकांनी आणि प्रीतीकडे वस्तुनिष्ठ दृष्टिकोनातून पाहणाऱ्या लेखिकांनीही आपल्या साहित्यात 'विवाहबाह्य मातृत्व' या प्रश्नाचा विचार करणे अपरिहार्यच होते. स्त्री-पुरुष प्रीतीचा नैसर्गिक परिणाम अपत्यजन्मात होतो. स्त्री आई होते. संस्कृतीने या नैसर्गिक प्रक्रियेचा कबजा विवाहसंस्थेला दिला आहे. विवाहाची मान्यता लाभलेला अपत्यजन्म स्वागतार्ह असतो आणि ही मान्यता नसलेला अपत्यजन्म निषेधार्ह, तिरस्करणीय ठरतो. पाश्चात्त्य विद्येच्या संस्कारात वाढलेल्या पिढीने विवाहपूर्व स्त्री-पुरुष प्रीतीचे स्वागत केले, विवाहाचा पाया प्रीती असावा असे म्हटले; तेव्हा विवाहबाह्य मातृत्वाचा विचार त्या पिढीच्या मनात ओघाने आलाच. लेखक आणि लेखिका यांनी आपापल्या दृष्टिकोनातून या प्रश्नाचे चित्रण केले आहे.

लेखक : लेखकांच्या साहित्यानुसार स्त्रीची आई होण्याची नैसर्गिक प्रेरणा इतकी प्रबल असते की, तिला कोणीही अडवू शकत नाही. लेखकांच्या कथा-कादंबऱ्यांतील स्त्री-पात्रे विवाहबाह्य मातृत्व सहजपणे स्वीकारतात. आई होण्यासाठी त्या स्त्रिया अत्यंत आसुसलेल्या असतात. त्यांच्या दृष्टीने मातृत्व विवाहबाह्य असले तरी हरकत नाही, परंतु मातृत्व हवे. मातृत्व या कल्पनेनेच त्या फुलून येतात. या नैसर्गिक इच्छेमुळे समाजाचे भय त्यांना वाटत नाही. समाजाशी संघर्ष करण्यास त्या तयार होतात. धिटाईने विवाहबाह्य मातृत्व जगात उजळमाथ्याने मिरविण्याचे ठरवतात.

'इतर दुर्दैवी बायकांप्रमाणे माझ्या आयुष्याची धूळधाण व्हायची नव्हती, म्हणून मनसुखलालांच्या नजरेला मी पडले, त्यांना आवडले आणि लग्नाचं नाही, पण एकाच पुरुषावर प्रेम केल्याचं सुख मला मिळालं.

'या सुखामुळेच तुझ्या वेळी मला दिवस गेले, तेव्हा मी आनंदाने नाचू लागले. लग्नाचं मूल आणि बिनलग्नाचं मूल यांत फार फार अंतर आहे, याची मला कल्पनाच आली नाही त्या वेळी! मी माझ्याच सुखात दंग होते. एखादी गोष्ट वाचताना बिनलग्राच्या मुलाविषयी काही लिहिलेले दिसले, तर मी म्हणे किती मूर्ख असतात हे लेखक! जगातल्या पहिल्या जोडप्याला मूल झाले, ते लग्नाचेच होते का? त्या दोघांचे लग्न लावायला कुठले भट होते? तुझी पोटातली हालचाल कळू लागली, तेव्हा माझ्या जिवाला होणाऱ्या गुदगुल्या तुझे गाणे ऐकून आता होणाऱ्या आनंदापेक्षाही अधिक गोड होत्या.'[४८]

खांडेकरांची विधवा तरलही मातृत्वासाठी उत्सुक आहे. गर्भवती झाल्यावर त्रास होऊ नये, म्हणून ती आपले नेहमीचे गाव सोडून जाते. कारण तिला मातृत्व हवे असते. तिला फसविणाऱ्या कात्रे या तिच्या प्रियकराला ती लिहिते,

'संततिनियमनाची साधनं वापरायचं मी आपणहून सोडून दिलं. मला मूल हवं होतं. आई होण्यासाठी माझं मन हुरहुरत होतं.'[४९]

भारतीय कुटुंबांची, गावांची जीवनपद्धती लक्षात घेता, येथे पुन्हा प्रश्न पडतो, गाव सोडून गेल्यामुळे तरलेचा प्रश्न सुटू शकेल का? तिच्या प्रेमाचे रहस्य गावात लपून थोडेच राहू शकत होते! तिच्या गाव सोडण्याबरोबर लोकांना शंका येऊन, तिच्या आगमनाबरोबरच तिच्या प्रेमरहस्याची बातमी दुसऱ्या गावात पोहोचणे, अगदी अशक्य होते का? दुसऱ्या गावात ती विवाहित म्हणून राहणार होती की, गर्भवती झाल्यावर विधवा झालेली स्त्री म्हणून जगणार होती? एकट्या राहणाऱ्या स्त्रीच्या सांगण्यावर भोवतालच्या समाजाने सहज विश्वास ठेवला असता का? खांडेकरांच्या तरलेला कोणतेच प्रश्न पडले नाहीत. गाव बदलून तिने चुटकीसरसा स्वत:च्या विवाहबाह्य मातृत्वाचा प्रश्न सोडवून टाकला.

प्र. के. अत्रे यांच्या नाटकातील शैला विवाहित उल्हासच्या प्रेमात सापडते. गर्भवती झाल्यावर आधी ती त्याच्याशी विवाह करण्यासाठी अगदी अगतिक होते. पण त्याने विवाह करण्याचे नाकारल्यावर खचत नाही. उलट धीटपणे प्रश्नाला सामोरे जाण्याचे ठरवते. उल्हासची बायको मृत्यू पावल्यावर तो शैलाला विवाहासाठी विचारतो. परंतु आता शैलाला ते अपमानास्पद वाटते. तिचा निर्णय झालेला आहे. त्यामुळे ती उल्हासला झिडकारते. गर्भवती असतानाच आईच्या घरातून बाहेर पडून स्वतंत्र राहण्याचे ठरवते.

शैला : 'कुणाशीही लग्न करणार नाही मी! तुम्ही वाटेल ते केलंत आणि अविवाहित राहिलात, तरी जगाला तुमच्या पावित्र्याची शंका येत नाही! परमेश्वरानं काय पुरुषांना पावित्र्याची वतनदारी देऊन टाकली आहे! स्त्री-जातीचं पावित्र्य

जगाला पटविण्यासाठी मी समाजाच्या अन्यायी रूढिविरुद्ध बंड उभारण्याचं ठरवलं आहे.'[५०]

लेखिका : लेखिकांच्या साहित्यानुसार स्त्रीची आई होण्याची नैसर्गिक प्रेरणा संस्कृतीने पूर्णपणे रोखून धरली आहे. विवाहाचे कोंदण नसल्यास आई होण्याची इच्छा स्त्री सहसा धरीत नाही. लेखिकांच्या कथा-कादंबऱ्यांतल्या स्त्रिया विवाहबाह्य मातृत्वाची चाहूल लागल्यावर हादरून जातात. त्यांचे हातपाय गळतात. त्या स्वत:चा आणि संबंधित पुरुषाचा राग राग करू लागतात. आत्महत्येचे विचार त्यांच्या मनात येतात.

मालती बेडेकर यांच्या कथेतील विधवा आई गर्भवती झाल्यावर चिडखोर होते. अस्वस्थ होते.

' 'मानीव दादा'ची साथ आईला पण लागली होती. माझ्या आईत त्या दोन महिन्यांत किती फरक झाला होता! ती रिकाम्या वेळात दासबोध, गुरुचरित्र नाही तर असलेच काही वाचीत असे. जेवायचीसुद्धा एक वेळ. कधी कधी आई रडत बसलेली मला दिसे. रात्री अंथरुणावर हुंदके देत पडलेली, मी तिला किती वेळा पाहिली. तिच्या चेहऱ्यावरची उदासीनता एक क्षणही नाहीशी होत नसे. आता मामाचे नाव काढले, तरी ती उसळून उठे नि त्याला वाटेल तसे बोलून घेई. एक दिवस सकाळी मी उठले. आईच्या कपाळावर केवढे मोठे टेंगूळ मी पाहिले! आईने डोके फोडून घेतले की काय? का लागले कुठे? मी आईला विचारले. ती रडायला लागली. आई कुठेतरी औषधी आणायला जाई. तिला काय होत होते, कुणाला माहीत! खरे म्हणजे, दिवसेंदिवस ती कितीतरी लठ्ठ दिसत होती!'[५१]

मालतीबाईंच्या 'त्यांचा शाप' या कथेतील निर्मला–अभिरामला स्वत:च्या विशुद्ध प्रेमाबद्दल पूर्ण विश्वास! भिक्षुकांच्या चार अक्षदांनी त्यांच्या प्रीतीला पावित्र्य येऊ शकते, ही कल्पनाही त्यांना मान्य नाही. परंतु निर्मला गर्भवती झाल्यावर मात्र गर्भपाताचा निर्णय घेते. तिची मानसिक अवस्था कशी होते?

'ऑपरेशनसाठी जरूर ती शक्ती यावी, म्हणून डॉक्टरांनी दिलेली औषधाची बाटली डोस अजमावण्यासाठी निर्मलेने डोळ्यांसमोर धरली. चटकन तिच्या मनात विचार आला, 'जादूची कांडी फिरवून एवढं विष करता आलं तर?' आणि असाहाय्यपणाने तिला हुंदका आला.

'इतके दिवस पवित्रतम म्हणून बाळगलेल्या भावनेला समाजाच्या नियमांची कसोटी लावताच तिने मान खाली घातली. जणू सोने म्हणून म्हटले, ते पितळ होते.

'निर्मलेची मते, तिचा आत्मविश्वास, तिचा दृढनिश्चय त्या सोन्याला सोनेच

म्हणायला आता शरमू लगला, चार मंत्राक्षता पडून सुवर्णाला समाजाने सुवर्ण म्हटले नाही की, आग उठलीच.'[५२]

'त्यांचा शाप' या कथेतील अभिराम निर्मलेला फसवत नाही, तरी गर्भपाताच्या वेळी तिला सोडून निघून जातो. शेवटी विवाहाला स्वत:हून तयार होतो. तरी गर्भधारणा, गर्भपात या अनुभवातून निर्मलेला एकाकीपणेच जावे लागते-अभिरामचे मन तिच्याभोवती घुटमळत असूनसुद्धा! अभिराम तिला लिहितो :

'तुझ्या शारीरिक वेदना मला समजणं शक्य नसेल, पण समाजाच्या भीतीने स्त्रीला एकाकी सोडावं लागलं, म्हणून प्रांजल पुरुष मानसिक वेदनांनी शरपंजरी पडणं अशक्य नाही, याची तुला कल्पना येईल का?'

'त्या क्षणी निर्मला शरमून गेली. पुरुषांना रडता येत नाही, हा केवढा शाप आहे, असे तिला वाटले!'[५३]

अभिरामचे हे शब्द प्रांजळ आहेत - मन:पूर्वक उच्चारलेले आहेत. त्या मन:पूर्वकतेने - निर्मला विरघळून जाते. त्याचे इतके दिवस दूर राहणे, तिला क्षम्य वाटते.

येथे अभिरामची बाजू मांडत असताना मालतीबाईंनी अभावितपणे स्त्री आणि पुरुषाच्या मनोवृत्तीच्या वैशिष्ट्यांचे दर्शन घडविले आहे. एक म्हणजे, पुरुषही समाजाला घाबरतो आणि लपून बसतो. दुसरे म्हणजे, पुरुषाची आत्मकेंद्रित वृत्ती. तिच्याबद्दल आत्यंतिक सहानुभूती त्याच्या मनात आहे, एवढ्या भांडवलावर तिच्यापासून महत्त्वाच्या वेळी दूर राहणे, त्याला गैर वाटत नाही. तो स्वत:च्या वेदनांना कुरवाळतो. परंतु मानसिक आणि शारीरिकही वेदनांतून जाणाऱ्या प्रेयसीच्या पाठीमागे उघडपणे खंबीर उभे राहण्याची त्याला आवश्यकता वाटत नाही. उलट तो आपल्या दूर राहण्याचे समर्थन करतो. आणि त्याच्या समर्थनाने शरमून जाणारी निर्मला प्रीतीपोटी स्त्री किती क्षमाशील होऊ शकते, याचेच दर्शन घडवते.

येथे मनात प्रश्न उभा राहतो, पुरुष इतका आत्मकेंद्रित का? स्त्री इतकी क्षमाशील का? निसर्गत: भिन्न मनोवृत्ती की, पुरुषप्रधान संस्कृतीत पुरुषाचा अहंकार सतत पोसला गेला आणि स्त्रीचा अहंकार सतत खच्ची झाला, म्हणून असे घडू शकले? घडले असावे.

याच कथेत मालतीबाई आईचे नैसर्गिक वात्सल्य आणि पुरुषप्रधान संस्कृतीचे त्यावरील नियंत्रण यांतून निर्माण होणाऱ्या विरोधाचे मार्मिक विवेचन करतात.

''सर्व मायाबंधनांत आईच्या मायेला किंमत अधिक', 'मातेच्या अंत:करणाच्या मृदुतेला उपमा नाही.' हे सगळे सगळे खरे! पण हे सगळे भावनांचे जवाहीर समाजाने ठरवलेल्या नीतितत्त्वांच्या कोंदणात बसताना किती तऱ्हांनी भंगते नि

किती तऱ्हांनी छेदले जाते! पोराच्या गळ्याला नख लावणाऱ्या आईच्या अंत:करणाचा उपहास करताना, आई ही आई राहिली नसून सामाजिक नीतीने तिला ठार मारून, तिचे भूत फक्त शिल्लक ठेवलेले असते; हे लक्षातच येत नाही कुणाच्या! त्या आईने नख न लावता मुलाला जगवले असते, तरीही समाज म्हणाला असता, 'काय निर्लज्ज पाहा.''[५४]

समाजाच्या या प्रकारच्या नीतिनिर्बंधांमुळेच स्त्री-विवाहबाह्य संबधातून जन्माला आलेल्या मुलाला त्यागण्याचा निर्णय घेते. गीता साने यांच्या 'पिकवलेले फळ' या कथेत अशा निर्णयाचे चित्र आले आहे. या कथेतील बालविधवा मथू गर्भवती होते. विवाहसंस्थेला अडगळ मानणारी तिची मैत्रीण ताईसुद्धा उघडपणे मूल वाढविण्याचा सल्ला तिला देत नाही. मथू पंढरपूरला बाळंतपणासाठी जाऊन, तेथेच मुलाला सोडून घरी परत येते. मथूचा प्रियकर आपली जबाबदारी म्हणून अनाथाश्रमाला नियमित पैसे पाठवतो. पण मथू? बंडखोर ताई तिला फक्त मायेने जवळ घेण्याखेरीज काही करू शकत नाही. ताई म्हणते, 'पाच वर्षे झाली. अनाथालयात सोडलेल्या आपल्या मुलाला मथू अजून विसरू शकली नाही. घरात कोणाजवळही त्याच्याबद्दल बोलण्याचा तिला धीर नाही. पण त्याची स्मृती तीव्र झाली, म्हणजे माझ्या कुशीत डोके खुपसून रडण्याने तिला पुष्कळ समाधान वाटते.'[५५]

स्त्रीला 'मातृदेवता' संबोधून तिच्या नैसर्गिक वात्सल्यभावनेला बाळबोध संस्कृतीने निर्दय शासन केले आहे.

मालती बेडेकरांच्या 'हिंदोळ्यावर' कादंबरीतील अचलेने पुरुषप्रधान संस्कृतीला आव्हान करून स्त्रीचा नैसर्गिक मातृत्वाचा अधिकार सरळ स्वत:कडे घेतला. निर्मल, मथू इ. कुमारिका, विधवा मुली चोरून प्रेम करतात. प्रेम करताना मोहवश होतात आणि गर्भारपण स्वीकारणे, त्यातून आपापल्या मार्गाने बाहेर पडणे, त्यांना भाग पडते. त्याखेरीज त्यांना दुसरी गतीच नाही. अचला अशी प्रवाहपतित नाही. मोहवश नाही. दुबळी नाही. अचलेचा व्यसनी नवरा तिला सोडून निघून गेला आहे. त्यामुळे तिच्या मनाचा, शरीराचा कोंडमारा झाला आहे. पुरुषाबरोबर प्रीतिजीवन उपभोगण्याचा आणि आई होण्याचा आपल्याला पूर्णपणे अधिकार आहे, अशी तिची ठाम भूमिका आहे. हिंदू धर्म तिला घटस्फोटाची किंवा दुसऱ्या विवाहाची परवानगी देत नाही. या अन्यायाला उत्तर म्हणून ती विवाह न करता उघड उघड विरागबरोबर राहते. गर्भवती होते. ही विचारपूर्वक केलेली बंडखोरी आहे. तरीही गर्भवती झाल्यावर ती हादरून जाते. विरागच्या सहकार्याची, स्नेहाची, आधाराची तिला शाश्वती असली, तरीही भोवतालच्या समाजामुळे ती भयभीत

होते. स्वत:च्या मनाच्या दुबळेपणाशी तिचा सतत संघर्ष सुरू होतो.

'साऱ्या समाजाची भीती फुंकरून टाकणाऱ्या अचलेला त्या इवल्याशा जिवाने भेदरवून टाकले... विरागजवळ बसली असता, विरागचा तिटकारा करून तो जीव त्याच्याकडे पाठ फिरवीत आहेसे तिला वाटे! त्या क्षणी तिला विरागचा तिटकारा येई. एखादे वेळी विरागच्या अंतरंगात उठलेले मुके कढ पाहून त्याच्याच गळी पडून ती स्फुंदन रडू लगे.. जन्मापूर्वीच दु:खाच्या खाईत पडलेल्या त्या पोटातील गोळ्याची तगमग बघून तिला वेदना होत.

'तिच्या पुढे भेसूर चित्रे दिसत : 'मुलगा की मुलगी?'

'मुलगी? तिच्या पोटात धस्स होई. तिच्या उभ्या आयुष्याचे सुख होरपळून टाकणारी ही आई! तिला ते भीषण देखावे दिसत, सारे लोक हेटाळणी करीत आहेत. आणि हा केविलवाणा जीव हताशपणे मृत्यूची वाट पाहत आहे. 'आई आई' म्हणून कानाला गोड लागणारी हाक ऐकू यावयाच्या ऐवजी, तिरस्काराने दूर दूर पळणारे, वणवण हिंडणारे तिचे पोरके अर्भक तिला दिसू लागे. समाज व्याधासारखा त्या पाडसाच्या मागे लागलेला तिला दिसे. रक्तबंबाळ झालेले ते पाडस, आसऱ्याविना, मायेच्या पाखरेविना मृत्यूच्या दाढेत शिरलेले तिला दिसे! विचार! विचार! त्याने थकलेला मेंदू निश्चेतन होई. त्या भेसूर स्वप्नातून ती किंचाळून जागी होई.

'विराग तुमचं-माझं कोणाचं काही चुकलं नाही; पण काय करू? या देहकोशात मुरलेले पिढ्यान् पिढ्यांचे संस्कार मला गुदमरून टाकीत आहेत.'

'त्यातून बाहेर ये.' विराग.

'त्यासाठीच धडपडते आहे.' (अचला).[५६]

गीता साने यांच्या 'हिरवळीखाली' या कादंबरीतल्या वनितेच्या विवाहबाह्य मातृत्वाला निराळा संदर्भ आहे. 'हिंदोळ्यावर'मधील अचलेप्रमाणेच वनिता सुशिक्षित, विचारपूर्वक बंडखोरी करणारी विवाहित स्त्री आहे. गर्भवती झाल्यावरही ती जरासुद्धा डळमळलेली दिसत नाही. याचे कारण मात्र तिची धिटाई एवढेच नाही, तर तिची सासरघरची पार्श्वभूमी हेही आहे. तिचा नवरा नपुंसक आहे. म्हणून वनितेच्या दुसऱ्या प्रेमप्रकरणाला त्याचे प्रोत्साहन आहे आणि सासरघराची हरकत नाही. तिचा प्रियकर गावातलाच स्वराज्याच्या चळवळीत सहभागी असलेला तरुण आहे. वनिता प्रियकराबरोबर मुंबईला जाऊन राहते. तो तुरुंगात गेल्यावर गर्भवती वनिता गावात परत येते. सासरघर आनंदाने तिचा स्वीकार करते. तिच्या गर्भवती होण्यातले रहस्य गावाला माहिती असताना, गाव तिला कोणताही त्रास देत नाही.. कारण ती थोरामोठ्यांची सून आहे. आपद्धर्म म्हणून तिच्या विवाहबाह्य संबंधाला

सासरघर मान्यता देते. या वजनदार सासरघराच्या विरोधात जाण्याची ताकद गावात नाही. गावातल्या बड्याची सून रूढार्थाने व्यभिचारिणी झाली, तरी गाव तिला सामावून घेते.

ऊ) विवाहविचार

लेखक : बहुतेक लेखक जात-धर्म हे कोणतेच भेद न मानता होऊ शकणाऱ्या प्रीतिविवाहाचे पुरस्कर्ते आहेत. विवाहसंस्था मोडेल की काय अशी शंका काहींच्या मनात येते. ती मोडावी असे कोणाला वाटत नव्हते. बहुतेकांच्या मते स्त्रीचे जीवन विवाहावर अवलंबून होते.

वा. म. जोशी यांना वाटते की, विवाह होता क्षणीच स्त्री नवऱ्याशी पूर्णपणे समरसून जाते. त्याच्या आवडीनिवडी, त्याची सुख-दु:खे तिची होतात.

परदेशी साखर न खाणारी सुशीला लग्नाबद्दल लिहिताना म्हणते, 'लग्नात विदेशी तसेच स्वदेशी साखरेचे लाडू केले होते. पण घास द्यायच्या वेळेला खोडकर स्वभाव असल्यामुळे विदेशी साखरेचाच घास दिला व तो मी खाल्लाही. मला त्यांचा काही राग आला नाही! अशी त्या मंगलाक्षतांची जादू असते.[५७]

खांडेकरांना स्त्रीच्या जीवनातील सुखदु:खे विवाहस्थितीवर अवलंबून असतात, असे वाटते. उल्का अगतिकपणे म्हणते, 'पतंग आभाळात डुलू लगला की मौज वाटते मोठी. पण त्याच्या इच्छेप्रमाणे त्याला वाटेल तिकडे जाता येतं का? ज्याच्या हाती पतंगाची दोरी, त्याची इच्छा खरी! त्याने खसकन दोरी ओढली की, आलाच तो खाली. स्त्रीच्या गळ्यातले मंगळसूत्र आणि पतंगाची दोरी यांच्यात फरक काय! धडपडून दोरीच्या पकडीतून तो निसटला तर? तर काय, सारी वाऱ्यावर वरात!'[५८]

विवाहामुळे होणारी स्त्रीची कोंडी अत्रे दाखवतात.

'करुणा : निसर्गानं स्त्रियांना दिलेला दुबळेपणा तुम्ही आपल्या कायद्यानं, रूढीनं, नीतीनं आणि धर्मानं अधिक दुबळा करून, त्यांना सर्वस्वी असाहाय्य करून टाकलं आहे. स्त्रियांच्या दुबळेपणावर तुमच्या समाजातल्या साऱ्या संस्थेचे डोलारे उभारले आहेत! लग्न म्हणे जन्माची गाठ! जन्माची का मरणाची! स्वत:ला पळवाटा ठेवून स्त्रीला जन्माची डांबून ठेवण्यासाठी पुरुषांनी हा लग्नाचा लोखंडी पिंजरा निर्माण करून ठेवला आहे. या पिंजऱ्याच्या गजावर हजारो बायकांनी डोकी आपटून आजपर्यंत प्राण दिले असतील! पुरुषांना स्वैराचाराचं स्वातंत्र्य देऊन स्त्रियांना जन्माचा बंदिवान करणारा हा पिंजरा मोडून-तोडून फेकून दिला पाहिजे, तरच उद्याच्या संसारात स्त्रियांना न्याय मिळेल! पण ते सामर्थ्य

आता माझ्यात नाही. मी थकले-दमले. आता माझ्यात त्राण नाही.'[५९]

अत्रे यांना विवाहसंस्था आवश्यक वाटत होती. 'लग्नाची बेडी' या नाटकाच्या प्रस्तावनेत त्यांनी निःसंदिग्ध शब्दांत तसा अभिप्राय व्यक्त केला आहे. त्यांच्या विचाराच्या विरोधी विचारसरणीही त्या काळात आस्तित्वात होती, असे त्यांच्या प्रतिपादनात दिसून येते.

'लग्नाच्या बेडीत अडकलेल्या विवाहित दांपत्याला सुखाचा संसार कसा करता येईल, हे या कथाभागात प्रामुख्याने सूचित केलेल्या प्रश्नाला पुरुषांची भोगवासना व मोह अनिवार्य असून, त्यांना लग्नाचे बंधन असणे आवश्यक आहे, तसेच पतींची मने प्रसन्न ठेवण्यासाठी स्त्रियांनी आपल्या शृंगारिक आकर्षणाची जपणूक करणे जरूर आहे, ही अखेरीस मिळालेली उत्तरे पुष्कळांना सहज मान्य होण्यासारखी आहेत. अर्थात कुटुंबसंस्थेच्या अभावावर संकल्पिलेल्या समाजपद्धतीच्या पुरस्कर्त्यांचे या कृतीने समाधान होणे शक्य नाही, हे मी जाणून आहे.'[६०]

अत्रे यांच्याप्रमाणेच विवाहसंस्था माडखोलकर यांनाही हवी होती. 'विवाहसंस्थेने जर काही केले असेल, तर तिने स्त्री-पुरुषांच्या व्यवहारात संयम आणला, स्त्रीला संरक्षणाची हमी दिली, पुरुषांना शुचितेचे महत्त्व शिकवले आणि मुलांच्या संगोपनाची उत्तम सोय केली. ती संस्था मोडून तुम्ही काय मिळविणार? पुरुष स्वभावतःच बहुस्त्रीक आहे. तुम्ही विचाराल, स्त्री-स्वातंत्र्याच्या आणि प्रौढविवाहांच्या या काळात स्त्रियांचाही प्रेमसंबंध अनेक पुरुषांशी जड़त नाही का? खरे आहे तुमचे म्हणणे. पण गर्भधारणेची आणि शिशुसंवर्धनाची जी जबाबदारी निसर्गाने स्त्रीवर घातली आहे, ती जर तिला प्रामाणिकपणे पार पाडावयाची असेल, तर तिला स्वैराचारी होणे, काही एका मर्यादेपलीकडे अनिर्बंध वागणे सर्वथैव अशक्य आहे. जर ती तशी वागेल, तर ती माता व्हावयाला नालायक ठरेल, मातृपदावरील आपला हक्क गमावून बसेल!'

विवाहबंधनात स्त्रीची कोंडी होते, हे लेखकांना उमगले आहे. तरीही ते विवाहबंधन तोडू इच्छित नाहीत. माडखोलकर मान्य करतात की,

'लग्नबंधनामुळे सगळ्यात जास्त कोंडमारा जर आज कुणाचा झाला असेल, तर तो स्त्रीचा! पुरुषाच्या उद्दाम वासनांनी ते बंधन मुळी पाळलेच नाही कधी फारसे व्यवहारात! पण स्त्रीला मात्र दुर्बलता जनलज्जा, अपत्यप्रेम आणि कायद्याची दहशत यांच्यामुळे कितीही असह्य झाले, तरी झुगारून देता येत नाही तो पाश.' दुर्व्यसनी नालायक नवऱ्यापासून घटस्फोट घेता यावा, असे सांगून पुनः टुमणे लावतात, 'विवाहसंस्था मोडून टाकण्याचे कारण नाही! ते देऊळ भंगलेले असेल, भ्रष्ट झालेले असेल, तर तुमच्या कल्पनेप्रमाणे त्यांचा जीर्णोद्धार करा.

पण ते अजिबात पाडून टाकून मानवजातीच्या हाती स्वैराचाराची सनद मात्र देऊ नका.'[६१]

वा. म. जोशी यांची पारंपरिक सुशीला पुढे बंडखोर होते आणि विवाहाविषयीचे वेगळे विचार बोलून दाखवते.

'पुरुषांनी अनेक पुनर्विवाह केले, तर त्यांना तुम्ही व्यभिचार म्हणत नाही ना? मग बायकांनाच 'निराळा न्याय कां?' सुशीलेने उत्तर दिले. 'हे बाकी माझं खर उत्तर नाही हो. हे आपलं क्षणभर तुमचं तोंड बंद करण्याकरिता आहे. माझं खरं उत्तर असं आहे की, विवाह हा कितवा आहे, हे न पाहता तो ज्या स्त्री-पुरुषांमध्ये होतो, त्यांचं एकमेकांवर प्रेम आहे का नाही, एकमेकांविषयी आदर आहे का नाही, ती एकमेकांना अनुरूप आहेत की नाहीत; हे पाहावं. प्रथम-विवाहालादेखील मी व्यभिचारसंबंध म्हणेन - जर ते वधूवर एकमेकांना अनुरूप नसतील, एकमेकांविषयी त्यांना प्रेम किंवा आदर वाटत नसेल, तर! सत्तर वर्षांच्या म्हाताऱ्याचा पंधरा वर्षांच्या मुलीशीं झालेला विवाह माझ्या मते विवाहच नव्हे! त्या मुलीचा तो प्रथमविवाह असला, तरी तो फसवेगिरीचा कायदेशीर बलात्कार आहे. ज्या स्त्री-पुरुषांना एकमेकांबद्दल अत्यंत तिटकारा आहे, एकमेकांची एकमेकांना अगदी ओकारी येत आहे, त्यांनी एकत्र राहून असल्या परिस्थितीत अपत्योत्पत्ती करणे, म्हणजे ते पाप आहे; कारण ती आपल्या वर्तनाने मुलांच्या जीविताची आणि नीतिमत्तेची राखरांगोळी करीत असतात.'

"ही मतं तूं मिशनमधल्या इंग्रजांपासून घेतलेली नाहीस, ही रशियातली दिसताहेत", सुनंदराव म्हणाले.

"बरोबर ओळखलंत", सुशीला म्हणाली, "तुम्हांला बोल्शेविकांची राजकीय क्रांतीची मतं चालतात; पण ही का चालत नाहीत, कोणाला ठाऊक!"[६२]

एक बायको मेल्यावर पुरुष जसे पुन:पुन्हा विवाह करतात, तसेच स्त्रीनेही करावेत, असे वरेरकर अत्यंत बाणेदार शब्दांत, खेळकरपणे सुचवितात.

"केसर : चांगलं पहिलं लगीन झालं होतं. मागनं दोन म्होत्तुर लावली. मेला नवराच जगेना, त्याला मी तरी काय करू? आता चालली आहेत की, ही रोजची लग्न!"[६३]

विधवा झालेली केसर नंतर नायकिणीच्या धंद्याला लागते. या धंद्याला उद्देशून 'रोजचं लग्न' हे शब्द ती वापरते. आधीच्या 'म्होतुरा'ला हे 'रोजचं लग्न' हे शब्द छेदून जातात. वरेरकरांच्या लढाऊ बाण्याच्या मानसकन्याही क्वचित अगदी नकळत स्त्री-जीवनातले लग्न या विषयातले वास्तव कारुण्य अशा प्रकारे प्रकट करून जातात.

पु. य. देशपांडे यांचे विवाहविषयक विचार वैशिष्ट्यपूर्ण आहेत. रजनी प्रकाशला पत्रात लिहिते,

'प्रीती म्हणजे विवाहात परिणत होणारी भावना, असंच समजण्यात येतं. तू वहिनींना आपलं हृद्गत सांगितलंस, त्याअर्थी तुलाही प्रीतीचा हाच अर्थ अभिप्रेत होता, हे उघड आहे. विवाहाची कल्पना मला कशीशीच वाटते, मला कुणाशीही कधीही लग्न करायचं नाही.

तुझी ओळख झाल्यापासून मी किती आनंदात आहे! किती प्रफुल्ल असतं माझं मन सदासर्वकाळ! क्षणाक्षणाला मन तुझ्याच स्मृतीत तरंगत असतं.

पती-पत्नी किती अर्थशून्य, किती अमंगल वाटतात ते दोन शब्द मला! - कशाला हवीत कृत्रिम विशेषणं आपल्या अकृत्रिम भावनेला!... सहजपणे हातात आलेले हात, सहजपणे आजवर एकत्र गुंफून राहिलेले हात, सदैव एकत्र राहण्याकरिता साखळीने बांधून टाकण्याची काय जरूर? सहजपणाला साखळीचं लोढणं कशाला? साखळीनं आपले हात दुखावतील, अधू होतील आणि मग कदाचित हातात हात सहजपणे घालायला हातच उरणार नाहीत.'

रजनीच्या या पत्रावर प्रकाश म्हणतो,

'प्रीतीत अंतर्भूत असलेल्या एकरूपतेचे एक दृश्य स्वरूप, अशीच माझी विवाहाची कल्पना होती. तरीही विवाहाव्यतिरिक्त प्रीतीचे अस्तित्व असंभाव्य आहे, असे विधान करणे मला बरोबर वाटेना. बाह्य परिस्थितीमुळे विवाह होणे अशक्य होताच, प्रीती नाहीशी होईल असे मला वाटत नव्हते. पण बाह्य परिस्थितीऐवजी प्रीतीच विवाहाच्या आड उभी राहील, असे मी स्वप्नातदेखील अपेक्षिले नव्हते.'[६४]

विवाहाची बंधने जाचक झाल्यावर सुशिक्षित स्त्री घटस्फोट घेऊ शकते, अशी शंका लेखकांच्या मनात येत होती. परंतु त्यांना ती पटत नव्हती. रुचत नव्हती..

विवाहाच्या अनुषंगानेच घटस्फोटाचा विचारही लेखक करतात. लेखकांच्या साहित्यात घटस्फोट घेतल्याचे चित्र सहसा कोठे दिसत नाही. 'भंगलेलं देऊळ'मधील अनू नवऱ्यापासून वेगळी होते. पण घटस्फोट घेत नाही. घटस्फोट न घेण्याची कारणे देते. मुलांसाठी ती घटस्फोट घेत नाही, असे ती म्हणते. शिवाय ती म्हणते, 'आज मी गृहत्याग केल्याला इतकी वर्षे झाली ना, पण अद्याप माझ्या मनावरले, माझ्या शरीरावरले त्यांचे वर्चस्व कमी झालेले नाही मुळीसुद्धा.'[६५]

खांडेकरांच्या 'क्रौंचवध'मधील सुलोचना शेवटी नवऱ्याच्या बाहुपाशात विसावते, डॉ. परमानंदाकडे आकर्षित झालेली डॉ. केतकरांच्या 'आशावादी'मधील डॉ. नंदिका नवऱ्याकडेच परत वळते. कोणी घटस्फोट घेऊन नवरा सोडून देत नाही.

ही सगळी उदाहरणे लक्षात घेता कळतनकळत लेखक विवाहसंस्थेचे समर्थक

आणि घटस्फोटाचे विरोधक आहेत, असे दिसते.

लेखिका : लेखिका विवाहसंस्थेच्या उपयुक्ततेविषयी फार साशंक आहेत. विवाहामुळे स्त्रीची होणारी कोंडी अनेक ठिकाणी चित्रित झाली आहे.

मालती बेडेकरांच्या 'उमा' कादंबरीतील उमा म्हणते,

'नको असलेल्या माणसाशी लग्नगाठ बांधली जाण्यापेक्षा एकटेपणासुद्धा लखपटीनं बरा, असं मला वाटत होत.'[६६]

'उमा' कादंबरीतल्या जगन्नाथाला पत्नी सुशिक्षित हवी असते. तर त्याच्या आईवडिलांना शिक्षणाचे वावडे. तरीही जगन्नाथाच्या मनाप्रमाणे सुशिक्षित पत्नी घरात येते. त्यातून तिची आणि जगन्नाथाची दोघांचीही शोकांतिका होते.

'आईवडिलांच्या आचारविचारांशी माझी एकरूपता नसली, तरी माझ्यापासून त्यांना त्रास होत नसे. पण सुशिक्षित मुलगी सून म्हणून आल्यानंतर हरघडी तिच्या आचारविचारांशी त्यांचं मन खटकू लागे.

'मी कामावरून येऊन स्नान करून जेवायला बसलो की सुरू होई, 'तुझ्या बायकोनं आज पाणी विटाळलं. आज सोमवार असून तांदूळ न भाजता भात केला, सकाळीच उठून तिनं वर्तमानपत्र वाचायला घेतलं. पोष्टमनच्या हातून पत्र घेतलं.' माझी बायको सुखी नव्हती. सकाळपासून संध्याकाळपर्यंत श्रद्धा नसलेल्या अनंत गोष्टी केवळ माझ्या आई-वडिलांसाठी करताना तिला कितीतरी त्रास होत असला पाहिजे. त्यांच्या श्रद्धा – तो तिला मूर्खपणा वाटे आणि तिची अश्रद्धा – तो त्यांना अनाचार वाटे.'[६७]

शकुंतला परांजपे यांच्या 'घराचा मालक' या कादंबरीतील चांदणीचे आपल्या शिक्षिका लीलाबाईंवर आत्यंतिक प्रेम आहे. लीलाबाईचे आपल्या वडिलांशी लग्न होणार, त्या आपली आई होणार या कल्पनेने चांदणी हरखून जाते. लीलाबाईंचीही चांदणी लाडकी आहे. बापूसाहेबांशी विवाहबद्ध होऊन लीलाबाई घरात आल्यावर, छोट्या चांदणीची रावजी गड्याशी जवळीक लीलाबाईंना खटकू लागते. बापूसाहेबांजवळ नेहमी झोपणाऱ्या चांदणीला आता दुसऱ्या खोलीत झोपावे लागते. या बदलाने चांदणी खट्टू होते. माणसामाणसातले आणि घरातले वातावरण बदलते. शकुंतलाबाई लिहितात, 'चांदणीचे लीलाबाईंवर पूर्वी काय कमी प्रेम होते? बापूसाहेबांवर काय कमी मर्जी होती? त्या प्रेमात रावजीचा कांही संबंध तरी होता? पण आता गृहचक्र फिरले कशाने? परस्परांवर प्रेम करणारी चार माणसे, परस्परांबरोबर गोडीगुलाबीने वागणारी चार माणसे एकदम गारठून कशी गेली? तेच गाव, तेच घर, तीच माणसे. मग दृष्ट कोणाची लागली? चेटूक कुणी केले? बिनसले कशाने? केवळ एका विधीने. मंगल समजल्या जाणाऱ्या लग्नासारख्या

एका विधीने! सुरळीतपणे चालणाऱ्या गाडीची चारी चाके शुभमंगल सावधानचा मंत्र होताच एकमेकांवर घासू लागली. एका दिलाने वागणाऱ्या चार माणसांत नवी नाती जडताक्षणीच, नवा डाव सुरू होताक्षणीच दोन विषारी तट पडले. पूर्वी ज्या इनामदारांच्या वाड्यात सुख आणि शांती नांदत होती, तेथे लीलाबाईंचा गृहप्रवेश झाल्यापासून अस्वास्थ्य, असमाधान आणि कुढेपणा यांचे साम्राज्य पसरले.'[६८]

गीता साने यांच्या 'लतिका' कादंबरीतील दुबळी राधा प्रियकराबरोबरचे सहजीवन की लग्नाचा संसार या विचारात सतत दोन्ही बाजूला खेचली जात कुतरओढ अनुभवते. तिच्या प्रियकराच्या मुखाने गीताबाई विवाहसंस्थेच्या उणिवांचे ओझरते दर्शन घडवितात.

'बाळाकडे तुझा जीव ओढतो खरा. तथापि, बाळ तुझ्याकडे आला तरी माझ्या जीवनात समरस होण्याचे धैर्य तुला नाही. तू अत्यंत दुबळी आहेस. आजच्या समाजजीवनात हिंदू-लग्न म्हणजे न सुटणारी व न तुटणारी गाठ आहे. पतिपूजेच्या वेड्या कल्पना, पापपुण्याचे चूक विचार तुझ्या रोमरोमांत भरले आहेत.'[६९]

सुशिक्षित स्त्रिया संसारात शिरल्या की, आपली जीवनपद्धती या स्त्रियांचा बळी घेते, त्यांचे व्यक्तिमत्त्व मारले जाते असे गीता साने यांना वाटते. 'व्यथा' या कथेतील शिक्षिका ही वेदना बोलून दाखवते.

'आज वीस वर्षे मी अध्यापनात घालवली. शेकडो मुली माझ्या हाताखालून गेल्या... पहिल्या वर्गात येणाऱ्याही पुष्कळ होत्या. सर्वसाधारण मुलांपेक्षा बुद्धिमान, परिश्रमी, त्या सर्व विद्यार्थिनी 'संसारा'च्या अजगराच्या पोटात लुप्त झाल्या. त्यांची बुद्धी, त्यांचे कर्तृत्व सारे सारे नवऱ्यांच्या पॅन्टच्या तुटलेल्या गुंड्या लावण्यात व्यतीत झाले. घरकामाला मी तुच्छ समजते, असा गैरसमज नका हं करून घेऊ! मला वाईट वाटते ते हे की, त्या शिकलेल्या स्त्रियांचा समाजाला उपयोग झाला नाही. होणारही नाही कदाचित! मायक्रो-बायोलॉजीचे संशोधन करणाऱ्या हातांना पुरणाच्या पोळ्या लाटता येत नाहीत, म्हणून त्या हातांनी मायक्रोबायोलॉजी वाचूच नये, ह्या आपल्या समजुतीचा मला खेद होतो.'[७०]

लेखिकांच्या कथा-कादंबऱ्यांतील अनेक स्त्रिया नवरा-संसार सोडून दूर निघून जातात. मालती बेडेकर यांच्या 'जाई' कादंबरीतील जाईची आई नवरा सोडून घराबाहेर पडते. पुढे जाईही असंस्कृत मारहाण करणारा नवरा सोडून देते. 'उमा' कादंबरीतील उमा नवऱ्याचे आचारविचार न पटून घराबाहेर पडते. हिमालयात जाते. गीता साने यांच्या 'वठलेला वृक्ष'मधील विमला नवऱ्याशी होणाऱ्या संघर्षामुळे हेतूतः नोकरी निमित्ताने दूर जाते. 'हिरवळीखाली'मधील बाळबोध वळणाची मधू, नवऱ्याची तिच्याच मैत्रिणीशी संबंध जोडण्याची इच्छा तिला कळल्यावर घर

सोडते. 'निखळलेली हिरकणी' कादंबरीतील कृष्णा लहान वयामुळे प्रीतिसंसार नकोसा होऊन, नवऱ्यापासून दूर दुसऱ्या गावी निघून जाते. कृष्णाबाईंच्या 'मीनाक्षीचे जीवन' कादंबरीतील मीनाक्षी नवऱ्याशी न पटून मुलीसह घराबाहेर पडते.

एकंदरीत लेखिका विवाहसंस्थेला प्रतिकूल आणि विवाहविच्छेदाच्या समर्थक आहेत.

ए) स्वातंत्र्याच्या चळवळीतील स्त्री :

लेखक : अनेक लेखकांनी आपल्या साहित्यात स्वातंत्र्याची चळवळ आणि त्या चळवळीत सहभागी झालेली सुशिक्षित स्त्री चित्रित केली आहे.

ना. सी. फडके यांच्या 'आशा' (१९३७) या कादंबरीतील आशा सत्याग्रहात सामील होते, तेव्हा विलासला तिचे आकर्षण वाटते. 'निरंजन' (१९३२) कादंबरीतला निरंजन चळवळीत पडून तुरुंगात जातो. त्यामुळे मंदाकिनीचाही चळवळीशी संबंध येतो. 'समरभूमी'मधला (१९३८) सुरेंद्र काँग्रेसच्या डाव्या गटात असून भूमिगत होतो, तेव्हा शोभनेचेही गुप्त प्रेम सुरू होते. म्हणजे फडक्यांच्या कादंबऱ्यांमध्ये स्वातंत्र्य चळवळीमुळे काय होते? नायक-नायिकेच्या प्रेमाला उधाण येते. वि. स. खांडेकरांच्या 'क्रौंचवध'मधल्या सुलोचनेला दिनकर सरदेसाई या देशभक्ताबद्दल प्रेम आहे. दिनकरवरील प्रेमामुळे ती राजकारणातल्या प्रवाहांचा, स्वातंत्र्याच्या चळवळीचा काही प्रमाणात विचार करते. परंतु स्वयंविचाराने चळवळीकडे खेचली जात नाही. खांडेकरांच्या 'हिरवा चाफा' कादंबरीतील सुलभा आणि 'उल्का'मधील उल्का चळवळीत भाग घेऊन तुरुंगात जातात. तरीही कादंबरीचे मुख्य सूत्र क्रांतीभोवती फिरत नाही, तर प्रीतीभोवती घोटाळत राहते. समाजकार्य करण्यासाठी डॉक्टर झालेली सुलभा नंतर सतत मुकुंदाचाच विचार करताना दिसते. आपण तुरुंगातच लग्न करू, असे ती शेवटी मुकुंदाला म्हणते. उल्का, दोन प्रेमप्रकरणे विफल होऊन संसारातही मनस्ताप भोगावा लागल्यानंतर, स्वातंत्र्य चळवळीत शिरून तुरुंगात जाते. म्हणजे स्वातंत्र्याची चळवळ ही तिची मूलभूत प्रेरणा नाही. संसारात उबगल्यावर तिने स्वीकारलेला तो पर्याय आहे, असे दिसते. 'करून करून भागली देवपूजेला लागली', तसेच हे झाले. वा. म. जोशी यांची सरला भोळे नवऱ्याच्या मृत्यूनंतर ग्रामीण भागात आश्रम चालवते, नवऱ्याकडून प्रेरणा मिळाली असली, तरी स्वविचाराने तिचे कार्य चाललेले दिसते. ग. त्र्यं माडखोलकर यांच्या 'चंदनवाडी' कादंबरीतील (१९४३) चंदन राजकारणात पडायचे ठरवते, ते तिच्या अवधूतवरच्या निष्ठेमुळे! ती तसे स्पष्ट बोलूनही दाखवते. माडखोलकरांच्या 'प्रमद्वरा'मधील प्रमद्वरा चळवळीशी समरस

झालेली आहे. परंतु तिची 'स्वामी'वरची निष्ठा दाखविण्यातच माडखोलकर गुंतले आहेत. 'नवे संसार'मधील मुक्ता स्वयंप्रेरणेने क्रांतिकार्यात सहभागी झालेली दिसते. परंतु ती विचारविकारांनी घडलेली हाडामासाची स्त्री न वाटता उदात्ततेच्या रंगाने रंगविलेली धूसर आकृती वाटते. बंगालमधील क्रांतिकार्यात सहभागी झालेल्या वीरांगनांवरून मुक्ता स्फुरली, असे माडखोलकर स्वत:च्या प्रारंभीच्या निवेदनात सांगतात. त्यामुळे तिच्या व्यक्तिमत्त्वातली एकरंगी उदात्त धूसरता समजण्यासारखी आहे. शिवाय नंतर मुक्ता-विद्याधर प्रीतीमध्येच माडखोलकर रंगून गेले आहेत.

एकंदरीत पाहता लेखकांच्या स्त्रियांचा स्वातंत्र्य चळवळीतला सहभाग अगदी वरवरचा आहे. व्यक्तिमत्त्वाच्या अगदी गाभ्यात त्या मुख्यत: प्रणयिनी आहेत. त्या तशा असण्याचे कारण त्यांना शब्दांकित करणाऱ्या निर्मात्यांचा स्त्रीकडे पाहण्याचा दृष्टिकोनच आहे, असे वाटते. कारण गांधीजींच्या हाकेला ओ देऊन ज्या अनेक स्त्रिया स्वातंत्र्य चळवळीत सहभागी झाल्या, त्यात अवंतिकाबाई गोखले आणि इतर अनेक जणी अशा होत्या की, त्यांचा चळवळीतला सहभाग अगदी वरवरचा होता, असे म्हणता येणार नाही. परंतु अशा स्त्रियांमुळे आमच्या लेखकांच्या प्रतिभेला स्फुरण आलेले दिसत नाही. कोणत्याही स्थळी-काळी किंवा लहानमोठ्या कार्यात उथळपणे वावरणाऱ्या व्यक्ती सर्वत्र असतातच. तशाच स्वातंत्र्य चळवळीत उतरलेल्या काही मुलीही उथळ असू शकतील. आमच्या लेखकांना अवंतिकाबाईंपेक्षा त्याच अधिक भावल्या, असे त्यांच्या नायिका पाहताना वाटते. वि. दा. सावरकरांच्या सुलोचना (संन्यस्त खड्‍ग), सुनीती, सुशीला (उत्तरक्रिया) व्यक्तिमत्त्वाच्या गाभ्यात देशभक्त आहेत आणि प्रणयिनी हे केवळ त्यांचे बाह्यरूप आहे. परंतु त्यांच्या भोवताली बौद्धकालीन, पेशवेकालीन इतिहासाची चौकट आहे. त्या आधुनिक सुशिक्षित स्त्रिया नाहीत.

युद्धाविरुद्ध जगातल्या सर्व स्त्रियांनी एक व्हावे, अशी विचारसरणी विश्राम बेडेकरांच्या 'रणांगण' या कादंबरीत व्यक्त झाली आहे.[७१]

लेखिका : स्वातंत्र्याच्या चळवळीत उतरलेल्या स्त्रिया लेखिकांच्या साहित्यात अत्यल्प आहेत. परंतु त्यांची विचारसरणी प्रगल्भ आहे. राजकारणाविषयी, समाजकारणाविषयी स्वत:च्या निरीक्षणांवर आधारलेली आहे. स्वातंत्र्याच्या चळवळीत शिरून त्या केवळ कोणा देशभक्तावर प्रेम करण्यात रंगून गेलेल्या नाहीत. वेळोवेळी त्या आपले सडेतोड विचार मांडतात. भोवतालच्या पुरुषांशी बरोबरीने वादविवाद करतात.

गीता साने यांच्या 'आविष्कार' कांदबरीतील वीणा प्रथम दहशतवादी स्वातंत्र्यप्रेमी क्रांतिकारकांच्या संघटनेची कार्यकर्ती आहे. पुढे ते तत्त्वज्ञान तिला अपुरे वाटू

लागते. कार्यपद्धती चुकीची वाटू लागते. सामाजिक क्रांती, भांडवलशाहीला विरोध करणारी क्रांती तिला अधिक पटू लागते. तेव्हा ती आपल्या मूळ संघटनेतून बाहेर पडते. सामाजिक क्रांतीच्या वाटेवर चालू लागते. या वाटेत वृंदावन भेटल्यावर त्याच्या जोडीने तिचा प्रवास सुरू होतो. तरी तिचे व्यक्तिमत्त्व वृंदावनाच्या व्यक्तिमत्त्वात विलीन होत नाही. तिचे स्वतंत्र विचार ती वारंवार बोलून दाखवते. क्रांतिकारक संघटनेतला अजय पुन: भेटतो, तेव्हा मित्र म्हणून त्याचे आनंदाने स्वागत करते. आपली मते ती अजयपुढे प्रतिपादन करते. त्या मतांचा त्याच्यावर प्रभाव पडण्याइतकी वीणा बुद्धीने तेज आणि व्यक्तिमत्त्वात प्रगल्भ आहे. अजय विचार करतो, 'क्रांतीच्या तत्त्वज्ञानाबद्दल तिची मते इतकी निराळी झाली असता, क्रांतिकारकांना तिच्या हृदयात अजूनही स्थान असेल का? वादाच्या सुरुवातीला क्वचितच बोलणाऱ्या वीणेने अखेरीला, विशेषत: स्त्रीविषयक प्रश्नावर केवढ्या आवेशाने भाग घेतला होता! अजयला वाटले, अजूनही वीणा बोलते आहे, आणि आपण ऐकतो आहो.

...'तुमच्या संघटनेत स्त्रियांना स्थान आहे. पण दुय्यम! आणि तुमच्या क्रांतीत भाग घेऊन आम्हाला काय लाभ होणार?

'पाश्चात्त्य कल्पनांचा तुम्हाला तिटकारा! पाश्चात्त्य ध्येये तुम्ही पायाखाली तुडवता, तुम्हाला जुनी भारतीय संस्कृती स्वस्थानापन्न करायची आहे. म्हणजे तीच जुनी सावित्रीची व्रते, तेच जुने पतिव्रतांचे आदर्श, त्याच जुन्या गुलामगिरीच्या बेड्या आमच्या गळ्यात पडणार? फिरून मनुमहाराज गादीवर बसून घोषणा करणार- - न स्त्री स्वातंत्र्यमर्हति.

'ह्या तुमच्या क्रांतीचा आम्हाला उपयोग नाही, परकीय सत्ता आम्हालाही नको आहे. आम्हाला मानवतेचे हक्क पाहिजेत, देवता होऊन मंदिरात बद्ध राहणे आम्हाला मान्य नाही.'

आपण हसून म्हटले, 'पण वीणा, तुमच्याच तत्त्वज्ञानाप्रमाणे सामाजिक क्रांती अपरिहार्य आहे ना? मग ती येईलच आपल्या पायांनी! तिच्यासाठी येवढी यातायात कशाला? आमची राजकीय क्रांती मात्र आम्हाला भगीरथ प्रयत्न करून आणावी लागणार आहे. म्हणून आम्ही धडपडतो आहोत!'

ती आवेशाने म्हणाली, 'सामाजिक क्रांती होणार, ह्याचा मला पूर्ण विश्वास आहे. पण ती शक्य तितक्या लवकर यावी, म्हणून तिचा मार्ग सुगम करण्याचा प्रयत्न आहे आमचा. प्रतिक्रांतीने मस्तक वर काढून इतिहास वेळादर्शाचे काटे अनेकदा कित्येक दशके मागे टाकले आहेत. जर्मनीतली १९१८ ची क्रांती

अशीच अकाली कोळपली.' तिचा तो आवेश किती रम्य दिसत होता. केवढा जबर तिचा आत्मविश्वास![७२]

अजय आणि वीणा यांची सुंदर मैत्री आहे. वीणेच्या सहवासात अजयचा स्त्रीविषयक दृष्टिकोन बदलतो.

'त्याच्या भावनांना, विचारांना वीणेने सर्वस्वी नवे वळण लावले होते. रोजच्या घटनांचे शिलालेख वाचायला तो तिच्याच मदतीने शिकला. स्त्रियांना राजकारण समजते, त्याही पुरुषांइतक्याच धडाडीने कार्य करू शकतात, हे तिनेच आपल्याला प्रथम शिकवले! इनेबद्दल निर्माण झालेल्या मधुर भावना आपण निर्दयतेने खुडून टाकल्या असत्या, पण वीणेच्या ध्येयमय जीवनानेच आपल्या स्त्रीबद्दलच्या कल्पना पूर्णपणे बदलल्या.'[७३]

गीता साने यांच्या 'धुके आणि दहिवर' कादंबरीतील उज्ज्वला प्रियकरामुळे ग्रामीण भागात कार्य करण्यासाठी येते. परंतु ती केवळ त्याची आज्ञाधारक अनुयायी राहत नाही. तिच्या अनुभवकथनात तिची स्वत:ची परिस्थितीच्या आकलनाची ताकद स्पष्ट कळते. ती म्हणते,

'...सत्याग्रह सुरू झाला. पण ते सर्वच प्रकरण आमच्या आवाक्याबाहेर गेले. आमच्यापैकी कुणालाच संपाचा अनुभव नव्हता. अगर त्याच्या शास्त्राची तोंडओळख नव्हती. आमचे शस्त्र सत्याग्रह-त्याचा अनुभव तीस-बत्तीसचा. सत्याग्रहाची केंद्रे कारखान्या-कारखान्यांनी निर्माण झाली.

'मालकांना तयार मालाची आवश्यकता फार होती. त्यांनी एकीकडून तडजोडीच्या गोष्टींना सुरुवात केली. दुसरीकडे खेड्यांतून नवे मजूर भरणे सुरू केले; आणि तालुक्यांत असलेल्या छोटेखानी केंद्रांतून काम करवून घेऊ लागले. आमच्या सत्याग्रहाचे पहिले दहा-बारा दिवस नीट पार पडले. परंतु पुढे मात्र मजूर खवळू लागले. कारण बाहेरून येणाऱ्या मजुरांची संख्या वाढत होती. ते बेलाशक सत्याग्रह्यांच्या अंगावरून चालून जात. विनंत्या-विनवण्यांना त्यांचे उत्तर म्हणजे आईबहिणीवरून अचकट-विचकट शिव्या आणि उपहासाचे हास्य...

'परिस्थितीची गंभीरता वाढू लागली. कारण नोव्हेंबरपर्यंत शेते बहुतेक रिकामी झाली. शेतीवर काम करून जगणारा मजूरवर्ग खाली झाला. ते लोक भराभर ह्या नव्या क्षेत्रांत येऊन भरू लागले...'

प्रियकराचा समाजकार्याचा मार्ग हळूहळू उज्ज्वलेला फार चुकीचा वाटू लागतो. स्वत:शी प्रामाणिक राहण्यासाठी प्रियकराला सोडून देऊन उज्ज्वला त्या कार्यातून बाहेर पडते.[७४]

ऐ) स्त्रियांचे धूम्रपान :

लेखक : स्त्री-पुरुष समानतेचा विचार त्या काळात अनेक प्रकारे पुढे येत होता. स्त्रियांना शिक्षणाची संधी हवी, स्त्रियांना अर्थार्जनाची मुभा हवी हे विचार व्यवहारात उतरत होते. या ओघातच स्त्रियांनी पुरुषांप्रमाणे धूम्रपान करणे योग्य का? सुशिक्षित स्त्रिया धूम्रपान करतील का? या प्रकारचे विचार लेखकांच्या मनात घोळत असावेत. तशा खुणा त्यांच्या साहित्यात दिसतात. स्त्रीच्या धूम्रपानासंबंधी लेखकांची भूमिका संदिग्ध दिसते. स्त्रीने पुरुषांच्या बरोबरीने शिकावे, स्वातंत्र्य चळवळीत सामील व्हावे, याबद्दल लेखक निःशंक आहेत. त्यांच्या साहित्यसृष्टीतील स्त्री पुरुषाच्या बरोबरीने शिकते, त्याच्याबरोबर मनमोकळे वागते-हिंडते-फिरते-बोलते-प्रेम करते. सभेत उभी राहून व्याख्याने देते. स्वातंत्र्य चळवळीत तुरुंगात जाते. परंतु पुरुषांइतके सर्रास धूम्रपान मात्र ती करीत नाही. या विषयाची सविस्तर चर्चाही लेखक करीत नाहीत. स्त्रियांच्या धूम्रपानाचे तुरळक उल्लेख लेखकांच्या साहित्यात कोठे कोठे आलेले आढळतात. त्यात धूम्रपानाचा निषेध किंवा पुरस्कार, कोणतीच गोष्ट ठामपणे केली नाही.

वि. स. खांडेकर यांच्या 'पहिली लाट' (१९४०) या कथासंग्रहातील 'खोल खोल' ही कथा पाहा. या कथेत वसंत आणि शरद हे दोन विद्यार्थी स्वतंत्र खोली घेऊन राहतात. त्यांना त्यांच्यासारखाच सडेफटींग माणसाचा शेजार हवा आहे. कुटुंबवत्सल माणसाचा शेजार नको. कारण?

'आपल्या ओळखीची एखादी कमल अगर विमल आपल्या खोलीत गप्पा मारायला आली, 'सिगरेट हवी का?' म्हणून आपण तिची थट्टा केली नि तिनंही गमतीनं ती घेऊन थोडासा धूर काढला, तर शेजारच्या बिऱ्हाडात हाहाकार उडेल!!'[७५]

स्त्रीने अतिधूम्रपान करू नये, परंतु गमतीत 'थोडासा धूर' काढायला खांडेकरांची हरकत दिसत नाही.

ग. त्र्यं. माडखोलकरांच्या 'नवे संसार' (१९४१)मधील सरल सिगरेट ओढते. तिला सिगरेट ओढण्याचा चांगला सराव आहे. आधी ती सिगरेट नको म्हणते. तेव्हा नवरा आणि त्याचा मित्र तिला विचारतात की, संकोच वाटतो का? ती म्हणते, 'छे: संकोच कसला त्यात?' सरलने त्या टिनमधली एक सिगरेट घेत म्हटले; व झुरका घेतला. तो घेत असताना तिच्या नाजूक बोटांच्या रेखीव नखांना लावलेला लाल रंग पोवळ्यासारखा चमकला.[७६]

सरलेची आधुनिक राहणी आणि धूम्रपान हे तिच्या नवऱ्याने काहीशा सक्तीने तिच्यावर लादले आहे, असा अभिप्राय माडखोलकर अप्रत्यक्षपणे व्यक्त करतात.

कादंबरीचा सज्जन नायक विद्याधर याला सरलेचे वागणे एकंदरीत नापसंत आहे. त्यामुळे स्त्रीच्या धूम्रपानाचा सौम्य निषेध आपोआपच होतो.

लेखिका : लेखिकांच्या कथा-कादंबऱ्यांत स्त्रियांच्या धूम्रपानासंबंधी कोठे काही विचार आलेला नाही. शकुंतला परांजपे यांच्या 'पांघरलेली कातडी' नाटकातील कोळीण तेवढी विड्या ओढते. बाकी लेखिकांच्या कथा-कादंबऱ्यांतील कोणतीही स्त्री-सुशिक्षित स्त्री धूम्रपान करीत नाही. लेखिकांच्या समानतेच्या कल्पनाही रूढ समाजव्यवस्थेचे फलित म्हणून रूढार्थाने शालीनच होत्या, असे येथे म्हणावेसे वाटते.

●●

संदर्भसूची

१. 'मराठी कादंबरी पहिले शतक' : कुसुमावती देशपांडे, (आ/२), पृष्ठ २९४.

२. 'बाळुताई धडा घे': इंदिराबाई सहस्रबुद्धे, पृष्ठ ३४, ३५.

३. तीन हजार लोकसमुदाय लग्नासाठी उपस्थित असूनसुद्धा त्या मानाने स्त्रिया अगदी थोड्या होत्या. हिंदू पुरुष लग्नाला आले असून स्त्रियांनी जणू बहिष्कार टाकलेला दिसत होता. तरीही पुढारलेल्या हिंदू समाजातील दीड-दोनशे बायका आल्या होत्या. काही पारशी, चार-पाच युरोपियन, काही युरेशियन आणि एक मुसलमान जातीची स्त्री उपस्थित होती. चर्मकार जातीतल्या वीस-पंचवीस स्त्रिया त्यांच्या रंगरूप पेहेरावावरून चांगल्या ओळखू येत होत्या. पुरुष मात्र इतर हिंदू लोकांत ओळखू येत नव्हते. शीला धरिणीला म्हणाली, "पाहिल्यास त्या कीर्तीच्या जातीतल्या बायका? कशा खड्यासारख्या डोळ्यांना खुपताहेत. पण त्यांच्यातले पुरुष मात्र इतर पांढरपेशा हिंदूंत ओळखू येत नाहीत. पुरुष कसे चटकन सुधारणा आत्मसात करतात!" यावर धरिणी म्हणते, "पुरुषच बायकांना पुढे येऊ देत नाहीत. आपण स्वत: मात्र ते भराभरा आवडेल त्या मार्गानं जातात." 'कीर्ती' : शांताबाई नाशिककर, पृष्ठ १०६, १०७.

४. 'कीर्ती': शांताबाई नाशिककर, पृष्ठ ५९, ६०.

५. तत्रैव : शांताबाई नाशिककर, पृष्ठ २२.

६. 'काश्मिरी गुलाब' : ना सी. फडके, (१९३६, आ/१), पृष्ठ ५.

७. 'क्रौंचवध': वि. स. खांडेकर, (१९४२, आ/८), पृष्ठ १०७.

८. 'उद्याचा संसार' : प्र. के. अत्रे, पृष्ठ ५.

९. 'अनघा': ग. त्र्यं. माडखोलकर, (आ/२), पृष्ठ २.

१०. 'काळे पाणी': वि. दा. सावरकर, (१९३७, आ/५), पृष्ठ ३.

११. 'गोंडवनातील प्रियंवदा' : श्री. व्यं. केतकर, (१९२६, आ/३) पृष्ठ ४.

१२. 'अंत:करणाचे रत्नदीप', 'कळ्यांचे नि:श्वास' : विभावरी शिरूरकर, (मालती बेडेकर), (१९३३), पृष्ठ १४.

१३. 'रिकाम्या भांड्याचे निनाद', 'कळ्यांचे नि:श्वास' : पृष्ठ ५८.

१४. 'कळ्यांचे नि:श्वास' : विभावरी शिरूरकर (मालतीबाई बेडेकर), पृष्ठ १७०.

१५. 'रुद्ध प्रवाह' : गीता साने, 'संगम' मासिक सप्टेंबर १९५२, पृष्ठ ७.

१६. 'भार' 'श्रीसरस्वती' : गीता साने, 'दीपावली' १९६०, पृष्ठ २६.
१७. 'प्रतिकार' : गीता साने, 'स्त्री' दिवाळी अंक ऑक्टोबर १९५४, पृष्ठ १८.
१८. 'काही आंबट काही गोड' : शकुंतला परांजपे, पृष्ठ ५.
१९. 'उमा': विभावरी शिरूरकर, (मालती बेडेकर), पृष्ठ ५.
२०. 'वठलेला वृक्ष' : गीता साने, पृष्ठ १३.
२१. 'सुखाचा शोध' : वि. स. खांडेकर, (आ/४), पृष्ठ ३२.
२२. 'अटकेपार' : ना. सी. फडके, (आ/१), पृष्ठ १२६ ते १२९.
२३. 'निवड' : गीता साने, 'अभिरुची' एप्रिल १९४९, पृष्ठ १६.
२४. 'माळरानात': गीता साने, पृष्ठ ५०, ५१.
२५. 'वठलेला वृक्ष' : गीता साने, पृष्ठ ३१.
२६. तत्रैव : गीता साने, पृष्ठ ६२.
२७. धुके आणि दहीवर' : गीता साने, पृष्ठ ७५.
२८. 'हिरवळीखाली' : गीता साने, पृष्ठ ७१.
२९. 'निखळलेली हिरकणी' : गीता साने, पृष्ठ ४४.
३०. तत्रैव : पृष्ठ ४५.
३१. 'निखळलेली हिरकणी' : गीता साने, पृष्ठ ४७.
३२. कथा- 'अंत:करणाचे रत्नदीप', कथासंग्रह- 'कळ्यांचे नि:श्वास' : विभावरी शिरूरकर (मालती बेडेकर), पृष्ठ १४.
३३. कथा - 'आवाहन' : गीता साने, 'धनुर्धारी', दिवाळी अंक १९५८, पृष्ठ ३७, ६३.
३४. 'माळरानात' : गीता साने, पृष्ठ १०४, १०५.
३५. कथा- 'ताई हेच बरे सुखाचे संसार', कथासंग्रह- 'कळ्यांचे नि:श्वास': विभावरी शिरूरकर (मालती बेडेकर), पृष्ठ ४९.
३६. कथा - 'भार' : गीता साने, 'श्रीसरस्वती' दिपावली अंक १९६०, पृष्ठ २६.
३७. 'हिरवळीखाली' : गीता साने, पृष्ठ २७.
३८. तत्रैव, पृष्ठ २६.
३९. तत्रैव, पृष्ठ ४४, ४५.
४०. 'वठलेला वृक्ष' : गीता साने, पृष्ठ ९३.
४१. तत्रैव, पृष्ठ १४३.
४२. 'घराचा मालक' : शकुंतला परांजपे, पृष्ठ ९४.
४३. तत्रैव, पृष्ठ १३६.

४४. कथा- 'रिकाम्या भांड्यांचे निनाद', कथासंग्रह : 'कळ्यांचे निःश्वास', विभावरी शिरूरकर (मालती बेडेकर), पृष्ठ ६८.
४५. 'घराचा मालक' : शकुंतला परांजपे, पृष्ठ ७६.
४६. 'धुके आणि दहिवर' : गीता साने, पृष्ठ ८७, ८८.
४७. 'दोघांचे विश्व' : विभावरी शिरूरकर (मालती बेडेकर), पृष्ठ १३६.
४८. 'हिरवा चाफा' : वि. स. खांडेकर, (आ/६), पृष्ठ १९४, १९७.
४९. कथा- 'तिचे अश्रू', कथासंग्रह- 'पहिली लाट' : वि. स. खांडेकर, पृष्ठ १२७.
५०. 'उद्याचा संसार' : प्र. के. अत्रे, पृष्ठ ८३.
५१. कथा : 'तू आई आहेस की दावेदारीण', पुस्तक- 'कळ्यांचे निःश्वास' : विभावरी शिरूरकर (मालती बेडेकर), पृष्ठ ४३, ४४.
५२. कथा- 'त्यांचा शाप', 'दोघांचे विश्व' : मालती बेडेकर, पृष्ठ ९, १५.
५३. तत्रैव, पृष्ठ १८.
५४. तत्रैव, पृष्ठ १४.
५५. कथा- 'पिकवलेले फळ' : गीता साने, 'प्रतिभा' २० सप्टेंबर १९३५, पृष्ठ २३.
५६. 'हिंदोळ्यावर': विभावरी शिरूरकर (मालती बेडेकर), पृष्ठ १२४ ते १२६.
५७. 'सुशीलेचा देव' : वा. म. जोशी, प्र. आ., पृष्ठ ९१.
५८. 'उल्का' : वि. स. खांडेकर, ३ री आवृत्ती, पृष्ठ २१३.
५९. 'उद्याचा संसार' : प्र. के. अत्रे, पृष्ठ १०२, १०३.
६०. 'लग्नाची बेडी' : प्र. के. अत्रे, (प्रारंभीचे निवेदन).
६१. 'भंगलेले देऊळ' : ग. त्र्यं. माडखोलकर, ५वी आवृत्ती, पृष्ठ १२३ ते १५९.
६२. 'सुशीलेचा देव' : वा. म. जोशी, प्र. आ., पृष्ठ १५६.
६३. 'पापी पुण्य' : भा. वि. वरेरकर, (१९३१), पृष्ठ २.
६४. 'काळी राणी' : पु. य. देशपांडे, (१९४१), प्र. आ., पृष्ठ ५१ ते ५४.
६५. 'भंगलेलं देऊळ' : ग. त्र्यं. माडखोलकर (१९३४), ६ वी आ., पृष्ठ १५४.
६६. 'उमा' : मालती बेडेकर, पृष्ठ ४३.
६७. तत्रैव : मालती बेडेकर, पृष्ठ ५५, ५६.
६८. 'घराचा मालक' : शकुंतला परांजपे, पृष्ठ ६०.

६९. 'लतिका' गीता साने, पृष्ठ ६०.
७०. कथा : 'व्यथा' : गीता साने, 'श्रीसरस्वती', दीपावली अंक १९५८, पृष्ठ १०४.
७१. 'युद्धे आरंभणाऱ्या हिटलरांच्या विरुद्ध आम्ही स्त्रियांनीच लढले पाहिजे! आमचाच तो हक्क आहे. सध्याच्या संस्कृतीने स्त्रियांशी उभा दावा मांडला आहे. उद्या सैन्यभरतीसाठी ज्यांचे बाप, भाऊ, प्रियकर किंवा नवरे अंतरतील, त्या जगातल्या सगळ्या स्त्रिया एकत्र होणे, झोटिंगशाहीच्या विरुद्ध लढणे अशक्य का आहे?' 'रणांगण' : श्री. विश्राम बेडेकर : चौथी आवृत्ती, पृष्ठ १२०, १२१.
७२. 'आविष्कार' : गीता साने, पृष्ठ ४८, ४९.
७३. तत्रैव : गीता साने, पृष्ठ १९७.
७४. 'धुके आणि दहिवर' : गीता साने, पृष्ठ ९५.
७५. कथा- 'खोल खोल', कथावसंग्रह- 'पहिली लाट' : वि. स. खांडेकर, पृष्ठ १२९.
७६. 'नवे संसार' : ग. त्र्यं. माडखोलकर, पृष्ठ ५६.

●●

४. विचक्षण लेखिकांनाच दिसलेले स्त्री-विश्व

लेखक आणि लेखिका यांच्या साहित्यात जो स्त्री-जीवनविषयक दृष्टिकोन मांडला गेला, जे स्त्री-प्रश्न हाताळले गेले आहेत; त्यांविषयी तुलनात्मक विवेचन येथवर केले. आता जे 'स्त्री जीवन-विशेष' केवळ लेखिकांनीच टिपले आणि लेखकांना ते दिसू शकले नाहीत, त्यांचा विचार करू.

स्त्रीचे अर्थार्जन :

शिक्षणामुळे स्त्रीला प्राप्त झालेली अर्थार्जनक्षमता, तिच्या अर्थार्जनाने कुटुंबात आणि समाजात निर्माण केलेली कंपने लेखकांना जाणवलेली दिसत नाहीत. लेखिकांच्या साहित्यात मात्र अर्थार्जन हा स्त्री-शिक्षणाचा अपरिहार्य परिणाम असून स्त्री-जीवनावर, कुटुंबावर, समाजावर या अर्थार्जनाचे बरे-वाईट आघात होण्यास सुरुवात झाली असल्याची चित्रे येतात.

लेखिकांच्या साहित्यातील स्त्रिया गरज म्हणून अर्थार्जनासाठी बाहेर पडल्या आहेत. विधवा, परित्यक्ता, विवाहित, अविवाहित स्त्रियांवर अर्थार्जनाचे परिणाम वेगवेगळे झाल्याचे लेखिकांच्या साहित्यात दिसून येते. खेड्यात नोकरी करणाऱ्या आणि शहरात नोकरी करणाऱ्या स्त्रियांचे प्रश्न वेगळे आहेत, असेही लेखिकांच्या साहित्यावरून लक्षात येते. पुरुषाच्या बरोबरीने अर्थार्जन करू लागल्यावरही

'स्त्री'ला पुरुषाच्या बरोबरीचे स्थान समाजात मिळू शकत नाही, हे लेखिकांना सतत जाणवते आहे आणि यामागच्या कारणांचा वेध घेण्याचा त्यांनी आपल्या साहित्यातून प्रयत्न केला आहे.

'स्त्री'च्या अर्थार्जनाचे बरे-वाईट धक्के प्रथम तिच्या आईवडिलांच्या घरालाच बसले आहेत, असे लेखिकांच्या साहित्यात दिसून येते, हे विशेषत्वाने लक्षात घेतले पाहिजे. कारण 'स्त्री'चा संघर्ष विवाहानंतर मुख्यत: सासर घराण्याशी सुरू होतो, माहेर म्हणजे सुखाचे घर अशी आपल्या समाजाची धारणा आहे. लेखिका या धारणेलाच धक्का देतात. मालती बेडेकर यांच्या 'त्याग' आणि 'बाबांचा संसार माझा कसा होणार?' (कळ्यांचे नि:श्वास) या कथांमधल्या शिक्षित मिळवत्या मुली आणि गीता साने यांच्या 'प्रतिकार' (स्त्री, दिवाळी अंक, ऑक्टोबर १९५४) कथेतली नोकरी करणारी अहिल्या यांच्यासमोर त्यांचे माहेरघर प्रश्नचिन्ह म्हणून उभे राहिले आहे. आपल्या आईवडिलांच्या घरातच या अविवाहित मुली मनाचा कोंडमारा सहन करीत आहेत. त्यांच्या लग्नाचा प्रश्न लांबणीवर पडतो आहे. यौवनसुलभ भावना कोंडल्या गेल्या आहेत. या समान प्रश्नातून वाट काढताना प्रत्येक मुलगी ज्या संघर्षाला सामोरी जाते आणि जो स्वत:चा मार्ग शोधते, त्या संघर्षाचे आणि मार्गाचे रूप मात्र निरनिराळे आहे. 'त्याग' कथेमधल्या मुलीच्या आईवडिलांना मन:पूर्वक वाटते की, आपला जीव गहाण ठेवून हिचे लग्न करावे! आणि त्याच वेळी ही निघून गेल्यावर आपल्या संसाराला आधार कोणाचा, ही चिंताही त्यांना जाळते. मुलीला वाटते की मी मिळवती आहे, तरी माझ्या धाकट्या न मिळवत्या भावंडांइतकीच आज्ञाधारक आहे. कमावता मुलगा असा आज्ञाधारक राहिला असता का? आईवडिलांना वाटते, मिळवत्या मुलाचे उपकार वाटले नसते. मुलीचे उपकार वाटतात. मुलगी आणि आईवडील यांच्यात सतत अबोल ताण आहे. विवाहाची संधी येते, तेव्हा आईवडिलांची अडचण ओळखून ही मुलगी स्वत:च विवाहाला नकार देते. मात्र तिच्या मनात प्रश्न आहे, 'स्वार्थत्यागाचे हे समाधान पुढे टिकेल ना?' ही मुलगी आईवडिलांच्या संसारात आपल्या यौवनसुलभ इच्छांची आहुती देते. मनाची तडफड होत असताना एक चकार शब्द न उच्चारता ती हे समर्पण करते. मनात कुढते. खिन्न होते. परंतु धुसफुसत नाही किंवा उणा शब्द बोलत नाही. 'बाबांचा संसार माझा कसा होणार' या कथेतली मुलगी हिच्यापेक्षा धीट आहे. ती थोडेफार बोलून आपल्या इच्छेला वाट मिळवायला पाहते. मनातल्या मनात का असेना, परंतु वडिलांचा उपहास करते. तिशीला आलेली ही मुलगी स्वत:च्या पगारातली थोडी रक्कम शिल्लक टाकून विवाहाची इच्छा आईवडिलांना सूचित करते. वडील तिला धुडकावून पस्तिशी

उलटलेल्या कुमारिकांची उदाहरणे देऊन म्हणतात, 'तूच एवढी उतावीळ का? मुली सुशिक्षित असल्या की त्यांना कसली आली आहे भीती? मुली काही मुलांइतक्या भडकून जात नाहीत. कितीतरी बालविधवा सदाचाराने शेवटपर्यंत राहू शकतात. उलट ब्रह्मचारी पुरुष हजारांत एखादा नाही मिळायचा. दुसरं असं की संसार हे क्षणिक सुख आहे. गरिबांनी या भानगडीतच पडू नये.' या मुलीच्या मनात येते, 'आजपर्यंत सगळीच माणसं संसाराची असारता सांगत आली आहेत. बाबांनासुद्धा असं कुणी आधी सांगितलं असेलच की!' पण मनातला हा विचार मोठ्याने बोलून दाखविण्याइतकी ती बंडखोर नाही. मनातला विचार आतल्याआत गिळून ती गप्प राहते. तिला वाटते, 'असे प्रश्न ज्या-त्या मुलीने स्वतःच सोडवायचे. दुसरे कोणी मदत करणार नाही.' गीता साने यांच्या 'प्रतिकार' कथेतली अहिल्या कुरूप म्हणून तिचे लग्न जमत नाही. नोकरी करणाऱ्या या मुलीच्या मनात एकच प्रश्न उठतो, 'आपण वहिनीच्या हाताखाली म्हाताऱ्या होऊन मरणार का?' मालतीबाईंच्या नायिकांपेक्षा अहिल्या निराळा मार्ग शोधते. आहे या परिस्थितीत मिळतील ते आनंदाचे क्षण वेचावेत आणि उमेदीने प्रामाणिकपणे जगावे, अशी तिची वृत्ती. भावाच्या आर्थिक ओढाताणीमुळे तिला वाटते, आपण नर्सिंग कोर्सचे ट्रेनिंग करून थोडे जास्त पैसे मिळवू! अधिक पैसे मिळू लागले तर भाऊ लग्न जमविण्याचे अगदीच अंगाबाहेर टाकीलं, ही शक्यता गृहीत धरूनही ती ट्रेनिंगला जाण्यासाठी भावाकडे परवानगी मागते. पैसे मिळविण्याचे साधन म्हणून भाऊ त्वरित उतावळेपणानं परवानगी देतो. त्याच्या या वागण्याने तिच्या हृदयाला काटा बोचतोच. तरीही घरापासून सहा महिने दूर जाण्याची कल्पनाच छान मानून, कोंडलेल्या परिस्थितीत आनंद शोधून, ती प्रशिक्षणासाठी जाते. प्रशिक्षणानंतर चांगली नोकरी मिळाली की, आई आणि भावंडांसह आपण भाऊ-वहिनीपासून वेगळे राहू, अशी तिची इच्छा. पण प्रशिक्षण घेऊन ती परत आल्यावर तिच्या इच्छेचा प्रश्नच कोठे उद्‌भवत नाही. ती येताच, मोठ्या कारखान्याच्या क्रेशमध्ये वशिला लावून भाऊ तिला नोकरी मिळवून देतो. घरभाडे वाचविण्यासाठी तिच्या लहान क्वार्टरमध्ये आई-भावंडे-बायको-मुले सगळ्यांचे बिऱ्हाड हालवतो. आपल्या लहानसहान इच्छांना मूठमाती देत, अहिल्या प्रामाणिक परिश्रमाने नोकरीत जम बसवते. नोकरीत रमून जाते. परंतु तिच्या नोकरीतही भाऊ ढवळाढवळ करतो. क्रेशचे सामान आणताना पाच-पंचवीस रुपये उचलण्यासाठी तो तिच्यावर दबाव आणतो. वास्तविक पाहता नोकरी हे अहिल्येचे स्वतंत्र क्षेत्र आहे. ते स्वशिक्षणाने आणि कर्तृत्वाने तिने मिळविले आहे. त्या ठिकाणी तिच्या कुटुंबाचा तसा काहीच संबंध नाही. तेव्हा भावाचा दबाव बाजूला सारणे, तिला सहज शक्य

व्हावे! परंतु हे तर्कशास्त्र व्यवहारात किती फोल आहे, ते गीताबाई दाखवतात. केतकरांसारखीच समाजशास्त्रज्ञाची दृष्टी लाभलेल्या गीताबाई अहिल्येच्या पारतंत्र्याला जबाबदार असणाऱ्या सामाजिक रेट्यांचे साध्या साध्या प्रसंगांतून दर्शन घडवतात. कुटुंबातला कर्ता पुरुष म्हणून भाऊ तिचा पालक आहे. तिचे लग्न जमविण्याचा अधिकार त्याचा आहे. तिच्या नोकरीतली प्रत्येक गोष्ट विचारण्याचा या पालकाला पदसिद्ध अधिकार मिळालेला आहे. म्हणून सामानाची यादी कोणत्या दिवशी जाते, सामान केव्हा येते हे तो तिला विचारू शकतो. त्याचा कुटुंबसंस्थेतला पालकत्वाचा अधिकार बळकट करणारी ग्रामरचना भोवताली पसरली आहे. घर आणि नोकरीचे ठिकाण जवळजवळ आहे. म्हणून भाऊ सहज तिच्या नोकरीच्या ठिकाणी येऊ शकतो आणि त्याचे येणेजाणे भोवतालच्या माणसांना खटकतही नाही. त्या ग्रामीण जीवनपद्धतीत ते चालून जाते. ज्या वाण्याकडे सामानाची यादी जाते, त्या वाण्याला दोन रुपये देऊन ती यादी बदलू असे तो बोलू धजतो, यालाही कारण ग्रामरचनाच आहे. नागर जीवनपद्धतीत त्याचे वागणे इतक्या सहज खपवून घेतले जाणे शक्य नाही. कुटुंबसंस्थेने आणि ग्रामरचनेने भावाला बलिष्ट केले आहे आणि अहिल्येला दुबळे केले आहे. यामुळे सुशिक्षित, अर्थाजन करणारी, चोखपणे नोकरी करून प्रांजळ आनंदात रमलेली ही तरुण मुलगी अडकित्त्यात सापडली आहे. भावाचे ऐकायचे तर लबाडी केली पाहिजे. लबाडी पचविण्याचा तिचा पिंड नाही. म्हणजे आज नाही उद्या, ती लबाडी उघडी पडणार. तिच्या ध्येयाशी बेइमानी होणे आलेच, शिवाय जगही तिची छी-थू करणार! भावाला विरोध केला, तर भावाचे संरक्षण गमवावे लागणार. भोवताली पसरलेला ग्रामीण समाज पुरुषाचे कवच नसलेल्या स्त्रीची कशी ससेहोलपट करतो, ते तिने स्वत:च्या मैत्रिणीच्या बाबतीतच पाहिलेले असते. तो समाज अशा स्त्रीविरुद्ध निनावी पत्रे लिहितो, गलिच्छ आळ आणतो! अशी अडकित्त्यात सापडलेली अहिल्या प्रसंगावधान राखून, भावाचा थोडा रोष सहन करून, त्याला युक्तीने डावलते आणि आपला प्रामाणिकपणा टिकवते. तेव्हा रूढ समाजव्यवस्थेत कमावणारी शिक्षित स्त्री किती परावलंबी जिणे जगते, हे जाणवते आणि परिस्थितीच्या कोंडीतून मार्ग काढण्याची तिची चपळाई, चतुराईही लक्षात येते.

अर्थार्जन करणारी विधवा कुमारिकेपेक्षा थोडी स्वतंत्र दिसते. तिचे लग्न जमविण्याचा प्रश्नच उद्भवत नाही. त्यामुळे कोणीतरी आपले लग्न जमवील (वडील, भाऊ, काका, मामा वा इ.) म्हणून कुटुंबातील पुरुषाच्या आधिपत्याखाली राहण्याची तिला आवश्यकता नाही. परंतु तिच्यापुढे वेगळे प्रश्न आहेत. तिला कुमारिकेइतके समाजात मोकळेपणाने वावरता येत नाही. कारण तिचे दर्शन

अशुभ-अभद्र समजले जाते. तिला सतत संकोचाने वावरावे लागते. गीता साने यांच्या 'हिरवळीखाली' या कादंबरीतील मुख्याध्यापिका कमळाबाई सकेशा विधवा. बालविधवा असल्यामुळे त्यांना मूलबाळ नाही. त्यांच्या आईसह त्या नोकरीच्या गावी राहतात. टवाळकी टाळण्यासाठी एका विद्यार्थ्याला फीचे पैसे देऊन त्याच्याकडून बाजारहाट वगैरे करवितात. मुलींच्या शाळेची मुख्याध्यापिका असलेल्या कमळाबाईंसमोरचा प्रश्न कोणता? त्यांना पुरुषाशी बोलण्याचा सराव साहजिकच नव्हता. शाळेत कोणी पालक आल्यास असिस्टंट मास्तर त्याचे म्हणणे ऐकून घेत, म्हणजे पर्यायाने असिस्टंट मास्तर मुख्याध्यापक होते, असे म्हणावयास हरकत नाही. अधिकार त्यांचा, वाईटपणा कमळाबाईंचा! ही परिस्थिती होती. कोणी पुरुषमंडळी घरी आल्यास कमळाबाई, जुन्या काळच्या सूनबाईप्रमाणे स्वयंपाकघराच्या दाराआड उभ्या राहून बोलत.[१]

विधवा स्त्री अर्थार्जन करून थोडीफार स्वतंत्र झाली, उपजीविकेबाबत स्वावलंबी झाली, हे खरे, तरी अर्थार्जनाच्या प्रक्रियेत पुरुषाचा जेवढा विकास होऊ शकत होता, तेवढा विकास होण्याची संधीच रूढीच्या बंधनामुळे तिला मिळू शकत नव्हती. हे कमळाबाईंच्या उदाहरणातून दिसून येते.

खेड्यात नोकरी करणाऱ्या शिक्षिकांचा कोंडमारा मालती बेडेकरांच्या 'कानोसा' या कथासदृश लेखात बोलका झाला आहे. मागासलेल्या खेड्यात शिक्षित स्त्री निषिद्ध आहे, हे यातून लक्षात येते. खेड्यात शिक्षिका असलेली ही स्त्री म्हणते :

'आज हजारो मास्तरणी हजारो खेड्यांत कोणत्या तऱ्हेचा मानसिक त्रास सहन करीत आहेत, याची तुम्हाला काही कल्पना तरी आहे का? शिकलेली बाई हा त्यांच्या कुटाळकीचा विषय असतो. ज्यानं उठावं त्यानं तिच्या मस्करीचा नवा मार्ग शोधावा. कुणी रस्त्यानं जाताना अभद्र बोलेल, तर कुणी घराची कौलारंच काढील. कुणी दारावर काही भलतंसलतं लिहील, तर कुणी अंगणातून उड्या टाकून घरात दडून बसेल. कुणी तिच्याकडे बघून फिदीफिदी हसेल, तर कुणी सभ्य आपली भलती इच्छा बोलून दाखवील! एकट्या विधवा मास्तरणीनं तरुण वयात खेड्यात काम करायचं, म्हणजे चोवीस तास मन बावरलेलं, भ्यालेलं असतं. तुम्हा शहरातील लोकांना याची कल्पनाही नाही यायची. आणि कोणी या बायकांना संरक्षणही देणार नाही. पुन्हा काही प्रसंग आले, तर आम्हालाच वाईट म्हणून जग मोकळं! स्त्रीविषयीच्या त्यांच्या कल्पना अगदीच मागासलेल्या. तिचे कार्य चूलमूल, हेच त्यांना माहीत. त्या चाकोरीबाहेर आलेली स्त्री त्यांच्या असंस्कृत मनाला पटणारी नसते. सामान्य खेडूत घ्या, नाहीतर तेथील पाटील घ्या सर्वच मागासलेले. सहीसुद्धा करता येणे मुश्कीलीचे. तेथे शिकलेली बाई हा

टिंगलीचा विषय होणारच. मग तिच्या कुचाळ्या कशा काढायच्या, तर तिच्या स्त्रीत्वाला धक्का लावून तिची बेअब्रू करण्यानेच.'[२]

या अशा सामाजिक परिस्थितीमुळेच शिक्षण आणि अर्थार्जन सुरू झाले, तरी स्त्री-जीवनात आमूलाग्र परिवर्तन घडून येत असल्याची लक्षणे कोठे आढळत नाहीत. शिक्षण घेणाऱ्या – अर्थार्जन करणाऱ्या मुली त्यासाठी उत्सुक नसून आपद्धर्म म्हणून शिक्षण आणि नोकरी करीत होत्या, असा लेखिकेचा अभिप्राय आहे. त्यांच्या कोमेजलेल्या निस्तेज मनाचे चित्र गीता साने यांच्या 'प्रतिकार' या कथेत येते. अहिल्या उमेदीने नर्सिंग कोर्सला जाते. तेथे तिला काय दिसते?

तिथे एकंदर पन्नास विद्यार्थिनी होत्या. त्या सगळ्याच परिस्थितीने गांजलेल्या, निरुपायाने अर्थार्जनाकडे वळल्या होत्या. ही जिवंत प्रेते आमरण एक उदास, कंटाळवाणे निरर्थक जीवन जगणार होती. अहिल्या तेथे उबली-घाबरली. पण एका लांबलचक अंधाऱ्या बोगद्यात तिची गाडी अडली होती. पुढेमागे, खालीवर सर्वत्र मिट्ट अंधेर होता. अध्यापिका काय नि विद्यार्थिनी काय, हतबल झालेल्या परिस्थितीने पराजित केलेल्या!'[३]

शिक्षणाने स्त्रीला अर्थार्जनक्षम केले. अर्थार्जनाने स्त्रीला स्वावलंबी होण्यास किंबहुना कुटुंबाची आधारदाती होण्यास मदत केली. तरीही शिकणाऱ्या, नोकरी करणाऱ्या मुलींचे जीवन इतके निस्तेज का होते, असा प्रश्न मनात उभा राहतो. आणि प्रश्नाचे उत्तर शोधण्यासाठी सर्व समाजात रुजत असलेल्या स्त्री-सुधारणांचे स्वरूप तपासून पाहणे आवश्यक ठरते.

लेखिकांच्या साहित्याच्या आधाराने ते तपासत असताना असे लक्षात येते की, समाजाची भाषा जरी स्त्री-सुधारणेची होती, तरी पुरुषप्रधान कुटुंबसंस्थेला आणि समाजव्यवस्थेला फायदेशीर असेच बदल स्त्री-जीवनात होत होते. स्त्रीचे शिक्षण आणि त्या पाठोपाठ येणारे अर्थार्जन हे बदल समाजाने स्वीकारले होते, तरी पारंपरिक नीतिमूल्यांची चौकट पूर्वकालाप्रमाणेच घट्ट होती. पुरुष श्रेष्ठ-स्त्री कनिष्ठ ही जुनी कल्पना तशीच होती. अर्थार्जनासाठी घराबाहेर पडणाऱ्या किंबहुना गावाबाहेरही जावे लागणाऱ्या स्त्रीची अब्रू अजून काचेचीच होती. त्यामुळे 'स्त्री'ला पालक/रक्षक पुरुषाची गरज होती. त्या पुरुषाचा 'स्त्री'वर अधिकारही राहत होता. शिक्षण व अर्थार्जन या बदलांमुळे कुमारिका, विधवा यांचा कुटुंबावर पडणारा आर्थिक भार कमी झाला. मात्र त्यांनी पैसा मिळविला तरी तो खर्च करण्याचा अधिकार त्यांना नव्हता. अर्थातच त्यांची सेवा आणि पैसा दोन्ही गोष्टी कुटुंबास मिळू लागल्या. अर्थार्जनामुळे स्त्री कुटुंबाची आधारदाती होऊ शकत होती. परंतु

मालक होऊ शकत नव्हती. स्वत:च्या जीवनाबद्दलचे निर्णय स्वत: घेण्याची मुभाही तिला नव्हती.

म्हणूनच 'त्याग' आणि 'बाबांचा संसार माझा कसा होणार' या कथांमधल्या मिळवत्या मुली मनाची तडफड सोशीत, धुसफूस करीत जगतात. 'प्रतिकार'मधली अहिल्या तारेवरची कसरत करीत आनंद शोधते. 'हिरवळीखाली' आणि 'कानोसा'मधल्या शिक्षिका समाजाला वचकून, संकोचून, घाबरून वावरतात. स्त्रियांचा कोंडमारा संपलेला नव्हता. तरीही होणाऱ्या बदलांना स्त्री-सुधारणा म्हटले जात होते. आमच्या स्त्री-सुधारणेच्या कल्पनाच अतिशय ठेंगण्या होत्या, त्यामध्ये स्त्री-जीवनात मूलभूत परिवर्तन घडवून आणण्याचे सामर्थ्य नव्हते, असे येथे म्हणावेसे वाटते. अर्थार्जन हे केवळ आपद्धर्म म्हणून करावयाचे कृत्य नसून, स्त्रीचा तो जन्मसिद्ध हक्क आहे, असे मानण्यास समाज (स्त्री आणि पुरुष दोघेही) अजून तयार नव्हता.

यामुळे विवाहित स्त्रियांनी नोकरी करणे, गैरच मानले जात होते. याचे दाखले लेखिकांच्या साहित्यात मिळतात. गीता साने यांच्या इंदूच्या नवऱ्याला फारसा पैसा मिळत नाही. तरी ती थोराघरची सून आहे. नोकरी मागण्यासाठी गेल्यावर तिला कोणता अनुभव येतो?

"या इंदिराबाई! का बरं दर्शन घ्यावंसं वाटलं?" मोठ्यांच्या सुनेला हे अभिवादन आहे, हे तिने ओळखले.

"काम होतं थोडं माझं."

"बसा की, काय काम पडलं आज मी करण्याजोगं?"

"तुमच्या शाळेत एखादी जागा रिकामी आहे का?"

"जागा रिकामी? का? एखादी मैत्रीणबित्रीण आहे का तुमची?"

इंदू काही उत्तर देणार, इतक्यात त्याच म्हणाल्या,

"एक शिवणाची बाई तेवढी हवीय आम्हाला, तीही महिन्या-दीडमहिन्यासाठी."

इंदूने मान खाली घातली. तिच्या डोळ्यांवर अश्रूंचे पातळ आवरण आले होते. ती अडखळत म्हणाली, "मलाच घरी बसून कंटाळा आलाय-"

"कंटाळा आलाय्? मुलगा आहे ना तुम्हाला?"

"तो आहे आजीच्या अंगावर. त्यामुळे त्यांच्याजवळ असतो. शिवाय मला शिवणाचा नि ड्रॉईंगचा नाद आहे."[४]

मालती बेडेकरांच्या 'शबरी' कादंबरीतली पदवीधर शबरी विवाहानंतर नोकरी सोडून देते. 'दोघांचे विश्व' या दीर्घकथेतील धनंजयला आईचे आणि पत्नीचे

नोकरी करणे पसंत नाही. त्यामुळे घरात कलह माजतो. पोरवयातला धनंजय आपल्या नोकरी करणाऱ्या आईबद्दल म्हणतो, 'आम्हाला जाग आल्यावर गडबडीनं बाहेर जाणारी अन् झोप लागल्यावर घरात येणाऱ्या बाईत आईचा प्रत्यय घ्यायचा कसा?'[५]

पुढे नोकरी करू इच्छिणारी पत्नी आणि धनंजय यांच्यातही संघर्ष होतो.

"मग मी सांगू? मी देतो तुला आणखी पन्नास रुपये." धनंजय म्हणाले.

"अन् मी बाहेर काम करून पन्नास रुपये मिळवले, तर काय वाटेल तुम्हाला?"

"अत्यंत अहंकारी बाई आहेस असं वाटेल. ते पन्नास रुपये तू मिळवून आणणार. त्याकरता चार तास घराबाहेर जाणार. त्या चार तासांत घराची आबाळ, मुलांची आबाळ. अन् एवढं करून मिळालेल्या त्या पन्नास रुपयांची तुला ऐट वाटत राहणार! का? तर स्वत:च्या पायावर उभी राहिले म्हणून. तेवढ्या अवधीत घर फोडून पाच हजारांचा माल कुणी लांबवला तरी चालेल. नोकरांनी तिजोरी लांबवली तरी चालेल. पण स्वत:च्या पायावर उभं राहण्याचं सुख तुला मिळालं पाहिजे."[६]

हा धनंजय सुशिक्षित, सुसंस्कृत, पदवीधर देखणा तरुण आहे. तरीही स्त्रीचे अर्थार्जन त्याला मान्य नाही. स्त्री थोडा वेळ नोकरीसाठी बाहेर गेली, तर गृहस्वास्थ्य बिघडणार, असे त्याला प्रामाणिकपणे वाटते. सुशिक्षित स्त्रीची घराशी बांधिलकी त्याने ठामपणे गृहीत धरली आहे. त्याविषयी काही विचार करण्याची त्याला आवश्यकताच वाटत नाही.

गीता साने यांची 'केवड्यातला नाग' (संगम : मे १९५३) ही कथा पाहा. मिळवत्या स्त्रीच्या नवऱ्यावर भोवतालचा समाज कसा घाव घालतो, त्याचे कोणते परिणाम संबंधित व्यक्तीवर होतात याचे चित्र या कथेत येते. श्री आणि लता हे एकमेकांशी विलक्षण समरस असलेले जोडपे. श्रीच्या प्रोत्साहनाने लता एम. ए. होते. नोकरीला लागते. नेमका त्याच वेळी श्री बेकार होतो. भोवतालचा समाज चोचा मारू लागतो.

'तुला काय करायची आहे नोकरी? बायकोपेक्षा तुला काय जास्त मिळणार आहे? तिची मर्जी राख, म्हणजे तुला काय कमी आहे?' पती-पत्नींच्या समरसतेला तडे जाऊ लागतात. नोकरी सोडावी असेही लतेला वाटू लागते. परंतु परिस्थितीमुळे नोकरी सोडणे तिला शक्य होत नाही.

नवऱ्यावरील आत्यंतिक प्रेमामुळे लता सतत त्याच्याशी संवाद साधू पाहते. परंतु मेहुणा, बहीण, मित्र सगळ्यांच्या वाग्बाणांनी घायाळ झालेला नवरा कटू होतो. स्त्रीने पुरुषापेक्षा अधिक पैसा मिळविणे, अधिक नावलौकिक कमावणे

रूढीला मान्य नाही. ही रूढी दांपत्यातील प्रेमाचा बळी घेते.

'वठलेला वृक्ष' या कादंबरीतही विमलच्या नोकरीमुळे विमल-विनायक नवराबायकोचे कलह वाढत जातात. विनायकचा पगार संसारासाठी अपुरा असतानाच विमलने नोकरी सोडण्याचा आग्रह तो धरतो. पण विमल मान्य करीत नाही. उलट ती त्यालाच चार शब्द सुनावते, 'तुम्ही माझ्या श्रमाने उत्पन्न होणारा पैसा स्वत:साठी खर्च करिता, तेव्हा तुमचा नैतिक पाया डळमळीत आहे, इतकेच मी म्हणते. ही गोष्ट सर्वस्वी सत्य आहे आणि विस्तवावर पाय ठेवला तर तो जळायचाच, त्याप्रमाणे मिळवत्या व्यक्तीची भूमिका माझ्या पदरी आल्यानंतर माझे इतरांशी संबंध बदलायचेच. सासू काम करीत असताना कोणती सून बसून खाऊ शकते? कोणती भावजय आपल्या दीराला लहान भावाप्रमाणे वागवू शकते? माझा हा जो अधिकार आहे तो पैशामुळे आहे. आणि स्वत:च्या जीवितासाठी पतीच्या दर्जावर व पैशावर अवलंबून राहणाऱ्या स्त्रीपेक्षा माझे आयुष्य केव्हाही निराळे राहीलच.[७]

लेखिकांच्या साहित्यातील पुरुषपात्रे अर्थार्जन करणाऱ्या 'स्त्री'ला स्वतंत्रपणे मोकळेपणाने जगू देत नाहीत. नवऱ्याला तिचे अर्थार्जन नकोच आहे. वडिलांना आणि भावाला त्यांच्या फायद्यासाठी तिचे अर्थार्जन हवे आहे. अर्थार्जन करणाऱ्या स्त्रीचे मन, इच्छा-आकांक्षा जाणून घेण्याचा प्रयत्न एकाही पुरुषाने किंवा कुटुंबातील इतर स्त्रियांनी केल्याचे दिसत नाही. मालतीबाईंच्या 'दोघांचे विश्व' या दीर्घकथेत धनंजयच्या आईच्या मैत्रिणी आईची बाजू धनंजयला समजावून सांगतात. परंतु, धनंजय त्यांच्याशी सहमत होत नाही.

तथापि 'स्त्री'च्या अर्थार्जनाच्या काही महत्त्वाच्या बाजू लेखिकांच्या साहित्यातही चित्रित झाल्या आहेत. कधी त्यानुसार अथार्जनामुळे स्त्रियांची कोंडी फुटण्याची एक वाट मिळाली होती, एवढेच म्हणता येते. 'स्त्री'च्या अर्थार्जनामुळे नवऱ्याला साहाय्य होऊन पती-पत्नीत समरसता आल्याची तुरळक उदाहरणे लेखिकांच्या साहित्यात आहे. गीता साने यांच्या 'लतिका' कादंबरीतली राधा नोकरी करून आपल्या वेड लागलेल्या प्रियकराचा सांभाळ करते. त्याला बरे करते. 'माळरानात' कादंबरीतील इंदूला नोकरी मिळाल्यावर तिच्या कुटुंबाच्या उपजीविकेचा प्रश्न सुटतो. मग नवऱ्याच्या स्वातंत्र्य चळवळीतील कार्याबद्दल तिला अभिमान वाटू लागतो. दोघांमध्ये अधिक समरसता येते.

कुमारिका, विधवा यांच्या अर्थार्जनामुळे त्यांच्या गृहसेवेचा वेळ आपोआपच कमी झाला. त्यांना घराच्या भिंतीपलीकडचे जग बघण्याची संधी मिळाली. त्या बाहेरच्या जगात त्यांना बरी-वाईट माणसे भेटली. वेगळे विचार ऐकू आले. घराचे

सुरक्षित क्षेत्र सोडून बाहेर पडल्यावर, स्त्रियांना अपरिहार्यपणे अनेक संघर्षांना सामोरे जावे लागले. इच्छा असो किंवा नसो समाजालाही घराबाहेर पडलेल्या या स्त्रीच्या सोयी-गैरसोयीचा विचार करणे भाग पडू लागले, ही स्त्री-विकासाची आणि परिणामी समाजविकासाचीही प्रक्रिया होती.

धर्म आणि तदनुषंगिक रूढी :

धर्म आणि धर्माच्या अनुषंगाने येणाऱ्या रूढी यांचे स्त्रियांवर बंधन घालणारे अस्तित्व लेखिकांच्या साहित्यात अनेक ठिकाणी आढळते. धर्माचे बंधन या साहित्यात कधी अगदी स्पष्ट रूपात दृष्टीस पडते, तर कधी कधी ते अप्रत्यक्ष असते. दूरान्वयाने परिणाम साधते.

गीता साने यांची 'फेरीवाला' आणि मालती बेडेकरांच्या 'हिंदोळ्यावर' या कादंबऱ्यांमध्ये धर्माने 'स्त्री'च्या पायात घातलेल्या प्रत्यक्ष बेड्यांचे स्पष्ट चित्र आहे.

'फेरीवाला' या कादंबरीतली शकुंतला धर्माच्या विरुद्ध जाते. बाळबोध वळणाच्या मध्यमवर्गीय मुलीचे धर्मविषयक मन कसे पालटत जाते, ते गीताबाई चित्रित करतात. दिराच्या जबरदस्तीमुळे विधवा शकुंतलेला व्यभिचारी हा कलंक लागून ती घराबाहेर मुस्लीम वेश्यागृहात ढकलली जाते. तेथे अनंताची आणि तिची भेट होऊन अनंताला तिच्यावरील अन्याय कळल्यावर सिव्हिल मॅरेज ॲक्टनुसार ती विवाहबद्ध होतात. गीताबाई लिहितात, 'आम्ही कुठल्याही धर्माचे नाही', असे सांगताना अनंताला जरा अनमान वाटला, तर शकुंतलेने सहजगत्या ती गोष्ट केली. राम आणि रहीम तिच्या हाकेला कोण धावला होता? त्यामुळे दोघेही दानव आहेत, अशी तिची समजूत होती.[८] अनंताचा आग्रहच असेल तर शुद्धिविधी करून पुन्हा हिंदू धर्मात येण्यास शकुंतला तयार आहे. परंतु ती अनंताला प्रश्न विचारते, 'एखाद्या विशिष्ट समाजाचे नियम मान्य करणं, म्हणजे त्यांचा धर्म मानणं आहे. मला हिंदू धर्माचे कायदे मान्य होते, कारण त्या समाजात मी जन्म घेतला होता. त्या समाजाचे नियम योग्य आहेत की अयोग्य हे मला समजत नव्हतं आणि समजलं असतं, तरी समाजाच्या बलाढ्य शक्तीशी माझी ताकद काय टिकाव धरणार? तथापि, मला हिंदू समाजाचे नियम मान्य होते, त्याचप्रमाणे समाजाला माझे हिंदुत्व मान्य होते ना? मग माझ्यावर बंधने होती, तशी समाजावर नव्हती का? समाजाने माझ्या मुसक्या बांधल्या, परंतु स्वतःच्या डोक्यातले मुसळ त्याला दिसले नाही. असला अन्यायी-अघोर समाज अवनतीच्या उतरणीला लागला, असं समजायला हरकत नाही.[९]

'हिंदोळ्यावर' या कादंबरीतील अचला धर्माच्या कात्रीत सापडली आहे. तिचा व्यसनी, दुर्गुणी, कर्जबाजारी नवरा परागंदा होतो. हिंदू धर्मानुसार अचलेला नवरा हयात असताना दुसरा विवाह करता येत नाही. घटस्फोटाचीही सोय नाही. पुरुषाची प्रीती आणि अपत्याचे वात्सल्य उपभोगण्याची तिची तीव्र इच्छा आहे. तो 'स्त्री'चा नैसर्गिक अधिकार आहे आणि तो धर्माने डावलला आहे, अशी तिची धारणा आहे. तरीही परिस्थितीने हतबल, निराश झालेली अचला प्रथम धर्माच्या आधाराने जीवनात उभे राहण्याचा प्रयत्न करते. धर्मग्रंथाचे वाचन करू लागते. मालतीबाई लिहितात : अचलेच्या आयुष्याची नाव अशीच हेलकावे खात होती. तिने खूप विचार केला. शेवटी आशेची वल्ही हातात घेऊन 'धर्म' जेव्हा आयुष्याची नाव वल्हवील, तेव्हाच या आयुष्याला दिशा लागेल व विश्रांतीस्थान लाभेल, अशी तिची समजूत होऊ लागली. आयुष्यातील अनुभवांची अपूर्णता व अयोग्यता मनाला पटल्यावर मनुष्याच्या नैतिक व बौद्धिक वाढीला आसरा काय तो धर्माचाच, अचलेने त्याचाही आसरा घेऊन पाहिला.[१०]

परंतु धर्म हे अचलेचे विश्रांतीस्थान होऊ शकत नाही. अचला सर्व बाजूंनी विचार करून धर्माविरुद्ध बंडखोरी करते. प्रिय पुरुष भेटल्यावर धर्माला न जुमानता ती प्रियकराबरोबर राहू लागते. ती केवळ मोहवशतेने किंवा अगतिकतेने धर्माविरुद्ध वर्तणूक करीत नाही. तिच्या धर्मबाह्य कृतीला वैचारिक अधिष्ठान आहे. प्रीती आणि वात्सल्य उपभोगण्याचा स्त्रीचा नैसर्गिक अधिकार धर्माने हिरावून घेतला आहे. हा हिरावलेला अधिकार अचलेने परत खेचून आपल्या हातात घेतला आहे. मात्र अचलेची कृती जरी धर्माविरुद्ध बंडखोरीची असली, तरी तिची भाषा मात्र धर्माविरुद्ध नाही. मी संस्कारांविरुद्ध झगडते आहे, असे ती म्हणते.

येथे एक विरोध लक्ष वेधून घेतो. चाकोरीच्या मार्गाने जाणारी शकुंतला परिस्थितीच्या खाईत लोटली गेल्यावर पूर्णपणे धर्माच्या विरोधात जाते. धर्माविरुद्ध विचारपूर्वक बंडखोरी करणारी अचला शेवटपर्यंत धर्माविरुद्ध बोलत नाही. म्हणजे काहीशी धर्मानुकूलच राहते.

शकुंतला परांजपे यांची जीवनाकडे पाहण्याची दृष्टी मिश्कील. त्यांचे अनुभवकथन नेहमी स्वत:ला आणि इतरांना हास्यास्पद करीत निरागसतेने चालू असते. त्यांच्या या निरागस अनुभवकथनातही निरनिराळ्या स्वरूपात धर्माचा स्त्रीभोवती असलेला विळखा सातत्याने जाणवतो. शकुंतलाबाईंच्या अगदी लहानपणापासूनच्या आठवणीत धर्म आणि स्त्री यांचे एकमेकात गुंतलेले पाय दिसून येतात.

शकुंतलाबाईंचे वडील रॅ. परांजपे नास्तिक. त्यामुळे घरात देव नाहीत.

देवधर्माच्या कोणत्याच कल्पनेचा शकूवर संस्कार नाही. तरीही धर्मानुसार पवित्र मानल्या गेलेल्या 'नवरा' या व्यक्तीबद्दल बेफिकीरपणे काहीही बोलले तर काय घडते, याचा तडाखा शकूला लहानपणीच कळला.

'मी सहासात वर्षांची असताना आजी पुण्यास आली होती. तिने एकदा चेष्टेत माझ्या लग्नाचा व नवऱ्याचा उल्लेख केला. मला राग आला. 'नवऱ्याला बंदुकीने मारून टाकीन.' मी फणकाऱ्यात बडबडले. झाले. मस्करीची कुस्करी झाली. असले अभद्र शब्द मी बोलावे म्हणजे काय? आजी संतापली. मला तुळशीपुढे नाक घासण्याचा हुकूम केला. कारण घरात देवच नव्हते. आजीने कान धरून वाट चाचपत चाचपत मला तुळशीपाशी नेले. पण तुळशीला नमस्कार करायचा आणि तिची क्षमा मागायची, हे तर मी त्याहून नाकारले. तसे केल्याखेरीज जेवायला वाढू देणार नाही, असाही आजीने धाक घातला. माझी आई व तिची आई मला हळूहळू शहाणपण शिकवीत होत्या. पण मी हटून बसले. अप्पा आले, म्हणजे माझी बाजू घेतील व आजीलाच रागावतील अशी माझी खात्री होती. कारण ते नास्तिक असून देवांची सदोदित टिंगल करीत. शिवाय लहान मुलांच्या लग्नाची गोष्ट केव्हाही कुणाला बोलू देत नसत.' वडिलांबद्दलच्या विश्वासाने लहानगी शकू उपाशीपोटी उशिरापर्यंत नमस्कार न करता हटवादीपणे बसून राहिली. वडील आल्यावर आजीने त्यांना हकिगत सांगितल्यावर वडिलांनी दरडावून शकूला विचारले, 'तू असं म्हणालीस का गं शकू?'[११] शकुंतलाबाई पुढे लिहितात, 'मी नाकबूल करण्याचा प्रश्नच नव्हता. 'चल, मग कर तुळशीला नमस्कार. आणि म्हण चुकले. फिरून असं करणार नाही.' माझा आधारच तुटला. देवाला दगड व तुळशीला रोपटे म्हणणारे अप्पा मला तुळशीला नमस्कार करायला सांगतात, म्हणजे काय? अप्पांचे वर्तन कितीही विसंगत वाटले, तरी त्यांचे ऐकल्याखेरीज उपायच नव्हता.'[१२]

एका लहानग्या मुलीने धर्माविरुद्ध किंवा पुरुषप्रधान संस्कृतीविरुद्ध केलेली काही तासांची लहानगीच बंडखोरी चहाच्या पेल्यातल्या वादळासारखीच विझून गेली. पण तिच्या अंत:करणात वडिलांमधल्या विसंगतीची आठवण खोल कोरून नंतर विझली. लहान वयात शकूने वडिलांना विसंगतीचे कारण विचारले नाही. आजीचा हुकूम नाकारला, तरी वडिलांचा हुकूम तिने शिरोधार्य मानला. या छोट्याशा मुलीच्या मनावरचा पुरुषप्रधान संस्कृतीचा पगडा यातून स्पष्ट होतो. वडिलांमधल्या त्या विसंगतीची नेमकी कारणे शोधण्याचा प्रयत्न शकुंतलाबाईंनी मोठ्या वयातही केलेला नाही. तरीही रँ. परांजपे यांच्या वागण्यातील विसंगतीचे विश्लेषण करणे सहज शक्य आहे. शकुंतलाबाईंच्या लेखनातून रँ.

परांजपे यांचे जे व्यक्तिचित्र साकार झाले आहे, त्यावरून ते मध्यमवर्गीय मनोवृत्तीचे सुधारक वाटतात. (जरी सांपत्तिक स्थिती मध्यमवर्गीयांपेक्षा बरीच चांगली होती, तरीही!) लेकीचे बोलणे त्यांना अभद्र वाटण्याची शक्यता वाटत नाही. परंतु मध्यमवर्गीय जीवनमूल्यांनुसार रँ. परांजपे त्यांच्या आईचा अपमान करू शकत नसावेत. म्हणून लेकीला दुखावणेच त्यांनी पत्करले असावे. शिवाय म्हाताऱ्या आईला वादविवादातून काही पटण्यासारखेच नव्हते. तेव्हा लेकीने देवापुढे क्षमा मागून प्रश्न मिटवणे बरे, असे रँ. परांजपे यांना वाटले असावे. काहीही असो, वडिलांचीच विचारसरणी स्वतंत्रपणे अनुसरणाऱ्या लहान मुलीच्या बंडखोरीला मोडून काढले गेले.

धर्माचे दैनंदिन व्यवहारातले एक रूप म्हणजे उपास. अनेक निरनिराळ्या कारणांसाठी उपास केले जातात. परंतु उपासाच्या धार्मिक भावनेतही स्त्रिया दुय्यम आहेत, हे शकुंतलाबाई सहजपणे सांगतात. उपास कशासाठी करतात? प्रकृती चांगली राहावी म्हणून? अपचन झाले, तर उपास करावयास सांगतात. कोणी कोणी अपचन कधी होऊच नये, म्हणून नेमाने आठवड्यातील एक दिवस उपास करतात. देव पावावा म्हणून कोणी उपास करतात. तर देवी पावावी म्हणूनही कोणी उपासाचा अवलंब करतात. मंगळवार, शुक्रवार हे देवीचे वार. मग सोमवार, गुरुवार, शनिवार शिवाय संकष्टी, विनायकी, एकादशी इत्यादी पुण्यसंचय करणारे दिवस उपासाला आहेतच. कोणी मुलाच्या हिताकरिता उपास करतात, कोणी नवऱ्याच्या! बायकोच्या किंवा मुलीच्या हिताकरिता कोणी उपास केलेला ऐकिवात नाही.[१३]

'माझी प्रेतयात्रा' या लेखात स्वत:ला दिसलेल्या स्वत:च्या प्रेतयात्रेच्या शोकसभेचे गमतीदार वर्णन शकुंतलाबाई करतात. त्यांच्या खुसखुशीत शैलीतूनही स्त्रीच्या भोवताली आवळलेल्या धर्माच्या पाशांचे अस्तित्व जाणवते. शोकसभेत कृष्णराव मराठे, हे धर्मनिष्ठ गृहस्थ आपल्या भाषणात म्हणतात,

'हिंदू धर्माची औरंगजेबाहून अधिक बिटंबना शकुंतलाबाईंनी केली आहे. औरंगजेब बोलून चालून यवन होता. परंतु त्या एक उत्तम चित्तपावन ब्राह्मणकुलात जन्माला आल्या होत्या. आणि असे असून त्यांचा एकूण एक आचार न् विचार हिंदू धर्माला व हिंदू संस्कृतीला लांछनास्पद होईल, असाच होता. आणि म्हणून त्यांच्या दुखवट्याची सभा टिळक स्मारक मंदिरासारख्या पवित्र जागेत भरवली, याचासुद्धा मी मन:पूर्वक निषेध करतो. ज्या लोकमान्यांनी हिंदू धर्माचा पुरस्कार केला, आणि ज्यांच्या पुण्यस्मरणार्थ ही भव्य इमारत उभारली, त्या ठिकाणी अशा भ्रष्ट बाईच्या दुखवट्याचे प्रदर्शन करणे, हे कोणत्या अभिमानी हिंदूला रुचेल?

मी सकाळी टेकडीवर फिरायला जात असे, तेव्हा या बाईही कधी कधी आपल्या कन्येसह तेथे येत असत. छाटलेले केस. कधी मुसलमानी तर कधी लांडी विजार, हातात पुरुषी काठी, असा तो त्यांचा हिडीस वेष पाहून मस्तकात तिडीक उठे. अशा अवतारात जेव्हा त्या आपल्या कन्येला रामरक्षा शिकवताना कानी पडे, तेव्हा तर एखाद्या अतिशूद्राने पवित्र वेदांचे पठण केल्याप्रमाणे ती रामरक्षेची विटंबना वाटे. त्यापेक्षा त्यांनी बायबलमधल्या 'हिम्स्' अथवा कुराणातील 'सूरा' म्हटल्या असत्या, तरी बरे होते. त्यांनी आपल्या धर्मातील नाही, आपल्या देशातील नाही, आपल्या खंडातीलही नाही अशा परकीय पुरुषाशी विवाह करून संकरासारख्या महत्पातकाचीसुद्धा परिसीमा गाठली. परंतु ते पातक हातून घडल्यानंतर तरी त्यांनी तेथे राहायला पाहिजे होते. ते न करता घटस्फोट घेऊन परत येऊन हिंदुस्थानची पवित्र भूमी त्यांनी का विटाळली, असा माझा त्यांना प्रश्न आहे.' ('अहो, उत्तर द्यायला त्या आहेत कोठे?', 'उत्तर द्यायला तुम्हीच वर जा.' असे काही आवाज उमटू लागले, त्याकडे लक्ष न देता कृष्णरावांनी आपले भाषण चालू ठेवले.) [१४]

वास्तविक शकुंतलाबाईंच्या काळातील परदेशी जाऊन आलेल्या तरुण पुरुषांनी पाश्चात्त्य स्त्रियांशी विवाह केले होते. डॉ. श्री. व्यं. केतकर, ना. भा. परूळेकर ही त्यातली सुप्रसिद्ध उदाहरणे म्हणता येतील. इतरही अनेक होते. इंग्लंडहून शिकून येणारे पुरुष पाश्चात्त्य पद्धतीचा पोषाख तर बहुतेक जण करीतच असत. इंग्लंडमधून शिकून आलेल्या पुरुषाचे आचारविचार बदलणारच, हे समाज गृहीत धरत होता. तरी इंग्लंडमधून शिकून आलेल्या शंकुतलाबाईंनी म्हणजे एका स्त्रीने पाश्चात्त्य पुरुषाबरोबर विवाहबद्ध होणे- घटस्फोट घेणे, पाश्चात्त्य स्त्रीप्रमाणे केस कापणे, विजार घालणे हे भारतीय समाजास खटकत होते. स्त्री कितीही शिकली, परदेशात जाऊन आली तरी तिचे आचारविचार-पोशाख पारंपरिक असला पाहिजे, असा समाजाचा आग्रह होता. कारण संस्कृती स्त्रीनेच जपावयाची आहे, अशी त्या समाजाची धारणा होती. म्हणून स्त्रीवर अधिक निर्बंध असण्यात काही गैर आहे, असे त्या समाजास वाटत नव्हते. ज्याअर्थी निर्बंध घालण्याची आवश्यकता भासते आहे, त्याअर्थी स्त्रीमधील नैसर्गिक प्रेरणा फुलण्याऐवजी दाबल्या जात आहेत, याची जाणीवही त्या समाजास होऊ शकली नव्हती, इतका धर्मरीतींचा – रूढींचा प्रभाव त्या समाजात होता.

स्त्रीशी वागण्याची समाजाची रीत शंकुतला परांजपे यांच्या लेखनात अगदी निर्हेतुकपणे ओघात येते. टांगेवाला त्यांना घरी पोहोचवून जाण्याचे आणि परतीचेही पैसे मागू लागतो. त्याने आधी तसे स्पष्ट केले नाही. अंतरही फार जवळचे.

म्हणून पैसे द्यायला त्या राजी नाहीत. तो आरडाओरडा करू लागतो. शकुंतलाबाई लिहितात,

'त्याला वाटले, बाईमाणूस आहे. केला जरा गोंगाट की सोडील मूठ सैल. बस म्हणावे आता हरी हरी करीत. तेवढ्या दीड दिवसांत दहा माणसांजवळ तरी मी माझे कौतुक केले असेल.'[१५]

रूढींचा त्रास शकुंतलाबाईना स्वत:ला होत नाही. पण स्त्रीवर लादलेल्या रूढी, व नियम यांचे अस्तित्व मात्र त्यांना सतत जाणवत होते, असे त्यांच्या लेखनात दिसून येते. छत्रीचा शोध घेताना त्यांची टोपी हरवली. हरवली नाही, लांबवली कोणीतरी! रस्त्यावरची एकदोन पोरे मिश्कीलपणे माझ्याकडे पाहत होती. त्यांचेच बहुधा हे काम असावे. कारण मी आले, तेव्हा 'बघ टोपी बघ', 'आवाच्या डोक्यावर टोपी' अशी कुजबूज माझ्या कानी आली होती. मी कधी असल्या चेष्टांकडे लक्षच देत नाही. आपल्या बुद्धीला पटेल, ते आपण करायचे. रूढी, टीका यांची काडीइतकी पर्वा करायची नाही, हे आपले तत्त्व.[१६]

शंकुतलाबाई स्वच्छंदी आहेत. कोणाशी तडजोड वगैरे करणे, त्यांच्या स्वभावात नाही.

परंतु संततिनियमनाच्या अंगीकृत कार्यासाठी जेव्हा त्या ग्रामीण जनतेपर्यंत गेल्या, तेव्हा धर्म आणि रूढीनुसार आपले 'दिसणे' असण्याची तडजोड त्यांना करावी लागली.

'नाहीतरी खेड्यांतल्या बायकांशी वागणे मोठे कठीण. प्रथम मी आपली खेड्यात जायचे, म्हणून माझ्याकडून चांगली तयारी केली. तिथल्या बायकांना परके वाटू नये, म्हणून चांगले टोपपदरी इरकली लुगडे नेसले. सरळ भांग काढून चक्क अंबाडा घातला. मोठ्ठे कुंकू लावले. पायांत कोकणी वहाणा घातल्या. मला वाटले, पुरे झाले. पण गळा मुंडा होता आणि कपाळाला कुंकू होते, हा विरोधाभास आमच्या सुधारकी डोळ्यांना दिसला नाही. बरे इतकेच करून थांबले असते, तर एखादी 'लगीन न झालेली शिकलेली बाई', वाटले असते. पण एक दिवस माझ्या सईला दाखवायला घेऊन जायची दुर्बुद्धी झाली. हो, मोठा अभिमान वाटतो ना मला तिचा! झाले. बायका आपापसांत कुजबुजू लागल्या, 'नवरा हाय म्हणावं, तर गल्यात काई बी न्हाई, न्हाई म्हणावं तर कुंकू लाविती. लगीन झालं न्हाई म्हणावं, तर प्वारीला घेऊन येती. कसली आवा हाय काय जनु.' ही एवढी सगळी भानगड चुकवायला मग आईचे मंगळसूत्र धुंडून काढले आणि ग्रामसुधारणेच्या वेषात त्या मंगळसूत्राची भर घातली. एवढे सगळे कशासाठी, तर दुसऱ्याची संतती मर्यादित ठेवण्यासाठी. जाईनात. होईनात का खंडीभर पोरे. मला कशाला

फुकटची उठाठेव? बाकी मी जेव्हा हे काम हाती घेतले, तेव्हा मला वाटले होते की लोक म्हणतील, 'आपल्याला पोरं व्हायचा मार्ग खुंटला, तेव्हा आता दुसऱ्यांना बंद करायला सांगते.' पण एकाही सुशिक्षिताने अशी टीका केली नाही. माझ्या काकूच्या म्हाताऱ्या आत्याबाईंने मात्र बरोबर टोला मारला. 'नांदत नाहीस नवऱ्याजवळ आणि आपल्याला पोरं होत नाहीत, तेव्हा आता लंगड्या कोल्ह्याप्रमाणे दुसऱ्यांना शेपट्या तोडा म्हणून उपदेश करतेस.'[१७]

लग्नाचा बाजार :

शिक्षण मिळू लागल्यानंतर मुलीच्या मनात जे बदल होऊ लागले होते, त्यात लेखिकांच्या साहित्याने नोंदविलेला एक बदल, म्हणजे 'लग्नाचा बाजार' या प्रकरणाबद्दलची मुलीच्या मनातली तीव्र नाराजी! लेखक सुशिक्षित स्त्रीकडे प्रीतिदेवता म्हणून पाहतात. श्री. व्यं. केतकरांचा अपवाद वगळता, इतर कोणा लेखकांना लग्नाच्या बाजाराचे अस्तित्व जाणवल्याचे दिसत नाही. स्त्रीने महाविद्यालयात प्रवेश केल्याबरोबर 'लग्नाचा बाजार' संपला आणि सर्व शिक्षित तरुण-तरुणी यापुढे प्रेमविवाहच करणार, असे लेखकांना वाटत होते की काय अशी शंका यावी, इतके ते प्रीतिविवाहात गुंतले होते आणि 'लग्नाचा बाजार' त्यांनी दृष्टीआड केला होता. लेखिकांच्या कथा-कादंबऱ्यांतली शिक्षित अगदी पदवीधर नायिकाही लग्नाच्या बाजारात उभी राहिली आहे - तिला उभे राहणे भाग पडले आहे. त्या बाजाराबद्दलच्या स्वत:च्या प्रतिक्रिया ती व्यक्त करते.

गीताबाईंच्या 'वठलेला वृक्ष'मधील विमलला लग्नाच्या बाजारातली प्रत्येक पायरी असह्य होते. घरात तिच्या लग्नाची बोलणी सुरू झाल्यावर तिची प्रतिक्रिया :

'आम्हाला काय अशा चार-दोन मुली आहेत? येऊनजाऊन एक उजवावयाची. सालंकृत कन्यादान करू आम्ही' आजी सांगे. तरी गोत्रपत्रिकांच्या चक्रव्यूहातून जे वर बाहेर पडत, त्यांत एक ना एक वैगुण्य दिसून येई. रोज चार-दोन पत्रे यावयाची व रोज दोन-चार तरी वरपित्यांना जावयाची, असा क्रम सुरू असे. काही वयोवृद्ध मंडळी वराची माहिती मिळताच वरपित्याचा पत्ता बाबांकडे पाठवीत. झाले! बाबांचे पत्र जाऊन बोलाचाल सुरू होई. घरात सकाळ-संध्याकाळ हाच विषय सुरू असे. मला त्याची शिसारी येऊ लागली होती, पण उपयोग काय? ही विटंबना सहन केल्यावाचून 'सौभाग्यवती'चे भाग्यशाली वाण वाट्याला कसे येणार? आणि हे माझे दुर्भाग्य मानण्याइतके नशिबापुढे हार खावयाला कोणीच तयार नव्हते. आणि लग्न करणे, हे माझे कर्तव्य नव्हते का? लग्नाची बोलणी

सुरू होण्यापासूनच त्यात जो बाजारीपणा आहे, तो विमलला नकोसा झाला आहे. प्रत्यक्ष वधूपरीक्षेचा प्रसंग आल्यावर ती म्हणते, 'दादा हातात तार घेऊन आला.'

"आई, बाबांची तार आहे. संध्याकाळी विमीला पहावयाला येणार आहेत?"

"कोण रे?"

"सबजज्ज आहेत कोणी!"

विजेचा धक्का बसल्याप्रमाणे मला वाटले. ज्याची मला दुरूनच भीती वाटत होती, तो वधूपरीक्षेचा काळा बागूल अगदी दारच खडकावू लागला होता. आल्या प्रसंगाला तोंड देण्याची मी तयारी केली.

विमलच्या मनातल्या नाराजीचे, अपमानाचे, असंतोषाचे तपमान हळूहळू चढत जाते. ती म्हणते,

'पाहुणे संध्याकाळी पाचच्या सुमारास आले व दादाशी बोलत होते. काही इकडच्या तिकडच्या गोष्टी. आज वहिनीने माझी केशभूषा केली असल्याने माझे मलाच कसेतरी वाटत होते. वहिनीच्या आग्रहाने, तिचे एक जरीकाठी हलक्या पोपटी रंगाचे पातळ नेसून व गळ्यात मोहनमाळ, असा जास्तीचा थाट होता. मी हातांत चहाचा ट्रे घेऊन बाहेर आले व खालच्या मानेने ट्रे टेबलावर ठेवून दादाने दर्शविलेल्या खुर्चीवर बसले... मला कसेसेच होत होते. कानाची तर आगीआग होत होती. एकएक प्रश्नाला सुरुवात झाली. प्रश्न आपले होते बावळटच! बी.ए.ला विषय कोणचे, कॉलेजात विद्यार्थिनी किती- कॉलेजचे एखादे मासिक आहे किंवा नाही- बहीणभावांची संख्या विचारणाऱ्या जुन्या नवरदेवांची 'सुधारून वाढविलेली' आवृत्ती, इतकेच! मी प्रश्नांची उत्तरे देत होते. शक्य तितकी एकाक्षरी 'हो- नाही...'

परिस्थितीने जखडलेल्या मुलीसुद्धा स्वत:च्या कुवतीनुसार मनातल्या नाराजीला, बंडखोरीला कोणत्या ना कोणत्या मार्गाने वाट देत असत. विमलही तिच्या नाराजीला वाट देते. वधूपरीक्षेचा प्रसंग हसतमुखाने साजरा न करता ती यांत्रिक होते. वराच्या प्रश्नांना बावळट प्रश्न म्हणते. त्या प्रश्नांना एकाक्षरी उत्तरे देते. तरीही प्रसंग एवढ्यावरच थांबत नाही.

शेवटी परीक्षकांनी दादाला विचारले, 'एखादे इंग्रजी पुस्तक असेल तर द्या.'

विमलच्या अपमानाचे तपमान उच्चतम बिंदू गाठते. संयम सुटतो. ती म्हणते,

'इंग्रजी पुस्तक वाचायला?' मी इतकी चकित झाले. आतापावेतो खाली असलेली मान व डोळे नकळत असली अवलिया व्यक्ती पाहण्यासाठी वर वळले. समोरच्या खुर्चीवर बटबटीत डोळे, तुळतुळीत डोके, चेहऱ्यावर न्यायाधीशाचा गंभीर भाव...; पण डोळे मात्र एकाग्रतेने समोरच्या वस्तूवर वधूवर लागलेले. ती

दृष्टी मग सहन झाली नाही.[१८]

तिच्या मनात कोंडलेली वाफ, रूढींचे – शिष्टाचारांचे झाकण उडवून बाहेर येते. अपमानाने बेभान झालेली विमल आता स्वत:ला आवरू शकत नाही. चालू असलेल्या प्रकाराचा निषेध करणारी कृती तिच्या हातून आपोआप होते.

'माझे देहभान हरपले. मी खाडकन तेथून उठून आत चालती झाले. वहिनी व आई दारामागे उभ्या राहून ऐकत होत्या. मला एकदम आत आलेली पाहताच, त्या गारठून गेल्या. मी इकडेतिकडे न पाहता सरळ आपल्या बिछान्यावर धाडकन अंग टाकले, आणि ओक्साबोक्शी रडावयास सुरुवात केली. आईही माझ्या मागोमाग आली. तिचा हात माझ्या कपाळावर फिरत होता. माझ्यानं आता राहवेना..

''आई नका गं माझी अशी विटंबना करू! माझे असेच हाल करावयाचे होते, तर लहानपणीच का नाही लग्न केलंत माझं? ह्या वयाला हा अपमान मला नाही सोसवत!''

पदवीधर संवेदनाक्षम विमल नंतर 'लग्नाच्या बाजारा'बद्दलचे स्वत:चे विचार व्यक्त करते.

'लग्न ही सर्वसामान्य प्रत्यही घडणारी गोष्ट आहे. मग ही खरेदीविक्रीची पद्धत अजून का नाही बंद पडत? विशेषत: शाळा-कॉलेजातून जाणाऱ्या मुलींना 'पाहण्याची' काय आवश्यकता आहे? आम्ही पडदानशीन थोड्याच आहोत? शाळेत जातायेता मुलगी अव्यंग आहे – नाही, हे सहज अजमावता येईल. घरी येऊन तरी चहापोहे झोडून मुलीला चारदोन मामुली प्रश्न विचारण्यापलीकडे वरपक्ष काय करितो? मुलीचे शील व स्वभाव एका दृष्टिक्षेपात ओळखण्याची कुवत काही वरपक्ष झाल्याने अंगात येते थोडीच? मग वधूपरीक्षेचा अर्थ तरी काय? पाहून मुलगी केल्यावरही 'तिला अंधारात उभी केली होती', 'ती जरा पाठमोरी बसली होती' वगैरेसारखी क्षुल्लक कारणे सांगून मुलीला वाईट ठरवण्याचा प्रयत्न नाही का लोक करीत?

'शिवाय पाहावयाच्या पद्धतीने सौंदर्याची किंमत अवास्तव वाढली आहे. विवाहयोग्य वयात साऱ्याच मुली आपलेपणात येतात. काहींचे सौंदर्य स्थायी असते, तर काहींना – बहुतेक मुलींना मातृपदाशी टक्कर घ्यावी लागते. ह्या संकटातून सहीसलामत बाहेर पडावयाला शरीर सकस लागते. संसाराचा गाडा सुरळीत चालावयाला वधूवरांचा स्वभाव देवघेवीचा असावा लागतो. पण लग्नाचा सौदा सौंदर्य व संपत्ती ह्यांच्या बळावर ठरतो. ह्यापेक्षा कुलशीलसंपन्न वडील मंडळींनी पसंत केलेली वधू हुंड्यावाचून पत्करणे, काय जास्त वाईट आहे?

'मुलामुलींना आपली निवड करू द्या, नाहीतर कोणतीही अव्यंग-सशक्त वधू पत्करा.'[१९]

येथे विमल लग्नाच्या बाजारातले दोषदिग्दर्शन करते. त्यात मुलीवर होणारा अन्याय सांगते. तरी ती वरेरकरांच्या नायिकेसारखी स्त्री-स्वातंत्र्याचे व्रत घेतलेली प्रचारिका वाटत नाही. कारण गीताबाईंच्या स्त्री-मनाच्या सूक्ष्म निरीक्षणातून विमलच्या व्यक्तिरेखेचा जन्म झाला आहे. गीताबाई लग्नाच्या बाजारातील अन्यायाला स्त्रीसही जबाबदार धरतात.

'वरपक्षाला तरी दोष देण्यात काय अर्थ? आम्ही अर्ध्या हळकुंडाने पिवळ्या व्हायला तयार आहोत. एका सव्वीस-सत्तावीस वर्षांच्या एम.ए.एल.एल.बी. बाईचा फोटो वरांच्या दारोदार हिंडताना मी पाहिला. आम्ही आयुष्याच्या जोडीदाराची अपेक्षा करीत नाही, तर विलासी धनिकाची करितो, आणि विवाहेच्छूही आपल्या मालकीच्या विलासिनीच्या शोधात असतात. ह्याचा परिणाम व्हायचा तोच होतो. आमची वधूपरीक्षा व विवाहपद्धती ह्या आमच्या सडलेल्या मनाच्या दुर्गंधी आहेत.'[२०]

लग्नाच्या बाजाराबद्दल स्वत:चा अनुभव सांगणारी मालतीबाईंची नायिका महाविद्यालयाची पायरी चढलेली नाही. किंबहुना तिने जेमतेमच शालेय शिक्षण घेतले आहे. मॅट्रिकही झालेली नाही. परंतु तिच्याही मनात लग्नाच्या बाजाराबद्दल निराशा आहे.

'जो कोणी मला पाहून जाई, त्याच्याकडून उत्तर येईपर्यंत त्याच्याबद्दल मी विचार करीत राही. त्याने नाही म्हटले की, दुसऱ्याबद्दल! मनाने मी किती पापे केली असतील आणि कित्ती जणांना माझ्या मनात यजमान म्हणून वागवले असेल, कोण जाणे! कोणाला पावित्र्याबद्दल काय वाटत असेल वाटो; पण आई-बाप मोठ्या मुलीचे लग्न जुळवण्याचा भार स्वत:वर घेतात, तेव्हा तिला दाखवताना प्रत्येक वेळी ते तिच्या मनाचे पावित्र्य नाहीसे करीत असतात, असे मला तरी वाटते. मोठाल्या मुलींनी स्वत:च ठरवलेली लग्ने स्वत:च दोन-तीन वेळा मोडल्याची उदाहरणेही मला माहीत आहेत. पण खरे म्हणजे त्याचा बाऊ करण्याचे काय कारण आहे? पण मला तरी वाटते, तशा वेळी मुलगी फार तर चार-पाच वेळा मन पालटील; पण पुढे तिला त्या सर्वांचाच कंटाळा आल्याशिवाय राहणार नाही. आईबाप लग्न ठरवीत असता, मात्र क्वचित एकापासून शंभरापर्यंत स्थळांचाही नकार घ्यावा लागतो. आणि प्रत्येक वेळी मुलीचे मन भावी वराची व त्याच्या बरोबर करावयाच्या संसाराची संपूर्ण चित्रे काढून स्वत:च त्यांना आग लावीत असते. हीच का पावित्र्याची व्याख्या?'[२१]

या अल्पशिक्षित मुलीलाही नियोजित विवाहापेक्षा प्रेमविवाह बरा वाटतो. ही साधीसुधी मुलगी फार सहजपणे 'विवाहातले पावित्र्य' या कल्पनेवरच आघात करून गतानुगतिकतेने जाणाऱ्या आजच्या समाजापुढे एक प्रश्नचिन्ह उभे करते.

धर्म-रूढी यांचे स्त्री-जीवनावरील प्राबल्य शकुंतलाबाईंच्या लेखनात जसे अभावितपणे येते, तसेच अभावितपणे लग्नाच्या बाजाराचे चित्रही त्यांच्या लेखनात येते. आपल्या घोडागाडीसाठी घोड्याची खरेदी करायला निघालेल्या शकुंतलाबाईंना उपमा सुचते, ती लग्नाच्या बाजाराची!

'मुली पाहायला निघायच्या आधी माणसाच्या पुष्कळच अटी असतात. गोरी पाहिजे, उंच हवी, केस कुरळे पहिजेत, जिवणी लहान हवी इ. इ. पण जशाजशा डोळ्यांपुढल्या गोऱ्यागोमट्या मुली हळूहळू उडून जातात, तसतसा माणूस अगदी मऊ येतो आणि काळी असू दे, ठेंगणी असू दे, केस खराट्यासारखे असू देत, जिवणी या कानापासून त्या कानापर्यंत असू दे; पण एकदा बायको मिळू दे, असे त्याला होऊन जाते, तसेच माझे झाले होते. घोडे हिरवे का असेना, मला चालेल.'[२२]

शकुंतलाबाई वराची टवाळीच करतात. त्यातही खरेदीदार पुरुष आहे. स्त्रीच्या रूपाची तो किती चिकित्सक दृष्टीने खरेदी करू इच्छितो, हे वास्तव अगदी सहजपणे आले आहे.

लग्नाच्या बाजाराविषयी सुशिक्षित मुलींच्या मनात असलेला असंतोष, नाराजी लेखकांना जाणवल्याच्या खुणा त्यांच्या साहित्यात कोठे दिसत नाहीत. समाजशास्त्रज्ञ श्री. व्यं. केतकरांनी आपल्या कादंबऱ्यांत लग्नाच्या बाजाराचा अनेक ठिकाणी विचार केला आहे. इतर लेखकांचे सोडा, परंतु या समाजशास्त्रज्ञांनाही मुलींच्या मनातल्या तीव्र नाराजीचा अंदाज येत नाही, याचे आश्चर्य वाटते. उलट प्रियंवदेच्या मुखाने केतकर लग्नाच्या बाजाराची शिफारस करतात. लग्नाचा बाजार स्त्री-हितानुकूल आहे, असा त्यांचा अभिप्राय आहे. 'गोंडवनातील प्रियंवदा' कादंबरीतील प्रियंवदा म्हणते, 'दुर्दैवी इंग्रजी स्त्रियांना आपला नवरा आपल्या कुशलतेने मिळवावा लागतो, आणि त्यामुळे सतरा-पंधरा तऱ्हेचे नखरे त्यांस करावे लागतात. कोणत्या पुरुषांना काय आवडते, ते पाहून त्या पुरुषांच्या स्त्रीविषयक आवडीप्रमाणे आपणही आहोत, अशी प्रतारणा करावी लागते. शेकडो तऱ्हेच्या लबाड्या कराव्या लागतात, आणि नवरा मिळवावा लागतो. हिंदुस्थानात मुलींच्या लग्नासाठी बाप धडपडतो, पन्नास ठिकाणी नाके घासतो, आणि यामुळे येथील स्त्रियांचा नटीपणा चुकतो.'[२३]

येथील लग्नाच्या बाजारात मुलीच्या मनाचा, इच्छेचा काही विचारच केला

जात नव्हता. येथेही नटूनसजून सतरा मुलांसमोर तिला बसावेच लागते. येथेही लग्नाच्या बाजारात शेकडो प्रकारच्या लबाड्या चालत असत. वडीलधाऱ्यांच्या सांगण्याप्रमाणे मुलीला त्या लबाड्यांमध्ये सामील व्हावे लागत होते. केतकरांसारख्या तीक्ष्ण बुद्धीच्या, सूक्ष्म निरीक्षकाला मुलीची कुचंबणा आणि लग्नाच्या बाजारातले हे दोष का जाणवू नयेत? केतकरांना लग्नाच्या बाजारातील मूठभर पुरुषांची थोडीफार होणारी कुचंबणा कळते आहे. 'गोंडवनातील प्रियंवदा' कांदबरीतला हरिभय्या म्हणतो, 'माझ्यासारख्याचे लग्न व्हावयाला दोन गोष्टी लागतात. एक तर कोणीतरी मनुष्य आपल्या मुलीचे लग्न कसे होईल, म्हणून अडचणीत सापडावा लागतो, किंवा पुरुषाचे कान दिसू लागायच्या पूर्वी बापानेच मुलाचे लग्न बापाच्या जिनगीवर करून द्यावे लागते. नाहीतर गाणारे नाटकी, हरिदास, शास्त्री, पंडित इत्यादी लोकांची लग्ने होणे शक्य नाही. लग्न करतेवेळेस आपल्या जावयाची कायमची सोय काय झाली आहे, हे सासरा पाहणार. आमच्यासारख्यांची कायमची सोय कोठे झाली आहे?'[२४]

असे जर आहे, तर लग्नाच्या बाजारातील सुशिक्षित मुलींची कोंडी त्यांना न जाणवण्याचे कारण जन्माने ते पुरुष होते, असेच म्हणावे लागते.

पती-पत्नी नाते

बहुतेक कादंबऱ्यांत स्त्री-पुरुष प्रीतिविवाहात परिणत होते. विवाहानंतरही ही प्रीती उत्कट, गाढ राहील असा प्रेमिकांना विश्वास असतो आणि भोवतालच्या जगाचा तसा आशीर्वाद असतो. नियोजित विवाहातही पती-पत्नीमध्ये गाढ प्रेम असावे, अशी त्यांची आणि भोवतालच्या जगाची इच्छा असते. परंतु जे इच्छित असते, ते सहसा घडत नाही. विवाहानंतर प्रीतीला व्यवहाराची आच लागते. ही आच कधी कधी इतकी तप्त होते की, प्रीती त्यात जळून खाक होते. कधीकधी परिस्थितीच्या ताणातून जाताना प्रीती विस्मृत होते आणि पती-पत्नी कालदृष्ट्या पुढे जात राहतात. कधी कधी ही प्रीती अनेक खाचखळग्यांतून जाताना रक्तबंबाळ होतही जिवंत राहते. लेखिकांच्या साहित्यात पती-पत्नींच्या सहजीवनाचे सर्व प्रकारचे चित्रण येते. पती-पत्नीचे उत्कट प्रेम, त्या प्रेमापोटी उद्भवणारा संघर्ष, क्षणात दूर तर क्षणात जवळ असे मनाचे खेळ त्यांच्या साहित्यात येतात. एकमेकांशी जमवून घेण्यासाठी चाललेला मनाचा आक्रोश, सांधता सांधता मनाचे तुटणे, तुटता तुटता पुन: सांधले जाणे या मानसिक अवस्थेतल्या धाग्याचे सूक्ष्म विश्लेषण लेखिका कथनाच्या ओघात सहजपणे करतात. लेखिकांनी चित्रिलेल्या प्रीतीच्या संघर्षाच्या प्रत्येक प्रसंगातून सहजीवनाचे

निराळे पदर उलगडत जातात.

गीता साने यांच्या 'माळरानात' या कादंबरीतील 'श्रीधर-इंदू' यांचा विवाह आईवडिलांनी ठरवून झालेला. श्रीधरला इंदू आवडत नाही. त्याच्या फटकून वागण्याने सुरुवातीला सासरघरी दबून, अगतिक होऊन गोंधळलेली इंदू एका क्षणी रागाने उफाळून येऊन बोलते. आणि नंतर त्या पती-पत्नीची हातात हात घालून प्रीतीची वाटचाल सुरू होते. ती प्रीती दारिद्र्यातून, अपमानातून मार्ग शोधत पुढे जाते. श्रीधरच्या चळवळीतील तुरुंगवासामुळे ही प्रीती दोघांच्याही मनात एकमेकांबद्दल आदर, अभिमान निर्माण करते. किती साध्या संवादात येते, हे प्रीतीचे संघर्षमय चित्र!

"तू माझ्या खोलीत पाऊल टाकलं की माझं माथं उठतं."

"मलाही तुमच्यासारखंच वाटतं", ती शांतपणे म्हणाली. त्याला आश्चर्याचा प्रचंड धक्का बसला आणि द्विगुणित क्रोधाने तो म्हणाला,

"माझ्यासारखं वाटतं?'

"हो तर काय! बाबांनी शक्तीबाहेर हुंडा दिला. तुमच्या पदरात घातली. त्यांना वाटलं, माझी मुलगी सुखात राहील. पण तुमचे डोळे चढले आहेत अस्मानावर. कुठे साधारण घरी दिली असती, तर सुखात संसार केला असता. बापाच्या जिवावर उड्या मारणाऱ्या श्रीमंत उडाणटप्पूपेक्षा गरीब कर्तबगार मनुष्य केव्हाही श्रेयस्कर."

"मग जा आपल्या माहेरी निघून!" उसन्या शांततेने त्याने सुचवले, "म्हणजे तू आणि मी दोघेही ह्या विवंचनेतून मुक्त होऊ."

"मी पुष्कळ जाईन, पण ते कशी ठेवून घेतील? मुलगी घरी ठेवायची असती, तर लग्नाची घाई कशाला केली असती त्यांनी?"

इतका संवाद झाल्यावर इंदू आपल्या अंथरुणावर पडली आणि तो आपल्या. तिच्या शब्दांनी त्याला प्रथम राग आला असला, तरी त्याचा विवेक जागा होता. त्याला झोप येईना. तो शांत मनाने तिच्या शब्दांचा विचार करीत होता. त्याला क्रमश: तिचे शब्द पटू लागले... पुढे ते दोघे समरस होतात. वर्षा-दोन वर्षांनंतरचा प्रसंग पाहा.

तिचे मन जरासे शांत झाल्यावर त्याने तिचे डोळे पुसले, आणि विचारले, "इंदू...हास बरं थोडी आता, नी सांग मला काय झालं ते."

"काही नाही." आतला पीळ अजून उकलला नव्हता.[२५]

'वठलेला वृक्ष' या कादंबरीतील विमल-विनायक प्रेमविवाह झाला आहे. विरंगुळा म्हणून शिक्षिका झालेली विमल, विनायक बेकार झाल्यावर गरज म्हणून

नोकरी कायम ठेवते. एकमेकांवर अतीव प्रेम करणाऱ्या या प्रेमिकांमध्ये संघर्ष सुरू होतात. ते वाढत जातात. जवळ येण्याचा प्रयत्न सतत दोघेही करतात. परंतु ते पुन:पुन्हा दूर जात राहतात. विमलचे शिक्षण, विमलचे अर्थार्जन, विनायकाचे वैफल्य, वैफल्यातून येणारा चिडचेडेपणा यांतून हे दूरत्व निर्माण होते. शिवाय संघर्षाचा आणखी एक पदर आहे. स्त्रीचे शरीर. विलक्षण मोजक्या शब्दांत पती-पत्नीच्या शय्यासोबतीमधली शारीरिक, भावनिक गुंतागुंत गीताबाई शब्दबद्ध करतात.

"तुला ह्या जंजाळात नसती ओढली, तर किती छान झाले असते! पण पश्चात्‌बुद्धी काय उपयोगी!" विनायक.

"मी पूर्णपणे सुखात आहे. तुम्ही माझ्यावर पूर्वीइतकंच प्रेम करा, म्हणजे झाले." -विमल.

माझ्या शब्दाचे उत्तर मला प्रत्यक्ष कृतीने मिळाले. माझे मन आनंदाने भरून आले. संकटाच्या काळ्या तिमिरातही सौख्याचे किरण चमकतात मधून मधून, पण माझा आनंद फार वेळ टिकला नाही. निर्व्याज प्रेमापलीकडची भाषा त्यांचे डोळे बोलू लागले...पण आज त्यांना विरोध करण्याचा धीर मला नव्हता...

"किती मूर्ख आहे मी! केवढी चूक झाली माझ्या हातून? त्याचा परिणाम काय होईल आता?" माझ्या मनावर निराशेची दाट छाया पसरली होती. आणि त्या नैराश्याच्या शांततेने मी म्हणाले, "जे होईल ते होईल; आता विचार करून काय होणार आहे?"

"तुला विकार नाहीत का? शरीराच्या उपाधींनी तुला सोडले, तर मलाच का नाही सोडीत त्या? मी इतका दुर्बल आहे, नीच आहे. मी तुझ्यावर बलात्कार केला..." माझ्याने ऐकवेना.

"मी तुमच्याइतकीच मानवी आहे; पण मुलांना जन्म देऊन आमच्या शालीनतेची जी विटंबना आम्हाला करून घ्यावी लागते, तिचा परिणाम आमच्यावर होतोच. आमचे सुख तुमच्या सुखासारखे निर्भेळ-शुद्ध नसते."

ते उठले, व मी काही विचारण्यापूर्वीच शुचिर्भूत होऊन आमच्या पायथ्याशी टांगलेल्या दत्तात्रेयाच्या फोटोसमोर उभे राहिले व हात जोडून प्रार्थना करू लागले. मला लहानपणचा श्लोक आठवला'प्रात:काले शिवं दृष्ट्वा निशि पापं विनश्यति।'

आत्तापर्यंत शांत असलेल्या माझ्या मनात एकाएकी वादळ सुरू झाले. तिरस्कार, दया, राग अनेक विकारांचे मेघ घनघोर गर्जत होते. माझा ऊर भरून आला. मी कुशीवर वळून मूक अश्रूविमोचन करू लागले.[२६]

कृष्णाबाई मोटे यांच्या 'मीनाक्षीचे जीवन' कांदबरीतली मीना आणि डॉक्टर

यांचा प्रेमविवाह होतो. डॉक्टरांची हुशारी, त्यांची कार्यक्षमता, त्यांचा त्याग या गुणांकडे मीना आकर्षित होते आणि विवाहानंतर डॉक्टरांचे हे गुणच तिला जाचक वाटू लागतात. मीना स्वत:च या वस्तुस्थितीचे कारण शोधत जाते. पती-पत्नी सहजीवनातील सुशिक्षित आधुनिक पत्नीच्या कोंडीचे मर्म तिला सापडते. ‘‘मी म्हणतो, मी जसा माझ्या व्यवसायात निमग्न असतो, असे हिला का होता येऊ नये! मिनी तू चांगली शिकलीसवरलेली. तू का नाही आपली ओळख वाढवीत? तू का नाही आपले क्षेत्र निर्माण करीत?’’

‘‘हो, आता तेच करणार आहे.’’ मी रागाने उत्तर दिले.

इतक्यात टॅक्सी थिएटरजवळ थांबली व आम्ही खाली उतरलो! ‘‘चला आता तरी स्वस्थ चित्ताने सिनेमा पाहा’’, असे म्हणून डॉक्टरांनी हात धरून उतरून मला शांत केले. फिरून आकाशात जमणारी अभ्रे निघून गेली.

‘शिलू, पुरुषांना बायकांचे मनच कधी कळू शकत नाही, हेच खरे. एरवी यांनी मला ‘आपले क्षेत्र तू स्वतंत्र रीतीने का वाढवीत नाहीस’, असा प्रश्न टाकला नसता व त्यावर मी रागाने उत्तर दिलेही नसते. मीसुद्धा त्यांच्यासारखीच एक मनुष्यप्राणी आहे. मलाही नावडीआवडी आहेत, काही ध्येय आहे; तेव्हा मीही हे जसे करतात त्याप्रमाणेच आपले स्वतंत्र क्षेत्र आखावे, त्यांत रममाण व्हावे, हे योग्य. डोक्याला, बुद्धीला, अगदी सहज पटण्यासारखा हा विचार, पण शिलू, तुला अनुभव येईल की, तो हृदयाला पटू शकत नाही!

‘स्त्री प्रेम करू लागली की, ती आपल्या जीवन सर्वस्वासकट प्रेम करीत असते. तिला असा विलगपणा राखता येत नाही. नाहीतर पुरुषाप्रमाणे तिने खरोखरच आपले क्षेत्र आखले नसते का?

‘सध्याच्या आधुनिक स्त्रीने माजघराचा उंबरठा ओलांडला आहे. तिला बाहेर जायला आडकाठी नाही; पण अजून तिचे क्षेत्रच तिला आखता येत नाही. अशा वेळी मी तरी काय करणार? बायका काय करू शकतात? सुकाणू नसलेल्या नौकेप्रमाणे त्यांची स्थिती होते. पुढे जाता येत नाही, मागेही नाही. आमचे संसारांतील जोडीदार, बाहेर व्यवसायाच्या अडीअडचणींनी कष्टून जात असता, किंवा त्यात मग्न असता, आम्ही साऱ्या काय करतो? एक रडतो तरी किंवा एक रिकामपणाला कंटाळतो तरी! आणि मग त्यांतून सुटका म्हणून हा समाज पाहा, तो समाज पाहा, इथे शिवणक्लासात नाव घाल, नाहीतर भरतकामाला नाव घाल, अशी धडपड करू पाहतो. पण या गोष्टींत आमचे मन खरोखर कितपत असते, तर शनिवारी पुरुष घरी असतात, म्हणून त्या दिवशी महत्त्वाची सभा किंवा कामे अगदी जरूर तरीसुद्धा न ठेवण्यापुरते इतकेच. विवाहित स्त्री अशा रीतीने घराच्या

बाहेर पडून आपल्याला गुंतवून घेताना दिसते, पण ते केवळ पुरुष घरी नसतो म्हणून!'[२७]

शिक्षित मुलींचे अविवाहित्व :

शिक्षणाच्या प्रसाराबरोबर मुलीच्या विवाहाचा प्रश्न अनेक कारणांमुळे बिकट होण्यास, या काळात सुरुवात झाली होती. मुलींच्या शिक्षणाला जरी आरंभ झाला होता, तरी शिक्षणाच्या परिणामाबद्दल समाज अजून साशंक होता. त्यामुळे मुलींना साक्षर होण्याची संधी मिळू लागली होती, तरी पूर्ण बौद्धिक विकास होण्याइतके शिक्षण त्यांना मिळू शकत नव्हते. तरीही शिक्षणात काही कालावधी जात असल्यामुळे, विवाहाचे वय थोडे पुढे गेले होते. विवाहापूर्वी मनात प्रणयाचे भाव फुलू लागले होते. नवऱ्याविषयी-वैवाहिक जीवनाविषयी मुलींच्या मनात काही अपेक्षा-आकांक्षा निर्माण होऊ लागल्या होत्या. मात्र मुलीचा विवाह जमविण्याची सूत्रे पूर्णपणे पालकांकडे होती. स्त्रींची सामाजिक प्रतिष्ठा अजूनही विवाहाशी निगडित होती. ती शिक्षणाशी निगडित नकती. अविवाहित राहणाऱ्या स्त्रीबद्दल समाजाच्या मनात किंतू होता. तरीही शिक्षित असलेल्या प्रौढ वयाच्या अविवाहित स्त्रिया समाजात दिसू लागल्या होत्या. लेखकलेखिकांच्या साहित्यसृष्टीत त्यांचे अस्तित्व जाणवते. साधारणपणे वीस ते तीस वयाच्या मुलींना प्रौढ कुमारिका असे म्हटले गेले आहे. ना. सी. फडके यांच्या 'कलंकशोभा' कादंबरीतली रजनीची मावशी किंवा ग. त्र्यं माडखोलकरांच्या 'अनघा' कादंबरीतली निरूपमा इ. प्रौढ अविवाहित मुली आहेत. त्यांना कादंबरीत मध्यवर्ती भूमिका नाही. रजनीची मावशी स्वभावाने जरा फॅशनेबल आणि उथळ दिसते. सत्तावीस वर्षांची निरूपमा व्यवहार म्हणून पन्नाशीतल्या कॅप्टनशी विवाहबद्ध होते. अविवाहित मुलींच्या लेखकांनी चित्रिलेल्या व्यक्तिरेखा संख्येने अगदीच नगण्य आणि व्यक्तिमत्त्वात एकंदरीत ढोबळ, एकरंगी! याचा अर्थ अविवाहित मुलींचे अस्तित्व थोडेफार जाणवले, तरी त्यांच्या प्रश्नांत लेखक खोल शिरू शकले नाहीत. किंवा तशी त्यांना आवश्यकता वाटली नाही.. त्यांच्या समस्या लेखकांना उमगल्या नाहीत. म्हणून बोचल्याही नाहीत.

लेखिकांच्या साहित्यात अविवाहित मुलींची संख्या बरीच आहे. मालतीबाई बेडेकरांच्या 'कळ्यांचे निःश्वास' या पुस्तकातील अकरा कथांपैकी दहा कथांच्या नायिका अविवाहित आहेत. त्यांतल्या काही जणी प्रीतीमध्ये भोवंडल्या आहेत. काही जणी विवाहाची प्रतीक्षा करीत तिष्ठत आहेत. काही जणी गंभीर स्वभावाच्या आहेत. तर एखादी उथळ विचारांची आहे. त्यांची केवळ वरवरची चित्रे लेखिका रेखाटीत नाहीत, तर त्यांच्या समस्यांच्या मुळापर्यंत त्या जाऊन पोहोचतात.

त्यातून तत्कालीन स्त्री-जीवनातले विवाहाचे महत्त्व कळते आणि अविवाहित्वाच्या समस्येचे स्वरूप लक्षात येते.

मालतीबाईंची एक वीस वर्षांची नायिका लग्न होण्याची वाट पाहत आहे. तिला नव्या विचारांचा नवरा हवासा वाटतो. पण जुन्या मताचे वडील कर्मठ माणूसच पाहून देणार, म्हणून ती मनात अगदी नाराज आहे. तिच्या वडिलांना तिचे मन समजून घेण्याची गरज वाटत नाही. शालीनतेच्या मर्यादेने आपले मन बोलून दाखवायला ती धजत नाही. वाढलेले वय, हुंडा, पत्रिका, कोणाला कमी तर कोणाला जास्त वाटणारे अपुरे शिक्षण यांमुळे तिचे लग्न जमत नाही. कामवासनेच्या पूर्तीला विवाहाखेरीज दुसरा पर्याय नाही. अशा कोंडीत सापडलेली मालतीबाईंची ही नायिका म्हणते :

"खरे सांगू का? माझ्या मनाला लागलेल्या टोचण्या कोणत्या तऱ्हेच्या होत्या, हे सांगायचीसुद्धा मला लाज वाटते. रिकामपणी कधी दारात उभी असले, तरी याच हुरहुरीमुळे, माझे लक्ष रस्त्याने ऐटीत जाणाऱ्या तरुणांकडे जाई. ताई, लाज वाटते मला सांगायला! पण संध्याकाळी मैत्रिणीच्या नादाने सभेला गेले की, बोलणारा काय बोलतो इकडे माझे लक्षही नसे, मला ते कळतही नसे. मग नुसते जमलेल्या लोकांकडे पाहण्यापलीकडे मी काय करणार? खरेच! मनात काय विचार येतात, हे जर बाहेरून दुसऱ्याला कळते, तर किती अनर्थ झाला असता!"[२८]

मालतीबाईंची दुसरी नायिका अविवाहित स्त्रीला होणारा समाजाचा जाच सांगते. तिच्या मते अविवाहित स्त्रीची निंदा-नालस्ती तिच्या मृत्यूमुळेही संपू शकत नाही. ती म्हणते,

"मी कुमारिका. आगगाडीच्या रुळावर जीव दिला, तर लोक काय म्हणतील? मी कितीही नेकीने आणि नीतीने राहिले असले, नेकीसाठीच मरत असले, तरी माझे वाकडे पाऊल पडले म्हणून मी जीव दिला, असेच लोक म्हणतील. या विचाराने मी अगदी थरारून गेले. माझ्याबद्दल लोकांना अशी शंका घेऊ देणे, हे मला कसेसेच वाटू लागले. सरळ निष्पाप हृदयाची कुमारिकासुद्धा हीन लोकांना डागण्या देण्याची वस्तू वाटते. तिच्याबद्दल वाटेल ते बोलावे, वाटेल ते तर्क करावे, तिच्या कौमार्याबद्दल शंका घ्यावी, असे खडतर जीवन तिला कंठावे लागते. बरं ती मेली तरी तिला पापी, दुर्गंधी विचारांनी लोक मूठमाती देतात. छे: मी नाही मरणार!"[२९]

मालतीबाईंच्या या दोन्ही नायिका घराच्या उंबरठ्याच्या आत राहणाऱ्या आहेत. गीताबाईंची अविवाहित नायिका घर सोडून खेड्यात नोकरीसाठी एकटीच जाते.

ती हौशीने किंवा क्रांती करण्यासाठी जात नाही. परिस्थितीने तिला घराबाहेर ढकलले आहे. दारिद्र्य आणि कुरूपता यांमुळे तिचे लग्न जमत नाही. तशात तिचे चाळिशीतले वडील, पंचविशीतल्या कुमारिकेशी लग्न करतात. अर्थात लेकीला जेवायला घालणे, त्यांना आता परवडणार नसते. म्हणून मुलगी नर्सिंगचा कोर्स करून नोकरीसाठी बाहेर पडते. ती म्हणते, "वयाच्या तेविसाव्या वर्षी चाकोरीतून बाहेर पडलेली ही पोरगी-स्त्री म्हणा- अर्थदृष्ट्या तर स्वतंत्र झाली- निदान तिला तसं वाटलं. पण तिला स्वातंत्र्य मिळालं, ते कौटुंबिक बंधनापासून, नि त्याच्या जागी समाजाच्या लांब पण बळकट काढण्या तिच्याभोवती पडल्या."[३०]

हिचा त्रास अनेक प्रकारचा आहे. समाजाच्या काढण्यांचे स्वरूप किती प्रकारचे आहे, ते गीताबाई दाखवतात. घरातले नोकर, टांगेवाला सगळे जण या 'एकट्या बाईला' पैशाने लुबाडायला पहातात. तर काकासाहेबांसारखा प्रतिष्ठित मनुष्य पत्नीच्या या मैत्रिणीशी विवाहबाह्य संबंध जोडू पाहतो. हिच्या घरात चोऱ्या करून नोकर जुगार खेळतो, हे गावाला माहिती आहे. काकासाहेबांचा छंदीफंदीपणाही गावाला माहिती आहे. तरी गावकरी तिला नमते घेण्याचा सल्ला देतात. कारण? "बाई देऊन टाका पैसे. तुम्ही एकट्या राहता, तुमची अब्रू जाईल. त्याहून का पैसे जास्त?"

तिचे तुटपुंजे शिक्षण आणि नोकरी यांमुळे गावात तिला तसा मान असतो. म्हणून नोकराला आणि टांगेवाल्याला थोबाड फोडीन, चप्पल काढीन सांगून प्रश्न मिटवते. पण काकासोहबांचे प्रश्नचिन्ह कठीण होते. ते पत्नीला जुमानणारे नव्हते. त्यांच्या घरी तिने जाणे सोडल्यावर, ते तिच्या घरी येऊ लागतात. गावकरी अश्लील बोलू लागतात. तिच्या घरावर घाणेरडी चित्रे काढली जातात. सर्व अनुभवाचा परिपाक म्हणून ती म्हणते,

"एरवी माझा आदरसत्कार भरपूर असे. तरीसुद्धा मला एकाकी नि भयमीत वाटे. विवाहाकांक्षिणी वधू ह्या नात्याने मी कुरूप होते, पण एकाकी राहणारी अर्थोपार्जिता ह्या नात्याने मी वांछनीय होते... बदली करून माझी समस्या सुटेलसे वाटेना... माझ्याभोवती ज्या बीभत्स कहाण्यांचे नि संशयाचे जाळे विणले होते, त्याचे निराकरण करण्याचा माझा निश्चय होता, नि म्हणूनच मी ठरवले, एकही दिवस सुटी न घेता, लोकांच्या नजरेसमोर सतत काम करायचं. हा निश्चय शहाणपणाचा होता. पण रात्रंदिवस वाऱ्यापावसाला तोंड देण्याचाच प्रसंग होता तो! केव्हातरी मी निराश होई. माझं मन कच खाई. मला वाटे, कणभर विष खावं नि निजून जावं. पण तसं करणं, म्हणजे माझ्याच नव्हे तर साऱ्या स्त्रियांच्या चरित्रावर काजळ फासणं होतं. खऱ्याखोट्याचा निवाडा करायला कोण जाणार?

ज्यानं त्यानं म्हटलं असतं, 'जीव दिलान्-असेल काही काळंबेरं!''[३१]

इतक्या कोंडीत सापडलेली गीताबाईंची ही तडफदार नायिका अखेर तिच्यावर मन:पूर्वक प्रेम करणाऱ्या विवाहित पुरुषाशी लग्न करते. तेव्हा स्त्री ही स्त्रीची शत्रू का होते, या प्रश्नाला गीताबाई अभावितपणे उत्तर देऊन जातात. गीताबाईंच्या या नायिकेचे आणखी एक वैशिष्ट्य आहे. माणूस म्हणून स्वत:ला होणाऱ्या सगळ्या मोहांची ती स्पष्ट कबुली देते. स्वत:च्या या विवाहाला ती कोणत्याही तत्त्वज्ञानाचा मुलामा देत नाही किंवा जन्माजन्माच्या प्रीतीच्या ऋणानुंबधाची भाषा बोलत नाही. ती म्हणते, 'त्या मोहाचे अनेक पैलू होते. सुनीलचा सुखवस्तूपणा व समाजातील स्थान हे कुणालाही भूल पाडण्याजोगं होतं. पण मला आणखीही एका गोष्टीचा मोह पडला होता. कुरूप म्हणून जिला अनेकांनी नाकारली होती, दारिद्र्यामुळे जिच्याबरोबर संसार उभारायला साधे शाळामास्तर किंवा कारकूनसुद्धा तयार नव्हते. जी केवळ पोटासाठी झोपड्याझोपड्यांतून वणवणत फिरत होती, त्या टाकाऊ ठरलेल्या स्त्रीचं आकर्षण सुनीलसारख्या सुंदर, सुविद्य नि सुखसौभाग्यशाली तरुणाला वाटावं, ह्या घटनेनें कोणती स्त्री फुलून येणार नाही?' सुनीलबरोबरचा तिचा विवाहही जन्मभराचे सांगाती म्हणून यशस्वी होऊ शकत नाही. दोघांच्याही तडजोडीला मर्यादा पडतात. सात-आठ वर्षांनंतर ते वेगळे होतात. शेवटी विवाहातून आपल्याला काय मिळाले, याचा नेमका हिशोब ती मांडते. तेव्हा स्त्रीच्या विवाहित आणि अविवाहित स्थितीतील तफावत जाणवते आणि समाजाची विवाहानुकूल दृष्टीही लक्षात येते.

लेखिकांच्या साहित्यानुसार अविवाहित स्त्रीच्या संघर्षाला दोन पदर आहेत. नैसर्गिक कामवासनेचा क़ोंडमारा करणारा स्त्री-मनातील आंतरिक संघर्ष आणि स्त्री व भोवतालचा समाज यांचा बाह्य संघर्ष. हा बाह्य संघर्ष नेमका का आणि कशामुळे सुरू होतो आणि त्याचे स्वरूप कसे असते? स्त्रीच्या शरीरपावित्र्याच्या कल्पनेतून उद्भवणारा हा संघर्ष आहे. नवऱ्याखेरीज इतर कोणत्याही पुरुषाच्या (वडील आणि भाऊ हे अपवाद) स्पर्शाने स्त्री-शरीराचे पावित्र्य भ्रष्ट होते, या नीतिकल्पनेपोटी या संघर्षाला सुरुवात होते. स्त्रीने स्वत:चे शरीर जपायचे, त्यावर पुरुषाचे आक्रमण होऊ द्यावयाचे नाही, आपले पावित्र्य जपण्यासाठी प्रसंगी मृत्यूचीही किंमत तिने देण्यास हरकत नाही, असे प्रस्थापित नीतिमूल्यांची चौकट सांगते. मात्र पुरुषाप्रमाणेच स्त्रीलाही प्रीतिभावना, कामवासना आहेत आणि त्यामुळे ती मोहवश होऊ शकते, याचा भोवतालच्या समाजाला अंदाज असतो. त्यामुळे तिला मोहवश करण्याचे प्रयत्न होत असतात. 'परस्त्रीच्या शरीरावर आक्रमण करू नये', असा नीतिसंकेत पुरुषालाही लागू आहे. तरी संकेतभंग करणाऱ्या पुरुषास कठोर शासन नाही. उलट

आक्रमण हा पुरुषाचा नैसर्गिक शरीरधर्म, म्हणून त्याकडे क्षम्य बुद्धीने पाहिले जाते. या दुटप्पी नीतिमूल्यांमुळे स्त्री आणि समाज असा बाह्य संघर्ष उद्भवतो. तीव्र होतो. मोहवशतेमुळे किंवा शरीराच्या दुबळेपणामुळे पुरुषाचे आक्रमण थांबविण्यास स्त्री असमर्थ ठरली की, तिची अब्रू जाते. तिचे सर्वस्व गमावल्यासारखे होऊन, तिचे जीवन उद्ध्वस्त होते. परिस्थितीच्या या कोंडमाऱ्यातून बाहेर पडण्याचा एकमेव मार्ग तिला उपलब्ध असतो आणि तो म्हणजे विवाह. म्हणून ती विवाहासाठी अगतिक होते. हा बाह्य संघर्ष इतका तीव्र आणि गळा आवळणारा असतो की, यौवनोत्सुक भावना-वासनांच्या परिपूर्तीसाठी विवाह, ही कल्पना मुलींच्या मनातून केव्हाच लोप पावते आणि समाजापासून बचाव करण्यासाठी विवाह, हा रखरखीत व्यवहार मुलींना दिसत राहतो. म्हणूनच 'कळ्यांचे निःश्वास'मधल्या कळ्या मूकपणाने निःश्वास टाकत होत्या.

याचा अर्थ, सन्मानाने जगणाऱ्या अविवाहित स्त्रिया त्या काळात नव्हत्याच का? लेखिकांच्या साहित्यानुसार त्याही निश्चितच होत्या. गीता साने यांच्या 'वठलेला वृक्ष' या कादंबरीतली विमलेची आवडती ताई आत्मसन्मानाने जगणारी, अविवाहित राहूनही बाह्य सामाजिक संघर्षातून सुटलेली दिसते. मात्र ती सुखवस्तू, प्रतिष्ठित पित्याची लेक आहे. (म्हणजे पुरुष त्यांच्यामागे उभा आहे) स्वतः हुशार आहे. स्वेच्छेने अविवाहित राहिली आहे. समाजात तिला मान आहे. कौटुंबिक घडामोडीत तिचा सल्ला घेतला जातो. समाज तिची अवहेलना करीत नाही. मात्र तिच्या कामवासना तृप्तीचा मार्ग कोणता होता, या विषयाबद्दल लेखिकांनी मौन पाळले आहे. बुद्धिमत्ता, कार्यमग्नता, सामाजिक मान्यता यांच्या जोरावर नैसर्गिक भावना-वासना नियंत्रित करणे जमते, असा गीताबाईंचा साधारण सूर आहे. परंतु या बाबतीत स्पष्टता कोठेच नाही. सामान्य बुद्धिमत्तेच्या अविवाहित स्त्रीच्या मनातील भावना-वासनांचे धागेदोरे लेखिका उलगडून दाखवतात. मग बुद्धिमान स्त्रीच्या मनाचा हा कप्पा त्यांनी बंद का ठेवला? तत्कालीन रूढ सामाजिक व्यवस्थेत स्वेच्छेने अविवाहित राहिलेल्या स्त्रियांना भावना-वासना नियंत्रित करण्याखेरीज दुसरी गतीच नसावी. त्यामुळे अविवाहित, बुद्धिमान स्त्रिया आत्मसंयमनाचा मार्ग अवलंबित असाव्यात. तेच वास्तव चित्रण गीताबाईंनी केले, अशी शक्यता संभवते. परंतु या स्त्रीच्या मनोविश्लेषणाच्या चित्राने वास्तवतेला बाधा येऊ शकत नव्हती. तरीही बुद्धिमान स्त्रीच्या मनातल्या या चोरकप्प्याचे विश्लेषण का टाळले? जर अविवाहित बुद्धिमान मुलींच्या भावना-वासनांचे चित्रण केले असते, तर मनाचा कोंडमाराच त्यांना दाखवावा लागला असता का? तो स्त्री-शिक्षणाला घातक ठरला असता, म्हणून त्यांनी दाखवला नाही का? शिक्षणाने आणि

कर्तृत्वाने समाजात सन्मानित झालेल्या अविवाहित स्त्रियांच्या मनात भावना-वासनांची गुंतागुंत, हुरहुर, कोंडी जरूर असेल. परंतु या मानसिक गुंत्यासह त्या मन:पूर्वक सुखासमाधानात असू शकतील, अशी दाट शक्यता निर्मिलेल्या व्यक्तिरेखेवरून वाटते. परंतु परस्पर विसंगत अशा भावना - कोंडी आणि समाधान यांचा विलक्षण मानसिक गुंता वाचकांना पटण्यासारखा नव्हता - पेलण्यासारखा नव्हता, म्हणून याबाबत मौन पाळले गेले का?

बालवाङ्मयातील 'स्त्री' : शकुंतला परांजपे यांनी लहान मुलांसाठी काही पुस्तके लिहिली- 'सवाई सहांची कोकणातील करामत', 'सवाई सहांची मुंबईतील मोहीम', 'सवाई सहांची दर्याची राणी' या पुस्तकांत गमतीजमतीत हुंदडणारा, समुद्रातून सैर करणारा, माकडाशी – कुत्र्याशी प्रेमाने खेळणारा बालचमू आहे. त्यांच्यात उल्हास नावाची मुलगीही आहे. ही मुलगी भावांबरोबर, सवंगड्यांबरोबर अगदी बरोबरीने धमाल करते. मजा करण्यात, साहस दाखविण्यात ती मुलग्यांमध्ये जराही कमी पडत नाही.

सामान्य नाटके :

कथा, कादंबऱ्या, ललित निबंधांच्या निर्मितीमध्ये समकालीन लेखकांशी गुणवत्तेत तुल्यबल ठरलेल्या या लेखिकांपैकी गीताबाईंखेरीज इतर तिघींनी नाटके लिहिली. शकुंतलाबाईंनी आपल्या नाटकाचे प्रयोग आपणच सादर करून स्वत: त्यात भूमिकाही केली. परंतु एकंदरीत पाहता लेखिकांची नाटके समकालीन नाटककारांच्या तुलनेत अतिसामान्य आहेत. फिकी आहेत. अत्रे, वरेरकर, रांगणेकर यांच्या नाटकांशी ती सामना करू शकत नाहीत.

आपल्या नाटकांबद्दल बोलताना मालतीबाई म्हणाल्या की, महिला मंडळाकडून मागणी आल्यावर मी नाटके लिहिली. ही मागणी नेहमी पुरुषपात्रविरहित नाटकांचीच होती.

मालतीबाईंनी 'पारध' (प्रथम प्रयोग २७ एप्रिल १९४७), 'कलियुग गं बाई कलियुग' (प्रथम प्रयोग १ फेब्रुवारी १९५५), 'अलौकिक संसार' (प्रथम प्रयोग २५ जानेवारी १९५८) अशी तीन नाटके लिहिली. पुरुषपात्रविरहित असलेली ही नाटके अर्थातच स्त्री-केंद्री आहेत. 'पारध'मध्ये स्त्रीच्या नटण्यामुरडण्याचा सौम्य निषेध असून परित्यक्ता स्त्री कितीही सज्जन असली, तरी समाज तिची कशी पारध करतो, ते दाखविले आहे. 'कलियुग गं बाई कलियुग'मध्ये थोडेफार समाजकार्य करणाऱ्या आईला मुले उनाड निघाल्यावर काय वाटते, याचे चित्र

आहे. या नाटकात एक सेवादलात जाणारी मुलगीही आहे. 'अलौकिक संसार'ला गोव्याच्या चळवळीची पार्श्वभूमी आहे. यातील एक स्त्री चळवळीत समरसून जाते आणि दुसरी स्त्री सासरघरच्या नवऱ्याच्या त्रासामुळे चिडचिडी, कुढी होते. कृष्णाबाई मोटे यांच्या 'माझी गुणाची पोर' (१९४९) या नाटकात तरुण मुलीला प्रेमविवाहाचा अधिकार दिला आहे. शकुंतलाबाईंच्या 'प्रेमाची परीक्षा' (१९४१) या नाटकात प्रियकर जशी प्रेयसीच्या प्रेमाची परीक्षा घेतो, तशीच प्रेयसीही प्रियकराच्या प्रेमाची कसून परीक्षा घेते. त्यांच्या 'पांघरलेली कातडी' या नाटकात प्रेमिकांच्या दोन जोड्या आहेत. यांतली एक जोडी इरसाल आणि एक जोडी भाबडी आहे. मुलगा/मुलगी दोघेही सारखीच इरसाल किंवा भाबडी असू शकतात, असे शकुंतलाबाईंनी दाखवले आहे. या जोड्यांमध्येच नायकिणीच्या मुलीची घरंदाज घराण्यात शिरण्याची अयशस्वी धडपड आहे. या दोन जोड्यांखेरीज अन्यायाचा प्रतिकार करणारी एक पत्नीही या नाटकात आहे. कोंडलेली ही बायको खिडकीचे गज वाकवून घराबाहेर पडते आणि दुसऱ्या मुलीशी लग्न करायला निघालेल्या नवऱ्याच्या थोबाडात मारते.

मालतीबाईंच्या नाटकातील स्त्री-पात्रे पारंपरिक असली, दुःख सोसणारी असली; तरी खचून न जाता कणखरपणे उभी राहणारी आहेत. शकुंतलाबाईंच्या नाटकातील पात्रे अगदी सहजपणे स्वभावतःच पुरुषांशी बरोबरीच्या नात्याने वागतात. या सर्व नाटकांतील स्त्रिया परिस्थितीच्या कोंडीत सापडल्या, तरी खाली मान घालून अगतिकपणे, मूकपणे अश्रू ढाळत बसून राहत नाहीत. आपल्या कुवतीनुसार त्या परिस्थितीशी मुकाबला करतात. एवढीच या नाटकांची वैशिष्ट्ये. या नाटकांमध्ये स्त्रीविषयक दृष्टिकोन किंवा अन्य कोणताही विषय सखोलपणे मांडलेला नाही.

●●

संदर्भसूची

१. हिरवळीखाली : गीता साने, पृष्ठ १००.
२. 'स्त्री' मासिक : मालती बेडेकर, सप्टेंबर १९४५, पृष्ठ ७०.
३. 'प्रतिकार' : गीता साने, 'स्त्री', दिवाळी अंक १९५४ .
४. 'माळरानात' : गीता साने, पृष्ठ ६८.
५. 'दोघांचे विश्व' : मालती बेडेकर, पृष्ठ १२४.
६. तत्रैव : मालती बेडेकर, पृष्ठ १०९.
७. 'वठलेला वृक्ष' : गीता साने, पृष्ठ ११९.
८. 'फेरीवाला' : गीता साने, पृष्ठ ९०.
९. तत्रैव : गीता साने, पृष्ठ ९१.
१०. 'हिंदोळ्यावर' : मालती बेडेकर, पृष्ठ ६७.
११. 'काही आंबट, काही गोड' : शकुंतला परांजपे, पृष्ठ ३.
१२. तत्रैव : शकुंतला परांजपे, पृष्ठ ३.
१३. तत्रैव : शकुंतला परांजपे, पृष्ठ १९.
१४. 'माझी प्रेतयात्रा' : शकुंतला परांजपे, पृष्ठ १३.
१५. 'घोडागाडी'/'भिल्लीणीची बोरे' : शकुंतला परांजपे, पृष्ठ ९४.
१६. लेख- 'हरवलेली छत्री', पुस्तक- 'भिल्लीणीची बोरे' : शकुंतला परांजपे, पृष्ठ ६०.
१७. तत्रैव : शकुंतला परांजपे, पृष्ठ ५७, ५८.
१८. 'वठलेला वृक्ष' : गीता साने, पृष्ठ ४८ ते ५०.
१९. तत्रैव : गीता साने, पृष्ठ ५३.
२०. तत्रैव : गीता साने, पृष्ठ ५३.
२१. कथा- 'ताई हेच बरे सुखाचे संसार', पुस्तक- 'कळ्यांचे निश्वास' : मालती बेडेकर, पृष्ठ ५१.
२२. लेख- 'घोडागाडी', पुस्तक- 'भिल्लीणीची बोरे' : शकुंतला परांजपे, पृष्ठ १२६.
२३. 'गोंडवनातील प्रियंवदा' : श्री. व्यं. केतकर, पृष्ठ ३४.
२४. तत्रैव : श्री. व्यं. केतकर, पृष्ठ ७७.
२५. 'माळरानात' : गीता साने, पृष्ठ २०.
२६. 'वठलेला वृक्ष' : गीता साने, पृष्ठ १२४, १२५.
२७. 'मीनाक्षीचे जीवन' : कृष्णाबाई मोटे, पृष्ठ २८,४५.

२८. कथा- 'ताई, हेच बरे सुखाचे संसार!', पुस्तक- 'कळ्यांचे निश्वास' : मालती बेडेकर, पृष्ठ ५०.
२९. कथा- 'प्रेम हेच विष की अमृत', पुस्तक- 'कळ्यांचे निश्वास' : मालती बेडेकर, पृष्ठ ३६.
३०. कथा- 'रुद्र प्रवाह', मासिक- 'संगम' : गीता साने, पृष्ठ ८.
३१. तत्रैव : गीता साने, पृष्ठ ८, ९.

●●

५. संशोधनात्मक लेखन

आपल्या साहित्यात सुशिक्षित स्त्रीचे आकर्षक, मोहक दर्शन घडविणारे फडके, खांडेकर, माडखोलकर, पु. य. देशपांडे, वरेरकर, अत्रे हे कोणीही स्त्रीविषयक संशोधनात्मक लेखनाकडे वळले नाहीत. यांच्यापैकी कोणाचा पिंड संशोधकाचा नव्हताच. परंतु श्री. व्यं. केतकर, वि. दा. सावरकर यांचा पिंड संशोधकाचा होता. रूढ समाजव्यवस्थेत स्त्रीविषयी निबंधलेखनही त्यांनी केले. तरी ते स्फुट स्वरूपाचे आहे?[१] दोघांचेही मराठीतले ग्रंथकर्तृत्व व्यापक असले, तरी त्यांच्या स्त्रीविषयक लेखनाची व्याप्ती फार मर्यादित आहे. निर्दिष्ट लेखिकांचे स्त्रीविषयक संशोधनात्मक लेखन ग्रंथस्वरूप आहे. या लेखनात त्यांनी स्त्री-जीवनाच्या इतिहासाचा वेध घेतला आहे. समकालीन जीवनातले प्रश्न हाताळले आहेत. भविष्य काळातील समस्यांची चाहूल त्यांना लागलेली दिसते. स्त्री-प्रश्नांना, समस्यांना त्यांनी उत्तरेही शोधली आहेत.

कृष्णाबाई मोटे, मालतीबाई बेडेकर, गीता साने या लेखिकांच्या लेखनाचा प्रारंभ ललित साहित्याच्या निर्मितीने झाला. बऱ्याच कथा-कादंबऱ्या लिहिल्यानंतर त्या स्त्रीविषयक निरीक्षणपर, चिंतनपर आणि संशोधनात्मक लेखनाकडे वळल्या. शकुंतला परांजपे यांचे लेखन मात्र प्रथमपासून अखेरपर्यंत मुख्यत: अनुभवकथन या पातळीवरचेच आहे. कृष्णाबाईंचे 'दृष्टीआडच्या सृष्टीत', मालतीबाईंचे 'मनस्विनीचे

चिंतन' आणि गीताबाईंचे नियतकालिकातील स्फुट लेखन ('उमलत्या कळ्या', 'स्त्री'मासिक जून १९४९, 'चाकर आणि भाकर', 'संगम' ऑगस्ट १९५२ इ.) निरीक्षणपर, चिंतनपर लेखन म्हणता येईल. कृष्णाबाईंचे 'काळाची पाऊले,' मालतीबाईंचे 'घराला मुकलेल्या स्त्रिया व काळाची चाहूल', गीताबाईंचे 'भारतीय स्त्रीजीवन' ही पुस्तके हे संशोधनात्मक लेखन आहे.

ललित साहित्य (कथा-कादंबऱ्या इ.) हा प्रतिभेचा उत्स्फूर्त आविष्कार असतो. लेखकांच्या मनातील हळव्या जागांचे, जीवनदृष्टिकोनाचे प्रतिबिंब त्यात फार सहजपणे उमटते. निर्दिष्ट लेखिकांच्या बाबतीत त्यांच्या ललित साहित्यावरून असे म्हणावेसे वाटते की, या लेखिकांना स्त्री-जीवनातील अनेक शल्ये जाणवत होती, बोचत होती आणि स्त्री-दास्याची मूलभूत कारणे त्या शोधू पाहत होत्या. आपल्या लेखनकालाच्या उत्तरार्धात लेखिका निरीक्षणपर, चिंतनपर, संशोधनात्मक लेखनाकडे वळल्या. ललित साहित्यात अभावितपणे 'स्त्री' त्यांच्या लेखनाचा केंद्रबिंदू होती. अजाणता सुरू झालेला 'स्त्री-जीवन-शोध' पुढे सहेतुक होऊन त्या दिशेने निरीक्षण, चिंतन सुरू झाले. त्यातूनच व्यापक संशोधनात्मक लेखनाने आकार घेतला.

ललित साहित्यातून संशोधनात्मक साहित्याकडे वळलेला लेखिकांचा प्रवास लक्षात घेता, त्यांच्या संशोधनात्मक साहित्याचे काही विशेष जाणवतात. विशिष्ट विचारप्रणालीची चौकट आधी मनात योजून, त्याबरहुकूम त्यांच्या संशोधनाला सुरुवात झालेली नाही. सहज निरीक्षणात जी शल्ये हृदयाला बोचत होती, त्या शल्यांच्या मुळांचा शोध घेण्यासाठी स्त्रीविषयक संशोधनाला लेखिकांनी सुरुवात केली. त्यांच्या कथा-कादंबऱ्यांतले अनुभवविश्व ज्या मध्यमवर्गात त्या जन्मल्या, वाढल्या; त्या वर्गाशी निगडित होते. परंतु संशोधनात्मक लेखनाकडे वळल्यावर त्यांनी मध्यमवर्गीय जीवनाच्या कक्षा ओलांडल्या. कृष्णाबाईंनी मध्यमवर्गीयांच्या 'दृष्टीआडच्या सृष्टीत' काय चालले आहे, ते जाणून घेतले. मालतीबाई 'घराला मुकलेल्या स्त्रियां'कडे वळल्या. गीताबाई खाणकामगारांत, चंबळच्या दस्युभूमीत, संथाळांच्या वस्तीत फिरून आल्या आणि समग्र 'भारतीय स्त्री-जीवन'विषयक विचार करण्यास प्रवृत्त झाल्या. स्त्री-दास्यत्वाची मुळे शोधताना लेखिकांना अखिल स्त्री-जातीचा अभ्यास करणे अगत्याचे वाटू लागले, असा याचा अर्थ होतो. समाजाच्या निरनिराळ्या थरांतील स्त्री-जीवनाचे निरीक्षण लेखिका करू लागल्या. सर्व थरांतील स्त्रियांच्या प्रश्नांत काही समान सूत्र दिसू लागले. त्या समान सूत्रामागील कारणांची गुंतागुंत समाजरचनेत आहे, असे त्यांना जाणवू लागले. विविधांगांनी या समाजरचनेचे पृथक्करण करताना कुटुंबसंस्थेची जीवनमूल्ये,

न्यायसंस्थेची पायाभूत तत्त्वे, प्रचलित अर्थव्यवस्था, धर्माचे मूळ तत्त्वज्ञान आणि रूढ धार्मिकता, विज्ञानाने काय दिले याचा हिशोब स्त्री-स्वातंत्र्याच्या संदर्भात तपासून पाहणे ओघानेच आले. यांतील प्रत्येक लेखिकेचा संशोधनाचा मार्ग स्वतंत्र होता. कृष्णाबाई आणि मालतीबाई भगिनी असल्यामुळे त्यांचा संपर्क एकमेकींशी होता. एरवी या चौघी एकमेकींना थोड्याबहुत परिचित होत्या. परंतु त्यांचा एकमेकींशी नित्य संपर्क नव्हता. तरी त्यांचे स्त्रीविषयक ललित आणि संशोधनात्मक साहित्य पुष्कळदा समान निष्कर्षाप्रत येऊन पोहोचले आहे. त्यांच्या ललित साहित्यात, संशोधनात एकमेकींच्या विधानांना पूरक अशी स्पष्टीकरणे आपोआप आलेली आढळतात. यामुळे तत्कालीन परिस्थिती आणि स्त्री-प्रश्नांबाबत लेखिकांच्या जाणिवांची विश्वासार्हता अधिक बळकट होते.

लेखिकांच्या संशोधनामागचा दृष्टिकोन आणि संशोधनाची व्याप्ती किती सखोल आहे, हे त्यांनी पुस्तकाच्या आरंभी दिलेल्या निवेदनावरून स्पष्ट होते.

> 'समाजात वावरत असताना आणि पुण्याच्या महिला सेवाग्राम या संस्थेचे काम करीत असताना स्त्रियांसंबंधी काही गोष्टी चिंतनीय वाटू लागल्या. त्या वाचकांपुढे मांडाव्या, या दृष्टीने 'घराला मुकलेल्या स्त्रिया' हा निबंध लिहिला आहे. निबंध लिहिण्यासाठी अभ्यासाची गरज होती. त्यासाठी संस्थांच्या सहकार्याची आवश्यकता होती.
>
> 'श्रद्धानंद अनाथ महिलाश्रमा'चे सेक्रेटरी श्री. नवरे, 'महिलासेवाग्राम'चे जुने कागदपत्र ज्यांच्याकडे होते – त्या सेंट क्रिस्पीन्सच्या चालिका, 'अनाथ हिंदू महिलाश्रमा'चे सेक्रेटरी श्री. नातू, पंढरपूरच्या अनाथाश्रमाचे चालक श्री. जव्हेरी, 'सोशल वेल्फेअर डिपार्टमेंट'चे डायरेक्टर यांनी आपल्या संस्थांचा अभ्यास करण्यासाठी मला सहकार्य दिले नसते, तर मला हा निबंध लिहिताच आला नसता.'
>
> - मालती बेडेकर

> '१९६७ मध्ये एका सेमिनारमध्ये नोकरी करणाऱ्या स्त्रियांच्या वर्गाबाबत निबंधवाचन केल्यावर त्यांच्या वर्गासंबंधी जरा अधिक माहिती काढण्याचा मी प्रयत्न केला. माझा अभ्यास १९६९-७०मध्ये पुरा झाला. त्यानंतर १९७१च्या सुमारास मी गुन्हेगार मुलांचा अभ्यास करण्यास सुरुवात केली. तोही १९७२मध्ये पुरा झाला. स्त्रिया व मुले यांच्या प्रश्नांवर मी वेळोवेळी काही लेख लिहिले होते. ते सारे लेख व हे अभ्यास एकत्र

संकलित करून प्रसिद्ध केल्यास नोकरी करणाऱ्या स्त्रियांबाबतच्या प्रश्नांचा १९४७पासून एक आलेख वाचकांपुढे येण्यास मदत होईल, म्हणून मी त्या सर्वांचेच एक संकलित पुस्तक काढण्याचे ठरविले.'

- कृष्णाबाई मोटे

'परतंत्र भारतीय स्त्री-जीवनाची सुखदु:खे स्पष्ट करणे, हा या प्रबंधाचा हेतू आहे. स्त्री-जीवनाच्या विचारात तथोक्त 'खालच्या' थरांमधल्या स्त्रियाही समाविष्ट होतात, हे समजून आल्यावर विषयाचा विस्तार प्रचंड असल्याची जाणीव झाली. या विषयावर सध्या भारतात व बाहेरच्या जगात मूलभूत विचारमंथन चालू असल्याने, त्यावरचे वाङ्मय भरपूर उपलब्ध आहे. धनबादसारख्या मागास जागी ते मिळवून देण्याची धडपड अनेकांनी केलेली आहे. पुस्तके मिळतील ती व तीही मिळतील तेव्हा वाचावी लागल्याने वाचनात सुसूत्रता आणणे कठीण होते. विषयाची मांडणी करणेही सुलभ नव्हते. विषयाच्या विस्ताराच्या मानाने प्रबंधाचा संकल्पित आकार लहान असल्याने माहिती निवडण्याचा प्रश्नही होताच.'

- गीता साने

लेखिकांच्या ललित साहित्यात व्यक्त न होऊ शकलेले स्त्रीविषयक अनेक विचार निरीक्षण-संशोधन लेखनात आले आहेत. कधी ललित साहित्यात व्यक्त झालेल्या लेखनाच्या अधिक तपशिलात्मक बाजू या लेखनात आल्या आहेत.

विज्ञान, अर्थकारण, धर्म, व्यक्तिस्वातंत्र्याची कल्पना हे आधुनिक जीवनाला सतत उलटसुलट पीळ देणारे शक्तिमान रेटे (फोर्सेस) आहेत, असा लेखिकांच्या निरीक्षणात्मक संशोधनात्मक साहित्याचा अभिप्राय आहे. हे रेटे कुटुंबसंस्थेवर आपला प्रभाव पाडीत आहेत. कधी कधी त्यांचा दबावही येतो आहे. त्यामुळे स्त्री आणि पुरुष दोघांचेही कुटुंबजीवन ढवळून निघत आहे. असे जरी असले, तरी या रेट्यांचे स्त्री-जीवनाला अधिक हादरे बसत आहेत. धर्माने घराच्या आत जिची प्राणप्रतिष्ठा केली होती, ती गृहदेवता व्यक्तिस्वातंत्र्याच्या कल्पनेमुळे आणि आर्थिक परिस्थितीमुळे उंबरठा ओलांडून बाहेर आली. जरी तिने उंबरठ्याच्या आत राहणे पसंत केले, तरी या रेट्यांच्या बळाने उंबरठ्याच्या आतले जीवनही गतीने बदलत आहे. तेथे पतीच्या हाताला हात लावणारी गृहदेवता, म्हणून केवळ तिचा सन्मान होणे संभवनीय राहिले नाही. विज्ञानाने देऊ केलेल्या संततिनियमनांच्या साधनांनी गर्भसंभवाची शक्यता खूप प्रमाणात टाळणे शक्य होऊ लागले. सततचे गर्भारपण

आणि बाळंतपण यांतून स्त्रीची सुटका झाली. 'मी कोण? माझे जीवन कशासाठी? केवळ कुटुंबासाठीच जगण्याला अर्थ आहे का?' असे प्रश्न स्त्रियांना पडू लागले. 'तुझे शिक्षण किती? तुझे कर्तृत्व काय?' असा प्रश्न भोवतालचा समाज स्त्रियांना अधूनमधून विचारू लागला. तरीही आदर्श स्त्री म्हणजे पतिव्रता, प्रेमळ माता, सौंदर्यदेवता या कल्पना स्त्रीच्या स्वत:च्या आणि समाजाच्या मनात तशाच घर करून राहिल्या, असे लेखिकांचे निरीक्षण आहे. या परिस्थितीत स्त्रीच्या मार्गावर कोणते संघर्ष आहेत? तिचे जीवन कोणत्या मार्गाने गेल्यास अधिक समृद्ध होईल? त्यासाठी प्रस्थापित जीवनमूल्ये, समाजरचना यांत कोणत्या प्रकारचे बदल अपेक्षित आहेत? याचा आपल्या निरीक्षणात्मक-संशोधनात्मक लेखनात लेखिका वेध घेताना दिसतात.

मातृत्व :

आपल्या समाजात मातृत्वाचा गौरव वारंवार केला जातो. परंतु मातृत्वाच्या गौरवास स्त्री खरोखर पात्र आहे का, या प्रश्नाची वस्तुनिष्ठ चिकित्सा मालतीबाई करतात. आई ही देवमूर्ती नाही, वात्सल्यमूर्ती नाही, ती षड्रिपूंनी बनलेली माणूस आहे या प्रकारची चित्रे लेखिकांच्या ललित साहित्यात आली आहेत. तरी आईचे माणूसपण, निरीक्षणात्मक-संशोधनात्मक लेखनात अधिक स्पष्ट झाले आहे. 'मातृदेवता' या कल्पनेवर या लेखनात अगदी घणाघात झालेले दिसतात.

'नऊ महिने मूल पोटात असताना आईला अनेक तऱ्हांनी सोसावं लागलं असेल. तिला अहोरात्र उलट्या झाल्या असतील. मन कमालीचं बेचैन झालं असेल. अन्नद्वेष उपजला असेल, डोहाळे लागले असतील, झोप गेली असेल, उपासमारीने किंवा रोगटपणाने बेचैनी झाली असेल, नको हा जन्म असं झालं असेल. तरीही ते पोर पोटात वाढवण्याची तिची स्वत:ची निर्मितिशक्ती तिने हेतुपूर्वक वापरली, असं काही म्हणता येणार नाही. जे सारं सोसावं लागलं, घडलं, तेसुद्धा अगतिकपणे. ती खऱ्या अर्थाने निर्मिती असती तर आंधळी, पांगळी, अपंग, नको असता जन्मणारी, निर्बुद्ध, दुर्लक्षणी पोरं कोणी कशाला जन्माला आणली असती? निर्मितीची कला साध्य असताना अवकळा असलेलं मुद्दाम कोण कशाला निर्माण करील?'[२]

''हे म्हणणं ठीक आहे, की आई जे संस्कार लहानपणी मुलांवर करते, ते संस्कार मुलाला पुढं जगायला उपयोगी पडतात. पण किती भ्रम आहे हा! ज्या अर्थी जगात सगळीकडे सत्पुरुष दिसत नाहीत (एखादा अपवाद सोडून), त्या अर्थी सत्पुरुष निर्माण करणाऱ्या आया जवळजवळ नाहीतच, असं नाही का

ठरत? एखादाच गौतमबुद्ध, एखादेच लोकमान्य टिळक, एखादेच गांधी निघतात आणि बाकी? आणि हे जे निघाले, ते अंत:प्रेरणेनं की केवळ आईमुळं? आईमुळं असतील, तर त्यांची भावंडं का नाही निघाली तशी?

'मला तर वाटतं, बहुसंख्य आयांची मनं संस्काराबाबत कोरडी ठणठणीत असतात! दुपटी बदलणं, मुलांची साफसफाई-शुश्रूषा करणं, त्याला खायलाप्यायला देणं, त्याचे लाड करणं, त्याला झोपविणं, कपडे घालणं- जिच्यातिच्या कुवतीप्रमाणं आई हे सारं करते.'[३]

स्त्रीच्या विशिष्ट शरीररचनेमुळे 'मातृत्व' ही तिच्या जीवनातली अपरिहार्यता आहे, त्यात गौरवास्पद असे काहीच नाही, असा मालतीबाईंचा अभिप्राय आहे. अत्यंत परखड शब्दांत त्या तो व्यक्त करतात.

'मातेचा गौरव झाला आहे, तितकी लायकी किंवा अधिकार तिला नव्हता, नि नाहीच. मोठमोठ्या लोकांनी कौतुक केलं, तरी आयांनी ही भ्रामक समजूत मनाशी बाळगू नये, हेच बरं, असं मला वाटतं.

'एखादी इमारत बांधल्याचा आनंद, यंत्र उभं केल्याचा आनंद, चित्र काढल्याचा आनंद, शिल्प उभं केल्याचा आनंद आणि मुलं झाल्याचा आनंद हे सर्व आनंद एकाच प्रकारचे नाहीत. पहिला कर्तेपणाचा आनंद, दुसऱ्यात पदरी पडल्याचा आनंद. गर्भिणी गर्भाच्या व स्वत:च्या विचारांनी पूर्ण भारलेली असते. पण ते भारणं कलावंताचं भारणं नव्हे.'[४]

मध्यमवर्गीय जीवनाच्या कक्षा ओलांडल्यावर झोपडपट्टीत दारिद्र्यात भरडली गेलेली स्त्री कृष्णाबाईंनी पाहिली. तीव्र जीवनकलहाला सामोरे जाणारे हे 'आई'चे रूप कृष्णाबाईंना धक्का देणारे होते. एक आई स्वत:चे मूल मृत्यू पावल्याचे खोटेच सांगून, पैशासाठी दुसऱ्याच्या मुलाला अंगावर पाजून, स्वत:च्या मुलाला पिठाची पेज पाजणारी! आणि ते मूल मृत झाल्यावर धाय मोकलून अगतिकपणे अगदी पश्चातापदग्ध होऊन रडणारी! दुसऱ्या एका आईला पोरांचे जुगार खेळणे वावगे वाटत नाही. पोरे कृष्णाबाईंना सांगतात, 'बाई आम्ही कधी आईला सांगतच नाही. ती मिळालेले पैसे सारखे मागत सुटते आणि दिले नाही तर मारते.'[५]

कृष्णाबाईंना भेटलेली ही आई पाहिल्यावर मालतीबाईंना पडलेला प्रश्न सार्थ वाटतो. 'शिक्षणाला वंचित ठेवलेली आई गुरूंची गुरू मनोमन कुणी मानली असेल? शेकडो वर्षं जिला अज्ञानात ठेवली, ती सुमाता कशी होणार? खुल्या जगाचं ज्ञान तिला कसं होणार?'[६]

'आई' या पदाचा गौरव गीताबाईंनाही व्यर्थ वाटतो. कारण त्यांच्या मते, लैंगिकतेविषयी मौन पाळणाऱ्या समाजात मुलीला, स्त्रीला स्वत:च्या शरीरधर्माचीही

पूर्ण माहिती नसते. स्वत:च्या शरीरावर तिचा अधिकारही नसतो. कित्येकदा 'आई' होण्याची इच्छा नसताना नवऱ्याच्या वासनेपूर्तीसाठी स्त्रीला आई होणे भाग पडते. अशी दुबळी स्त्री हातात 'पाळण्याची दोरी' घेऊन 'राष्ट्राचा उद्धार' करण्यास समर्थ असणे संभवनीय नाही.[७]

''निसर्गाने निर्माण केलेल्या अडचणी सोडल्या तरी 'पाळण्याची दोरी' हातात घेऊन 'राष्ट्राचा उद्धार' करण्याचे भाग्य प्राप्त होण्यापूर्वी अनेक मानवनिर्मित डोंगर आम्हाला ओलांडावे लागतील.

आमच्या स्त्रियांना–स्त्रिया कसल्या मुलीच त्या, अकाली मातृत्व येते. विसाची हद्द ओलांडण्यापूर्वीच शेकडा ऐंशी मुली पोरांची जबाबदारी पाठीला बांधतात. त्यांना मातृत्वाची गोडी उत्पन्न झालेली नसते.[७]

स्त्री एक जबाबदार 'आई' होण्यासाठी समाजाने काय करणे आवश्यक आहे, याविषयी गीताबाईंनी त्यांच्या कल्पना फार पूर्वीच मांडल्या होत्या. या कल्पनांमध्ये त्यांना पुरुषाचे सहकार्यही अभिप्रेत होते. त्या म्हणतात,

'प्रत्येक स्त्रीला शरीराचे जननेंद्रियांसह पूर्ण ज्ञान करून देण्यात यावे. प्रौढ मुलीला जनन क्रियेची माहिती देण्यात यावी.

'प्रसूतिगृहात पुरुषांनी- त्यातल्या त्यात येणाऱ्या अर्भकाच्या पित्याने जननीची होणारी दुरवस्था पाहिल्यास फार फायदा होईल, असे वाटते.'[८]

आईचे जीवन सुखदायी आणि समृद्ध होण्यासाठी रूढ सामाजिक चौकटीत काही बदल सुचविणाऱ्या गीताबाई पुढे मूल्यव्यवस्था बदलण्याचाच विचार मांडतात.

पितृप्रधान मूल्यव्यवस्था बदलली गेली, तर मातृत्वाचे उदात्तीकरण न होता स्त्रीला योग्य तो न्याय, योग्य तेवढेच श्रेय मिळू शकेल का याचा गीताबाई विचार करतात. जेथे या प्रकारचे प्रयोग झाले, ती परिस्थिती त्या तपासून पाहतात. इंग्लंडमध्ये विशिष्ट परिस्थितीत पितृत्वाचा पत्ता नसलेल्या मातृत्वाला सामाजिक मान्यता दिली गेली होती, याची दखल गीताबाईंनी घेतली आहे. परंतु तो सामाजिक गरजेचा परिणाम होता. त्यात स्त्रीच्या मूलभूत हक्कांची जाणीव नव्हती, असे गीताबाईंना वाटते.

'महायुद्धात एक पिढी गारद झाल्यामुळे पुढच्या पिढीतील मुलांना अनन्य महत्त्व आले. त्यामुळे 'बेवारशी संतती' हा शब्द अर्थहीन व टाकाऊ ठरला आहे. या निष्पाप मुलांचे सामाजिक जीवन डागाळू नये, म्हणून इंग्लंडमधील प्रसूतिगृहे व प्राथमिक शाळा अलीकडे बापाच्या ऐवजी आईच्या नावाची नोंद करीत आहेत.

'समाजाने काही गोष्टी अशा सांभाळून घेतल्या असल्या, तरी या देशांमधून

पितृसत्ता अजून पूर्वीच्याच सामर्थ्याने उभी आहे. आजही घर हा पुरुषाचा बालेकिल्ला आहे.'[९]

'मातृत्वा'बद्दल समाजाची मूल्ये दुटप्पी आहेत, असे कृष्णाबाईंना वाटते. कारण स्त्रीला प्राप्त होणारे मातृत्व ही केवळ स्त्रीची जबाबदारी नसून समाजाची जबाबदारी आहे, असे त्या मानतात. समाज एकीकडे मातृत्वाचा गौरव करीत असतो आणि दुसरीकडे स्त्रीच्या आईपणाची समाजावर जी जबाबदारी असते, ती मात्र सोयीस्करपणे विसरून जातो किंवा झटकून टाकतो, प्रत्यक्षाप्रत्यक्षपणे नाकारतो, असा कृष्णाबाईंचा अभिप्राय आहे. त्या म्हणतात,

'स्त्रियांना द्यावी लागणारी बाळंतपणाची रजा पुष्कळ वेळा विशेषत: खाजगी नोकरीत चालकांच्या डोकेदुखीची गोष्ट होऊन बसते. विशेषत: स्त्री-पुरुष वेतन समानतेचे तत्त्व जेथे अमलात आणले जाते, तेथे तर ही सवलत देणे मोठे ओझेच वाटू लागते. कारण वेतनही पुरुषाइतकेच द्यावयाचे व वर बाळंतपणाच्या रजेचा पगार. शिवाय त्याऐवजी नेमल्या जाणाऱ्या व्यक्तीचा पगार! बाळंतपणाच्या रजेचा पगार या सवलतीमुळे काही धंद्यांतून स्त्रियांची संख्या कमी होत आहे, असेही एका आंतरराष्ट्रीय परिषदेत दाखविण्यात आले व ते खरेही आहे. पण जरा सखोल विचार केला तर असे आढळून येईल की, प्रजोत्पादन कार्य करण्याने स्त्रिया समाजाचे सातत्य राखण्याचेच कार्य करीत असतात. अशा वेळी हा भार समाजानेच घ्यावयाला पाहिजे. तो एक स्त्रियांच्या कर्तृत्वात कमीपणा, असे धरून चालता येणार नाही. कारण समाजाची भावी पिढीच त्या तयार करीत असतात आणि त्याची आवश्यकताही असते. अशा वेळी त्यांच्यावर होणारा खर्च नुकसानीचा आहे, ही समजूत फारच चुकीची आहे.'[१०]

'मातृत्व' हे स्त्रीला भूषणास्पद नाही किंवा दूषणास्पद नाही. ते तिचे शारीरिक वैशिष्ट्य आहे. तिचे मातृत्व तिला सुखकारक होईल, शिवाय तिला विकासाच्या सर्व संधी उपलब्ध होतील, अशी सामाजिक व्यवस्था ठेवणे हे समाजाचे कर्तव्यच आहे, असे लेखिकांचे एकंदर प्रतिपादन आहे. कारण निकोप मानवी जीवनाचे सातत्य त्या मातृत्वाशी निगडित आहे. आणि निकोप, समृद्ध समाजाचे अस्तित्व संपन्न व्यक्तिमत्त्वाच्या स्त्री-जीवनाशी निगडित आहे.

अर्थार्जनाचा हक्क

लेखिकांच्या दृष्टिकोनातून अर्थार्जन (स्वावलंबित्व) ही व्यक्तिस्वातंत्र्याच्या मार्गावरील अपरिहार्य पायरी आहे. मात्र अर्थार्जनाचा स्त्रीचा मार्ग सहजसुलभ नाही. शिक्षण मिळाले, किंवा एखाद्या व्यवसायात प्रावीण्य संपादन केले की, पुरुष सामान्यत:

अर्थार्जनक्षम होतो. परंतु शैक्षणिक पात्रता आणि एखाद्या व्यवसायातले कुशलत्व प्राप्त झाले, तरी स्त्रीच्या अर्थार्जनाच्या मार्गात अनंत अडचणी असतात. शिवाय अर्थार्जन करण्यास सुरवात झाली, तरी स्त्रीला पूर्ण स्वातंत्र्य मिळू शकेल असे नाही.

म्हणूनच अर्थार्जन साध्य नाही. ते स्वातंत्र्याचे साधन आहे, असे गीताबाई आवर्जून सांगतात. आर्थिक स्वातंत्र्य मिळाले की लगेच स्त्री गुलामगिरीतून मुक्त होईल, ही कल्पना कशी चुकीची आहे, ते गीताबाई उदाहरणाने स्पष्ट करतात.

'आर्थिक स्वातंत्र्य मध्यमवर्गीय स्त्रियांना नवे असेल, पण मजूर व शेतकरी स्त्रियांना त्याचा चांगला अनुभव आहे. त्या स्त्रियांची परिस्थिती काय आहे? पत्नी स्वत:चे पोट भरण्यास समर्थ असल्याने दोन लग्ने करणे पुरुषांच्या जिवावर येत नाही. इतकेच नव्हे, तर शेतीच्या निंदणाखुरपणाला उपयोग व्हावा, म्हणून दुसरी 'बाइल' केल्याचे अनेक शेतकरी सांगतात.'[११]

स्त्री अर्थार्जन करू लागली, तरी रूढ असलेली अर्थव्यवस्था स्त्रीचे स्वतंत्र अस्तित्व विचारात घेत नाही, असे त्यांचे प्रतिपादन आहे. स्त्रीच्या अर्थार्जनाच्या जन्मसिद्ध हक्कासाठी गीताबाई रूढ मूल्यव्यवस्था बदलू इच्छितात. स्त्री-विकास आणि अर्थार्जन यांच्या नात्यांचे एकत्र गुंफले गेलेले धागे त्या समजावून सांगतात.

'स्त्रियांचे स्वतंत्र सामाजिक अस्तित्व व स्वावलंबी जीवन समाजालाही उपकारक आहे. तथापि, स्वातंत्र्याच्या सदतीस वर्षांच्या काळातदेखील ही जाणीव समाजाने आत्मसात केलेली नाही. अर्थव्यवस्थेच्या क्षेत्रात आपला विचार अजूनही व्यक्तीचा नसून गटाचा आहे. एक मिळवता पुरुष, त्याची परावलंबी पत्नी व दोन अज्ञान मुले, असा तो काल्पनिक गट आहे. या काल्पनिक गटाच्या चाकोरीत सामाजिक विचार अडकल्यावर स्त्रिया व मुले यांचे कुटुंबनिरपेक्ष सामाजिक अस्तित्व व त्याबरोबर येणारे – माणूस म्हणून जगण्याचा, काम करून खाण्याचा आपल्या हिताची काळजी आपणच वाहण्याचा इत्यादी सारे अधिकार यांना तिलांजली मिळते. ती पुरुषाची लोढणी व जबाबदारी होतात. समाजावर त्यांच्या विशिष्ट गरजा भागवण्याची जबाबदारी राहत नाही.

'काम देताना, बेकारीचा प्रश्न पुरुषांपुरता मर्यादित होतो; म्हणजे मूळच्यापेक्षा तो अर्धाच उरल्याचा भास होतो आणि समस्या एकदम लहान दिसू लागते. स्त्रिया-मुलांचा विचार समाजाने कधीच गंभीरपणाने केलेला नसल्यामुळे, 'गरज भागवणारे वेतन' यासारख्या कल्पना युक्तिसंगत वाटतात आणि सामाजिक विचारांत रुजून दृढमूल होतात. बेकारी नष्ट करणाऱ्या योजनांत पुरुषांचाच विचार करण्यात येतो.

'अशा योजनांमुळे स्त्रिया परावलंबी व अगतिक होतातच; पण समस्यांचा पायाशुद्ध विचार न करता त्यांची सोपी उत्तरे शोधण्याची प्रवृत्ती समाजात बळावते, वस्तुस्थिती आपल्याला दिसेनाशी होते. सत्याला पाठ दाखवल्यावर, वैचारिक गुंता सोडण्याचे साधन हातातून गळून जाते आणि तो गुंता अधिक वाढतच जातो. परिवर्तनाचा मार्ग अधिकच बिकट होतो.'[१२]

कृष्णाबाईंनाही अर्थार्जन हा स्त्रीच्या प्रगतीचा मार्ग आहे, असे वाटते. कृष्णाबाई स्त्रीच्या अर्थार्जनाच्या मार्गातील अडचणी सांगतात. या अडचणी निवारण करण्यासाठी जे सरकारी अहवाल तयार झाले आणि त्यात ज्या उपाययोजना सुचविल्या गेल्या, त्याची दखल कृष्णाबाईंनी घेतली आहे. या उपाययोजना पाहिल्या की गीताबाईंनी म्हटलेली 'सोपी उत्तरे शोधण्याची प्रवृत्ती' म्हणजे नेमके काय, ते लक्षात येते.

'खेडेगावांतून स्त्रियांना असा त्रास बराच होतो. फार दूरच्या खेड्यांतून लोकांना मोकळेपणी स्त्री पाहावयाची सवय नसल्याने स्त्री-कर्मचाऱ्यांना त्रास होतो, ही गोष्ट पंचायत समित्यांचे मूल्यांकन करताना एका सरकारी अहवालात कबूल करण्यात आली. पण त्यावर उपाय म्हणून सांगताना अशा खेड्यातून स्त्री-कर्मचाऱ्यांना नेमू नये अशी सूचना करण्यात आली.'[१३]

चोर सोडून संन्याशाला सुळी अशा स्वरूपाची ही सूचना आहे, असे सांगून यामागची चुकीची भूमिका विशद करताना कृष्णाबाई म्हणतात,

'वास्तविक अशी सूचना म्हणजे घटनेने स्त्रियांना दिलेल्या स्वातंत्र्याला हरताळ फासण्यासारखे आहे. स्वातंत्र्यानंतर स्त्रियांना कुठेही निर्धास्तपणे काम करता येईल, अशी परिस्थिती समाजाने व शासनाने निर्माण केली पाहिजे.'[१४]

यापुढे जाऊन सामाजिक मनोवृत्तीचे विश्लेषण त्या करतात, तेव्हा त्या पारंपरिक समाज आणि विकसनशील स्त्री यांच्या संघर्षातील मूलभूत कारणांचे मर्मच दाखवितात.

'स्त्रीच्या बाबतीतील कामुकता व तिच्यावर होणारी जबरदस्ती यांकडे कायद्याने, समाजाने लक्ष पुरवावे इतका समाजाला तो गुन्हाच वाटत नाही.'[१५]

स्त्रीच्या अर्थाजनाच्या हक्काची अंमलबजावणी होण्यासाठी समाजाची वृत्ती उदार होणे आणि सरकार कार्यक्षम होणे आवश्यक आहे, असा कृष्णाबाईंचा दृष्टिकोन आहे. तर गीताबाई त्यासाठी मूल्यव्यवस्थेला आव्हान करतात.

मूल्यव्यवस्था किंवा सामाजिक दृष्टिकोन बदलण्याच्या मार्गातील अडथळे कोणते, याचेही विवेचन लेखिकांनी केलेले आहे. पारंपरिक संस्कारबद्धता आणि धर्माधिष्ठित परंपरा स्त्रीच्या कर्तृत्वाला खीळ घालताना दिसते.

कर्तृत्व आणि स्त्री :

पारंपरिक जीवनमूल्ये तशीच कायम ठेवून 'कर्तृत्व' हे आधुनिक मूल्यही स्त्री-जीवनाला लागू केले गेले. यातून तिच्या जीवनात नवे ताण निर्माण झाले. निखळ कर्तृत्वाच्या जोरावर पुरुषाला समाजात जे स्थान प्राप्त होते, ते स्त्रीला प्राप्त होऊ शकत नाही. कर्तबगार स्त्रीच्या सामाजिक जीवनाबद्दल मालतीबाईंनी निरीक्षण केले आहे. पुरुषप्रधान समाजात कर्तबगार स्त्रियांची योग्य ती कदर होत नाही, असा त्यांचा अभिप्राय आहे. असे होण्याची कारणेही त्या देतात.

'काही कर्तबगार बायका बुद्धिमान बायका असतात. त्यांचं मन स्पर्धा करतं, ते पुरुषांशी. पुरुषांच्या समजल्या जाणाऱ्या व्यापक क्षेत्रात त्या स्पर्धक म्हणून उभ्या राहतात. त्या नवऱ्याचं प्रेम पाठीशी घेऊन उभ्या राहिल्या, तर निर्भयतेने उभ्या राहतात. एरवी एकाकी पडतात. त्या स्त्री-जगापासून एकट्या, वेगळ्या होतात. बायकाही त्यांच्यापासून दूर राहतात आणि पुरुष अशा स्पर्धक स्त्रियांना सहजासहजी बरोबरीने वागवीत नाहीत. त्यांच्यात मैत्रीही होऊ शकत नाही. झाली तरी अधुरी, वरवरची. बुद्धिमान स्त्री बुद्धिमान स्त्रीशी मैत्री करायला जात नाही, याचं कारण आत्मकेंद्रितता हेच असावं. पुरुषांच्या जगात वेगळ्या रीतीने मानाचं स्थान मिळवू पाहणाऱ्या या स्त्रियांना वेगळ्या तऱ्हेने पुरुषांच्या मनावर विजय मिळवण्याची इच्छा असते. अशा स्त्रियांकडे पुरुष दाक्षिण्याने पाहतील, नवलाईने पाहतील; पण अखेर त्या स्त्रिया, हे ते विसरू शकत नाहीत! त्यामुळे त्या क्षेत्रातही त्या एकाकी पडतात. अशा स्त्रियांबद्दल पुरुषसमाज त्यांच्या मागे फारसे अनुकूल बोलतही नाही. स्त्री-लेखिका, स्त्री-समाजकार्यकर्ती, स्त्री-वक्त्या म्हणून व्यापक जीवनाच्या क्षेत्रातही बायकांचा वर्ग वेगळा काढलेला दिसतो. रूप, बुद्धी आणि स्त्रीत्व या तीन गोष्टी एकत्र आल्या, तरच पुरुषांच्या जगात अशा स्त्रियांकडे आस्थेनं पाहिलं जातं, त्यांच्या बाबतीतलं दाक्षिण्य वाढतं.'[१६]

सामाजिक जीवनात 'स्त्रीच्या दिसण्याचे' महत्त्व किती, त्याचे उदाहरण मालतीबाईंनी दिले आहे.

'मला यावरून एका गावची गोष्ट आठवते आहे. निवडणुकांची धामधूम सुरू होती. काही बायकांना निवडणुकांची तिकिटं मिळाली. त्या खरोखरच पदवीधर होत्या. उभ्या राहिलेल्या कित्येक पुरुषांपेक्षा लायक निश्चितच होत्या. पण विरुद्ध पक्षाच्या अर्वाच्य पुरुषाने त्याच्या हाती वर्तमानपत्र असल्याने, या बायकांना नामोहरम करायला काढलेली युक्ती बायकांच्या लक्षात कायम राहीलशी होती. एका उमेदवार स्त्रीला केस कमी होते, तेव्हा 'या म्हातारीला नसत्या उठाठेवी कुणी सांगितल्या आहेत?' असं म्हणून तिच्या 'दिसण्या'वर क्रूर आघात या पुरुषाने

केले. दुसरीवर तर याहून वाईट! सामाजिक आयुष्यात स्वतःच्या व्यक्तित्वाने उभ्या राहणाऱ्या स्त्रीची किंमत अनेक पुरुष 'ती दिसते कशी?' यावरच ठरवतात.''[१७]

'समाजकार्य करणाऱ्या स्त्रीला नवऱ्याचे सहकार्य लाभले, तर तिचा मार्ग सोपा होतो' -असे मत गीता सानेही व्यक्त करतात.

'स्त्रियांच्या प्रयत्नाला नवऱ्याचे सहकार्य लाभले, तर प्रश्न तेवढा लौकर सुटतो; पण सामान्यतः माझ्या वेळा व खाणेपिणे इत्यादी सांभाळून उरलेल्या वेळात तू पाहिजे ते कर, असेच पुरुषांचे म्हणणे असते. त्या वेळा सांभाळून, किंवा नवऱ्याची समजूत घालून, किंवा क्वचित त्याच्या विरोधाला न जुमानता एखादी स्त्री सामाजिक कार्य करायला पुढे येते, तिच्यापुढेही मुलांचा प्रश्न असतोच. नवरा आणि मुले यांची समाधानकारक व्यवस्था करता न आली, तर त्या स्त्रीच्या मनाला आपण अपराधी आहोत, अशी टोचणी लागते व ती मोकळ्या मनाने सामाजिक काम करू शकत नाही. घरातले काम शक्य तेवढे करीत राहिल्याने, सामाजिक कामात तिचे मन एकाग्रही होत नाही.'[१८]

धर्माधिष्ठित परंपरा :

धर्माच्या आधाराने शतकानुशतके समाजात मुरलेले पारंपरिक संस्कार हे मूल्यव्यवस्था किंवा समाजाचा दृष्टिकोन बदलण्याच्या मार्गातील महत्त्वाचे अडथळे आहेत.

हिंदू धर्माची स्त्रीबद्दलची दुटप्पी, विसंगत भूमिका मालतीबाई विशद करतात.

'ही गंमतच आहे, खरोखर सगळ्याच आध्यात्मिक पुस्तकांत पुरुषाला एकसारखं सांगितलेलं असतं- स्त्री ही कामचेष्टा करणारी आहे, ती पुरुषापेक्षा अनेक पटींनी कामातुर असते. ती कामचेष्टा करून पुरुषाला मोह घालते आणि ज्ञानमार्गापासून भ्रष्ट करते. ज्ञानी पुरुषा, तू स्त्रीकडे पाहू नकोस. तिचा शब्द ऐकू नकोस. तिला स्पर्शू नकोस... इत्यादी. जगाकडे पाहिलं तर सर्वांच्या बाबतीत नाही, तर बऱ्याच बायकांच्या बाबतीत हे थोड्याफार प्रमाणात खरंही आहे. पण स्त्री इतकी अधम म्हणून तिचं एकीकडं वर्णन केलं जातं आणि लगेच ती माता (अर्थात विवाहित) झाली, की एकजात सगळे तिचा कोण गौरव करतात! माता झाली की ती काय खरोखर संतीण बनते? की खरंच जगाचा उद्धार करते? त्याच स्त्रीची ही गुणगाथा! 'आई' झाल्याबरोबर का? मला तरी हे गूढ उकलत नाही! खरं म्हणजे, अशा 'कामिनी स्त्री'चीच पुढं 'माता' होत असते ना? कामिनी असते, म्हणून माता होते. मग मात्र वाटतं, की स्त्रीनं समाजाला गरजेच्या असलेल्या प्रजेला नीट वाढवावं, म्हणून हे 'मधाचं बोट असावं. एरवी माता ह्या सर्वगुणसंपन्न

नसतात, हे का अध्यात्मवाद्यांना कळत नसेल?'[१९]

गीताबाईंनी त्यांच्या ललित साहित्यात हिंदू धर्मातील दोषांचे दिग्दर्शन ठिकठिकाणी केले आहे. परंतु त्यांच्या ललित साहित्यात इतर धर्मीय पात्रे अगदी अपवादात्मकच आहेत. त्यामुळे इतर धर्मांचे गुणदोष त्यात आले नाहीत. संशोधनात्मक लेखनात मात्र गीताबाईंनी इतर धर्मांच्या स्त्रीविषयक दृष्टिकोनाची चर्चा केली आहे. त्यात इतर धर्मांचीही स्त्रीविषयक दुटप्पी भूमिका दिसते.

'बौद्ध व हिंदू धर्मांनी वेश्यासंस्था हा एक व्यवसाय मानला, त्यामुळे ती वृत्ती नष्ट करण्याचा प्रश्न त्यांना पडलाच नाही. ख्रिश्चन व मुसलमान धर्मांनी देहविक्रय निंद्य मानला, त्यामुळे वेश्यावर्ग त्या समाजात हीन व तिरस्कृत ठरला. तथापि, वेश्यागमनाला आळा घालण्यास असमर्थ असणाऱ्या धर्माधिकाऱ्यांनी या संस्थेचे अस्तित्व अपरिहार्य मानले. ही संस्था नष्ट झाल्यास वासना मोकाट सुटून घरादारांचा सत्यानाश करील, हे भय त्या धर्मात व्यक्त करण्यात आले. वेश्यांची तुलना प्रासादाच्या गटारांचे सांडपाणी साठवणाऱ्या डबक्याशी करून, हे डबके बुजवल्यास गटारांचे पाणी तुंबून सारा प्रासाद नरक होईल, हा धोका त्यांना दिसला.'[२०]

वेश्यांना हीन आणि तिरस्कृत मानावयाचे आणि समाजास आवश्यक घटक म्हणून त्यांची भलावणही करावयाची, अशी या धर्मांची दुटप्पी भूमिका आहे.

धर्माच्या दुटप्पी भूमिकांचा स्त्री-जीवनावरील मुख्य परिणाम म्हणजे स्त्रीच्या गुलामगिरीचे उदात्तीकरण झाले. धर्माने तिच्या पायात अडकविलेल्या बेड्या, हे तिचे अलंकारच आहेत, असा भास त्यामुळे निर्माण झाला. उदात्तीकरणाच्या कवचाखाली लपले गेल्यामुळे स्त्रीचे पारतंत्र्य, दास्यत्व समाजास आकलन होणेच कठीण होऊन बसले आहे. आकलन झाल्यानंतर त्यातून मार्ग शोधणे, ही आणखी पुढची प्रक्रिया आहे.

संस्कृतीची बांधणी करताना स्त्री-पुरुष नैसर्गिक आकर्षणावर धर्माच्या माध्यमातून काही निर्बंध घालण्यात आले. पुरुष श्रेष्ठ आणि स्त्री कनिष्ठ असे मानण्यात आले. मूळ आकर्षण आणि संस्कृतिजन्य बंधने यांतून व्यक्ती विरुद्ध समाज आणि स्त्री विरुद्ध पुरुष असा संघर्ष सुरू होतो, असे मालतीबाईंचे निरीक्षण आहे.

'निसर्गाने दोनच जाती निर्माण केल्या. स्त्री आणि पुरुष. त्यांचे देह वेगळे केले. यांना वेगळ्या शक्ती दिल्या. हे विश्व फुलवण्यासाठी. हे वेगळेपण उच्चनीचतेसाठी नाहीच. एकमेकांनी एकमेकांना मदत करावी, मनुष्यत्वाचा विकास करावा, निसर्गाशी लडिवाळपणा करावा, त्याचं अंत:करण उकलावं यासाठी. ते जगभर उत्पात, द्वेष, हानी, तुच्छता यांना पोसण्यासाठी नाही. मनाच्या प्रचंड सामर्थ्याला बहर

यावा. देहावर मात करण्याची बलवत्तम शक्ती यावी, यासाठी! पशूंना नाही, ते वरदान माणसांना निसर्गाने दिलं. मला वाटतं निसर्गाला डावलून जोवर स्त्री आणि पुरुष सहजीवनाऐवजी उच्चनीच भावनांनीच खळबळून जातात, तोवर संसार असारच राहणार! दोघांच्या कंठांतून जोवर एक सुरेल सूर उठत नाही, तोवर हे जीवन आक्रंदन ठरणार.'[२१]

'स्त्री-पुरुषांमध्ये सुरेल सूर' उठण्यास आपली समाजरचनाच अनुकूल नाही, असे मालतीबाईंना वाटते. मुलामुलींच्या विभक्त शाळा त्यांना पटत नाहीत आणि अस्तित्वात असलेले मिश्रशिक्षणही मुलांची निकोप वाढ करण्यास पुरेसे समर्थ नाही, असे त्यांना वाटते. अशा या समाजरचनेत स्त्री-पुरुष नैसर्गिक आकर्षणाला योग्य ते वळण मिळून, दोघांची व्यक्तिमत्त्वे समृद्ध होण्याऐवजी अनेकदा संघर्ष निर्माण होऊन खच्चीकरणाचीच प्रक्रिया सुरू होते, असे त्यांना वाटते. कारण सामाजिक निर्बंधामुळे नैसर्गिक आकर्षणाचा खेळ थांबू शकत नाही. मात्र त्यातील स्वत:ची जबाबदारी टाळून स्त्री-पुरुष एकमेकांना दोष देऊ लागतात.

'ती जरा हसली, हसून बोलली, लाघवी बोलली, तिनं स्त्रीसुलभ हावभाव केले म्हणजे पुरुष जरासा का होईना, लोभावतो. एरवी व्यवहारातला कठोरपणा त्याला तिच्याशी करवत नाही. तो स्त्रीशी दाक्षिण्याने बोलतो. सामाजिक संबंध येतात, तिथे हा खेळ उभयपक्षी नकळत चाललेला असतो- मग ती बाई कितीही सात्त्विक असो, की तो पुरुष कितीही सात्त्विक असो.

'स्त्रीचेष्टितांनी पुरुष लोभावतो हे जसं खरं, तसं पुरुषांच्या नजरेत विशिष्ट मानाचं स्थान आपल्यासाठी निर्माण झालेलं पाहणं, हा सर्वसामान्यपणे स्त्रियांचाही नैसर्गिक खेळ चालू असतो. तो खेळ मर्यादबाहेर केव्हा जाणार, हे त्यांचं त्यांनाही कित्येकदा उमगत नसतं. परिणामी कित्येकदा मोठी विचित्र घटना घडते. खेळ मर्यादेबाहेर जाऊन पुरुषाचं माथं भडकल्यावर तो शरीरसंबंधाचीच अपेक्षा करतो. त्या शरीरसंबंधापर्यंत जाण्याची कित्येक स्त्रियांची इच्छा नसते. काहींचा स्वत:वरचा ताबा सुटतो. मग त्या बायका पेचात आल्या की पुरुष म्हणतो, 'हिनेच गळेपडूपणा केला!' आणि बाई म्हणते, 'याने माझा फायदा घेतला!'

'मिश्र सामाजिक आयुष्यात या खेळामध्ये अजिबात भाग न घेणारे स्त्री-पुरुषही असतात. पण ते बघ्यांचे काम मनापासून करीत असतात.'[२२]

स्त्री-पुरुष नैसर्गिक आकर्षण आणि त्यावरील सांस्कृतिक बंधनामुळे निर्माण होणारे प्रश्न यांचा विचार गीताबाई जीवशास्त्रीय पातळीवर करतात. 'जीवनाच्या एका कालखंडात कामवासना दुर्दम्य असते, पण ती वासना स्त्री व पुरुष दोघांनाही असते. सामाजिक बंधनांनी तिचे दमन करता आले असते, तर विवाहबाह्य

गर्भधारणेचा धोका स्त्रियांनी कधीच पत्करला नसता. प्रश्न असा आहे की, स्त्री व पुरुष या दोन्ही गटांच्या गरजा सारख्या असून, कामोत्सुक स्त्री व कामतप्त पुरुष यांची गाठ पडण्याची अडचण आहे, की मुळातच स्त्रीची गरज पुरुषाच्या गरजेपेक्षा कमी आहे? या गरजा समान नसल्या तर त्या संतुलित कशा करता येतील?'[२३]

येथेही गीताबाई मूल्यव्यवस्थेशी भिडतात. मूल्यव्यवस्था बदलली की संस्कृतिजन्य निर्बंध आपोआप गळून पडतील, असे त्यांना वाटत असावे.

धर्म स्त्रीच्या मार्गात अडथळा आणतो. परंतु स्त्रीची प्रगती पूर्णपणे रोखण्याचे सामर्थ्य धर्मांमध्ये उरलेले नाही, असे मालतीबाईंचे मत आहे.

'आता धर्म व देव यासंबंधींच्या भावनांचा ऱ्हास होत आहे. कार्य व कारण पाहण्याची चिकित्सक बुद्धी उत्पन्न झाल्याने आंधळ्या श्रद्धेने कोणताही आचार, विचार आणि नियमनें यांवर माणसाचा विश्वास बसणार नाही. यासाठी भावी स्मृतिकारांना समाज व व्यक्ती यांची कर्तव्ये सांगताना त्यामागील शास्त्रीय दृष्टिकोन समजावून द्यावा लागेल. प्रत्येक आचार व विचार हा असा का, याबद्दल शास्त्रीय चिकित्सा समजावून द्यावी लागेल. धर्म व देव यांच्यावरील आंधळ्या श्रद्धेची जागा डोळस ज्ञानाने घेतली, तरच तरणोपाय आहे. जुन्या आचारधर्माच्या चौकटीचा नव्या परिस्थितीशी, नव्या कालाशी मेळ नाही. त्यामुळे त्या चौकटी मोडून पडत आहेत आणि सांस्कृतिक मूल्यांशी समाजातील अनेक व्यक्तींनी बेबनाव मांडल्याचे दृश्य दिसत आहे. युगधर्म पालटणे हाच त्यावर उपाय आहे.'[२४]

'मोडून पडलेला आचारधर्म पुन: सावरण्याचा प्रयत्न करणे, हे जुळणारे नाही. ते समाजाच्या हिताचेही नाही. स्त्रियांची पुन: बालपणी लग्ने करा, त्यांना घरात ठेवा, शिकवू नका हे स्त्रियांच्या अस्थिरतेवर उपायच नव्हते. त्यावर उपाय हाच की, सांस्कृतिक मूल्यांशी बेबनाव न करता मेळच घालील, असा नव्या युगातील नव्या परिस्थितीला अनुरूप असा नवा संयमशील आचारधर्म सांगणे.'[२५]

"जुनी धर्माधिष्ठित व्यवस्था ऱ्हास पावू लागण्याचे एक कारण विज्ञानयुग हे आहे, याची चाहूल लेखिकांच्या संशोधन साहित्यात लागते.

विज्ञानयुगाचा प्रभाव

लेखिकांच्या संशोधन साहित्यानुसार विज्ञानयुगाचा प्रभाव आधुनिक समाजावर प्रत्यक्ष आणि अप्रत्यक्ष अशा दोन प्रकारे झालेला दिसतो.

विज्ञानाने मनुष्याच्या शरीरावर अनेक प्रकारचे प्रयोग सुरू केले आहेत. हे

प्रयोग जर सर्वथा यशस्वी होऊन मोठ्या प्रमाणावर व्यवहारात उतरू लागले, तर त्याचा मानवी जीवनावर होणारा परिणाम प्रत्यक्ष म्हणणे योग्य होईल. यातून परंपरेने चालत आलेले स्त्री-पुरुषांचे नाते, या नात्यांचे उद्देश, कुटुंबाचा हेतू सारेच समूळ बदलण्याची शक्यता लेखिकांनी बोलून दाखविली आहे. जुन्या कौटुंबिक संबंधांना विज्ञान हादरे देत आहे.

‘कृत्रिम गर्भाधानाची कल्पना व तिचे यश जुनेच आहे. भारतातही तिची सोय व्हावी, यासाठी प्रत्यत्न करणाऱ्या स्त्रीशी लेखिकेची गाठ दुसऱ्या महायुद्धानंतरच पडली होती. विज्ञानाने आता काचनळीत गर्भ निर्माण करण्यात यश मिळवले आहे. स्त्रीचे बीजांडं व पुरुषाचा शुक्रजंतू या दोन्हीचे काचनळीत मीलन घडवून आणण्यात येते. हा तयार झालेला गर्भ आईच्या गर्भाशयात प्रस्थापित करण्यात येतो. आणि नऊ महिन्यांनी मुलाला ती जन्म देते. जिचे बीजांड आहे, त्या आईखेरीज इतर स्त्रीच्या गर्भाशयातही हा गर्भ वाढवता येतो आणि शुक्रजंतूंवाचूनही मुलाला जन्म देण्याचे प्रयोग होत आहेत. या सगळ्या प्रयोगांमुळे उद्याचे प्रजनन व संगोपन काय स्वरूप घेईल आणि हे महत्त्वाचे कार्यही कुटुंब निरपेक्ष झाल्यावर कुटुंब नावाचा गट काय स्वरूप घेईल, हे कोणी सांगावे?’[२६]

-गीता साने

‘विज्ञानयुगाने मनुष्यताजीचे भले करायचे, की तिचा नाश करायचा, हे माणसांच्या सद्भावनेच्या जयावर अवलंबून आहे. विज्ञानयुगात आसुरी शक्तींचाच विजय झाला, तर या निसर्गनिर्मित दोन्ही जाती नष्ट होतील. पण एरवी कामवासनेने चिरंतन बद्ध होऊन राहिलेल्या या जातींनी प्रेमाचा, मैत्रीचाच मंत्र संसारात जपावा, असाच विज्ञानयुगाचा घाट आहे. संततिनियमनाच्या साधनांनी लैंगिक स्वातंत्र्य लाभलेल्या स्त्रीला केवळ देहनिष्ठेपेक्षा बुद्धिनिष्ठेने जगण्यामुळेच पुरुषाची मैत्री लाभणार आहे. केवळ लिंगवर्चस्वाने स्त्रीवर श्रेष्ठत्व मिळवून तिला दासी करण्यापेक्षा, पुरुषालाही तिचे प्रगल्भ मन गरजेचे होऊन बसणार आहे. लैंगिक दास्याच्या कल्पनांना विज्ञानानेच ठोकर दिली आहे. शारीरिक सुखे विज्ञानयुगाने कितीही निर्माण केली, तरी मानसिक सुख श्रेष्ठ आहे, ही फलश्रुती विज्ञानाने येईल असे मला वाटते. श्रेष्ठ मानसिक सुखासाठी कामवासनाच नष्ट करणाऱ्या औषधी विज्ञान शोधून काढणारच नाही, असे नाही. स्त्री -पुरुष संबंधावाचून मूल निर्माण करण्याचा प्रयत्न विज्ञान जर करीत

आहे, तर कामवासना नष्ट करणार नाहीच असे कशावरून? मग मात्र स्त्री-पुरुष अत्यंत अनवलंबी – निरपेक्ष – केवळ आध्यात्मिक जीवन कंठतील! विज्ञान जे करते आहे, त्याला इतिहासात तोड नाही!'[२७]

-मालती बेडेकर

विज्ञानयुगाचा अप्रत्यक्ष परिणामही कुटुंबसंस्थेचे रूप बदलणारा आहे. विज्ञानामुळे सर्व तऱ्हेचे बदल, प्रयोग करून पाहण्याची वृत्ती पाश्चात्त्य देशांत निर्माण झाली. कुटुंबसंस्थाही बदलण्याच्या दृष्टीने प्रयोग सुरू झाले. विज्ञानाने सुखोपयोगांची अमाप साधने निर्माण केली. विमानासारखी गतिमान वाहतूक आणि आकाशवाणी, दूरध्वनी, दूरदर्शन ही जगभर पसरलेली प्रसारमाध्यमेही एका राष्ट्रात निर्माण झालेले विचार दुसऱ्या राष्ट्रात वेगाने नेऊ लागली. व्यक्तिस्वातंत्र्याची कल्पना जगभर पसरली. या वेगवान जीवनपद्धतीला अनुरूप अशी व्यक्तिस्वातंत्र्य जोपासणारी कुटुंबसंस्था शोधण्याचे प्रयत्न सुरू झाले. लेखिकांनी या प्रयत्नांची दखल घेतली आहे. त्यांतील गुणदोष तपासले आहेत. आणि भारतीय परिस्थितीच्या संदर्भात त्या प्रयोगांचा विचार केला आहे.

'प्रचलित विवाहसंस्थेवर गेल्या शतकांच्या आधीपासूनच पाश्चात्त्य देशांत पहिला जोरात हल्ला कोणी चढविला असेल, तर या स्त्री-स्वातंत्र्यवाद्यांनी! प्रचलित विवाहबंधनांनी स्त्री माणूस म्हणून जगू शकत नाही; तिचे व्यक्तिमत्त्व सर्व बाजूंनी रोधले जाऊन, ती घरात कोंडली जाते; घरकाम, कुटुंब, पुरुष यांची ती केवळ गुलाम बनते, म्हणून स्त्रीला जखडून ठेवणारी ही शृंखला त्यांना नको होती.

'यानंतर विवाहसंस्था व तदनुषंगी संस्थांवर फार मोठा उघड हल्ला कोणी चढविला असेल, तर रशियन क्रांतीने! स्त्री-पुरुषांचे कामजीवन, त्यांतून निर्माण होणारी संतती व त्यामुळे येणारे कुटुंबजीवन, त्यांच्या सौख्याकरिता येणारी वैयक्तिक मालमत्तेची अभिलाषा इत्यादी सर्व क्रांतिकारकांच्या मते प्रस्थापित समाजाचे भांडवलदारी अवशेष. ते नाहीसे करण्याकरिता व स्त्रीला पुरुषांच्या गुलामगिरीतून मुक्त करण्याकरिता त्यांनी घर, कुटुंबसंस्था, वैयक्तिक मालमत्ता नष्ट करून, व्यक्तीचे कामजीवन व तदनुषंगी येणाऱ्या घर, संततिवर्धन वगैरे गोष्टी एकमेकांपासून विलग करण्याचा देशव्यापी प्रयोग; पहिल्या हिरिरीत काही दिवस करून पाहिला. सारी संतती राष्ट्राची. तेव्हा राष्ट्राने तिची शास्त्रशुद्ध रीतीने अत्युत्तम जोपासना करावी, म्हणून संगोपन-शाळा स्थापिल्या. पण मातापितरांचे

वैयक्तिक प्रेम सोडले, तर त्यांखेरीज सर्व प्रकारची उत्तम सोय असलेल्या शास्त्रशुद्ध काळजी घेणाऱ्या या संगोपन केद्रांतून मानवी रोपे जीव धरीनात. ८० टक्के बालमृत्यू! तेव्हां पर्यायी घराची म्हणजे वैयक्तिक काळजी व प्रेम यांची जोड दिल्यावर ही परिस्थिती सुधारली.'[२८]

-कृष्णाबाई मोटे

'अमेरिकेमधली स्त्री-चळवळ पश्चिम युरोपापेक्षा भिन्न नाही. तथापि, या देशांत विकसित विज्ञानाबरोबरच सर्व तऱ्हेचे प्रयोग समाजात होत असतात. ढासळणारी कुटुंबसंस्था याला अपवाद नाही. ड्रग्ज, दारू, लैंगिक संबंध या सर्वच बाबतींत जुने नीतिनियम धाब्यावर बसवणारे हिप्पींचे गट त्या देशांतून ओसंडून साऱ्या जगभर पसरलेले आहेत.

'काही परिवर्तने जुन्या कुटुंबव्यवस्थेला पर्याय शोधीत आहेत आणि त्यासाठी सर्वत्र सामूहिक कुटुंब कधी उघड तर कधी प्रच्छन्नपणे अस्तित्वात येत आहेत. या कुटुंबात वेगवेगळ्या वयोमानाचे स्त्री-पुरुष आपली व इतरांची मुले ठेवून घेऊन, एकत्र कुटुंबाप्रमाणे राहतात. येथे गट-विवाहाचे तत्त्व लैंगिक संबंधाबाबत मान्य असते. काही निरीक्षकांच्या मते राजकीय, धार्मिक, सामाजिक, व्यावसायिक वा इतर कुठल्याही कार्यात मग्न असलेल्या किंवा एखादे काम करू पाहणाऱ्या समविचारी लोकांची सामूहिक कुटुंबे सर्वत्र उभी राहत आहेत.

'कुटुंबसंस्थेला पर्यायी असलेल्या योजनांची जी माहिती मिळाली, त्यांपैकी लेनिनची योजना आपल्याला उपयोगी पडेलही. पण लेनिनचा प्रयोग ज्या कारणांनी फसला, त्याच कारणाने भारतात तो सुरूही करता येणार नाही. 'स्त्रिया स्वतंत्र झाल्या नाहीत, तर लोकसत्ताही प्रस्थापित होणार नाही', हे लेनिनचे भविष्य मात्र खरे ठरत असून, आपल्याला सावधानतेचा इशारा देत आहे.'[२९]

–गीता साने

पाश्चात्त्य जगाचे निरीक्षण करीत असताना लेखिका भारतातील परिस्थितीचा सतत विचार करतात. पाश्चात्त्य जगातील प्रयोग सर्वस्वी बरोबर आहेत असे नाही. आज घडीला ते भारतात रुजण्यासारखेही नाहीत, असे त्यांना वाटते. म्हणूनच आहे या परिस्थितीत कुटुंबसंस्थेचे समूळ उच्चाटन करण्याचा विचार त्या मांडीत नाहीत.

१९३९ साली कृष्णाबाई म्हणतात, ‘मुलाची जोपासना राष्ट्रीय शाळेत करून स्त्री-पुरुषांना सुविद्य करू पाहणाऱ्या संन्याशाच्या संसाराची गोडी मला अजून कळत नाही. पण जोपर्यंत आई व मूल हा चमत्कार जगात आहे, तोपर्यंत कुटुंबसंस्था नाहीशी होणे कठीण आहे. नव्हे ते निसर्गाविरुद्धच आहे, असे मला वाटू लागते.’[३०]

१९३९ सालची भावनोत्कटता १९७२मध्ये कृष्णाबाईंमध्ये उरली नाही. तरी १९७२मध्ये बुद्धिनिष्ठ दृष्टिकोनातून त्या म्हणतात, ‘विवाहसंस्थेच्या स्वरूपात पूर्वकालापासून आत्तापर्यंत कितीतरी बदल झालेला आहे. पुढेही गरजेनुसार समाजात तसे बदल होतील. ती आत्ता आहे, त्यापेक्षाही जास्त लवचीक कदाचित अल्पकालीन होत जाईल. पण अपत्यसंगोपन, कुटुंबभावनेत येणारा जिव्हाळा, विश्वास व आपुलकी यांची चोहोबाजूंनी होणाऱ्या विज्ञानाच्या माऱ्यामुळे जोपर्यंत वैयक्तिक जीवनातून हकालपट्टी झाली नाही, जोपर्यंत आल्डस हक्स्लेच्या ‘दि ब्रेव्ह न्यू वर्ल्ड’सारखे समाजजीवन प्रस्थापित झाले नाही; तोपर्यंत विवाहासारख्या सामाजिक बंधनाची आवश्यकता राहील, असे म्हणावेसे वाटते.’[३१]

‘घर’ ही संस्था, आहे त्या स्वरूपात मालतीबाईंना मुळीच समाधानकारक वाटत नाही. कारण या घरात होणाऱ्या अन्यायामुळेच घरातल्या स्त्रिया अनाथालयात ढकलल्या गेल्या आहेत. घराला मुकलेल्या स्त्रिया मनाने उद्‌ध्वस्त किंवा विकृत झालेल्या त्यांना आढळल्या. म्हणून व्यक्तीच्या निकोप मानसिकतेसाठी घर सुधारणे, या कल्पनेचाच विचार मालतीबाई मांडतात.

‘कनिष्ठवर्गीयांत किंवा मध्यमवर्गीयांत कुमारिकांना–सधवांना किंवा विधवांना असंरक्षित असता किंवा एकांतात पुरुषांच्या बरोबर बोलण्या-वागण्याची फार मोठ्या प्रमाणांत संधी मिळत गेल्यामुळे शेकड्यांनी स्त्रिया संस्थांतून आल्या. ‘घर’ या संस्थेत व समाजात सुसंगत मैत्री नसल्याची ही साक्ष आहे. समाजाच्या अफाटपणामुळे शहरांत व्यक्तीला समाज ओळखूही शकत नाही आणि त्याचे व्यक्तीवर दडपणही येऊ शकत नाही.

‘आज हजारोंनी मुले अनाथालयांत आणि शेकड्यांनी स्त्रिया अनाथांच्या संस्थांतून येत आहेत. याला समाजशास्त्राच्या दृष्टीने काही अर्थ आहेच. दारिद्र्यामुळे स्त्रियांचे घर सुटून त्या असंरक्षित होत असतील, तर दारिद्र्यावर उपाय पाहिजेत. अविचाराने वा अविवेकाने स्त्रियांची धूळधाण

होत असेल, तर घरात चांगले संस्कार व्हावे, म्हणून 'घर' या संस्थेचा पाया दृढ झाला पाहिजे.'[३२]

–मालती बेडेकर

'स्त्री-पुरुषांची मनोवृत्तीच मुळात बदलण्याचा स्वीडनचा प्रयोगही स्पृहणीय आहे; पण भारतासारख्या मागासलेल्या व प्रचंड देशात तो करता येण्याजोगा नाही.

अशा परिस्थितीत कुटुंबसंस्थेला पर्याय शोधण्याऐवजी, स्त्रियांच्या कौटुंबिक व सामाजिक दास्याचे पाश सैल करीत जाणे, हे सोपे नसले तरी आज कष्टसाध्य आहे आणि त्यातूनच पुढे स्त्रियांना स्वातंत्र्य मिळवता येईल.'[३३]

–गीता साने

लेखिकांनी आपल्या निरीक्षणात्मक/संशोधनात्मक लेखनात स्त्री-जीवनाचा सर्वंकष विचार करून, आगामी काळातील स्त्री-जीवन प्रगत होण्याच्या दृष्टीने काही उपाययोजना सांगितल्या आहेत. पाश्चात्त्य देशांतील सुविधांशी तुलना केली आहे. या उपाययोजनांमध्ये काही उपक्रमांच्या सूचना आहेत. गृहिणींच्या घरकामाचा भार हलका होण्याच्या दृष्टीने कृष्णाबाई उपक्रम सांगतात.

'पाश्चात्त्य देशांत स्त्रिया बाहेरची कामे करतात. पण तेथे घरकामाची तांत्रिक उपकरणे व बाजारात मिळणाऱ्या स्वच्छ व बिनभेसळीच्या वस्तूंनी घरकाम व स्वयंपाकाचे काम खूपच हलके झाले आहे. रशियन राज्यक्रांतीनंतर स्त्रियांची घराच्या गुलामगिरीतून मुक्तता करण्याचे ठरल्यावर, ही सारी कामे हलकी करण्याचे मुद्दाम प्रयत्न झाले. स्वच्छ जेवण, घराला लागणाऱ्या वस्तू स्वच्छ निवडलेल्या व भेसळ नसतील अशा मिळण्याची व्यवस्था करण्यात आली. या सर्व सोयी कामाच्या जागेजवळच उपलब्ध करून देण्यात आल्या. युरोप, अमेरिकेत निवडणे हा प्रकार बायकांना माहीत नाही. सारे खाद्यपदार्थ स्वच्छ, शिजवलेले, आयते मिळू शकतात. ते महागही नसतात.

'आपल्याकडे अन्नधान्यात खडे, कचरा, माती घालणे, खाद्यपदार्थात भेसळ करणे हे अगदी साहजिक समजले जाते. त्याबद्दल लोकमताची जागृती नाही. त्यामुळे कायदे कडक नाहीत. आणि कायदे असले, तरी भ्रष्टाचाराचे प्रमाण शासनात इतके वाढलेले आहे की, त्याची अंमलबजावणी होणे कठीणच. त्यामुळे परदेशांतली गृहिणी जशी निःशंक मनाने बाजारातून हे पदार्थ आयते घेऊ शकते,

तसे इथे घ्यायला मन कचरते. फार काय, हळद, तिखट, मिरी, चहा इत्यादी पदार्थ घेतानासुद्धा आपण पिवडी, विटकराची पूड, पपईच्या बिया किंवा पूड, वाळवलेली भुकटी घेत आहोत की काय; हे निश्चित सांगणे दुरापास्त आहे. जेथे खाद्यपदार्थ तयार होतात, तेथे जाण्याचा प्रसंग आला, तर किळस वाटते व ते पदार्थ खाण्याची इच्छाच नाहीशी होते, इतका घाणेरडेपणा बहुतेक ठिकाणी असतो. याकरिता पहिल्याने जनमताची - विशेषत: स्त्रियांची जागृती करणे व जागोजाग 'जागृत गिऱ्हाईक संघ' स्थापन होणे, अत्यंत आवश्यक आहे.'[३४]

कृष्णाबाईंनी सुचविलेला दुसरा उपक्रम स्त्रियांच्या वसतिगृहाचा आहे.

'अर्थार्जनाकरिता बाहेर पडलेल्या एकट्यादुकट्या तरुणींची ही अशी शारीरिक व त्यामुळे होणारी मानसिक परवड पाहिली की, पाश्चात्त्य देशांतून पहिल्याने जेव्हा स्त्रिया अर्थार्जनाकरिता बाहेर पडू लागल्या, तेव्हा प्रथम धार्मिक संघटनांनी व मग वाय.डब्ल्यू.सी.ए.सारख्या संस्थांनी या अडचणींना तोंड देण्याकरिता, विधायक गोष्टी म्हणजे वसतिगृहे उभारण्याची जागरूकता व विधायक संघटनाकौशल्य दाखवले, त्याची आठवण होते. आपल्याकडे ती विधायकता कधी का दिसत नाही, याची हळहळ वाटते. वाय. डब्ल्यू.सी.ए.च्या शाखा साऱ्या जगभर आहेत. भारतातील प्रमुख शहरातसुद्धा त्यांची वसतिगृहे आहेत. त्यामुळे सातासमुद्रापलीकडून येणारी कोणतीही तरुण मुलगी तेथे नि:शंक मनाने राहू शकते.

'पण आपल्याकडे चित्र वेगळे दिसते. मुंबईसारख्या शहरी तीस वर्षे ही अडचण ज्वलंत स्वरूपात जाणवत असता, वाय. डब्ल्यू.सी.ए.ची वसतिगृहे सोडली, तर गुजराती भगिनी मंडळाने नेहमीच्या विधायक नेतृत्वाने आपल्या मुलींकरता एक वसतिगृह काढलेले दिसते. गेली काही वर्षे मुंबईच्या सेवासदनाने या कामात जरा लक्ष घातले आहे. बाकी सर्व स्त्री-संघटना, विशेषत: मराठी स्त्री-संघटना या बाबतीत कमालीच्या कृतिशून्य व उदासीन दिसतात. वास्तविक मुंबईत १०५ महिलामंडळे आहेत. 'अखिल भारतीय महिला परिषदे'ची मुख्य कचेरीसुद्धा या कालावधीत कितीतरी वेळा मुंबईत आली. यांतील काही महिला मंडळांच्या चांगल्या प्रशस्त वास्तूसुद्धा उभ्या आहेत. पण त्यात अशा तऱ्हेचे वसतिगृह काढण्याची नुसती कोणी सूचना केल्यास, 'नको गं बाई ती नोकरी करणाऱ्या मुलींची लफडी' असे म्हणून त्या प्रश्नाची वासलात लावली जाते व तो प्रश्न नुसता विचारातसुद्धा घेण्यात येत नाही. जणू काय नोकरी करणाऱ्या स्त्रियांची 'लफडेबाज' अशी एक वेगळी जातच आहे आणि त्यात त्यांच्या मुली किंवा सुना सात जन्मीसुद्धा सामीलच होणार नाहीत!

'नाही म्हणता हिंगणे स्त्री-शिक्षणसंस्थेने पुणे येथे व नागपूरच्या अखिल महिला परिषदेच्या शाखेने नागपूर येथे अशी वसतिगृहे बांधून विधायक कार्याविषयी जागरूकता दाखविली आहे, ही गोष्ट अभिनंदनीय आहे.

'खरे पाहिले तर मोठमोठ्या शहरांतून एकाच जागी वसतिगृहाची भव्य वास्तू उभी न करता निरनिराळ्या पेठांतून-वस्त्यांतून लहानलहान वसतिगृहांच्या सोयी केल्या, तर ते जास्त सोयीचे होईल.'[३५]

कृष्णाबाईंनी मांडलेला तिसरा उपक्रम पाळणागृहाचा आहे. पाळणागृहे उभारण्यासाठी झालेले प्रयत्न, त्यातील यशापयश कृष्णाबाईंनी तपासून पाहिले आहे आणि त्यानंतर स्वत:चा निष्कर्ष मांडला आहे. आपले विचार आचारात उतरविण्याची कृष्णाबाईंची चिकाटी आणि त्यांचे दूरदर्शित्व यातून लक्षात येते.

'मुले लहान असताना तरी स्त्रियांना अर्धवेळ काम मिळण्याची सोय व्हावयास पाहिजे. पण जोपर्यंत अशा नोकऱ्या नाहीत, तोपर्यंत मिळवती स्त्री बाहेर असेपर्यंत लहान मुलांना सांभाळणारी पाळणाघरे किंवा बालगृहे निघणे अगत्याचे आहे. गिरणीत किंवा कारखान्यात काम करणाऱ्या स्त्रियांकरिता कामाच्या जागी अशी पाळणाघरे किंवा बालगृहे काढण्याची कायद्याने सक्ती करणारे सरकार, सरकारी कचेऱ्या म्हणजे नफा मिळवणाऱ्या व्यापारी पेढ्या नव्हेत, या सबबीखाली या बाबतीत कोणतेही पाऊल टाकण्याचे नाकारते, असा माझा स्वत:चा अनुभव आहे. कॉर्पोरेशनला असे काम करण्याची गरज भासत नाही. वाय डब्ल्यू.सी.ए.कडे अशा पाळणाघरांकरिता विनंती केली असता, त्यांनी काही आकडेवारी, माहिती मागविली. ती मी पुरविली. त्यानंतर बरेच वेळा चौकशी केली, पण त्यातून काही निष्पन्न झाले नाही. प्रख्यात पुढारी ना. म. जोशी यांनी सुचवल्याप्रमाणे अशा सोयी राहत्या वस्तीतूनच व्हावयास पाहिजेत. मुंबईत जागा मिळणे हे अत्यंत कठीण झाल्यामुळे, या दृष्टीने आणखी एक प्रयत्न करून पाहण्यात आला, तो असा : ज्यांच्याकडे जागा आहे, ज्या बायकांना मुलांचा अनुभव आहे व थोडीशी पैशाची गरजही आहे, अशा काही बायकांना, एका वस्तीत तुम्ही तान्ही किंवा जरा मोठी अशी दोनतीन मुले सांभाळून त्यावर देखरेख कराल का, असे विचारले. त्या बायका प्रथम कबूलही झाल्या. त्यांच्याकडे दोनचार-पाचपर्यंत मुले ठेवावी इतकी जागा होती. मुलापाठीमागे पंचवीस रुपये मिळणारे होते. शिवाय डॉक्टरी मदतीची एकदम गरज लागल्यास, तीही जवळच मिळेल अशी सोय करण्यात आली होती. पण अखेरचा बेत निश्चित करताना त्या बायकांनी लोक काय म्हणतील, या विचाराने माघार घेतली. याच बायका एखाद्या संस्थेत जाऊन हेच काम करण्यास तयार होत्या; पण त्यांना घरी स्वत:च्या जबाबदारीवर तेच काम करणे कमीपणाचे

वाटत होते.

' 'माझी आई' म्हणून उत्तर मुंबईत एका संस्थेने असा प्रयत्न केला आहे. त्याला खूपच प्रतिसाद आहे. पण तो अत्यंत लहान प्रमाणावर आहे व अपुऱ्या जागेमुळे व्यवस्था तितकी समाधानकारक नाही.

'गरज म्हणून किंवा व्यवसायाची आवड म्हणून अर्थार्जनाकरिता बाहेर पडलेली स्त्री, जर्मनीतील हिटलरसारखा घड्याळाचे काटे मागे फिरवून फिरून स्त्रीला चार भिंतींच्या आत कोंडू पाहणारा एखादा हुकूमशहा निघाल्याशिवाय परत कोंडली जाणार नाही व ते इष्टही नाही. म्हणूनच आम्ही उदासीनता व कृतिशून्यता सोडून या प्रश्नाचा विचार करणे भाग आहे. पण तो केव्हा व्हावयाचा?'[३६]

स्त्री-विकासासाठी समाजाची पुनर्रचना करणे, मालतीबाईंना आवश्यक वाटते. ही पुनर्रचना करू इच्छिणाऱ्यांना त्या निश्चित अशी दिशा देतात.

'सर्वांत महत्त्वाची गोष्ट ही की, समाजाची घडी कशी हवी याचा शासनाने विचार करून तशी समाजनिर्मिती करण्यासाठी झटले पाहिजे, तरच हवा तसा समाज होणे शक्य आहे. कुटुंबशासन, शिक्षणसंस्थांचे शासन, ग्रामशासन, नगरशासन, उपयुक्त संस्थांचे शासन, देशशासन या सर्वांत व्यक्ती व समाज कसा करावयाचा आहे, याची पूर्ण जाणीव झाल्याखेरीज आणि सर्वत्र व्यवहारधर्माचे एकच शास्त्र असल्याखेरीज कुटुंबाची नवी घडण समाजाला बलिष्ट करणार नाही.'[३७]

अर्थकारण, समाजकारण, न्यायसंस्था सर्वच क्षेत्रांत आगामी काळात स्त्रियांनी आपल्या हक्कांसाठी संघर्ष करणे आवश्यक आहे, असे गीताबाईंना वाटते. स्त्रियांच्या मर्यादा लक्षात घेऊन, बलस्थाने ओळखून त्या आगेकूच करण्यास सांगतात.

'संघर्ष करताना स्त्रियांनी आपली संख्या, आपली झारे-लाटणी व येणाऱ्या प्रसंगाला खंबीरपणे तोंड देण्याची तयारी, एवढीच आयुधे वापरणे हितावह असते. बाहुबलाला स्त्री उणी असते, हे ध्यानात घेऊन स्त्रियांनी आपल्याला विरोध करणाऱ्यांविरुद्ध पाशवी शक्ती वापरण्याचा मोह सोडावा, हेच योग्य.'[३८]

आज १९९०-९१मध्ये स्त्री-स्वातंत्र्यासाठी, स्त्री-विकासासाठी वृत्तपत्रांतून, सभा-संमेलनातून विविध उपक्रम, विविध योजना सुचविल्या जात आहेत. शासन आणि स्वयंसेवी संस्थांद्वारा त्या कमी-अधिक प्रमाणात राबविल्या जात आहेत. वृत्तपत्रांतील बातम्या, लेख यांवर सहज नजर फिरविली, तरी स्त्रीविषयक लेख-बातम्या दृष्टीस पडतात.

उदा. :

'मुलांचा सांभाळ' : ज्योती म्हापसेकर : लोकसत्ता, ३ मार्च १९९१

'कायदेविषयक अज्ञान-स्त्री आधार केंद्र' : लोकसत्ता, १२ मार्च १९९१

'परित्यक्तांचा विधान भवनावर मोर्चा' : लोकसत्ता, १६ मार्च १९९१

'धर्मग्रंथातील स्त्रीचे चित्रण अन्याय्य - लिमये' : महाराष्ट्र टाइम्स, १२ मार्च १९९१

या वृत्त / लेखांवरून नजर फिरवली, तरी लेखिकांच्या संशोधन साहित्यातील दूरदर्शित्व लक्षात येते.

●●

संदर्भसूची

१. 'स्त्रियांचे वाङ्मय आणि स्त्रियांच्या चळवळी' : 'डॉ. श्री. व्यं. केतकर यांचे वाङ्मयविषयक लेख' : संपादक- गं. दे. खानोलकर, पृष्ठ ४५. 'प्राचीन *अर्वाचीन महिला'* : वि. दा. सावरकर.
२. *'मनस्विनीचे चिंतन'* : मालती बेडेकर, (१९६९), पृष्ठ ६५,६६.
३. तत्रैव : मालती बेडेकर, पृष्ठ ७६.
४. तत्रैव : मालती बेडेकर, पृष्ठ ६७, ७८.
५. 'दृष्टीआडच्या सृष्टीत' : कृष्णाबाई मोटे, (१९३९), पृष्ठ ३९.
६. मनस्विनीचे चिंतन' : मालती बेडेकर, (१९६९), पृष्ठ ६५,७५.
७. 'स्त्रिया आणि मातृत्व' : गीता साने, 'स्त्री मासिक', जुलै १९३६, पृष्ठ ३४.
८. तत्रैव : गीता साने, पृष्ठ ७३५.
९. 'भारतीय स्त्री जीवन' : गीता साने, (१९८६), पृष्ठ २२८.
१०. 'मिळवत्या स्त्रियांचा अभ्यास', 'काळाची पाऊले' : कृष्णाबाई मोटे, (१९७६), पृष्ठ ४९.
११. 'आमचे आर्थिक स्वातंत्र्य' : गीता साने, 'स्त्री' मासिक, (मार्च १९३६).
१२. 'भारतीय स्त्रीजीवन' : गीता साने, (१९८६), पृष्ठ १६०,१६१.
१३. 'काळाची पाऊले' : कृष्णाबाई मोटे, (१९७७), पृष्ठ ९५.
१४. तत्रैव : कृष्णाबाई मोटे, पृष्ठ ९५.
१५. तत्रैव : कृष्णाबाई मोटे, पृष्ठ ९५.
१६. 'मनस्विनीचे चिंतन' : मालती बेडेकर, (१९६९), पृष्ठ ८३.
१७. तत्रैव : मालती बेडेकर, पृष्ठ ८३, ८४.
१८. 'भारतीय स्त्रीजीवन' : गीता साने, (१९८६), पृष्ठ २३३.
१९. 'मनस्विनीचे चिंतन' : मालती बेडेकर, (१९६९), पृष्ठ ७५.
२०. 'भारतीय स्त्रीजीवन' : गीता साने, (१९८६), पृष्ठ १७६.
२१. 'मनस्विनीचे चिंतन' : मालती बेडेकर, (१९६९), पृष्ठ ३.
२२. तत्रैव : मालती बेडेकर, पृष्ठ ८७.
२३. 'भारतीय स्त्रीजीवन' : गीता साने, (१९८६), पृष्ठ २०३.
२४. 'घराला मुकलेल्या स्त्रिया व काळाची चाहूल' : मालती बेडेकर, (१९६२) पृष्ठ २०८.
२५. तत्रैव : मालती बेडेकर, पृष्ठ- १५२, १५३.

२६. 'भारतीय स्त्रीजीवन' : गीता साने, (१९८६), पृष्ठ २३०.
२७. 'मनस्विनीचे चिंतन' : मालती बेडेकर, पृष्ठ १०२.
२८. 'काळाची पाऊले' : कृष्णाबाई मोटे, (१९७६), पृष्ठ १५९ ते १६१.
२९. 'भारतीय स्त्रीजीवन' : गीता साने, (१९८६), पृष्ठ २२९, २३०.
३०. 'विलायतेची पत्रे', 'दृष्टीआडच्या सृष्टीत' : कृष्णाबाई मोटे, (१९३९), पृष्ठ-१६३.
३१. 'काळाची पाऊले' : कृष्णाबाई मोटे, (१९७६), पृष्ठ १६३.
३२. 'घराला मुकलेल्या स्त्रिया' : मालती बेडेकर, (१९६२), पृष्ठ १२७.
३३. 'भारतीय स्त्रीजीवन' : गीता साने, पृष्ठ २३०.
३४. 'काळाची पाऊले' (मिळवत्या स्त्रियांचा अभ्यास) : कृष्णाबाई मोटे, (१९७६), पृष्ठ ९१, ९२.
३५. 'काळाची पाऊले' (अर्थाजनातील अडचणी) : कृष्णाबाई मोटे, (१९७६), पृष्ठ ३४, ३५.
३६. 'काळाची पावले' (अर्थाजनातील अडचणी) : कृष्णाबाई मोटे, (१९७६), पृष्ठ ३८, ३९.
३७. 'घराला मुकलेल्या स्त्रिया' : मालती बेडेकर, (१९६२), पृष्ठ २११.
३८. 'भारतीय स्त्रीजीवन' : गीता साने, (१९८६), पृष्ठ २३७.

●●

कृष्णाबाई मोटे
(१९०३ - १९९१)

कृष्णाबाई मोटे

विनया : तुमचं शिक्षण कुठं कुठं झालं? शाळा-कॉलेजमधल्या, हॉस्टेलमधल्या तुमच्या आठवणी सांगा. म्हणजे, तुमच्या काळाची, त्या वेळच्या स्त्रियांच्या स्थितीची मला कल्पना येऊ शकेल.

कृष्णाबाई : प्राथमिक शिक्षण आमच्या घोडनदी गावाला. गावात ख्रिस्ती मिशनची शाळा होती. वडील त्या शाळेत ड्रॉइंग टीचर होते. गावात आणखी एक मुलींची शाळा होती. आणि दुसरी मुलांची शाळा होती. मुलींची शाळा जेमतेम दोन इयत्तांपर्यंत होती. मी मिशनच्या किंवा मुलींच्या शाळेत शिकले नाही. मी मुलांच्या शाळेत शिकले. मुलांच्या शाळेत आधी मी एकटीच मुलगी होते. नंतर माझी धाकटी बहीण आली. या शाळेतून १९१३मध्ये मी व्हर्नाक्युलर फायनलची परीक्षा पास झाले. पुढच्या शिक्षणासाठी हिंगण्याला गेले. नंतर लंडन.

विनया : मुलांच्या शाळेत एकटीच मुलगी म्हणून जाताना कसं वाटत होतं? गावातले लोक काही बोलत होते त्यावरून?

कृष्णाबाई : आता फारसं काही आठवत नाही. शाळेत जायला लागले, तेव्हा मी अगदीच लहान होते. कोणी काही म्हणण्याचा आणि म्हटलं, तरी कळण्याचा प्रश्नच नव्हता. वडील गावातच शिक्षक होते. त्यांचा मुंबईशी संपर्क होता.

न्यायमूर्ती रानड्यांची प्रार्थना समाजिस्टांची भाषणं ते ऐकत असत. गावात ते पुढारलेलेच समजले जायचे. त्यामुळे त्यांच्या मुली मुलांच्या शाळेत जाऊन शिकतात, याचं गावाला फारसं काही वाटत नसेल.

विनया : हिंगण्याला किती वर्षं होतात? लंडनमध्ये शिकण्यासाठी केव्हा आणि कशा गेलात? आधी हिंगण्याच्या आठवणी सांगा.

कृष्णाबाई : मला वाटतं, १९१४मध्ये मी हिंगण्याला आले. हॉस्टेलवरच राहत होते. घोडनदी आणि हिंगणं इथल्या वातावरणात खूपच फरक होता. हिंगण्याचं वातावरण सामाजिक सुधारणेच्या कल्पनांनी आणि कितीतरी वेगवेगळ्या विचारांनी भारून गेलं होतं. शिक्षणाची आवश्यकता वगैरे गोष्टींवर खूप बोललं जात होतं. मोठ्या प्रमाणावर स्त्रियांनी शिकावं, म्हणून अण्णा कर्वे यांनी शिक्षणाचं माध्यम मराठी ठेवलं होतं. पण खूप इंग्रजी शब्द सर्रास वापरले जात होते.

अण्णांचं कार्य मुख्यत: विधवांसाठी, विधवांनी शिकूनसवरून स्वत:च्या पायावर उभं राहावं, यासाठी सुरू झालं होतं. पुढे त्यांनी आमच्यासारख्या कुमारिकांनाही घेतलं होतं. आमच्या वेळी मला वाटतं, निम्मी संख्या विधवांची आणि निम्मी संख्या कुमारिकांची होती. काही विधवा सोवळ्या होत्या. काही सकेशा होत्या. सकेशांची संख्या जास्त होती. समारंभाच्या वेळी स्वागताचं गाणं म्हटलं जात असे : *'अरे देवा कळेना। कसे तुला। तरुण आम्ही विधवा अबला।'* अशा काहीतरी ओळी होत्या. आम्हा कुमारिकांना हे गाणं म्हणणं आवडत नसे... एक प्रसंग आठवतो. आमच्याबरोबर शिकायला एक आठ-दहा वर्षांची मुलगी होती. तिचं लग्न झालेलं होतं. पण माहेर-सासरच्यांनी लहान म्हणून शिकायला ठेवली होती. परकर-पोलकंच नेसणारी होती. एके दिवशी आम्ही सगळ्या सागरगोटे खेळत बसलो होतो. तिची आई तिला भेटायला आली. आईनं एकदम तिचं कुंकू पुसलं आणि रडत म्हणाली, 'अगं, तुझं नशीब फुटलं गं!' आम्हाला काही कळेना. आम्ही पाहत राहिलो. तिच्या आईनं रडत, ओरडत सांगितलं, 'अहो, तिचा नवरा मेला.' पुढे वैधव्यानंतर ती हिंगण्यालाच राहिली किंवा नाही, मला काही आठवत नाही.

हिंगण्याला सर्व जातींच्या मुली आम्ही एकत्र राहत होतो. पण जातीप्रमाणे जेवणाच्या पंगती वेगळ्या असत. स्वयंपाकाचा आणि वाढण्याचा अधिकार फक्त ब्राह्मण मुलींचा. इतर मुलींच्या वाढण्याच्या पाळ्या नसत. जेवताना ब्राह्मण मुलींची पंगत वेगळी. सारस्वत मुलींची पंगत वेगळी. सारस्वत मुली खूप होत्या हिंगण्याला. सारस्वत हा हल्लीचा शब्द. तेव्हा आम्ही शेणवी म्हणत होतो. ब्राह्मणांमध्येसुद्धा

कोकणस्थ आणि देवरुख्यांची पंगत वेगळी असे. मराठा, शिंपी सगळ्या जातींच्या मुली हिंगण्याला होत्या. जेवणाच्या पंगतीतला भेदाभेद हुजूरपागेच्या शाळेत नव्हता, असं आम्ही ऐकत होतो. हुजूरपागा आणि हिंगणं या दोन संस्थांमध्ये स्पर्धेचं वातावरण होतं. गव्हर्मेंट सर्व्हिसमध्ये असणाऱ्यांच्या मुली हुजूरपागेत शिकत. म्हणजे ते लोक ब्रिटिशधार्जिणे समजले जात. स्वराज्यप्रेमी लोकांच्या मुली हुजूरपागेत जात नसत. त्या हिंगण्याला यायच्या. न. चिं. केळकरांची मुलगी कमलाबाई देशपांडे हिंगण्याला शिकत होती. रँग्लर परांजप्यांची शकुंतला हुजूरपागेत होती.

आम्हाला शिकवायला वा. म. जोशी होते. हरी रामचंद्र दिवेकर होते. कोणत्याही विषयाच्या दोन्ही बाजू पाहायची सवय वा. म. जोशींनी लावली. दिवेकर अलाहाबादहून आले होते. अण्णा कर्वे यांची मेहुणी पार्वतीबाई आठवले अलाहाबादला गेल्या होत्या. तेथे त्यांनी स्त्रियांच्या स्थितीवर आणि शिक्षणावर व्याख्यान दिलं. ते व्याख्यान ऐकल्यावर दिवेकर अलाहाबाद सोडून हिंगण्याला आले होते.

मला वाटतं, १९१५ मध्ये अण्णा कर्वे यांनी 'इंडियन वुमेन युनिव्हर्सिटी'ची कल्पना मांडली. पुढे युनिव्हर्सिटी झाली. १९२१ किंवा १९२२मध्ये मी कर्वे युनिव्हर्सिटीची ग्रॅज्युएट झाले. माझी पदवी जी.ए. होती.

विनया : शिक्षण झाल्यावर पुढं काय करायचं, हे तुम्ही ठरवलं होतं का? शिक्षणानंतर लग्न असा विचार होता की, लंडनला शिकण्यासाठी जाण्याचा विचार होता?

कृष्णाबाई : आपण लग्न करायचं नाही, असं माझ्या मनात नेहमी असे. कारण दिसायला मी चांगली नव्हते. रूपाबद्दल न्यूनगंड माझ्या मनात होता. शिवाय हिंगण्याला सामाजिक कार्याबद्दल बोललं जात असे. आपण लग्न करू नाही, सामाजिक कार्यातच पडावं, असं वाटत असे.

विनया : मग लग्न न करता समाजकार्य करायला आई-वडिलांची संमती होती? गावातले लोक, नातलग काय म्हणतील, याचं तुम्हाला किंवा आई-वडिलांना दडपण वाटत होतं का?

कृष्णाबाई : वडिलांची अविवाहित राहून समाजकार्य करायला संमती होती. वडील जे काही म्हणतील, ते आईनं नेहमी स्वीकारलं होतं. वडिलांनी सहकार्य दिलं होतं. शिवाय गावामध्ये कोकणस्थांची आमची दोनच घरं होती. आम्ही खरे आणि दुसरे करमरकर म्हणून होते. बाकी सगळे देशस्थ ब्राह्मण. देशस्थांना आमची लग्नं जमवण्यात रस नव्हता. वडिलांनी आम्हाला सांगितलं होतं, तुम्ही

गरिबाच्या मुली आहात. मी तुम्हाला शिक्षण देतो. लग्नाची जबाबदारी तुमची तुम्ही घ्यायची. तुम्ही तुमचे नवरे निवडा.

जी.ए.ची पदवी घेतल्यावर लगेच पुण्याला कन्याशाळेत मी नोकरीला लागले. एक वर्ष कन्याशाळेत होते. नंतर नोकरीसाठी उमरावतीला गेले. त्या वेळी उमरावतीच्या हायस्कूलमध्ये द्वारकाताई भालचंद्र म्हणून प्रिन्सिपॉल होत्या. त्या पूर्वी हिंगण्याला होत्या. त्यांनी हिंगण्याला मागणी केली की, मराठी आणि संस्कृत शिकवायला तुमच्याकडची ग्रॅज्युएट पाठवा. कॉलेजचे पहिले प्रिन्सिपॉल नारायण आठवले. ते मला म्हणाले, 'तुला उमरावतीला जायला पाहिजे.' इतक्या दूर जायचं या कल्पनेनं मी चक्रावून गेले. माझे वडील म्हणाले, 'घाबरण्यासारखं आहे काय? जा उमरावतीला. मुलींची शाळा आहे. हॉस्टेलमध्ये राहा.' मग मी उमरावतीला गेले. १९२५पर्यंत मी उमरावतीला नोकरी केली. मराठी, संस्कृत आणि खालच्या इयत्तेला गणितही शिकवत होते. गीता साने आणि तिच्या बहिणी माझ्या विद्यार्थिनी होत्या. त्यांचे वडील वाशीमला वकील होते. मी विद्यार्थिनींपेक्षा पाचसहा वर्षांनी मोठी होते. मुलींमध्ये खूप खेळत होते. काही विद्यार्थिनी माझ्यापेक्षा वयानं मोठ्या होत्या.

विनया : तुमच्या लहान वयामुळे तुमचं उमरावती गावात शिक्षिका म्हणून कौतुक होतं?

कृष्णाबाई : शाळा गावापासून दूर होती. आमचा गावाशी संबंधच नव्हता. गावातल्या मुली धमनीतून म्हणजे बैलगाडीतून शाळेत येत. बाहेरगावच्या मुली हॉस्टेलमध्ये राहात. हिंगण्यात आणि उमरावतीत एक फरक होता. हिंगण्याला सगळ्या हिंदुस्थानातून मुली येत. उमरावतीच्या शाळेत फक्त विदर्भातल्या आसपासच्या गावांतून मुली येत. उमरावतीची शाळा इंग्रजी पहिलीपासून मॅट्रिकपर्यंत होती. मुलींची एकंदर संख्या शंभर ते दोनशेच्या दरम्यान होती. एकेका वर्गात साधारण पंचवीस मुली होत्या. एकंदर पाचसहा शिक्षक होते.

विनया : तेव्हा मुलींच्या शाळेत शिकवायला पुरुष नको, अशा प्रकारची काही कल्पना होती का?

कृष्णाबाई : मुळीच नाही. शिक्षक होते. ते तरुण नव्हते. वयस्कर होते. असं मुद्दाम केलं होतं की आपोआप योगायोगानं झालं होतं, माहीत नाही.

विनया : तुम्ही खूप खेळत होतात म्हणालात. काय खेळत होतात? शाळाशाळांचे खेळांचे सामने होत होते?

कृष्णाबाई : आम्ही मुख्य म्हणजे बॅडमिंटन आणि खो खो खेळत होतो. शाळाशाळांचे सामने असं काही आठवत नाही. पण १९१८मध्ये पुण्याला बायकांचं ऑलिंपिक झालं होतं. मी त्यासाठी स्वयंसेविका म्हणून काम करीत होते. ऑलिंपिकमध्ये टेनिस होते. खो खो होता. सायकलिंग होते. सायकलिंगमध्ये कर्नल कुकडे यांच्या मुलीला बक्षीस मिळालं होतं. खेळ बघायला खूप गर्दी लोटत होती, एवढं आठवतं. खेळणाऱ्या स्त्रिया भारताच्या सगळ्या भागातून आल्या होत्या की निवडक चारदोन शहरांतून आल्या होत्या, ते नाही आता आठवत.

विनया : १९२५पर्यंत तुम्ही उमरावतीच्या शाळेत नोकरी केलीत. पुढे इंग्लंडला कोणत्या शिक्षणक्रमासाठी गेलात?

कृष्णाबाई : मी लगेच इंग्लंडला नाही गेले. एक अशी घटना घडली की, शाळा हे क्षेत्र मी सोडून दिलं. द्वारकाताई भालचंद्र यांचं लग्न झालं. त्या गव्हर्नरची बायको मिसेस तांबे झाल्या. त्यांनी नोकरी सोडली. त्यांच्या जागी मथुराबाई द्रविड आल्या. काय कारण असेल ते असो, पण मथुराबाईंना कर्वे युनिव्हर्सिटीच्या मुली आवडत नसत. कर्वे युनिव्हर्सिटीच्या मुलींना त्या पुढे येऊ देत नसत. मी शाळेत लोकप्रिय होते, हे त्यांना आवडत नसे. त्यांनी एकदा माझ्यावर खोटा आरोप केला. शाळा संपल्यावर किती तास काय काय शिकवलं, ते रजिस्टरमध्ये लिहिण्याची पद्धत होती. त्याप्रमाणं मी लिहिलं होतं. मथुराबाई मला म्हणाल्या, "कृष्णाबाई, तुम्ही रजिस्टरमध्ये लिहिलंच नाही." मी लिहिलेलं त्यांना नेऊन दाखवलं, तर त्या म्हणाल्या, "हे तर आता लिहिलं आहे." मी म्हणाले, "अहो असं कसं! माझ्यानंतरच्या शिक्षकांचीसुद्धा एन्ट्री झाली आहे. आता मी त्यांच्याआधी कसं लिहू शकेन?" हा पहिला खटका. नंतर संस्कृतवरून! मी म्हणाले, "संस्कृतचे पेपर तपासायला वेळ जास्त हवा. अक्षरांचे अनुस्वार, विसर्ग, पाय मोडला आहे की नाही हे काळजीपूर्वक पाहावं लागतं. म्हणून पेपर तपासायला वेळ जास्त हवा." माझ्या अशा सूचना म्हणजे त्यांना उद्धटपणा वाटे. बाकीचे शिक्षक-शिक्षिका बोलत नसत. नंतर असं झालं, उमरावतीच्या शाळेत जरी मी मॅट्रिकपर्यंत शिकवत होते, तरी मी कर्वे युनिव्हर्सिटीची ग्रॅज्युएट असल्यामुळे पगाराच्या दृष्टीनं माझं स्टेटस मॅट्रिकच धरलं जायचं. मी गव्हर्मेंटला अर्ज केला की, अशी अशी चार वर्षं मी वरच्या वर्गांना शिकवते आहे, तर तुम्ही मला पगाराच्या दृष्टीनं ग्रॅज्युएटचं स्टेटस द्यावं. गव्हर्मेंटनं विचारलं, 'तुम्ही फर्स्ट असिस्टंट होता का?' कारण, ती जागा त्या वेळी रिकामी झाली होती. ती तार मी मथुराबाई द्रविड यांना दाखवली आणि सांगितलं, "मी नागपूरला जाऊन

इन्स्पेक्ट्रेसना भेटते आहे.'' त्या मला म्हणाल्या, ''वा! वा! फार छान! कॉंग्रेच्युलेशन.'' मी नागपूरला इन्स्पेक्ट्रेसकडे गेले. इन्स्पेक्ट्रेस ॲंग्लो-इंडियन बाई होती. माझ्याबद्दल तिचं मत चांगलं होतं. तिनं मला मथुराबाईंकडून आलेलं डी.ओ. लेटर दाखवलं. त्यात लिहिलं होतं की, या बाई मला नकोत. मग मी म्हटलं, 'असल्या खोटारड्या बाईबरोबर काम करायचं नाही.' ताबडतोब राजीनामा दिला. मथुराबाईंच्या त्रासामुळे मी शाळेचं हॉस्टेल सोडून मोटे कंपाउंडमध्ये आधीच राहायला आले होते. आता शाळेच्या नोकरीचाही राजीनामा दिला.

उमरावतीला मिस मॉर्ट नावाच्या अमेरिकन बाई सोशल वर्कर म्हणून काम करीत होत्या. मी त्यांच्याबरोबर काम करायला लागले. मला सोशल वर्कची थोडी सवय हिंगण्याला असतानाच होती. हिंगण्याची माझी एक मैत्रीण गांधीजींच्या बरोबर चंपारण्यात काम करून आली होती. हिंगण्याच्या आसपासच्या खेड्यांत जेव्हा ती काम करायला जायची, तेव्हा मी तिच्याबरोबर जात असे. त्यामुळे लोकांमध्ये काम कसं करायला लागतं, ते मला माहीत होतं. डोळे धुवा, तोंड धुवा इथपासून लोकांना शिकवायला लागतं, याची मला कल्पना होती. त्यामुळे सोशल वर्कमध्ये आल्यावर मला काही नवखं असं वाटलं नाही. तरी उमरावतीच्या झोपडपट्टीतला अनुभव हिंगण्यापेक्षा थोडा वेगळा होता. मला वाटतं, प्रथम मी गेले, ती महारमांगांची वस्ती होती. त्या बायका म्हणाल्या, ''बाई, तुम्ही तुमच्या देवाचं गाणं म्हणा.'' मी म्हणाले, ''तुमचा देव आणि माझा देव काही वेगळा नाही.'' त्यांना आश्चर्य वाटलं. त्यांनी विचारलं, ''तुम्ही कोण?'' मी म्हणाले, ''मी ब्राह्मण. तुमच्यापैकीच कोणीतरी कृष्णाचं गाणं म्हणून दाखवा. मी ऐकते. म्हणतेपण तुमच्याबरोबर!'' त्यांनी कृष्णाचं गाणं म्हटलं. त्यांच्यापर्यंत कोणी ब्राह्मण बाई कधी पोहोचलीच नव्हती. ख्रिस्ती मिशनरी बायका तेवढ्या जायच्या. त्या मला ख्रिस्तीच समजल्या होत्या. मुलांबरोबर खेळ खेळून त्या वस्तीत काम करायला मी सुरुवात केली. हे कार्य म्हणजे माझी नोकरी होती. त्याबद्दल मला पगार मिळत होता. मिशनरी पद्धतीचंच ते काम होतं. डोळे येणं, खरूज, सर्दी-खोकला या दुखण्यांवर औषध घेऊन, मी निरनिराळ्या वस्त्यांमध्ये जात होते. थोडं शिवणकाम शिकवत होते. खेळ सुरू केला की, भोवताली मुलं जमायची. मुलांमार्फत लोकांशी संपर्क साधता यायचा. कधीकधी गमतीदार प्रसंग घडायचे. आठ-नऊ वर्षांची एक मुलगी ओढ्यातून हातात मेंढरू घेऊन येताना नेहमी दिसायची. तिनं साडी नेसलेली असायची. गव्हाळ वर्णाची ती मुलगी दिसायला छान होती. मी तिला नेहमी म्हणत असे, 'आमच्यामध्ये खेळायला ये.' पण ती येत नसे. नुसती हसायची आणि निघून जायची. एके दिवशी मी तिच्या पाठोपाठ

तिच्या घरापर्यंत गेले. घरात चांगला मोठ्या वयाचा पुरुष होता. मी त्याला म्हटलं, "अहो, तुमच्या या मुलीला आमच्यामध्ये खेळायला का नाही पाठवत? येऊ दे थोडा वेळ तिला." तो एकदम माझ्यावर खवळला. कारण ती त्याची मुलगी नव्हती. बायको होती. मी थक्क झाले. ती अगदी मोठी मोठी म्हटली, तरी अकराच्या पुढची नव्हतीच. तो कितीतरी वयस्क होता. तो माझ्यावर इतका भडकला की, मी हबकून गेले. बाईला शिकवायचं आणि त्यातून लग्न झालेल्या बाईला शिकवायचं, हे त्याला भयंकर वाटत होतं. बरंच काहीतरी बडबडला. मी तशीच माघारी फिरले.

याच काळात कवी अनिल, पु.य. देशपांडे हे लेखक यांच्याशी माझी ओळख झाली. पुष्कळदा संध्याकाळी एकत्र जमून आम्ही एकमेकांचे अनुभव एकमेकांना सांगत होतो. हरिभाऊ मोटे यांच्याशीही ओळख झाली होती.

१९२८पर्यंत मी हे काम केलं. मिस मॉर्टचं लग्न ठरलं. ती अमेरिकेला जाणार हे निश्चित झालं. ती मला म्हणाली, "कृष्णे, मी तुझी काहीतरी सोय लावायला पाहिजे." तिनं मला मुंबईला नायगावच्या सोशल सर्व्हिस सेंटरमध्ये नोकरी दिली. मुंबईच्या कामगार वस्तीत मी काम करू लागले. सकाळी घरोघरी जाऊन स्वच्छता शिकवायची. दुपारी बायकांमध्ये साक्षरताप्रसार आणि शिवण शिकवायचं. संध्याकाळी मुलांना जमवून निरनिराळे खेळ शिकवायचे.

नोकरी करीत असताना आम्ही तीन मुली मिळून एका खोलीत राहत होतो. त्या दोघी ख्रिस्ती होत्या. त्यातली एक वाय.डब्ल्यू.सी.ए.मध्ये काम करणारी इंग्लिश स्त्री होती. दुसरी मिस डोंगरे ही पंडिता रमाबाईंची भाची होती. त्या दोघी मांसाहार करणाऱ्या होत्या. मी शाकाहारी होते. माझा डबा वेगळा आणून मी जेवत असे. त्या इंग्लिश बाईच्या ओळखीनं मी इंग्लंडला गेले. तिनं तिच्या ओळखीच्या इंग्लंडमधल्या प्राध्यापिकेला पत्र लिहिलं की, अशा अशा बाईंना मी पाठवते आहे. त्यांना सोशल वर्कमध्ये डिप्लोमा द्यावा. मी जेव्हा लंडनला गेले, तेव्हा मी तीस वर्षांची होते.

विनया : शिक्षण, नोकरी सगळं चालू असताना तुम्हाला कोणी लग्न करण्यासाठी आग्रह धरला की नाही? तुम्हाला स्वत:ला लग्न करावं, असं कधी वाटलं की नाही?

कृष्णाबाई : एव्हाना हरिभाऊ मोटे आणि माझी ओळख, मैत्री खूप वाढली होती. आम्ही लग्न करायचं निश्चित केलं होतं. तसं मी माझ्या वडिलांना सांगितलं. त्यांची संमती होती. त्यानंतर मी लंडनला गेले, १९३२मध्ये दोन वर्षांनी परत

आले. परत आल्यावर आम्ही लग्न केलं. हरिभाऊ माझ्यापेक्षा शिक्षणानं कमी होते. वयानं तीन वर्षांनी लहान होते. शिवाय त्यांना दमा होता. पण माझ्या वडिलांना हरिभाऊंचं व्यक्तिमत्त्व आवडलं होतं. आमचं प्रेम होतं. आम्ही लग्न केलं.

विनया : त्या काळात अविवाहित मुलगा जर इंग्लंडला निघाला, तर गोरी मड्डम बायको म्हणून आणेल अशी शंका किंवा खरं म्हणजे धास्ती घरादाराच्या मनात असायची. तशी तुमच्याबद्दल हरिभाऊंना किंवा तुमच्या-त्यांच्या घरच्या लोकांना शंका आली का?

कृष्णाबाई : नाही. कोणाच्या मनात काहीही शंका आली नाही. दोन वर्षांचा डिप्लोमा करून मी सरळ परत आले आणि आम्ही लग्न केलं.

विनया : तुमच्या इंग्लंडच्या वास्तव्यात हरिभाऊंचा आणि तुमचा पत्रानं, फोननं सतत संपर्क होता? 'फॉरेन रिटर्न' बायको आणि शिक्षणात कमी असलेला नवरा यांवर त्या वेळच्या भोवतालच्या समाजाची प्रतिक्रिया काय होती?

कृष्णाबाई : त्या वेळी फोनचं इतकं सहज नव्हतं. आम्ही नेहमी पत्रं पाठवत होतो एकमेकांना! बाकी आमच्या लग्नाबद्दल भोवताली लोक काय म्हणत होते, कोणास ठाऊक! प्रत्यक्ष आम्हाला काही कोणी बोलल्याचं आठवत नाही. पाठीमागं बोलतही असतील. मुंबईलाच १९३४मध्ये आम्ही रजिस्टर लग्न केलं. तेव्हा रजिस्टर लग्नंही फार कमी होत असत. पण कोणी काही आक्षेप घेतल्याचं आठवत नाही.

विनया : त्या काळातली पुस्तकं वाचल्यावर लक्षात येतं की, महाराष्ट्रातले बरेच तरुण तेव्हा धोतर नेसणारे होते. पण इंग्लंडला निघाले की, बूट-पाटलोण घालण्याचा सराव करीत. टाय बांधायला शिकत. तिकडच्या हवामानाला सोयीचा पोशाख घातला पाहिजे, असं म्हटलं जात असे. तुम्ही इंग्लंडला जायचं ठरलं, तेव्हा फ्रॉक, स्कर्टब्लाऊज किंवा कोणत्याही प्रकारचा इंग्लंडच्या बाईसारखा पोशाख करण्याचा विचार केलात?

कृष्णाबाई : छे: छे:! अजिबात नाही. मी नऊवारी पातळं नेसणारी बाई होते. जाण्यापूर्वी पाचवारी पातळ नेसण्याची मात्र सवय केली. माझ्या आधी माझ्या ओळखीत सुलभा पाणंदीकर इंग्लंडला जाऊन आली होती. तिला मी पोशाखाबद्दल विचारलं होतं. ती म्हणाली होती की, पाचवारी पातळं आणि वरती कोट घालणं तिकडच्या हवेला सोयीचं होतं. मी माझ्या परिस्थितीला परवडणारी प्लेन सिल्कची

पाचवारी पातळं जाताना घेतली. पाचवारी पातळ नेसूनच बोटीवर चढले. माझ्या आधी जाणाऱ्या बायका गुजराथी पद्धतीचं पाचवारी नेसत! मी हल्लीच्या महाराष्ट्रीय पद्धतीचं पाचवारी नेसत असे.

विनया : बोटीवरचे गोरे अधिकारी हिंदी लोकांशी बेपर्वाईनं वागत, मांसाहाराची सवय नसणाऱ्यांचे बोटीवर जेवणाचे हाल होत, असे उल्लेख वि. दा. सावरकर, महात्मा गांधी यांच्या आत्मचरित्रात आले आहेत. तुमचा अनुभव काय? बोटीनं लंडनला पोहोचायला किती दिवस लागले?

कृष्णाबाई : मुंबई ते लंडन हा बोटीचा प्रवास साधारण पंधरा दिवसांचा होता. सावरकर आणि गांधींचा काळ तसा खूपच जुना. बोटीवर आमचे जेवणाचे मुळीच हाल झाले नाहीत. आम्हाला शाकाहारी जेवण व्यवस्थित मिळत होतं. कारण मला वाटतं, आम्ही बरेच विद्यार्थी-विद्यार्थिनी बरोबर होतो. त्यांतले खूप जण शाकाहारी होते. पुढे लंडनलासुद्धा आम्ही कितीतरी जण शाकाहारीच जेवण घेत होतो. ते मिळत होतं. लंडनमध्ये बोटीवरच्या ब्रिटिश अधिकाऱ्यांशी आमचा म्हणण्यासारखा संबंधच येत नव्हता. आम्ही आमच्या केबिनमध्ये वाचत बसत असू किंवा मुलंमुली मिळून कॉमन रूममध्ये बोलत बसत असू. एकदोन ब्रिटिश इंजिनीअर आमच्यामध्ये येऊन कधी कधी बोलत बसायचे.

विनया : इंग्लंडमध्ये शिकण्यासाठी चाललेली भारतीय स्त्री पाहून त्या ब्रिटिश इंजिनीअरना काय वाटलं? त्यांची प्रतिक्रिया काय होती?

कृष्णाबाई : काहीही नाही. १९३२मध्ये इंग्लंडमध्ये शिकायला जाणारी भारतीय स्त्री ही काही बोटीवर कुतूहलाची व्यक्ती राहिली नव्हती. माझ्या आधी कैकजणी जाऊन आल्या होत्या. माझ्या बोटीवरही भारतीय मुली खूप होत्या. लीला नातू हे एक नाव माझ्या लक्षात आहे. बाकीच्यांची नावं नाही आठवत.

विनया : तुम्ही फक्त लंडनमध्येच होतात, की इतरत्रही गेलात? बॅरिस्टर होण्यासाठी खूप हिंदी लोक तेव्हा इंग्लंडला जात होते. कायद्याचा अभ्यास, इंग्लिश साहित्याचा अभ्यास हा तसा सर्वसामान्य वाटतो. पण तुम्ही कामगार क्षेत्राचा अभ्यास करायला, इंडस्ट्रियल वेल्फेअर कोर्स करायला गेलात, हे आणखीच वेगळं. या कोर्सला तुमच्याबरोबर इतर भारतीय मुलं-मुली होती? तुम्ही कोणत्या संस्थेत शिकलात?

कृष्णाबाई : माझ्या कोर्सला इतर भारतीय मुलं-मुली नव्हती. माझ्या बरोबरचे जवळजवळ सगळेच भारतीय विद्यार्थी-विद्यार्थिनी 'लंडन स्कूल ऑफ इकॉनॉमिक्स'मध्ये

शिकत होते. मी एकटीच 'लंडन स्कूल ऑफ सोशियालॉजी'मध्ये शिकत होते. याचं मुख्य कारण असं होतं की, माझी पदवी जी.ए. होती. बी.ए. नव्हती. माझ्या पदवीला बी. ए. म्हणून मान्यता मिळाली नाही. त्यामुळे मला इतर कोठे प्रवेश मिळण्याची शक्यता नव्हती, म्हणून मी या कोर्सला गेले होते. 'लंडन स्कूल ऑफ इकॉनॉमिक्स' आणि लंडन स्कूल ऑफ सोशियालॉजी या दोन्ही एकाच संस्थेच्या शाखा होत्या.

लंडनमध्ये मी एक वर्ष होते. पुढे मँचेस्टरला गेले. मँचेस्टरला खूप कापडगिरण्या पाहिल्या. त्यांच्या युनियन्स पाहिल्या. तिकडेसुद्धा युनियनमध्ये बायका कमी.

विनया : तुम्ही गिरणीतल्या कामगारांशी, कामगार पुढाऱ्यांशी बोललात?

कृष्णाबाई : मॅचेस्टरला कामगारांनी म्हणा किंवा त्यांच्या पुढाऱ्यांनी एक सभाच भरवली, आणि मला प्रश्न विचारायला सुरुवात केली. पहिलाच प्रश्न होता, : ''गांधी आणि गांधींची शेळी कशी आहे?'' प्रश्नात खोचक उपहास होता. मी उत्तर दिलं, ''मी गांधींजींना पाहिलेलं आहे. त्यांची शेळी मात्र पाहिली नाही.'' यानंतर सरळ आक्रमक प्रश्न आले. तेव्हा हिंदुस्थानात मँचेस्टरच्या कापडावर बहिष्कार होता. त्याबद्दल प्रश्न होते. मी उलट प्रश्न विचारूनच उत्तरं दिली. मी विचारलं, ''तुम्ही हिंदुस्थानी कापड विकत घेता का? तुम्ही तुमच्या वस्तू वापरता, तर आम्ही आमच्या वस्तू वापरल्यानं काय बिघडलं? आम्ही आमच्या वस्तू वापरल्या, तर आमच्या गरीब लोकांना काम मिळेल, म्हणून आमचा मँचेस्टरच्या कापडावर बहिष्कार.'' त्यांना पटलं की नाही कुणास ठाऊक, पण ते गप्प झाले. मला एक जाणवलं, १९३२मध्ये त्यांच्या युनियन्स खूपच बळकट होत्या. बायकांच्या युनियन्स अगदी लहान होत्या. बायका युनियनमध्ये फार कमी येतात, अशी पुरुषांची तक्रार असे. कापडगिरण्यांमध्ये कामगार स्त्रिया मात्र खूप होत्या.

विनया : कामगार स्त्रीमध्ये स्त्री-स्वातंत्र्य चळवळ 'विमेन्स लिब मूव्हमेंट'बद्दल कितपत जागरूकता, आस्था होती?

कृष्णाबाई : 'विमेन्स लिब मूव्हमेंट' हा शब्द काही तेव्हा माझ्या कानावर आल्याचं आठवत नाही. पण, पार्लमेंटमध्ये बायकांना मताधिकार नव्हता. तो मिळावा, म्हणून माझ्यासमोर चळवळ सुरू होती. या चळवळीचे पडसाद हिंदुस्थानात पुणे-मुंबईसारख्या शहरांत उमटत होते. बाकी काही आठवत नाही.

विनया : कामगार युनियन मजबूत होत्या म्हणता! युनियनवर मार्क्सवाद्यांचीच

पकड असणार. इंग्लंड हा तसा साम्राज्यवादी, भांडवलशाही देश होता. आणि इंग्लंडच्या साम्राज्यशाहीविरोधी उभा ठाकलेला भारत देश होता. म्हणून इंग्लंडमधल्या कामगार युनियनला भारतीय जनतेशी आपलं काही नातं आहे, असं वाटत होतं का?

कृष्णाबाई : सगळेच कामगार मार्क्सिस्ट होते, असं मी म्हणणार नाही. एक म्हणजे, आम्ही तेव्हा मार्क्सिस्ट हा शब्द वापरत नव्हतो. आम्ही कम्युनिस्ट, कम्युनिझम असे शब्द वापरीत होतो. काही कामगार, कामगारनेते जरूर कम्युनिस्ट होते. पण सगळे कामगार कम्युनिस्ट नव्हते. मँचेस्टरच्या कापडावर बहिष्कार घालणं, हे भारताच्या दृष्टीनं योग्य आहे, हे त्यांना समजलं होतं. पण या भारतीय बहिष्कारामुळे इंग्लंडमधले कामगार बेकार होत होते. त्यांच्या उपजीविकेचा प्रश्न होता. म्हणून बहिष्कारामागचा भारतीय दृष्टिकोन ते समजून घेऊ इच्छित नव्हते. भारतीय बहिष्काराचा त्यांना राग येत होता.

विनया : इंग्लंडच्या वास्तव्यात तुम्ही कोणत्या प्रकारचं वाचन केलं?

कृष्णाबाई : आधी इथून गेल्याबरोबर मला 'इंडस्ट्री'चा अभ्यास करायचा होता. विद्यार्थ्यांमध्येच आमच्या मिटिंग्ज होत असत. मिटिंगसाठी वाचन करावं लागे. मी तेव्हा कम्युनिस्ट लिटरेचर, सोशालिस्ट लिटरेचर वाचलं. कथा, कादंबऱ्या वाचल्या नाहीत. माझ्या विषयावर वाचण्यात मला अधिक रस होता. ग्रंथपालाला सांगितल्यावर माझ्या विषयाची इतकी पुस्तकं त्यानं आणून दिली, की बस! कार्ल मार्क्सचं आकर्षण मला होतं. तिथल्या कार्ल मार्क्सच्या म्युझियमची मी सभासद झाले होते. मी जेव्हा तिथल्या लायब्ररीत जाऊन बसत असे, तेव्हा वाटायचं, कार्ल मार्क्स इथं येऊन असा बसला असेल. इंग्लंडमध्ये कार्ल मार्क्सचं नाव मात्र फारसं घेतलं जात नसे.

विनया : तुमच्याबरोबर अनेक महाराष्ट्रीय विद्यार्थी होते, असं तुम्ही म्हणालात. हे विद्यार्थी विवाहित होते की अविवाहित? कारण तेव्हा पुरुषांचे विवाहसुद्धा वीस-बाविसाच्या वर्षी होत असत. या मुलांचा स्त्री-शिक्षणाबद्दलचा, स्त्रीनं परदेशी शिक्षणासाठी येण्यासंबंधींचा दृष्टिकोन काय होता? भारतीय तरुण मुलामुलींचं एकमेकांशी वागणं भारतासारखंच संकोचलेलं होतं की, इंग्लंडसारखं मोकळं?

कृष्णाबाई : मला वाटतं, बहुतेक विद्यार्थी अविवाहित होते. ते बायकांचं बरोबरीचं स्थान मानणारे होते. आम्ही महाराष्ट्रीय मुलंमुली अगदी मोकळेपणानं बोलत होतो. वागत होतो. सभांना जात होतो. चर्चा करीत होतो. पुष्कळदा रात्री बरोबर जेवायलाही जात होतो. संकोच वगैरे काही नव्हता.

विनया : भारतातली राजकीय-सामाजिक परिस्थिती, स्त्रियांची नोकरी, प्रत्येकाची कौटुंबिक पार्श्वभूमी यांवर बोलणी होतच असतील? मनमोकळे स्त्री-पुरुष संबंध भारतात हवेत की नकोत, याबद्दल काय वाटत होतं तुम्हा सगळ्यांना?

कृष्णाबाई : या विषयांवर आम्ही कधीही बोललो नाही. आमची बोलणी प्रामुख्यानं आमच्या अभ्यासावर असायची. सभा, मिटिंग्जमध्ये जे मुद्दे पुढे येत, त्या अनुषंगानं चर्चा होत असे. त्यातलं आता काहीही आठवत नाही.

विनया : ब्रिटिश तरुण मुलांशी तुमची मैत्री होती? एखाद्या ब्रिटिश मुलानं तुमच्याशी किंवा तुम्ही ब्रिटिश मुलाशी मैत्री करण्याचा प्रयत्न केला?

कृष्णाबाई : नाही. कधीच नाही. इंग्लिश पुरुषाशी मैत्री कधी झालीच नाही. कोणा इंग्लिश पुरुषानं मैत्री करण्यात रस दाखवल्याचंही आठवत नाही. आम्ही हिंदी मुलं-मुली एकमेकांच्या सहवासात मजेत होतो. इतरांच्या मैत्रीची आवश्यकताही वाटली नाही.

विनया : इंग्लंडमध्ये तुम्ही कधी एकट्या फिरला होतात?

कृष्णाबाई : हव्या तेवढ्या वेळेला एकटी फिरले आहे मी इंग्लंडमध्ये सगळीकडे.

विनया : परदेशी एकटं फिरताना 'स्त्री' म्हणून असुरक्षित वाटलं का? ब्रिटिशांच्या घमेंडीचा किंवा सौजन्याचा अनुभव आला का?

कृष्णाबाई : एकटं फिरताना मला कधीच असुरक्षित वाटलं नाही. सकाळी-दुपारी-संध्याकाळी कुठेही मी आरामात एकटी फिरत होते. भीती अजिबात नव्हती. याचं कारण तिथले पोलीस. आपल्याला जरूर लागली, रस्ता चुकला किंवा काहीही वाटलं तरी इंग्लंडच्या पोलिसाला म्हणजे बॉबीला भेटायचं. तो सगळ्या प्रकारची मदत करतो. शिवाय लंडनमध्ये भारतीय स्त्री ही काही नवलाची व्यक्ती नव्हती. साडीचा त्यांना चांगला परिचय होता. भुयारी रेल्वेत, ट्रॅममध्ये माझ्या साडीकडे पाहून कोणीही झटकन विचारीत, 'आर यू फ्रॉम इंडिया?', 'आर यू फ्रॉम बॉम्बे?', 'आय वॉज इन बॉम्बे फॉर डेज', 'आय वॉज इन बॉम्बे फॉर थ्री इअर्स.' असं सांगणारी खूप माणसं भेटत असत. त्यामुळे परकेपणाची भावना तशी कमी व्हायची. इंग्लिश लोकांच्या घमेंडीचाही मला कधी प्रत्यय आला नाही. इंग्लिश पुरुष हिंदी पुरुषांशी अरेरावीनं वागतही असतील. माझ्याशी कदाचित 'स्त्री' म्हणून त्यांची वागणूक सौजन्याची असेल, पण त्यांची घमेंड माझ्या अनुभवाला आली नाही, एवढं खरं!

मँचेस्टरच्या लोकांना मात्र हिंदी स्त्रीबद्दल कुतूहल होतं. माझे कपडे, माझ्या कपाळावरचं लाल कुंकू यांविषयी कितीतरी प्रश्न मला मँचेस्टरमध्ये विचारले गेले.

विनया : मँचेस्टरला स्त्री-कामगारांशी तुमचं बोलणं झालं?

कृष्णाबाई : बोलले मी स्त्रियांशी. पण ते थोडं कठीण गेलं. तिथल्या पुरुषांची इंग्लिश भाषा मला सहज समजत असे. तशी बायकांची भाषा समजत नसे. नंतर माझ्या लक्षात आलं, बायकांच्या इंग्लिश भाषेवर स्थानिक बोलीचा प्रभाव खूप असे. म्हणून ती कळणं जड जाई. उच्चाराची नेमकी नस सापडल्यावर मला बायकांची भाषा कळायला लागली. पण पुन्हा तुम्ही विचाराल, काय – कशाबद्दल त्यांच्याशी बोलणी झाली, तर मला आता काही आठवत नाही. मँचेस्टरमध्ये एका बाईनं मला विचारलं होतं, 'तुला संस्कृत येतं?' मी म्हणाले, 'हो.' तिनं मला तिच्या घरी नेलं आणि सांगितलं, 'हा बघ! माझ्याकडे संस्कृत मंत्र आहे. वाचून अर्थ सांगशील?' अगदी साधा होता तो संस्कृत मंत्र. लगेच मी अर्थ सांगितला तिला. फार थोड्या गोष्टी आठवतात आता. दोन वर्षं तिकडे शिकून, डिप्लोमा घेऊन मी परत मुंबईला आले.

विनया : आल्यावर तुम्ही लग्न केलंत. लग्नानंतर नोकरी करायची किंवा नाही, मुलं झाल्यावर नोकरी करणं शक्य होईल का यासंबंधी तुम्ही काही पूर्वविचार केला होतात का?

कृष्णाबाई : नोकरी करायची हे मला वाटतं, मी गृहीतच धरलं होतं. मुंबईला आम्ही लग्न केलं. मुंबईतच बिऱ्हाड होतं. हरिभाऊंचं 'प्रतिभा' हे पाक्षिक छान सुरू होतं. आर्थिक सुस्थिती होती. आमच्या घरात माणसांची वर्दळ खूप होती. वऱ्हाडमधून येणारीजाणारी माणसं तर नित्याची होती. पण घरात स्वयंपाकी, नोकरचाकर सगळं होतं. हरिभाऊंचा स्वभावही जमवून घेणारा. त्यामुळे नोकरी करताना मला काहीही अडचणी आल्या नाहीत. मुलगा झाल्यानंतरसुद्धा मी सहजपणे नोकरीला जाऊ शकत होते. नायगाव सर्व्हिस सेंटरमध्ये नोकरी केली. कामगारांच्या चाळीचाळींतून तेव्हा फिरत होते. रेशनिंग ऑफिसमध्ये सोशल वेल्फेअर ऑफिसर होते. सेवानिवृत्त झाल्यावरसुद्धा चिल्ड्रन वेल्फेअर सेंटरमध्ये चिटणीस होते.

विनया : शिक्षिका आणि डॉक्टर, सुईणीच्या नोकरीमध्ये स्त्रिया केव्हाच शिरल्या होत्या. त्या बहुतेक विधवा होत्या. उपजीविकेसाठी नोकरीला लागल्या होत्या. शिकलेल्या अविवाहित मुली एकदम प्रचंड प्रमाणावर नोकरी करायला लागल्या,

त्या मला वाटतं प्रथम रेशनिंगमध्ये. तुम्ही रेशनिंग ऑफिसमध्ये सोशल वेल्फेअर ऑफिसर म्हणून कधी लागलात? या नवीन नोकरीला लागलेल्या स्त्रियांचे कोणते प्रश्न तुमच्याकडे आले?

कृष्णाबाई : १९४४मध्ये मी रेशनिंग डिपार्टमेंटमध्ये गेले. मॅट्रिक झालेल्या खूप मुली तेव्हा रेशनिंगमध्ये कारकून म्हणून भरती झाल्या होत्या. काही अविवाहित होत्या. काही विवाहित होत्या. कितीतरी लहानसहान-छोटेमोठे प्रश्न माझ्याकडे यायचे. विवाहित स्त्रियांची मुलं सांभाळण्याचा प्रश्न होता. म्हणून मी क्रेश काढण्याचा प्रयत्न केला. ज्यांच्याकडे मोठी जागा होती आणि बायका नोकरी करीत नव्हत्या, त्यांनी क्रेश चालू केला, तर नोकरी करणाऱ्या बायकांच्या मुलांची सोय होण्यासारखी होती. पण ज्यांच्याकडे मोठी जागा होती, त्यांची क्रेश चालविण्याची इच्छा नव्हती. रेशनिंगमध्ये नोकरी करणाऱ्यांचाही 'क्रेश' कल्पनेला फारसा प्रतिसाद नव्हता. ती कल्पना मग मी सोडून दिली.

यापूर्वी १९३९मध्ये गिरणी कामगार स्त्रियांच्या मुलांसाठी मात्र क्रेश चांगल्या प्रकारे सुरू करण्यात मी यशस्वी झाले होते. १९३९मध्ये काँग्रेस गव्हर्मेंट आलं होतं. नंदा म्हणून लेबर कमिशनर होते. त्यांनी मोठ्या इमारती बांधल्या. मला बायकांच्या विभागाचं प्रमुख केलं आणि राम म्हणून एक होता, त्याला पुरुषांच्या विभागाचं प्रमुख केलं होतं. आम्हाला सांगितलं, तुम्ही कामगारांसाठी ॲक्टिविटीज सुरू करायच्या. कोणत्या प्रकारच्या ॲक्टिविटीज, कशा राबवायच्या काहीही सूचना नव्हत्या. तेव्हा मी त्या इमारतीत मुलांसाठी क्रेश सुरू केला. गिरणी कामगार स्त्रिया कामाला जाताना मुलांना आणून ठेवत. मधल्या वेळात मुलांना पाजायला येत. परत कामावर जात. क्रेशमध्ये सुपरव्हिजनला बाई होती. प्रथम दोनतीनच मुलं होती. पण कामगार स्त्रियांना ही सोय चांगली वाटू लागली, तसतशी मुलांची संख्या वाढू लागली. नंतर आम्ही क्रेशमधल्या मुलांना पावडरचं दूध देणं सुरू केलं. मुलांची संख्या आणखी वाढली. नंतर मुलांसाठी खेळणी करून घ्यावीत, असं मी नंदांना सुचवलं. ते त्यांनी मान्य केलं. वत्सला पावसकर म्हणून माझी एक मैत्रीण खेळणी करण्यात कुशल होती. तिनं इतर बायकांच्या मदतीनं घोडा-ससा, पिनकुशन अशी कितीतरी खेळणी केली. खेळणी बनविण्याबद्दल त्या बायकांना पैसे मिळाले. मुलांना खेळणी झाली. क्रेशला गिरणी कामगार स्त्रियांनी उत्साहानं प्रतिसाद दिला. तसा प्रतिसाद रेशनिंगमधल्या मध्यमवर्गीय शिक्षित स्त्रियांकडून मिळाला नाही. रेशनिंगमधल्या बहुतेकींनी आपल्या मुलांची सोय नातेवाईक किंवा शेजारी यांच्याकडे केली होती.

हाफकिन इन्स्टिट्यूटमधली एक तक्रार होती. वकिलानंच मला इन्व्हेस्टिगेशन

करायला सांगितलं होतं. एका डॉक्टरची स्त्री-कारकुनाशी जास्त घसट आहे. तो डॉक्टर तिच्या बाबतीत पक्षपाती आहे, अशी ती तक्रार होती. मी केस पाहिली, तेव्हा माझ्या लक्षात आलं, या तक्रारीत तथ्य आहे. मी त्या बाईंना बोलावून घेतलं. त्या ज्यू होत्या. पुरुषांशी मोकळेपणानं वागण्याची त्यांना सवय होती. त्यामुळे डॉक्टरचा गैरसमज होत होता. मी बाईंना सांगितलं की, त्यांच्या मोकळ्या वागण्यामुळे भोवताली गैरसमज होत आहेत, तुम्ही जरा भोवतालच्या इतर मुलींना लक्षात घेऊन वागा.

रेशनिंग डिपार्टमेंटमधल्या अधिकाऱ्याविरुद्ध तक्रार आली. त्यानं एका मुलीचा हात धरला. ती मुलगीच तक्रार घेऊन माझ्याकडे आली. विवाहित होती. मी छडा लावला. तिला आधी सूचना देऊन त्याला बरोबर पकडला. पुढे ते प्रकरण कोर्टात गेलं. नंतर काय झालं ते आठवत नाही.

एका हिंदू मुलीनं मुसलमानाशी लग्न ठरवलं. माझ्याकडे चोहोबाजूंनी रिपोर्ट आले, 'एक हिंदू मुलगी असं असं लग्न करणार आहे. तुम्ही पाहा-' मी त्या मुलीला बोलावून घेतलं. तिला सांगितलं, 'तुम्ही आता अठरा वयाच्या पुढं आहात. तुम्हाला लग्नाचं पूर्ण स्वातंत्र्य आहे. तुमच्या आई-वडिलांचं ऐकायलासुद्धा तुम्ही बांधील नाही. मी तर परकी बाई. पण तुम्हाला फक्त एवढंच सांगते की, तुम्ही ठरवलेल्या लग्नाबद्दल सगळ्या बाजूनं माझ्याकडे रिपोर्ट येताहेत. तुम्ही भोवतालच्या लोकांचा रोष ओढवून घेता आहात, याची जाणीव असू दे.' माझ्याकडून मी तिला सुचवलं की, बाई गं, तुझं लग्न साधं होणार नाही. तुला भोवतालच्या समाजाला तोंड द्यावं लागणार आहे, त्याची जाणीव ठेव. तिनं जाऊन ते त्या मुलाला सांगितलं. तो संतापून माझ्याकडे आला आणि म्हणाला, "मिसेस मोटे, तुम्ही असं कसं सांगता? हा आमचा खाजगी प्रश्न आहे." त्याला एकंदरीत वाटत होतं की, मी त्यांच्या वैयक्तिक गोष्टीत उगीच नाक खुपसते आहे. मी त्याचं बोलणं शांतपणे ऐकून घेतलं. नंतर म्हणाले, "लग्न करू नको, असं मी तिला म्हटलेलं नाही. पण हिंदू-मुसलमान लग्न ही साधी गोष्ट नाही. चहूकडून माझ्याकडे याबद्दल रिपोर्ट येत आहेत. म्हणजे तुम्ही समाजाचा किती रोष ओढवून घेता आहात, याची कल्पना तिला असणं चांगलं. समाजाच्या रोषाचे परिणाम तिला भोगावे लागू शकतील. म्हणून मी तिला सावध केली. जागरूक केली. यात माझं काय चुकलं? सगळ्या दृष्टींनी जागरूक असलेल्या मुलीशी लग्न करणं तुम्हाला योग्य वाटतं, की बेसावध मुलीशी?" त्याचं समाधान झालं. तो निघून गेला.

शिकलेल्या तरुण मुली रेशनिंगमध्ये कारकून म्हणून लागल्या होत्या. पदवीधर मुलगेही रेशनिंग इन्स्पेक्टर म्हणून मोठ्या प्रमाणावर आले होते, मुलामुलींची जरा

जास्त घसट सुरू झाली की, माझ्यापर्यंत बातम्या येत असत. प्रत्येक गोष्टीत मी लक्ष घालत नव्हते. काही गंभीर वाटलं तर पाहायचं. नाहीतर सोडून द्यायचं. काही प्रेमलग्न ठरून मोडली. काही झाली. बातम्या उठायच्या. विरायच्या.

विनया : 'काळाची पाउले' या तुमच्या पुस्तकात स्त्रियांची नोकरी, अविवाहित किंवा घटस्फोटित स्त्रीचा एकटेपणा, घटस्फोट हे प्रश्न तुम्ही मांडले आहेत. आज वाचताना वाटतं, तीस-चाळीस वर्षांपूर्वी लेख लिहिण्याइतके हे प्रश्न तीव्र होते? तुमच्या लेखांवर तेव्हा काय प्रतिक्रिया उमटल्या होत्या?

कृष्णाबाई : मी माझ्या पुस्तकात काय लिहिलं, ते आज मला काही आठवत नाही. प्रतिक्रिया तरी कशा आठवणार?

विनया : 'मीनाक्षीचे जीवन' ही तुमची कादंबरी सुशिक्षित स्त्रीचे प्रश्न मांडते. सुशिक्षित स्त्रीचं भावविश्व, प्रेमजीवन, कामात बुडालेल्या उदार हृदयी नवऱ्यामुळे होणारी तिची कुतरओढ हे सगळे त्या काळात नवीन निर्माण झालेले प्रश्न होते. त्यावर वाचकांचा काय अभिप्राय होता? या कादंबरीचा दुसरा भाग प्रसिद्ध होईल, अशी जाहिरात होती. पण प्रत्यक्षात कादंबरीचा दुसरा भाग मला वाचायला मिळाला नाही. तो प्रसिद्ध झाला का?

कृष्णाबाई : दुसरा भाग लिहिण्याची माझी इच्छा होती. पण वेळ झाला नाही. एकदा मागे पडलं ते पडलं. मी कामगार स्त्रियांच्या प्रश्नांकडे वळले, दुसरा भाग कधी लिहून झालाच नाही. 'मीनाक्षीचे जीवन' या कादंबरीची पहिली आवृत्ती सगळी संपली. तिनं घर सोडून जायला नको होतं, असं अनेकांनी म्हटल्याचं लक्षात आहे. बाकी काही नाही.

विनया : 'लग्नानंतरचे पहिले वर्ष' या पुस्तकाचं काम तुमच्याकडे कसं आलं?

कृष्णाबाई : 'महाराष्ट्र टाइम्स'नं या विषयावर स्पर्धा घेतली होती. महाराष्ट्र टाइम्सचे संपादक द्वारकानाथ कर्णिक म्हणून होते. त्यांना मी म्हटलं, या सगळ्या लेखांचं तुम्ही काय करणार? ते म्हणाले, 'फेकून देणार.' मी म्हटलं, 'मला द्याल का?' ते म्हणाले, 'घेऊन जा.' जवळ जवळ सातशे लेख होते. मी सगळे वाचून काढले. प्रत्येक पिढीत बायकांमध्ये होत गेलेला बदल, खेडं आणि शहरातील बायकांमधला फरक हे सगळं त्या लेखांमधून पाहणं फार मनोरंजक होतं. त्यांतले पन्नास लेख मी प्रसिद्धीसाठी निवडले. संकलन माझं. प्रस्तावना माझी. पुस्तक तयार झालं. रिसर्च वर्क मला मनापासून आवडतं.

विनया : तुमची पुस्तकं वाचताना वाटतं, चाळीस-पंचेचाळीस वर्षांपूर्वीच स्त्रिया

कचेरीतून नोकऱ्या करू लागल्या. त्यांची संख्या नगण्य नव्हती. पुष्कळ होती. तरी अजूनही अर्थार्जन हा स्त्रीचा मूलभूत हक्क आहे, असं कोणाला वाटत नाही. कुटुंबाला पैसा कमी पडत असला, तरच गरज म्हणून स्त्रीनं नोकरी करावी, अशी सामान्यपणे भावना आहे. याचं कारण काय?

कृष्णाबाई : आपण आपल्या पायांवर उभं राहावं, उभं राहणं आवश्यक आहे, तरच आपण खऱ्या अर्थानं स्वतंत्र होऊ शकू हे स्त्रियांच्या स्वत:च्या लक्षात नीट आलं पाहिजे. आमच्या लहानपणी तर बायकांना लग्न आणि मुलं यांखेरीज दुसरं विश्वच नव्हतं. नंतर शिक्षिका म्हणून बायका दिसायला लागल्या. नंतर रेशनिंग, बँका. आता स्त्रिया खूप क्षेत्रांत रुळून गेल्या. पण एक सांगते, समाज सर्व थरांमध्ये कधी एकदम सुधारत नाही. काही भाग पुढं जातो. काही भाग मागं राहतो. काही भाग खेचला जात असतो. रशियातसुद्धा एवढ्या प्रयत्नांनंतर स्त्री पूर्णपणे मोकळी आहे, असं मला वाटत नाही.

विनया : सगळ्या जगातल्या स्त्रिया एक होऊन स्त्रियांचे प्रश्न सोडवू शकतील का?

कृष्णाबाई : सगळ्यांचा एक प्रश्न असेल, तेव्हा त्या प्रश्नापुरत्या त्या एक होतील. जसे गर्भपात, गर्भलिंगचिकित्सा.

विनया : गर्भलिंगचिकित्सेमुळे आपल्याकडे स्त्रियांची संख्या कमी होण्याची शक्यता आहे. कारण मुलगा हवा, मुलगी नको अशी बहुतेकांची भावना असते. लोकसंख्येच्या संतुलनाचा विचार करण्याइतकी जनता प्रगल्भ नाही. निसर्गाचा असा तोल बिघडण्याबद्दल तुम्हाला काय वाटतं?

कृष्णाबाई : खरं सांगू? स्त्रियांची संख्या कमी झाली तरी काही हरकत नाही. म्हणजे त्यांना स्केअर्सिटी व्हॅल्यूतरी येईल.

●●

मालतीबाई बेडेकर
(१९०५ - २००१)

मालती बेडेकर

विनया : १९३३मध्ये 'कळ्यांचे नि:श्वास' हा तुमचा पहिला कथासंग्रह विभावरी शिरूरकर या टोपणनावाने प्रसिद्ध झाला. त्याने मराठी साहित्याच्या जगात खळबळ उडाली होती. कथासंग्रहावर सभांतून चर्चा झाल्या. पुरोगामी मंडळींनी कथासंग्रहाची मुक्त कंठाने प्रशंसा केली, तर काहींनी दुसऱ्या टोकाला जाऊन लेखिकेची प्रेतयात्रा काढल्याचा उल्लेख आहे. या संग्रहाने दोन टोकांच्या प्रतिक्रिया का निर्माण झाल्या? तुम्ही टोपणनावाने का लिहिलं? तुमच्या लेखनाची प्रेरणा कोणती?

मालतीबाई : 'कळ्यांचे नि:श्वास' हा माझा पहिला कथासंग्रह असला, तरी ते माझं पहिलं पुस्तक नाही. त्याआधी मी 'अलंकारमंजुषा', 'हिंदू व्यवहार धर्मशास्त्र' ही पुस्तकं लिहिली होती. 'हिंदू व्यवहार धर्मशास्त्र' हे कायद्यावरचं पुस्तक का. न. केळकर यांच्या सहकार्याने लिहिलं. मला आपण आपल्या प्रोफेसरांसारखं म्हणजे प्रो. दिवेकरांसारखं, वामनराव जोशांसारखं विद्वान व्हावं, असं वाटे. त्यामुळे एखादा विषय घेऊन मी त्याचा अनेक पुस्तकं वाचून अभ्यास करीत असे. पण एकदा माझे मेहुणे हरिभाऊ मोटे आमच्याकडे आले. त्यांनाही वाङ्मयाच्या गुणवत्तेची जाण चांगली होती. ते म्हणाले, ''बाळूताई, तुमचं वय काय आणि हे विद्वत्ताप्रचुर लिहिण्यात काय वेळ घालविता? त्यापेक्षा

जीवनाचे जे अनुभव आजवर तुम्ही घेतले, दुसऱ्यांची जीवनं पाहिलीत, त्याबद्दल लिहा ना!''

मी विचार करायला लागले. कन्याशाळेत नोकरीला आल्यावर मध्यमवर्गीय कुमारिका, विधवांची परिस्थिती नित्यश: मला दिसत होती. ती पाहून मी अस्वस्थ होई. कित्येकदा माझ्या प्रतिक्रिया तीव्र होत. पण त्याबद्दल लिहावं, बोलावं असं कधी मनात आलं नव्हतं. त्यांनी म्हटल्यावर मलाही वाटलं की, या प्रतिक्रिया लिहायला काय हरकत आहे? मी गप्प राहिले. पण मला हरिभाऊ मोटे यांचं बोलणं पटलं होतं. लहान वयात मी हिंगण्याच्या बोर्डिंगमध्ये गेले होते.

हिंगण्याला साऱ्या स्त्री-समाजाच्या अवस्थेची जाण देणाऱ्या प्रातिनिधिक स्त्रिया माझ्यासमोर वावरल्या होत्या. कुमारिका, विधवा, सोवळ्या, परित्यक्ता. सगळ्या बायका जवळून माहीत होत्या.

त्या काळात विधवांना सोवळ्या करीत. त्या कायमच्या चूलखंडात; कारण त्यांचं दर्शनसुद्धा अशुभ, असं समाज मानी. बारा-तेरा वर्षांची मुलगी झाली, की ती कितीही हुशार असली, तरी कन्याशाळेतून काढली जाई आणि तिचे लग्न होई. मुली खट्टू होत. पण घरी विरोध कसा बोलून दाखवणार! कित्येकदा एखादी मुलगी येई आणि म्हणे, ''बाई, तुम्ही सांगा ना माझ्या आईला, इतक्यात लग्न नको म्हणून!'' अर्थात तो अधिकार मला नव्हता. मी स्वत: अठ्ठावीस वर्षांची 'घोडनवरी' म्हणून समाज माझ्याकडेच कावळ्याच्या नजरेने पाहत होता. पण मुली माझ्याशी मोकळेपणानं बोलत. मी तरुण असल्याने माझंही मन विचार करी. अनेक प्रश्नांनी अस्वस्थ होई. पण ही अस्वस्थता मनातल्या मनात. त्याला वाचा फोडण्याची स्फूर्ती हरिभाऊ मोट्यांनी मला दिली. त्यांनी प्रेरणा दिल्यानंतर अवघ्या पंधरा दिवसांत मी सर्व कथा लिहिल्या. स्त्री-जीवन निरनिराळ्या अंगांनी मला दिसत होतं. बाहेरच्या समाजापेक्षा हिंगण्याचं चित्र वेगळं होतं. हिंगण्याचं वातावरण अगदी मोकळं पण शिस्तीचं! स्त्री-स्वातंत्र्य आम्ही बऱ्याच प्रमाणात उपभोगत होतो. मुली मोकळेपणी हुतुतू, लंगडी, खो खो खेळत होत्या. फिरायला जात होत्या. हे इतरत्र घडत नव्हतं. बाईबद्दलच्या शालीनतेच्या व्याख्येत धावणं, पळणं इ. गोष्टी बसत नव्हत्या. काही कुमारिका, विधवा, परित्यक्ता स्वत:च्या मनाने या गोष्टी करीत नसत, हे वेगळं. पण त्यांना ते स्वातंत्र्य होतं. मुख्य म्हणजे विचारस्वातंत्र्य होतं. कन्याशाळेत नोकरीला असतानाही मला जाणवायचं की, शाळेच्या आवारात मुली मोकळेपणानं वावरत असल्या, तरी बाहेर बंधनं होतीच. या साऱ्याचा

विचार करून, माझी कामं सांभाळून, पंधरा दिवसांत 'कळ्यांचे निःश्वास'मधल्या कथा मी लिहून काढल्या.

पण हे सारं उघडपणे लिहिल्यावर समाज माझ्यावर अग्निवर्षाव करील, असंही वाटत होतं. मी हरिभाऊंना कथा दाखवल्या. ते म्हणाले, "मी या छापतो." त्यावर मी फारच अस्वस्थ झाले आणि म्हटलं, "या छापू नका. समाजाला त्या आवडणार नाहीत." त्यावर चर्चा होऊन शेवटी टोपणनावाने छापण्याला मी संमती दिली. पुस्तक प्रसिद्ध झाल्यावर त्यावर सभा झाल्या. अनुकूल-प्रतिकूल टीका झाल्या. बाईला मन असतं, मत असतं, वासना-भावना असतात याचा प्रत्यय त्या काळच्या समाजाला नव्हता. 'मुकी बिचारी कुणी हाका', अशी स्त्रीची स्थिती होती. मनाचा कोंडमारा व्यक्त करणं हे फक्त आपसात, अगदी जिव्हाळ्याच्या बायकांच्या बोलण्यात. पुस्तकातून तो जाहीरपणे व्यक्त करण्यानं, पुरुषसत्ताक समाजाला हादरा बसला. अगदी लहानपणी कशीही ठरवलेली लग्नं, सासुरवास, धर्मातील कर्मकांडानं स्त्रियांची केलेली गळचेपी यांमुळे स्त्री-मनात उठणाऱ्या वादळाला तोपर्यंत पुरुष-लेखकांनी किंवा स्त्री-लेखिकांनीही जिवंत असं शब्दरूप दिलं नव्हतं. केवळ सहानुभूतीनं लिहिलं होतं, तेवढंच! म्हणून मला वाटतं, माझ्या पुस्तकाची चर्चा जास्त झाली.

विनया : तुमच्या आधीच्या काळात हरिभाऊ आपटे, वा. म. जोशी यांनी स्त्री-प्रधान कादंबऱ्या लिहिल्या होत्या. स्त्रियांच्या दुःखांना वाचा फोडली होती, तरी तुमच्या 'कळ्यांचे निःश्वास' या पुस्तकानं एवढं वादळ का उठलं?

मालतीबाई : वा. म. जोशी आणि इतरही कित्येक लेखकांनी स्त्री-पात्रं वाचकांपुढे उभी केली होती हे नक्कीच; पण त्यांची स्त्री-मनाची जाणीव सहानुभूतीची असली, तरी काल्पनिक होती. मनमोकळेपणी आपलं सुखदुःख स्त्रियांनी स्वतः व्यक्त केलेलं, त्यांच्या प्रत्यक्ष अनुभवात नव्हतं. एवढंच काय, पण त्या वेळच्या स्त्री-लेखिकाही समाजाच्या दडपणाला मानून पुरुष-लेखकांच्या वळणावरच लिहीत असत. स्त्रियांनी विशिष्ट निर्बंधांत राहणं, सोसणं, पतीला देव मानणं इ.बद्दल लिहिलं जाई. स्त्रियांच्या सुशीलत्वाच्या या मर्यादाच होत्या. त्यामुळे मनात उठणारे विविध तरंग लेखकांच्या प्रत्ययाला येतच नसत. आणि आले तरी त्यांना शब्दरूप देणं, हे स्त्रीच्या सुशीलत्वांच्या मर्यादा उल्लंघणारं आहे, असं वाटे. अंतर्मन उलगडून दाखवल्यावर स्त्री ही माणूस आहे, स्खलनशील आहे, तिला वासना असतात, भावना असतात, मतं असतात हे

नव्यानं कळल्याने कित्येकांना ते खोटं वाटलं, तर कित्येकांना ते नवलाईचं वाटलं. म्हणून समाजाची अनुकूल आणि प्रतिकूल दोन्ही टोकांची प्रतिक्रिया अपेक्षित होती. मलाही समाज माझ्यावर कोसळून पडेल, अशी भीती वाटतच होती. म्हणून तर मी टोपणनाव घेतलं.

विनया : मी 'कळ्यांचे नि:श्वास'वरच्या तत्कालीन टीका वाचल्या, तेव्हा विभावरी शिरूरकरांच्या लेखनाचं अनेक मान्यवर लेखकांनी स्वागतच केलेलं मला आढळलं. प्रतिकूल अभिप्राय, टीका कमी आहेत. तरी तुम्हाला टोपणनाव घेण्याची आवश्यकता कशी काय भासली? लेखिका कळली तर नोकरीवरून काढून टाकतील, अशी खात्री तुम्हाला वाटत होती, हे कसं काय? तुम्ही हे टोपण नाव का निवडलं?

मालतीबाई : विभावरी म्हणजे रात्र. नाव प्रकट करायचं नाही म्हणून अंधाराच्या पडद्याआड मी लपले आणि विभावरी हे नाव घेतलं. शिरूरकर हे नाव घेण्याचं कारण म्हणजे, मी घोडनदी म्हणजेच शिरूर या गावची आहे म्हणून. पण हे टोपणनाव आहे, हेच काही दिवस वाचकांना कळलं नव्हतं, आणि कळलं तेव्हा लिहिणाऱ्या व्यक्तीचा शोध घेण्याच्या कामाला कित्येक जण लागले. मग मामा वरेरकर, कृष्णाबाई मोटे इ. नावांची शक्यता अनेकांनी बोलून दाखवली. पण सर्व गाजावाजा अधिक होण्याचं मुख्य कारण वेगळंच होतं.

डॉ. श्रीधर व्यंकटेश केतकरांकडे हरिभाऊ मोटे प्रस्तावना लिहिण्याची विनंती करायला गेले. डॉ. केतकरांनी पुस्तक वाचल्यावर ही लेखिका सारस्वत असावी, असं मत प्रकट केलं आणि हरिभाऊंनीही होकार दिला. मग ज्यांना स्त्रीनं मन उघडं करणं हे बरोबर वाटत नव्हतं, त्यांनी सारस्वत समाजाला बदनाम करणारं हे सारं लेखन आहे, असा ओरडा सुरू केला आणि तोही प्रामुख्याने 'विविधवृत्त'चे संपादक तटणीस यांनी. मग त्यांनी दर साप्ताहिक अंकात पुस्तकावर हवे ते आरोप, हवी तशी खोटी कडवट टीका करायला सुरुवात केली. कित्येक महिने 'विविधवृत्त' विभावरीबाईच्या हात धुऊन पाठीस लागलं होतं. त्यांना साथ जुन्या मतांच्या टीकाकारांचीही होती. 'विभावरी शिरूरकर. बी. ए.' असं टोपण नाव प्रसिद्ध झालं होतं. त्यातील बी. ए. या उपाधीमुळे मुंबई विद्यापीठात तोवर या नावाची कुणी बाई बी. ए. पास झाली का, हाही शोध घेतला गेला. मी त्रयस्थपणे ही सारी मजा पाहत होते. खरं नाव कळलं तर नोकरी जाईल, ही भीती होतीच. कारण चार विचारवंतांना माझ्या कथा पटून त्यांनी अनुकूल अभिप्राय दिला तरी ते चार विचारवंत म्हणजे

सगळा समाज नाही. ज्या समाजातून कन्याशाळेत मुली येत, या समाजाला माझी मतं खरी वाटली नसती, पसंत पडली नसती. अशा मुख्याध्यापिकेच्या हाताखाली शिकणाऱ्या आपल्या मुली बिघडतील, असं त्या समाजाला वाटलं असतं. म्हणून मुलींना शाळेतून काढूनही घेतलं असतं किंवा माझी नोकरी गेली असती. असा काळ होता तो.

विनया : आम्हाला हे आश्चर्यच वाटतं. तुम्ही ज्या काळात वाढलात, त्याची कल्पना द्याल का?

मालतीबाई : १८९५ साली आगरकर वारले. आगरकरांच्या काळात म्हणजे एकोणिसाव्या शतकाच्या उत्तरार्धात इंग्रज अमलाखाली सामाजिक सुधारणेचे वारे जोरात वाहू लागले होते. वर्तमानपत्रात राजकारण तर होतंच. पण बालविवाह करावा की नाही, संमतिवयाचा कायदा, विधवाविवाह, न्हाणवलीच्या मिरवणुका हे प्रामुख्यानं चर्चेचे विषय होते. रखमाबाईचं लग्न क्षयरोग्याशी लावून दिलं, तेव्हा तिनं सासरी जाण्यास नकार दिला. तिच्या नवऱ्यानं तिच्यावर खटला भरला. कोर्टानं तिच्याविरुद्ध निकाल दिला. त्या वेळच्या सगळ्या वर्तमानपत्रांतून त्यावर चाललेल्या चर्चा, हा आत्ताच्या काळात आश्चर्याचा आणि करमणुकीचा विषय होईल. मुलीचं लग्न कुणाशीही लावून दिलं, तरी तिनं नवऱ्याकडे गेलंच पाहिजे, असं जुन्या मताची वर्तमानपत्र म्हणत होती आणि 'सुधारक'सारखी वर्तमानपत्रं त्यांना विरोध करीत होती. शेवटी रखमाबाई नवऱ्याकडे गेली नाहीच. हा टीकेचा विषय होऊन बसला. पुढे त्या डॉक्टर झाल्या.

आम्ही ज्या काळात शिकायला लागलो, तो काळ म्हणजे विसाव्या शतकाचा पूर्वार्ध. त्या काळात प्रौढविवाह, विधवाविवाह हे अतिशय अल्प प्रमाणातच का होईना, पण समाजाने पचवायला सुरुवात केली होती. न्हाणवलीच्या मिरवणुका इ. बंद झाल्या होत्या. प्रेमविवाह हा नव्यानं उदयाला आलेला प्रकार होता. तो आमच्या काळात सर्वांच्या चर्चेचा विषय होता. प्रेमविवाह उदयाला आला, तो १९२०नंतरचा काळ. त्या काळात काही थोड्याच प्रौढ मुली फर्ग्युसन कॉलेजमध्ये शिकत होत्या. हिंगण्याच्या कॉलेजमध्येही थोड्याच मुली शिकत होत्या. हे त्या वेळच्या खानेसुमारीच्या (जनगणना) आकड्यांवरूनही दिसेल. नर्सिंग हे अगदी नव्यानं स्त्रियांसाठी सुरू झालेलं शिक्षण होतं आणि थोड्याच स्त्रिया या शिक्षणासाठी जात होत्या. शिक्षिका होणं, नोकरी करणं हेसुद्धा समाजाला आवडत नव्हतं. नर्सिंग करायला जाणाऱ्या स्त्रिया बिघडतात, असंच समाज समजे. मी 'कळ्यांचे निःश्वास' हे पुस्तक लिहिलं, ते प्रौढ

कुमारिकांची मन:स्थिती दर्शविण्यासाठी. १९३३ साली लिहिलेल्या या कथा त्या काळच्या समाजाला कळणं, पचणं कठीण जात होतं. याचा अर्थ स्त्री-सुधारणेची पहाट अजून संपली नव्हती. त्या वेळचे गणपतीचे मेळे जर कोणाला पाहायला मिळतील, तर सुशिक्षित – नोकरी करणाऱ्या स्त्रीबद्दल समाजाचं मत किती प्रतिकूल होतं, हे कळू शकेल. त्या मेळ्यांमध्ये बायकांच्या सुधारणेची टिंगल असे. सुशिक्षित बाई कशी? तर ती वाकडा भांग पाडणारी, नटणारी-थटणारी उथळ बाई असं वर्णन असे. ते मेळे खूपच लोकप्रिय होते.

विनया : मेळ्यांतली टीका एरवी होत नव्हती का?

मालतीबाई : सदान्‌कदा होतच होती. मी कन्याशाळेत नोकरीला जाई, तेव्हा रस्त्याच्या कडेनं मान खाली घालून जाई. मी किंवा माझ्यासारख्या दुसऱ्या मुली काय नेसतात, कसं नेसतात, कुणाकडे बघतात यांवर समाजाची कावळ्यासारखी नजर असे. रस्त्यात ओळखीच्या पुरुषांजवळ बोललं, तरी लोकांचं लक्ष असे. हा कोण, ही कोण, दोघं किती वेळ बोलतात याचं निरीक्षण चालू असे. मग लगेच त्यावर भाष्यही होत असे. ह्या प्रकारचा त्रास सगळ्याच प्रौढ कुमारिकांना होत होता.

कोणकोणत्या गोष्टींची बातमी होत असे, याची तुम्हाला मजा सांगते. मी रस्त्यानं चालले होते. समोरून टांग्यानं प्र. के. अत्रे येत होते. त्यांचं नुकतंच प्रेम-लग्न झाल्याचं कळलं होतं. म्हणून टांगा पुढे गेल्यावर मी कुतूहलानं मागे वळून पाहिलं. लगेच दुसऱ्या दिवशी त्यांच्या वर्तमानपत्रात बातमी : 'सुशिक्षित तरुणी रस्त्यानं जाताना मागे वळून पुरुषांकडे पाहतात.' तरी अत्रे हे सुधारक समजले जात होते बरं!

विनया : तुमच्या व्यक्तिमत्त्वाच्या जडणघडणीला कोण कारणीभूत झालं?

मालतीबाई : प्रामुख्यानं आई-वडील. विशेषत: माझे वडील अण्णा. शिवाय माझ्या गावानं, घोडनदीनंही मला घडवलं आहे. आपलं लहानपण ज्या गावात जातं, त्या गावात नकळत मनाची पाळंमुळं असतात. मी घोडनदी सोडून हिंगण्याला गेल्यावर आमचे शिक्षक, प्रोफेसर्स, अण्णा कर्वे या सगळ्यांमुळे खूपच मन:पालट झाला.

माझं शिक्षण, हातून झालेलं थोडंबहुत कार्य याचं बरंचसं श्रेय माझ्या वडिलांकडे जातं. घोडनदीसारख्या निमशहरी गावात माझे वडील विचारांनी खूपच पुढारलेले होते. स्त्री-पुरुष समानतेचा, जाती-जाती समानतेचा विचार त्यांच्या मनात पक्का होता. वडील टिळक, आगरकर, भांडारकर, रानडे, सावरकर यांच्या लेखनाचे

वाचक होते. आम्हा भावंडांत मी दुसरी. कृष्णाबाई माझ्यापेक्षा मोठी होती. माझं आजोळ अलिबागजवळ आवास या गावातलं. आजोळी जेव्हा माझा जन्म झाला, तेव्हा आजोबांनी म्हणजे आईच्या वडिलांनी माझ्या अण्णांना पत्रानं कळवलं की, 'कळविण्यास फार वाईट वाटतं की, वारूला दुसरीही मुलगीच झाली.' माझ्या वडिलांनी आजोबांना उलट पत्रात कळवलं, 'तुम्हाला वाईट वाटण्याचं काहीच कारण नाही. मला आणखी पाच मुली झाल्या तरी चालतील. मी सगळ्या जणींना शिकवणार आहे. ग्रॅज्युएट करणार आहे.'

आमची घरची परिस्थिती अगदी सामान्य गरिबीचीच म्हणा! पण वडिलांची मतं पुढारलेली होती. दोन-अडीच वर्षांची मी होते, तेव्हाच मला अक्षरओळख झाली होती. माझ्या वडिलांचं शिकवण्याचं एक टेक्निक होतं. ते काय करायचे, मी आई म्हटलं की पाटीवर 'आ', 'ई' ही अक्षरं काढायचे. आणि आई कुठं आहे, असं विचारून ती अक्षरं दाखवायचे. अशाच प्रकारे सगळी अक्षरओळख झाली.

माझ्या आईलासुद्धा वाचता येत होतं. वडिलांनी तिला शिकवलं होतं. सुरुवातीला वडील तिला म्हणाले, "तू शीक." तेव्हा ती म्हणाली, "माझ्या सात पिढ्यांत कोणी बाई शिकली नाही. मी मुळीच शिकणार नाही." तशी वडील म्हणाले, "शिकायचं नसलं तर माहेरी चालती हो!" मग आई मुकाट्यानं शिकू लागली. घरीच दोन इयत्तांइतकं शिकली. पण मग आमचा लहानपणचा अभ्यास तिनं घेतला. एकीकडे स्वयंपाक करायची, एकीकडे शिकवायची. अत्यंत कष्टाळू होती.

विनया : घोडनदी ते हिंगणे, अण्णा खरे ते अण्णा कर्वे हा तुमचा प्रवास कथन करा ना!

मालतीबाई : १९०९-१० साली साऱ्या घोडनदी गावात शिकणाऱ्या मुली अशा आम्ही दोघी बहिणी होतो. गावात तेव्हा मुलींची शाळा होती. त्या शाळेत जेमतेम दोन इयत्ता शिकलेल्या दोघी शिक्षिका होत्या. काही मुली त्या शाळेत शिकतही असतील. आता मला नीट आठवत नाही. पण अशा शाळेत शिक्षण नीट होण्याची शक्यता नव्हती. म्हणून आम्हाला त्या शाळेत घातलं नव्हतं. आम्ही बहिणी मुलांच्या शाळेत जात होतो. आमचे शिक्षक आम्हाला इतक्या आस्थेनं शिकवीत, की त्या सर्वांनी शिक्षक कसा असावा, याचा धडाच आम्हाला दिला. परीक्षा जवळ आली आणि मुलं विषयात कच्ची असली, तर मास्तर घरी बोलावून अभ्यास करून घेत. आताप्रमाणे जादा फीचे स्पेशल क्लास आणि शाळेत नीट

शिकवायचं नाही हा प्रकार नव्हता. मास्तर जादा फी मुळीच घेत नव्हते. आमच्या गावात अठरापगड जाती अतिशय सलोख्यानं राहत असत. जातिबंधनं काळाप्रमाणे होती, तरी सलोखा होता. हिंदू-मुसलमान, इतर जाती यांची कित्येक घरं एकमेकांना लागून सरमिसळ होती. जातिभेद होता, पण तो सहजधर्म असा लोक पाळीत. एक गोष्ट आठवते आहे. आमच्या घराच्या एका बाजूला तायरखा आणि दुसऱ्या बाजूला बुखारअली राहत असत. बुखारअलीने एक गाय आणि तिच्या चार कालवडी सांभाळल्या होत्या. त्या गाईंना धुणं, त्यांच्या अंगावरून मायेनं हात फिरवणं, दूध काढणं हे तो किती मायेनं करी! कोणी गाईला खडा मारला तरी तो त्याच्या अंगावर धावून जाई. डोल्याचा सण, म्हणजे साऱ्या गावाचा सण होता.

विनया : अस्पृश्यता कितपत होती? अस्पृश्य मुलं शाळेत येत होती?

मालतीबाई : त्या वेळी अस्पृश्य गावाबाहेर राहत. त्यांना वाईट वागवलं जाई. वर्षातून एकदा गावभोजन होई. त्यात अस्पृश्यांना वाढलं जाई. पण देवळाच्या बाहेर त्यांची पंगत.

शाळेमध्ये म्हणाल, तर मुळात विद्यार्थ्यांची संख्याच कमी होती. मुली तर म्हटलं ना, आम्ही दोघीच होतो. पण शाळेत मुलगेसुद्धा कमीच होते. मग अस्पृश्य मुलं कुठून असणार! पण एक आठवण जन्मभर माझ्या मनात घर करून राहिली आहे. दुसरीच्या वर्गात एक अस्पृश्य मुलगा वर्गाबाहेर बसून शिके. मास्तर त्याची पाटी पाहत. पण दुरून पाटी खाली ठेवल्यावर हाती घेत. तो चुकला, तर त्या पाटीनं त्याला असं काही मारीत की तो अगदी कळवळून जाई. पुढे त्या बिचाऱ्यानं शाळाच सोडली. पण हेही खरं की, मास्तर त्या काळात साऱ्याच मुलांना मारीत. स्पृश्यांमध्येही सोवळी बाई फार वाईट जिणं जगत असे. धड ना चोळी! ना अंथरूण! तिचं दर्शनसुद्धा अशुभ, हे पाहून वाईट वाटे. एका सोवळ्या ब्राह्मण बाईला घरी चहा मिळत नसे. ती हळूच आईकडे येई. आई रोज तिच्यासाठी गडूभर चहा चुलीशी ठेवून देई. माझे वडील आगरकरांचा 'सुधारक' वाचीत असत आणि सगळ्या सामाजिक अन्यायाबद्दल घरात बोलत असत. माझे वडील अस्पृश्यता मुळीच पाळत नसत. एक प्रसंग आठवतो. मी तेव्हा पाचसहा वर्षांची असेन. माझ्या घराला लागून असलेल्या बोळात मी खेळत होते. आई आत वाड्यात कपडे धूत होती. त्याचं पाणी मोरीतून बाहेर येत होतं. सोन्या नावाचा अस्पृश्य त्या बोळात झाडू फिरवत होता. त्याला ते पाणी दिसताच, तो ओंजळीनं ते पाणी पिऊ लागला. मी अगदी किळसून गेले. माझे वडील त्याच वेळी बोळात येत

होते. त्यांना मी म्हटलं, ''अण्णा, पाहा! पाहा! हा सोन्या मोरीचं पाणी पितो आहे. ईऽऽ'' अण्णा जवळ आले आणि त्यांनी माझ्या सणसणीत थोबाडीत ठेवून दिली. म्हणाले, ''तुला लाज नाही वाटत? जा घरात. तपेलीभर पाणी आण आणि त्याच्या हातात तपेली दे. तो पाणी प्यायला की तपेली तू धुऊन ठेव.'' आपण अस्पृश्यता पाळून अन्य धर्मीयांना आपल्या समाजाचे लचके तोडण्याची परवानगी देतो. जातिभेद मुळीच पाळता कामा नये, असं ते त्या काळात निर्भयपणे सांगत. ते स्वत: ख्रिस्ती मिशन शाळेमध्ये नोकरी करीत होते. मिशनची स्थापना घोडनदीत झाल्यावर हळूहळू अस्पृश्यांच्या वस्तीतून गोऱ्या मिशनऱ्याने बहुसंख्य कुटुंबं ख्रिस्ती केली. शिक्षण, औषधोपचार आणि पोटाकरिता उपयोगी येईल असं औद्योगिक शिक्षण या त्रिविध उपायांनी जगभर मिशनऱ्यांनी ख्रिस्ती धर्माचा प्रसार केला. पण ख्रिस्ताच्या वचनाप्रमाणे सर्वांना बरोबरीनं मात्र कधीच वागविलं नाही. रंगभेद राखलाच. मिशनरी गरिबांची सेवा कौतुकास्पद रीतीने करतात, हे निश्चितच. आपल्यापैकी फार थोडी माणसं अशी सेवा करतात. पण मिशनऱ्यांची सेवा बाटवण्याच्या हेतूनंच असते. माझ्या वडिलांनाही बाटवण्याचा गोऱ्या मिशनऱ्याचा प्रयत्न होता. एकदा संध्याकाळी मिशनऱ्याने वडिलांना फिरायला बोलावले. दोघे निघाले. मिशनऱ्याजवळ सायकल आणि कंदील होता. माझ्या वडिलांना त्यानं दूरवर नेलं. धर्माबद्दल वाद सुरू झाला. मिशनऱ्याने वेद वाचले होते. तो ख्रिस्ती धर्माचा मोठेपणा सांगू लागला, तेव्हा अण्णांनीही संतांची वचने देऊन हिंदू धर्माचा मोठेपणा सांगायला सुरुवात केली. अण्णा बधेनात. ते निवडुंगाच्या वनातून जात होते. अण्णा माघार घेत नाहीत, हे पाहून चिडून त्यांना बाजूला ढकलून देऊन, तो आपल्या सायकलवर बसून निघून गेला. भोवती अंधार दाटला होता. अण्णांकडे कंदील वगैरे काहीच नाही. अंधारात त्यांना काही दिसेना. निवडुंगाचे काटे साऱ्या अंगाला लागून अंग रक्तबंबाळ झालं. तसेच ते कसेबसे घरी आले. इकडे आईनं रडून रडून रात्र काढली. अण्णांना पाहून ती म्हणाली, ''हे काय हे?'' अण्णा हसून म्हणाले, ''अग, लढाई जिंकून आलो.'' मग झाला प्रकार त्यांनी आईला आणि तिच्याभोवती असणाऱ्या आम्हालापण ऐकवला. अण्णांनी न बाटता लढाई जिंकली खरी, पण मिशनऱ्याने अण्णांचा पगार कमी करून दहा रुपयांवर आणला. आता सहा मुलांचा प्रपंच कसा सांभाळणार? मग अण्णा आईला म्हणाले, 'आपण दुधाचा धंदा करू.' त्या काळात ब्राह्मणानं दूध विकणं हे निंद्य समजलं जाई. पण आपल्याला दुसऱ्याशी काही कर्तव्य नाही, म्हणून दुधाचा धंदा सुरू झाला. आईनं दूध काढण्यापासून सारे कष्ट

केले. तो दुधाचा धंदा आईनं पुण्याला इतका वाढवला की, तिच्या श्रमामुळे माझी पाच भावंडं डबल ग्रॅज्युएट झाली. तो धंदा आईच्या नंतर माझा भाऊ अजूनही चालवतो.

घोडनदीत मला बुवाबाजी म्हणजे काय ते कळल्यानं, पुढे आयुष्यात जेव्हा – केव्हा बुवा भेटले, तेव्हा श्रद्धेपेक्षा डोळसपणे पाहण्याची दृष्टी घोडनदीकडून मिळाली, असं वाटतं. वामन महाराज नावाच्या बुवांनी घोडनदीला आपल्या बुवाबाजीनं अगदी वेडं केलं होतं. अंधश्रद्धेनं रस्त्यानं लोळण घेत दहा दहा मैलांवरून लोक वामन महाराजांच्या पाया पडण्यासाठी येत. अनेक अंधश्रद्धेच्या गोष्टी करीत. वामन महाराज आपण दत्ताचा अवतार आहोत, असं शिष्यगणांकडून लोकांना ऐकवीत. माझ्या वडिलांनी या बुवाचं पितळ उघडं पाडलं आणि वामन महाराज घोडनदीतून अक्षरश: पळून गेले.

वामन महाराज हे थोतांड आहे, असं माझ्या वडिलांना पहिल्यापासून वाटत होतं. ते तसं स्पष्ट बोलत होते. लोकांना त्यांचा राग येई. 'दत्त गुरूऽऽ गं माझे आई, मजला ठाव द्यावा बाई' हे भजन सहा महिने साऱ्या घोडनदीत ऐकू येत होतं. उद्योगधंदा सोडून महाराजांच्या मागे सारी घोडनदी लागली. त्यात अण्णा वेगळं बोलत आहेत, हे महाराजांच्या कानावर गेलं. एक दिवस महाराज रात्री सात वाजता भजनासाठी रामाच्या देवळात येणार, अशी द्वाही फिरली. लोक सहा वाजल्यापासून रामाच्या देवळात व बाहेर गर्दी करून उभे राहिले आणि 'दत्तगुरू गं माझे आई' म्हणत राहिले. महाराज आले. थोडा वेळ झांजा घेऊन भजन झालं, मग लोकांना शांत राहण्याची महाराजांनी खूण केली. क्षणभरानं ते गरजले, "या देवळात मला विरोध करणारा एक माणूस आहे. त्यानं छातीठोक पुढे यावं. मी त्याचं भस्म करतो." मी, माझी मोठी बहीण आणि आई देवळातच बसलो होतो. अण्णा उठले. मी आणि माझी बहीण दोघींनी रडून-ओरडून म्हटलं, "अण्णा! नको! नका जाऊ. तुमचं भस्म होईल." अण्णांनी आम्हाला दाटलं. ते महाराजांपुढे जाऊन उभे राहिले आणि म्हणाले, "तुम्ही भोंदू आहात, असं सर्वांच्या देखत मी म्हणतो. करा माझं भस्म." देवळात शांतता पसरली. क्षणभरानं अण्णा पुन: गरजले, 'महाराज, माझं भस्म करा. नाहीतर मी तुमची वरात काढतो.' लोक भीतीनं स्तब्ध होऊन पाहत होते. अण्णा आणखी पुढे झाले आणि म्हणाले, "भोंदू महाराज, माझं भस्म करता आहात ना? करा!" महाराजांनी छ: छ: केलं. काही झालं नाही. अण्णा लोकांकडे वळून म्हणाले, "या भोंदूच्या नादी लागून सहा महिने तुम्ही फुकट घालवले. आता तरी सावध व्हा." महाराजांनी मान खाली घातली. लोक

ओरडू लागले, "करा याचं भस्म." महाराज घाबरले आणि त्यांनी पोबारा केला.

या प्रसंगानं आमच्या श्रद्धेचं आंधळेपण गेलं आणि ती डोळस व्हायच्या मार्गाला लागली, हे निश्चित. या संदर्भात एक पुढच्या काळातला अनुभव सांगावासा वाटतो.

१९२६च्या आसपासची गोष्ट. माझी आई बाळंतपणात अडली होती. तिला रातोरात पुण्याच्या मंगळवार पेठेतील हॉस्पिटलमध्ये नेली. ते ख्रिस्ती मिशनचं हॉस्पिटल होतं. तेथील गोऱ्या बाई कुशल डॉक्टर होत्या. त्यांनी माझ्या आईला वाचवलं. पुढे दहा दिवस आई इस्पितळात होती. तिच्याजवळ रोज एक नर्स येऊन डोळे मिटून, गुडघे मोडून प्रार्थना करी. 'हे माझ्या आकाशातील बापा! माझ्या या लेकराला तू संकटातून वाचवलं आहेस. तर तू आता आपल्या कळपात या लेकराला घे.' हे लेकरू म्हणजे माझी आई! आईला घोडनदीचा अण्णांचा अनुभव आठवत होता. ती घाबरली. मी दवाखान्यात गेले, तेव्हा म्हणाली, "बाळूताई, सकाळ-संध्याकाळ ही नर्स देवाची प्रार्थना करीत माझ्याजवळ बसते. शेवटी ही मला ख्रिस्ती करणार! तू मला घरी घेऊन जा." मीही अस्वस्थ झाले. माझं वय एकवीस-बावीस वर्षांचं असेल. मी तडक डॉक्टरबाईकडे गेले आणि हात जोडूनच म्हटलं, "आपण माझ्या आईला वाचवून प्रचंड उपकार केले आहेत. पण एक मेहरबानी कराल का?" "काय?" त्यांनी विचारलं. "नर्सबाई आईच्या बिछान्याजवळ सकाळ संध्याकाळ प्रार्थना करतात. त्यानं माझ्या आईला त्रास होतो. त्यांना असं करू नका म्हणून सांगाल का?" डॉक्टरीणबाईंच्या तोंडावर नाराजी दिसली. पण नर्सबाईची प्रार्थना बंद झाली. तर आता आईला वेळेवर बेडपॅनही मिळेना. मी परवानगी काढून लगेच आईला घरी नेली.

विनया : तुम्ही घोडनदीहून हिंगण्याला केव्हा गेलात? का गेलात? पुढचं सर्व शिक्षण तिथेच झालं?

मालतीबाई : नऊ वर्षांची असताना मी पहिल्यांदा त्या काळातल्या व्हर्नाक्युलर फायनल परीक्षेला बसले. नापास झाले. मग दहाव्या वर्षी पुन: परीक्षेला बसले आणि पास झाले. यापुढे इंग्रजी शाळेत जायचं होतं. घोडनदीला इंग्रजी शाळा नव्हती. गोऱ्या ख्रिस्ती मिशनरी बाई ख्रिस्ती मुलींना इंग्रजी शिकवीत असत. त्या वर्गात जाऊन मी इंग्रजी शिकू लागले. आम्ही साधारण दहा वर्षांच्या झाल्यावर भोवतालच्या बायका माझ्या आईला विचारू लागल्या, 'आता मुलींची लग्नं केव्हा

कणार?' आमच्या बाबतीत लग्न करण्याचा प्रश्नच नव्हता. माझी आई सांगत असे : 'आमच्या मुली अजून शिकणार आहेत.' त्या बायका पुटपुटत, 'शिकायचं! शिकायचं! मुली एवढ्या मोठ्या झाल्यावर त्यांना शिकवायचं तरी किती?' पण कोणी जास्त काही बोलत नसे. माझी बहीण व्हर्नाक्युलर फायनल पास झाल्यावर वडील पुण्याला गेले. कादंबरीकार हरिभाऊ आपटे यांना भेटले. हरिभाऊंना त्यांनी विचारलं, 'माझ्या मुलींना आणखी पुढे शिकविण्याची इच्छा आहे. तर इथे राहण्याची सोय कुठे होऊ शकेल?' ह. ना. आपटे म्हणाले, 'मी मुलींना माझ्या घरी ठेवून घेतो.' त्या वेळी अण्णा कर्वे तेथे होते. ते माझ्या वडिलांना म्हणाले, "मुलींना संस्थेत ठेवणं जास्त चांगलं. मुलींना हिंगण्याला पाठवू शकता?" माझ्या वडिलांना हा विचार एकदम पसंत पडला. माझी मोठी बहीण कृष्णाबाई १९१४मध्ये वयाच्या अकराव्या वर्षी हिंगण्याला गेली. १९१७मध्ये मी हिंगण्याला अण्णा कर्वे यांच्या संस्थेत गेले. तेव्हा मी बारा वर्षांची होते. राहण्याचे वसतिगृह आणि शाळा-कॉलेज जवळच. त्या वेळी सतरा वय पूर्ण झाल्याखेरीज मुंबई विद्यापीठाच्या मॅट्रिकच्या परीक्षेला बसता येत नव्हतं. पण हिंगण्याला तसा नियम नव्हता. मी १९२० साली कर्वे विद्यापीठाची मॅट्रिक झाले. पुढे हिंगण्यालाच कर्वे विद्यापीठाचं कॉलेज होतं. मी १९२३ साली कर्वे विद्यापीठाची ग्रॅज्युएट झाले, तेव्हा मी जेमतेम अठरा वर्षांची होते.

विनया : घोडनदी आणि हिंगणं वातावरणातला फरक तुम्हाला जाणवला असणारच. घोडनदी हे एक परंपरेनुसार जाणारं खेडं होतं आणि अण्णा कर्वे यांची संस्था म्हणजे स्त्री-सुधारणेचं हेतुतः सुरू केलेलं केंद्र होतं. एक प्रकारचं व्रत होतं. वातावरणातल्या बदलामुळे काही त्रास झाला किंवा काय? बरोबरीच्या मैत्रिणी मिळाल्या?

मालतीबाई : फरक खूप होता. पण वातावरणाच्या बदलाचा त्रास वगैरे मुळीच झाला नाही. हिंगण्याचं वातावरण शिस्तीचं होतं. महत्त्वाचे सण, उपासतापास हिंगण्यालाही पाळले जात होते. पण कर्मकांडात सारा वेळ बुडून राहिलेलं जीवन तेथे नव्हतं. शिक्षकवर्ग धर्म, कर्मकांड या विषयांवर चर्चा करी. मुलींनी स्वतः विचार करायला शिकलं पाहिजे, अशी शिक्षकवर्गाची धारणा होती. प्रयत्न होते. घोडनदीमध्ये आमच्या घराचं वागणं वेगळं, विचित्र समजलं जायचं. घोडनदीत बाकीच्या लहान मुली फडकी गुंडाळल्यासारखे परकर नेसायच्या, चोळ्या घालायच्या. आमचे परकर पुढून नीट शिवलेले असत. आम्ही कधी चोळ्या घालीत नव्हतो. अंग झाकेल अशी साधी किंवा फुग्यांच्या

बाह्यांची पोलकी घालीत होतो. बाकीच्या बायका केसांचा खोपा घालायच्या. माझी आई अंबाडा घाली. माझ्या आईलासुद्धा लिहिता-वाचता येत होतं. दहा-बारा वर्षांची वयं झाली तरी आई-वडिलांना आम्हा मुलींच्या लग्नांची घाई नव्हती. इतर मुलींची लग्नं होत होती. पण हिंगण्याचं वातावरण वेगळं होतं. आठ-दहा वयाची मर्यादा ओलांडली, तरी कुमारिका असलेल्या मुली या ठिकाणी शिकायला आलेल्या होत्या. त्या महाराष्ट्राच्या निरनिराळ्या भागांतून आणि महाराष्ट्राच्या बाहेरील प्रांतांतूनही निरनिराळ्या ठिकाणांहून आलेल्या होत्या. याचा अर्थ एवढाच की, अंधश्रद्धा धर्मातून वैचारिक धर्माची पहाट उगवत होती. ब्रिटिश अंमल सुरू झाल्यावर आगरकरांसारखी समाजसुधारणेची तळमळ असलेली माणसं अंधश्रद्धेवर आणि धर्मातील व्यर्थ आचारकांडाच्या फापटपसाऱ्यावर आघात करीत होती. त्याचा परिणाम काही कुटुंबांवर निश्चित होत होता. आमच्या वडिलांच्या विचारात जशी क्रांती झाली होती, तशी महाराष्ट्रातील आणि महाराष्ट्राबाहेरीलही कित्येक कुटुंबांमध्ये झाली होती. त्यामुळे मुलींना शिकवायचं, त्यांचे प्रौढपणी विवाह करायचे अशा विचारांच्या पालकांनी आपल्या मुलींना हिंगण्याला किंवा हुजूरपागेत बोर्डिंगमध्ये ठेवलं होतं. अर्थात त्या काळातही अशी माणसं थोडीच होती. आपल्या विधवा मुलींना सोवळं न करता हिंगण्याला शिकायला पाठवण्याचं धैर्य कित्येकांनी दाखवलं होतं. स्वत: विधवेशी लग्न करून अण्णासाहेब कर्वे यांनी इतका प्रचंड धक्का दिला होता की, ते स्वत: कोकणात वाळीत टाकल्यासारखे होते. त्यांनी विधवांच्या शिक्षणासाठी काढलेला हिंगण्याचा आश्रम हा बोडक्यांचा आश्रम म्हणून तेव्हा ओळखला जाई. हिंगण्याला जायचं आहे, असं टांगेवाल्याला सांगितलं म्हणजे तो सहज म्हणे, 'बोडक्यांच्या बंगल्यावर जायचं?' असं वातावरण होतं. तरीही स्त्री-सुधारणेची पहाट हिंगण्याच्या आश्रमात चांगलीच जाणवत होती, असं मी म्हणेन. डॉ. आनंदीबाई जोशी, विशेषत: पंडिता रमाबाई या सुधारणायुगातल्या अगदी आघाडीवरच्या स्त्रियांना पुष्कळच लोकापवाद सोसावे लागले. त्यानंतर हळूहळू स्त्रिया अंधारातून प्रकाशाकडे येऊ लागल्या. या संक्रमणावस्थेच्या बऱ्याच पुढच्या काळातील आम्ही! आम्हाला त्या मानानं कमी सोसावं लागलं. समाजाच्या स्त्रीविषयक दृष्टिकोनात, आचरणात स्थित्यंतर होत होतं, हे निश्चित.

विनया : स्थित्यंतर म्हणजे नेमकं काय घडत होतं, हे अधिक स्पष्ट करता येईल का?

मालतीबाई : मुलींच्या लग्नाचं वय थोड्या प्रमाणात का होईना, वाढलेलं दिसत होतं. शिकणाऱ्या कुमारिकांची आणि विधवांची संख्याही अल्प प्रमाणात वाढत होती. विकेशांचं प्रमाणही थोडं कमी होत चाललं होतं. १९२३मध्ये संध्याकाळी तुळशीबागेत सोवळ्या बायकांचा लोंढा रस्त्यामधून जाताना दिसे. १९३०च्या सुमारास सोवळ्या बायकांचं प्रमाण खूपच कमी झालं होतं आणि १९८४मध्ये बेडेकरांचं 'टिळक आणि आगरकर' हे नाटक बसवलं जात होतं. त्यात सोवळ्या बाईचं काम होतं. आम्ही सारी मुंबईची दुकानं पालथी

घातली, तरी सोवळ्या बाईचं लुगडं मिळालं नाही. १९२३ सालानंतर काही मुली नर्सिंगकडे, क्वचित मेडिकल कॉलेजातही जायच्या मार्गाला लागल्या. या सर्वांवर समाजाचं टीका करणं, नावं ठेवणं चालू होतंच. तरी सुधारणा होत होत्या. बायकांनी नोकरी करणं, गैर समजलं जाई. कन्याशाळेत मी नोकरीला लागले, तेव्हा आम्ही फक्त तिघी मास्तरणी होतो. पैकी दोघी विधवा होत्या, असं आठवतं. पुढे तीनचार वर्षांत दोघी कुमारिका मास्तरणी आल्या. कन्याशाळेत मी नोकरीला लागले, तेव्हा सतरा-अठरा वर्षांची होते, म्हणजे त्या काळात प्रौढच होते. पण शिकणाऱ्या माझ्या वयाच्या प्रौढ मुलींची संख्या शाळेत दिसू लागली होती. फर्ग्युसन कॉलेजात, हुजूरपागेत प्रौढ कुमारिकांची संख्या वाढत होती. एवढंच नव्हे, तर फर्ग्युसनमध्ये जाणाऱ्या प्रौढ मुलींचे प्रेमविवाहही ठरत होते. यांपैकी काही विवाह झाले, काही मोडले. प्रेमविवाह ठरला, झाला किंवा मोडला की सगळ्या पुण्यात तो चर्चेचा विषय असे. त्या काळातील कित्येक प्रौढ मुली आजन्म अविवाहित राहिल्या. शांताबाई बापट, वेणूताई पानसे, चंद्राबाई कर्नाटकी, सुलभाबाई पाणंदीकर ही काही नावं त्यांपैकी आठवतात. हे वीस वर्षांतलं स्त्री-समाजातलं प्रचंड स्थित्यंतर म्हणावं लागेल. आता या गोष्टीचं काही वाटणार नाही तुम्हाला! पण तेव्हा ते महत्त्वाचं होतं. काही अविवाहित स्त्रियांची कोंडी जाणवत असे. पुरुषांमध्ये त्यांना मोकळेपणाने मिसळता येत नसे, कारण लोकापवादाची भीती सतत होती. बायकांमध्येही त्यांना नीट मिसळता येत नसे. बऱ्याच बायकांचे बोलण्याचे विषय नेहमी नवरा- मुलंबाळं, त्यांचं खाणंपिणं, कपडेलत्ते यांबद्दल असत. दोघींना बोलायला समान विषयच नसे. बदलातून नवे प्रश्न निर्माण होत होते. पण समाजात काहीतरी स्थित्यंतर घडत होतं.

विनया : तुमचं संस्कारक्षम वय आणि शिक्षणकाल अण्णा कर्वे यांच्या हिंगण्याच्या संस्थेत गेला. महाराष्ट्रातील स्त्री-सुधारणेचं हे महत्त्वाचं केंद्र अजूनही ठाकरसी

विद्यापीठाच्या रूपात उभं आहे. या संस्थेबद्दलच्या तुमच्या आठवणी सांगा. व्यक्तिगत अनुभव सांगा.

मालतीबाई : हिंगण्याचे विद्यार्थिदशेतले दिवस सुंदरच होते. या काळात मी भराभर बदलत गेले. संस्थेत शिक्षक आणि मुली यांचे घरगुती संबंध होते. मुलींनी खूप वाचावं, विचार करावा, चर्चा कराव्या असं शिक्षकांना वाटे. प्रो. दिवेकर, प्रो. मायदेव, प्रो. वा. म. जोशी इत्यादिकांनी आम्हाला विचार करायला प्रवृत्त केलं. आम्ही मुली प्रोफेसरांबरोबर वाद घालीत होतो. ज्योतीनं ज्योत पेटवावी, तसं तुम्ही शिकून दुसऱ्या स्त्रियांना शिकवा, असं गुरुवर्य कर्वे सांगत. वा. म. जोशी म्हणत : 'बोला! बोला! जे तुमच्या मनात असेल ते बोला. कोणतेही प्रश्न विचारा. शंका विचारा.' या सर्वांचा परिणाम आम्हा मुलींवर होत होता. हिंगण्याच्या पहिल्या पिढीत अनेक मुलींनी शिक्षणाचं कार्य केलं. काहींनी स्वतंत्र शाळा काढल्या. आम्ही विद्यार्थिनींनी विचार करून सभेत बोलावं, यासाठी हिंगण्याला दर आठवड्याला 'ज्ञानाभिलाषिणीसभा' हा उपक्रम होता. त्या सभेत बोलण्यासाठी मुलींच्या पाळ्या असत. एक मुलगी सेक्रेटरी असे.

विनया : सभेत बोलण्याचे विषय कोण निवडत असे?

मालतीबाई : कित्येकदा मुलीच विषय सुचवीत. कधी कधी शिक्षकही सुचवत.

विनया : सभेच्या चर्चेचे विषय कोणते असायचे?

मालतीबाई : पासष्ट-सत्तर वर्षांपूर्वीचे विषय आता आठवणं कठीणच! पण 'शिक्षणाचा उपयोग', 'स्त्रिया शिकल्याने काय होऊ शकेल?', 'मराठीमध्ये शिकण्याचे फायदे' अशांसारखे अगदी सामान्य वाटणारे विषय असत. हिंगण्याला लहान कुमारिका मुली फार थोड्या होत्या. प्रौढ विधवांची, परित्यक्तांची संख्या जास्त असे. त्यांना विचार करण्याची शक्ती आलेली असे. आम्हा लहान मुलींना- निदान मला, अभ्यास करणं जमे. पण विचार करून सभेत बोलणं मुळीच जमत नसे. सभेत बोलायचं, म्हणजे बळी देण्यासाठी काढलेल्या बकऱ्यासारखी माझी अवस्था होत असे. माझी बोलण्याची पाळी असली की, मी तासन् तास बाथरूममध्ये नाहीतर संडासात लपून बसत असे. एकदाचं बोलणं मला आठवतं आहे. मी थरथरत उभी राहिले आणि म्हणाले, 'अध्यक्ष महाराज आणि प्रिय भगिनींनो! मला काही बोलता येत नाही. मी खाली बसते.' एवढं म्हणून मी पळाले. मला निबंधसुद्धा कधी नीट लिहिता आले नाहीत. बारातेरा वर्षांच्या वयाला खोखो, हुतुतू, लंगडी, ठिकऱ्या हे आम्हा मुलींचे आवडीचे खेळ. त्यात मी नेहमी संध्याकाळी रमून जाई. मी वर्गात सगळ्या विषयांत चांगली होते, पण निबंध

आणि वक्तृत्व हे माझ्या धसक्याचे विषय होते. कॉलेजमध्येही मला कधी निबंध नीट लिहिता आले नाहीत.

माझ्या निबंधलेखनाबद्दल तात्या म्हणजे वा. म. जोशी नेहमी असमाधान दाखवीत. मी इतकं फालतू लिहीत असे की तात्या म्हणायचे, 'बाळूताई, तुमची वही मी सौभाग्यवती केली आहे.' लाल शाईच्या खुणाच खुणा माझ्या वहीवर असत. मला लाज वाटे. पण काय करणार! निबंध लिहिण्याची अक्कलच नव्हती. तात्या म्हणत, 'निबंधाची सुरुवात कशी करायची हे ठरवावं. विचारात संगती असावी. मध्ये अवतरणं घालावी. सुभाषितांचा, कवितांचा उपयोग करावा. शेवट विचारपूर्वक केलेला असावा.' आमचं अकलेचं दिवाळं वाजलेलं पाहून एकदा तात्या म्हणाले, 'बाळूताई, तुम्ही आता गाढव या विषयावर निबंध लिहा.' मी अगदी कसोशीनं लिहिण्याचं ठरवलं. सुरुवात केली. 'या जगात ईश्वराने अनेक वस्तू नि प्राणी निर्माण केले आहेत. त्यात गाढव हा एक प्राणी निर्माण केला आहे. गाढव लहानपणी गोजिरवाणे दिसते. म्हणतातच की, 'प्राप्ते तु षोडशे वर्षे गर्दभी अप्सरा भवेत्' वगैरे. दुसऱ्या दिवशी अगदी समाधानाने मी तात्यांना निबंधाची वही दिली. तात्यांनी निबंध वाचला आणि कपाळाला हात लावला. माझी वही अक्षरशः लालीलाल झाली. तात्या वैतागाने म्हणाले, 'तुम्ही माझ्या सांगण्याप्रमाणे न लिहिता, तुम्हाला हवं तसं लिहीत जा.'

विनया : तुम्ही निबंध चांगले लिहीत नव्हता म्हणता. आणि पुढे उत्तम लेखिका झालात. सभेत बोलायला घाबरत होतात, त्या वक्त्या झालात. विचारवंत झालात. हा बदल कसा कसा घडत गेला? स्त्री-समस्या हा तुमच्या लेखनाचा-विचाराचा केंद्रबिंदू आहे. याचंही कारण हिंगण्याचे संस्कार, हेच आहे का?

मालतीबाई : तुम्ही म्हणता तसा बदल झाला खरा. कसा ते अगदी नेमकं नाही सांगता येणार. आता या वयाला सगळ्या जुन्या गोष्टी पुरतेपणी आठवतही नाहीत. लेखनाबद्दल, 'कळ्यांचे निःश्वास' या माझ्या पहिल्या पुस्तकाचा जन्म कसा झाला, हे मी सांगितलंच तुम्हाला. सभेत बोलण्यासंबंधी सांगते. बापूसाहेब माटे यांच्या अध्यक्षतेखाली झालेली सभा मला आठवते. त्या वेळी स्मृती, वेद यांतली अवतरणं पेरून मी स्त्रियांच्या स्थितीवर भाषण केलं. तेव्हा माट्यांनी मला शाबासकी दिली. पण माझं सारं भाषण हे मुद्दाम विद्वत्तेचं प्रदर्शन करणारं होतं, असं मला निश्चित वाटतं. या पहिल्या भाषणानंतर अनेक ठिकाणी, अनेक गावी मला भाषणासाठी बोलावणी येऊ लागली. मी शेकडो सभांतून बोलले. पण माझं मला कळतं की, मर्यादित स्त्रीविषयक प्रश्नाखेरीज दुसरे

विषय मी हाताळू शकले नाही. मी तसे विषय निवडलेही नाहीत. स्वत:च्या मर्यादांची जाणीव कायम जिवंत राहिली, हे मी माझं भाग्य समजते. ज्या वातावरणात मी होते, त्या ठिकाणचे प्रश्न माझ्या विचारांचा केंद्रबिंदू झाला. घरीदारी स्त्रियांचे प्रश्न मला एकसारखे जाणवत होते. हिंगण्यानं मला खूप काही दिलं. त्या काळात मी झपाट्याने बदलत गेले. मला एक प्रसंग आठवतो. मी तेव्हा कॉलेजात होते. लहानपणी मी खूप धार्मिक होते. नवरा म्हणजे काय, ते कळायच्या आधीपासूनच चांगला नवरा मिळविण्यासाठी माझ्या हरतालिकेच्या उपासाला सुरुवात झाली होती. हिंगण्याला हरतालिकेच्या आवरणाच्या दिवशी म्हणजे आदल्या दिवशी मुलींना चकल्या दिल्या होत्या. दुसऱ्या दिवशी म्हणजे हरतालिकेच्याच दिवशी मी त्या चकल्या मजेत खात बसले. माझ्या बाजूला दोघी जणी बसल्या होत्या. त्या एकदम म्हणाल्या, "अगं, काय हे? उपास मोडला की!" त्यांतली एक कुमारिका होती. दुसरी विधवा होती. दोघींचीही प्रतिक्रिया एकच, 'उपास मोडला हे बरं झालं नाही.' मी म्हणाले, "मोडू दे उपास. काय होईल? नवरा चांगला मिळणार नाही एवढंच ना? न मिळू दे!"

विनया : पण हिंगण्याच्या संस्थेत इतक्या मुली असताना हे आवरणे, उपासतापास पाळले जात होते?

मालतीबाई : हो, तो काळ लक्षात घ्या. आमच्या लहानपणी समाज धर्मयुगातच वावरत होता. हिंगण्याला येणाऱ्या मुली परंपरा जपणाऱ्या, उपासतापास करणाऱ्या घरातून आलेल्या होत्या. आपण विधवा झालो, याचं कारण पूर्वजन्मीचं पाप, ही बहुतेकींची भावना होती. त्या एकदम सगळे संस्कार सोडून बदलणं शक्य नव्हतं. समाजाला बरोबर घेऊन हळूहळू पुढची पावलं टाकत जायचं, असं अण्णांचं धोरण होतं. त्यामुळे हिंगण्याला परंपरागत सण, उत्सव, उपास सर्व काही पाळलं जात असे.

तो काळ कसा होता, ते पाहा. स्त्रीच्या कर्तृत्वावर अगदी साध्या साध्या बाबतीत समाजाचा विश्वास नव्हता. एखादी साधी घटनासुद्धा स्त्रीच्या बाबतीत महत्त्वाची होत असे. माझ्या काही आठवणी सांगते, म्हणजे आमच्या काळातल्या स्त्रीविषयक दृष्टिकोनाचा, परिवर्तनाच्या दिशेचा तुम्हाला अंदाज येऊ शकेल. सत्तर-पंचाहत्तर वर्षांपूर्वी खेडेगावात बाईला लिहिता-वाचता येतं हे कुणाला पटत नसे. अनेक पुरुषसुद्धा निरक्षर होते. हिंगण्याहून सुटीत मी घोडनदीला घरी गेले होते. ओट्यावर बसले होते. एक शेतकरी आला आणि म्हणाला, "बाबा हैती?" मी म्हटलं, "नाही. काय काम आहे?"

शेतकरी – "ही चिठी वाचाया सांगनार व्हतो.'

मी म्हणाले, "मी वाचते की!"

त्यानं ते कार्ड माझ्या हातात दिलं. मी वाचून दाखवलं, पण त्याचा मुळीच विश्वास बसला नाही. तो दहापंधरा घरं ओलांडून गेला आणि एका माणसाला त्यानं कार्ड वाचायला सांगितलं. त्यानं ते वाचलं. त्या शेतकऱ्यानं चकित होऊन मागे पाहिलं. मी पाहतच होते. त्याचा माझ्या वाचण्यावर विश्वास बसला नाही, हेही मला जाणवलं होतं. तो तसाच माघारी आला आणि म्हणाला, "बाई. वाचाया येतं तुमास्नी. खडान् खडा बराबर वाचलं की तुमी."

त्या काळात म्हणजे १९१९-२० साली घोडनदीला सायकल कुठेच नव्हती. पुरुषही तितके सायकलवर बसत नव्हते. मी सुटीत अण्णांना म्हणाले, "इथे रस्ते कसे शांत आहेत. सायकल असती तर मी सगळीकडे फिरले असते." अण्णांनी माझ्याकडे काहीसं कुतूहलानं बघितलं. तिसऱ्या दिवशी अहमदनगरहून एक सायकल आमच्या घरी आली. मी चकित झाले. अण्णांनीच ती मागवली होती. मी संध्याकाळी सायकलवर बसून बारा कमानीच्या पुलापर्यंत जाऊन आले. घरी येते, तर मला बघायला ही गर्दी घरापाशी जमली होती. 'खरे मास्तरांची मुलगी सायकलवर बसते.' आमच्या शिक्षणामुळे पंधरा-सोळाव्या वर्षापर्यंत अविवाहित राहण्यामुळे गाव कुतूहलानं आमच्याकडे बघत असे- आता सायकलस्वारीची त्यात भर पडली.

विनया : शिक्षण संपल्यावर पुढे काय करायचं, असं तुम्ही ठरवलं होतं?

मालतीबाई : काय करायचं ते निश्चित असं ठरवलं नव्हतं. १९२३ साली माझं शिक्षण संपलं. मी ग्रॅज्युएट झाले. कर्वे विद्यापीठाला ठाकरसींनी देणगी दिल्यावर त्याला एस.एन.डी.टी. विद्यापीठ म्हणू लागले. त्या विद्यापीठाचे पुण्याला हायस्कूल होते. ती कन्याशाळा. माझी पदवी परीक्षा झाल्यावर लगेच 'कन्याशाळेत नोकरी करशील का?' असं मला विचारलं गेलं. मी ताबडतोब होकार दिला. १९२३मध्ये मी कन्याशाळेत नोकरीला लागले. मी नोकरीला लागल्याबरोबर आमचं कुटुंब घोडनदीहून पुण्याला आलं. कारण आमच्या पाठची भावंडं शिकायची होती. आधी माझी मोठी बहीण कन्याशाळेत नोकरीला लागली होती. तिच्याजवळ दोन भावंडं राहत होती. पण माझ्या नोकरीला सुरुवात झाल्यावर आई आणि सारं कुटुंब पुण्याला आलं. नारायण पेठेत आम्ही राहत होतो. वडील सेवानिवृत्त झालेले नव्हते. ते घोडनदीलाच राहत. आईनं पुण्यात म्हशी घेऊन दुधाचा धंदा सुरू केला. पहाटे चार ते रात्री अकरापर्यंत ती त्या धंद्यात राबत होती. अजूनही खरे

यांची 'यशवंत' डेअरी नारायण पेठेत आहे. माझ्या नोकरीचीही घराला मदत होती. मला साठ रुपये पगार मिळत होता. मी दोन वर्षं शिक्षिका व नंतर लेडी सुपरिंटेंडेंट झाले. एकंदर दहा वर्षं मी त्या शाळेत होते.

विनया : त्या वेळी कन्याशाळा कितव्या इयत्तेपर्यंत होती? तुम्ही काय काय शिकवत होतात? विद्यार्थिनींचा, पालकांचा प्रतिसाद कसा होता?

मालतीबाई : शाळा पहिलीपासून मॅट्रिकपर्यंत होती. गणित, इंग्रजी आणि संस्कृत हे विषय मी शिकवत होते. हिंगण्याचा आश्रम ही कन्याशाळेची मूळ संस्था. तेथील आजीव सभासद कन्याशाळेचे मुख्याध्यापक असत. ते त्यागी वृत्तीनं कमी पगारावर काम करीत. गो. म. चिपळूणकर हे अशांपैकीच एक. ते माझ्या वेळी मुख्याध्यापक होते. कन्याशाळेतही आम्हाला सतत एका संघर्षाला तोंड द्यावं लागत होतं. शिक्षणाचं माध्यम म्हणून मराठी भाषेचा स्वीकार करणारी अण्णा कर्वे हीच पहिली व्यक्ती. अर्थात आमच्या कन्याशाळेचं माध्यम मराठी होतं. मुलींना शिकवू इच्छिणारे त्या काळातले बरेच लोक इंग्रजाळलेले होते. ते आपल्या मुलींना इंग्रजी माध्यमाच्या शाळेत घालत. गो. म. चिपळूणकर घरोघरी हिंडून मुलींना आमच्या शाळेत पाठविण्याविषयी पालकांना विनंती करीत. मीसुद्धा काही घरी जात असे. चिपळूणकरांमुळे मुली बऱ्याच येऊ लागल्या. कमल भागवत, पद्मा गोळे, संजीवनी मराठे या पुढे नावारूपाला आलेल्या स्त्रिया आमच्याच शाळेच्या विद्यार्थिनी.

शाळेत मी अगदी प्रथम एका वर्गावर गेले, तो वर्ग मला वाटतं, नववीचा होता. वर्गात आठदहा मुली होत्या. मी वर्गात शिरत असताना एक विद्यार्थिनी मोठ्यानं म्हणाली, "या! बसा!" आणि तिनं तिच्या जवळच्या जागेवर थाप मारली. मी शिक्षिका दिसत नाही, हे माझ्या लक्षात आलं आणि मी नर्व्हस झाले. मी शिक्षिकेच्या खुर्चीवर जाऊन बसले आणि त्या दोघीतिघी नर्व्हस झाल्या. या पोरीकडून काय शिकायचं, असंही त्यांना कदाचित वाटलं असावं. विद्यार्थिनी वयानं माझ्या बरोबरीच्या किंवा काही जणी मोठ्याच होत्या. पुढे कन्याशाळेत माझा चांगला जम बसला. हिंगण्याला मला खूप खेळण्याची सवय होती. येथेही मुलींबरोबर मी खेळ खेळत होते. खेळ संपले की, मात्र गंभीर चेहरा करीत असे. मुली आणि शिक्षक यांच्यामध्ये जिव्हाळा होता. आम्ही दोघीतिघी शिक्षिका होतो. बाकी सर्व पुरुष-शिक्षक होते. कन्याशाळेत मी खूप बदल केले. महाराष्ट्र व्यायामशाळेतून माणूस बोलावून मुलींना व्यायाम व लेझीम शिकवलं. भोवताली पुण्याच्या लोकांची टीकाटिप्पणी कन्याशाळेवर चालूच असायची. मी उटकमंडला

गर्ल गाइडच्या कँपला गेले होते. तिकडे मी जे केनड्रिल पाहिलं, ते शाळेत आल्यावर मुलींना शिकवलं. बाहेर बातमी पसरली की, मास्तरीण मुलींना आता नाच शिकवते. मी अविवाहित होते, हे सगळ्यांच्या डोळ्यांवर येई. ही घोडनवरी - मास्तरीण लग्न करायची केव्हा, याची चौकशी होत असे. कंड्याही खूप पिकत, तरी विद्यार्थिनींची संख्या वाढत होती.

विनया : तुमच्या काळात मराठी विरुद्ध इंग्रजी माध्यमाचा संघर्ष सुरू झालेला दिसतो. तुम्ही मराठी माध्यमात शिकलात. तुम्हाला नोकरी मिळवताना काही त्रास झाला का?

मालतीबाई : अगदी तीव्र संघर्षच होता असं नाही, पण काही काही प्रसंग आठवतात. इंग्रज आणि इंग्रजी यांना तेव्हा कमालीचं महत्त्व होतं, त्या काळात गुरुवर्य अण्णा कर्वे यांनी मातृभाषेतून शिक्षण सुरू केलं होतं. हिंगण्याला मी दहावी पास झाले, तेव्हा दहावीच्या वर्गात आम्ही दहा-पंधरा मुली होतो. अकरावीत म्हणजे मॅट्रिकला जवळ जवळ सगळ्या मुली हिंगणे सोडून हुजूरपागेत शिक्षणासाठी गेल्या. त्यांचे वडील तेथील खर्च करू शकत होते. मी स्कॉलरशिपवर हिंगण्याला शिकत होते. आम्हा बहिणींचा खर्च वडिलांना द्यावा लागत नव्हता. तो देणं त्यांना परवडलंही नसतं. ज्या दिवशी वर्गातल्या साऱ्या मुली शाळा सोडून गेल्या, तेव्हा मला अतिशय वाईट वाटलं. दहापंधरा मुली वर्गात असताना माझा नंबर वर असे. 'आपल्या गरिबीमुळे आपण इथे राहिलं पाहिजे. नाहीतर आपणही हुजूरपागेत गेलो असतो', या विचारानं मला ग्रासलं होतं. वर्गात फार एकाकी वाटायचं. तशा दोन-चार मुली वर्गात होत्या. पण त्या वयानं मोठ्या होत्या. बरोबरीच्या सगळ्या निघून गेल्या. इंग्रजी माध्यमाच्या शाळा सरकारमान्य होत्या. कर्वे विद्यापीठ सरकारमान्य नव्हतं.

कर्वे विद्यापीठाच्या जी.ए., पी.ए. या पदव्या घेणाऱ्या मुलींना फर्ग्युसन कॉलेजच्या म्हणजे मुंबई विद्यापीठाच्या बी. ए. झालेल्या मुलींपेक्षा कमी लेखलं जाई. मी कन्याशाळेत म्हणजे कर्वे यांच्या संस्थेतच नोकरीला होते, म्हणून प्रश्न आला नाही. पण इतर हायस्कूलमध्ये मला पदवीधर म्हणून कुणी मानलं नसतं. हा झगडा आपली लायकी सिद्ध करूनच निकालात निघेल, याची मला चांगली कल्पना आली होती. माझी मोठी बहीण उमरावतीच्या मुलींच्या हायस्कूलमध्ये नोकरीसाठी गेली. तिलाही आपली पात्रता सिद्ध करण्यासाठी कष्ट करावे लागले.

असाच एक प्रसंग सांगते. कन्याशाळेत मी मुख्याध्यापिका म्हणून काम करीत होते. तेव्हा म्हणजे १९२८ मध्ये 'ऑल इंडिया वुइमेन्स कॉन्फरन्स' भरली होती.

तिची प्राथमिक सभा गो. कृ. देवधर यांनी सेवासदनात घेतली, तेव्हा बऱ्याच स्त्रिया बोलावल्या होत्या. मलाही बोलावलं होतं. तिथे जमलेल्या स्त्रियांत जेमतेम प्राथमिक शिक्षण संपलेल्या बऱ्याच बायका होत्या. दोनचार कॉलेजपर्यंत पोहोचलेल्या होत्या. सेवासदनातल्याच जेमतेम शिकलेल्या बायका अधिक होत्या. देवधरांना अण्णासाहेब कर्व्यांबद्दल मत्सर म्हणा वा द्वेष म्हणा- फार वाटे. ते स्वत: त्या वेळच्या नेमस्त पक्षाचे- इंग्रजांबद्दल विलक्षण प्रेम असणारे. अण्णासाहेबांचा मातृभाषेतून शिक्षण देण्याचा आणि इंग्रजी केवळ एक विषय म्हणून शिकवण्याचा उपक्रम त्यांना मुळीच पसंत नव्हता. त्यामुळे कोणत्याही सभेत एकदा तरी कर्व्यांना चिमटे काढल्याशिवाय त्यांना बरंच वाटत नसे. सेवासदनात जी प्राथमिक सभा भरली, त्यात देवधरांनी 'अखिल भारतीय स्त्री-परिषदे'साठी पुण्याच्या बायकांनी काम करायचं आहे वगैरे मराठीतच सांगितलं. पण त्यांना अण्णांना चिमटा घेतल्याखेरीज राहवलं नाही. त्यांनी माझ्याकडे बघून म्हटलं, 'इथे काय चाललंय ते तुम्हाला कळतं का?' मलाही राग आला. मी फणकाऱ्याने म्हटलं, 'इथे तुम्ही ज्या बायका जमवल्या आहेत, त्यांच्यापेक्षा निश्चितच मला जास्त कळतं.' ते नुसते हसले. पुढे अ.भा. स्त्री-परिषद भरली. साऱ्या हिंदुस्थानातून महत्त्वाच्या स्त्रिया आल्या होत्या. त्या सर्वच इंग्रजी बोलणाऱ्या होत्या. सरोजिनी नायडू, सांगलीकर पटवर्धन, कमलादेवी चटोपाध्याय, मिसेस कझिन्स वगैरे. मिसेस कझिन्स या तर साऱ्या परिषदेची कल्पनाच मांडणाऱ्या! परिषदेचं काम सुरू झालं, ते इंग्रजीतून. समोरच्या जमलेल्या तीनचारशे निमशिक्षित बायकांच्या चेहऱ्यावर समजत असल्याचा भाव उमटत नव्हता. सरोजिनी नायडूंच्या ते लक्षात आलं.

सरोजिनीदेवींनी विचारलं, 'इथे इंग्रजीतील साऱ्या भाषणाचा गोशवारा प्रत्येक भाषणानंतर सांगणारं कुणी आहे का?' कुणीही उभं राहिलं नाही. तेव्हा मी उभी राहिले. मनात म्हटलं, आता देवधरांना परस्पर उत्तर मिळेल. कर्वे विद्यापीठाच्या पदवीधर बायका 'लायक' असतात, हे दाखवायला हा प्रसंग ठीक आहे असं मला वाटलं. मी नुसता गोशवारा नव्हे, तर प्रत्येक भाषणाचं जवळजवळ सर्व भाषांतर करूनच सांगितलं. सरोजिनीदेवींनी शाबासकी दिली. मी सेवासदनच्या प्रतिष्ठित, अर्धशिक्षित बायकांकडे नजर टाकली. मला वाटतं, हिंगण्याच्या ज्या ज्या स्त्रियांनी बाहेर जाऊन शाळा काढल्या, त्या सर्वांनाच आपली लायकी सिद्ध करण्यासाठी धडपडावं लागलं. त्याबरोबर हेही सांगते की, मी फर्ड इंग्रजी बोलू शकत नव्हते. पण तेव्हा सरोजिनीदेवींनी चौकशी केली, 'शी इज ए गुड गर्ल. हू इज शी?' तेव्हा मला अस्मान ठेंगणं झालं होतं.

विनया : तुम्ही केवळ शिक्षण, नोकरी यांवर समाधानी नव्हतात. लेखनापाशीच थांबला नाहीत, तर समाजकार्यातही सहभागी होतात, असं मी ऐकलं आहे. समाजकार्यात केव्हा पडलात आणि कोणाच्या प्रेरणेमुळे?

मालतीबाई : फार मोठी समाजकार्यं वगैरे मी केली नाहीत. माझ्या भोवताली चळवळी खूप चालू होत्या. मला सगळीकडे जावंजावंसं वाटत असे, पण ते शक्य नव्हतं. कारण पैसे मिळविण्याची गरज होती. सकाळी स्वत:चं आवरून, थोडंफार घरातलं काम करून मी शिकवण्या करायला जात असे. आलं की जेवून शाळेत नोकरीवर हजर होत होते. पण माझं एवढ्यावर समाधान होत नव्हतं. मी संस्कृत काव्यशास्त्राचा अभ्यास सुरू केला. तो निबंध म्हणजे 'अलंकारमंजूषा'. १९२८मध्ये मी कर्वे विद्यापीठाची पी.ए. म्हणजे पोस्ट ग्रॅज्युएट इन आर्ट्सची परीक्षा पास झाले. म्हणजे हल्ली तुमचं एम. ए. म्हणा. गोदावरी केतकर या कर्वे युनिव्हर्सिटीच्या पहिल्या पी.ए. आणि मी दुसरी. तेव्हा सगळं काही करण्याचा उत्साह खूप होता. सुटीच्या दिवशी हिंगण्याच्या जवळ वारजे या गावी साक्षरता प्रसारासाठी जात होते. माझ्यासारख्याच हिंगण्याला शिकलेल्या आणखीही मुली या कामासाठी येत होत्या. बापूसाहेब माटे पुण्याच्या गुलटेकडी भागात अस्पृश्य वस्तीत साक्षरतेचे वर्ग घेत. माट्यांच्या बरोबरही मी जात होते. माट्यांनी दलितांसाठी खूप काम केलं आहे. हिंगण्याला मी त्यांचं भाषण ऐकलं होतं, तेव्हाच मी प्रभावित झाले होते. संधी मिळाल्यावर त्यांच्याबरोबर वर्ग घेण्यासाठी जाऊ लागले. तरीही माझ्या समाजकार्याला फार मर्यादा होत्या.

माझ्या भेकडपणाची आठवण सांगते. हिंगण्याला आम्हाला रोजची वर्तमानपत्रं वाचण्यास उत्तेजन दिलं जाई. शिवाय प्रो. दिवेकर, वामनराव जोशी यांचा जहाल पक्षाकडील ओढा आम्हाला जाणवे. वर्तमानपत्रामुळे टिळकांचा पक्ष आवडायचा. पुढे महात्माजींच्या चळवळीमुळे कुणाच्याही मनात राजकारण न शिरणं अशक्यच होतं. मी महात्माजींचं भाषण ऐकलं आणि मन खळबळून मी खादीची पोलकी आणि आमसुली जाडीभरडी पातळ वापरायला लागले. यापलीकडे प्रत्यक्ष राजकारणात मी भाग घेतला नाही. महात्माजी लेडी ठाकरसींकडे उतरले होते; पण आम्हाला शाळेतील कोणालाही राजकारणात भाग घ्यायला बंदी केली होती. शाळेत एखादे शिक्षक आले नाहीत की, त्या रिकाम्या तासासाठी त्या वर्गातील मुली मला बोलावीत. मी तेव्हा त्या वर्गात मी वाचलेल्या पुस्तकांची ओळख करून देई. समाजकारण आणि राजकारणाबद्दल मी बोले. पण प्रत्यक्ष गांधींजींच्या चळवळीबद्दल मी कधी बोलले नाही. गांधींची चळवळ भरात आली असता, सात-आठ मुली एक दिवस माझ्याकडे आल्या आणि म्हणाल्या, "बाई, आपल्या शाळेवर आम्ही

राष्ट्रीय निशाण लावू.'' मला कोड्यात पडल्यासारखं झालं. त्या वेळचे सुपरिटेंडेट गांधीजींच्या चळवळीविषयी नावड दाखवीत. मी गांधीजींबद्दल आदराने बोलत असे, म्हणून मुली माझ्याकडे आल्या होत्या. त्या म्हणाल्याही, ''बाई, तुम्ही नेहमी असं असं सांगता, तर मग निशाण का नाही लावायचं?'' मग मी युक्ती काढली. मी म्हटलं, ''रात्रीच्या पहारेकऱ्याला मी आज रजा देते. मग तुम्ही या आणि रात्री निशाण लावा.'' त्याप्रमाणे लेडी ठाकरसींची आज्ञा मोडून मुलींनी रात्री येऊन निशाण लावलं. मी काही हजर राहिले नव्हते. मला माझी नोकरी टिकवायची होती. दुसऱ्या दिवशी सुपरिटेंडेंटनं ते निशाण काढून टाकलं. या सगळ्या प्रकारात मी भ्याड आहे, हे माझ्या चांगलंच लक्षात आलं, तरीही ब्रिटिशांविरुद्ध चाललेल्या लढ्याकडे मी आस्थेने पाहत असे.

विनया : कन्याशाळेतल्या नोकरीत तुम्ही चांगल्या स्थिरावला होतात. तीच नोकरी पुढे कायम केलीत का? 'बळी' कादंबरीतलं अनुभवविश्व पुण्यातलं नाही. 'बळी'मधली गुन्हेगार वस्ती कोठे गवसली?

मालतीबाई : १९३३मध्ये मी कन्याशाळेतली नोकरी सोडली. कर्वे विद्यापीठाला सरकारमान्यता नव्हती; पण मिस रुस्तुमजी या सरकारी इन्स्पेक्ट्रेसनी माझं कन्याशाळेतील काम पाहिलं होतं. त्यांनी खास शिफारस करून मला मुंबईच्या बी. टी. कॉलेजमध्ये प्रवेश मिळवून दिला. नियमामुळे मला बी. टी. ही पदवी दिली नाही, तरी माझा दर्जा बी. टी. असं सरकारमध्येही समजलं जाऊ लागलं. बी. टी. झाल्यावर मी पुन: हिंगण्याला आले. या वेळी मी हायस्कूल वसतिगृहाची प्रमुख होते. आता अगदी ध्येयनिष्ठेनं जगायचं, असा माझा विचार होता. मी संस्थेची आजीव सभासद झाले, परंतु आता मला हिंगण्याला फार कोंडल्यासारखं वाटू लागलं. मी संस्थेची नोकरी सोडली. आजीव सभासदत्व सोडलं आणि मुंबईला छबिलदास शाळेत नोकरी करू लागले. माझ्यावर तेव्हा खूप आक्षेप घेतले गेले. 'इथली नोकरी सोडून तू अगदी काय मोठं कार्य करणार आहेस? छबिलदासमध्ये शिक्षिकाच झालीस. मग इथं काय वाईट होतं?' वगैरे वगैरे. १९३५मध्ये मुंबईला छबिलदासमध्ये नोकरी करीत असतानाच प्लुरसीच्या दुखण्यानं मी आजारी पडले. वर्षभर आजारीच असेन, बरी होऊ लागल्यावर पुन: माझ्या डोक्यात किडा वळवळू लागला. काहीतरी नवीन करण्याची ऊर्मी आली. मी म्हटलं, 'आता यापुढे शाळा हे क्षेत्र नको.' कन्याशाळेतल्या नोकरीत निराशा किंवा वैफल्य वाटे. बारा-तेरा वर्षांपर्यंत मुली जेमतेम शिकत. मग पालक त्यांना शाळेतून काढून त्यांचे विवाह करून टाकत. फार थोड्या मुली मॅट्रिकच्या

वर्गापर्यंत पोहोचत. एखादी मुलगी हुशार असावी, आपण जीव तोडून शिकवावं आणि पुढच्याच वर्षी किंवा अगदी सहा महिन्यांत तिचं लग्न होऊन शिक्षण बंद व्हावं, हे नित्याचं होतं. त्यामुळे इतकी मेहनत घेऊन जे काही आपण शिकवतो आहोत, ते अक्षरश: चूलखंडात जातं आहे, असं मला वाटत असे. म्हणून ठरवलं, शाळा हे क्षेत्रच नको. मी बरी झाल्यावर गोदूताई परुळेकरांना भेटले. गोदूताई परुळेकर आणि शांताबाई भालेराव या दोघी स्त्रिया ध्येयवादी. त्या 'सर्व्हंट्स ऑफ इंडिया सोसायटी'च्या सभासद होत्या. गोदूताई परुळेकरांना मी सांगितलं, मला आता मध्यमवर्गापलीकडच्या क्षेत्रात नोकरी करण्याची इच्छा आहे. त्या म्हणाल्या, "ठीक आहे. तुम्ही मिस डेव्हिसना भेटा." त्यांनी डेव्हिसचा पत्ता दिला. पुण्यामध्ये मिस डेव्हिसना भेटायला मी गेले. त्यांच्याकडे बऱ्याच शिकलेल्या म्हणजे मान्यवर युनिव्हर्सिटीच्या इंग्रजीमध्ये शिकलेल्या ग्रॅज्युएट स्त्रिया आल्या होत्या. मी आपली कर्वे युनिव्हर्सिटीची मराठीमध्ये शिकलेली ग्रॅज्युएट! इथे मला कोण विचारणार? आपलं काही इथे जमण्यासारखं नाही, असंच मला वाटलं. मिस डेव्हिसनं मला बोलावलं, "तुम्ही आत्तापर्यंत काय काय केलं आहे?" माझी शाळेची नोकरी, तिथे मी काय काय केलं आहे, शाळेच्या बाहेरचे व्याप, शिक्षण हे सगळं मी तिला सांगितलं. ती म्हणाली, "आय हॅव सिलेक्टेड यू. बाहेरगावी जाण्याची तयारी आहे ना?" मी म्हणाले, "हो." नंतर कन्हैयालाल मुन्शी यांनी मला बोलावलं. मुन्शी त्या वेळी मंत्री होते. ते म्हणाले, "तुम्ही हे काम स्वीकारता आहात, हे ऐकून आनंद झाला. पण मिशनऱ्यांइतक्या आस्थेनं तुम्ही काम करावं." माझी पहिली नेमणूक शिक्षण आणि समाजकल्याण यासाठी सोलापूरला झाली. या नोकरीत एक वेगळंच जग मी पाहिलं. या ठिकाणचं जग माझ्या 'बळी' या कादंबरीत चित्रित झालं आहे.

विनया : इतके सगळे व्याप सांभाळत असताना, तुम्ही लग्नाविषयी काय विचार केला होतात? भोवतालचा समाज लग्नावरून टोचत होताच, असं तुमच्या बोलण्यात आलं. आई-वडिलांनी तुमच्या लग्नाचा आग्रह कधी धरला? तुमचं काही कोणावर प्रेम?

मालतीबाई : माझ्या वयाच्या तेहतिसाव्या वर्षी मी विश्राम बेडेकरांशी विवाह केला. प्रेमविवाह. तेव्हा मी सोलापूरच्या नोकरीतच होते.

विनया : तेहतीस वय म्हणजे आज १९९०मध्येही उशीर मानला जातो. तेव्हा तर भलताच उशीर होता. तोपर्यंत लग्नाचा प्रश्न कधी पुढे आलाच नाही? कोणी प्रेम वगैरे व्यक्त केलं नाही?

मालतीबाई : तेहतिसाव्या वर्षापर्यंत मी मनानं कोरडी होते, असं मी म्हणणार नाही. असं म्हणणं खोटेपणाचं होईल. स्त्री-पुरुष प्रेम, वासना ही अत्यंत नैसर्गिक भावना आहे. माझ्याही मनात ती उद्भवली होतीच. माझ्या वडिलांनी आम्हा बहिणींना सांगितलं होतं, 'तुमची लग्नं तुम्ही स्वत: ठरवायची. लग्न करण्याअगोदर तुम्ही मला सांगा. त्या माणसाची मी गाठ घेईन आणि तुम्हाला सल्ला देईन.' मी १९२५ साली एका माणसाच्या प्रेमात पडले. असेन तेव्हा एकोणीस-वीस वर्षांची. प्रेम करायचं म्हणजे, त्या काळात अजिबात मोकळेपणा नव्हता.. भोवतालचा समाज जुन्या मताचा होता. आमचं आपलं दुरून एकमेकांकडे पाहून प्रेम करणं चाललं होतं. नंतर मी वडिलांना सांगितलं की, अमक्या माणसाबद्दल मला असं असं वाटतं आहे. मी काय करू? वडील म्हणाले, "बरं! पाहतो." पुढे एक महिना झाला. दोन महिने झाले. वडील काही बोलेचनात! माझा जीव नुसता खालीवर होऊ लागला. शेवटी मी वडिलांना विचारलं, 'अण्णा, तुम्ही आम्हाला म्हणाला होतात की, लग्न करावंसं वाटलं की तुम्हाला सांगायचं. मी तर तुम्हाला सांगितलं. केलात तुम्ही विचार?" ते म्हणाले, "अगं, तू वाघीण आहेस. तो शेळपट माणूस आहे. तू त्याचा जीव घेशील, तुला सुख लागणार नाही." पुढे तरीसुद्धा आम्ही चोरून भेटत होतो. मग माझ्याही लक्षात त्या माणसाचा सामान्यपणा आला. मला बुद्धिमान पुरुषाचं आकर्षण होतं. त्या प्रकरणाला विराम मिळाला. मी कामात खूप बुडालेली होते. त्यामुळे मला एकटेपणा तितकासा जाणवत नसे. तरी लग्न करायचं नाही, असं काही नव्हतं. लग्न हे त्या काळात किती महत्त्वाचं होतं, हे सांगणारी एक गमतीदार आठवण सांगते. एका ख्रिश्चन केलेल्या कुटुंबातील बाईला ख्रिस्ती धर्मात राहायला नको होतं. तिला हिंदू होण्याची इच्छा होती. पण मिशनऱ्यांचं आणि इतर ख्रिस्ती नातेवाइकांचं तिच्यावर खूप दडपण आलं होतं. माटे यांनी तिला हिंदू धर्मात घेण्याचं ठरवलं. तो समारंभ शिवाजी मंदिरात व्हायचा होता. तिचं मन पक्कं आहे की नाही, याची त्यांना खात्री होईना. त्यांना स्वत:ला तिला भेटणं प्रशस्त वाटत नव्हतं. त्यांनी ते काम माझ्याकडे सोपवलं. ती गुरुवार किंवा शुक्रवार पेठेत राहत होती. माझा भाऊ बापू हाही माट्यांचा शिष्य होता. तो, पु. ग. सहस्रबुद्धे, बाबूराव दातार आणि श्री. म. माटे मला घेऊन त्या बाईच्या घराजवळ गेले. हे चौघे खाली थांबले. मी जिना चढून वर गेले. तेव्हा ते दृश्य पाहून मी चरकलेच. मिशनरी आणि तिच्या नातेवाइकांनी त्या बाईला घेरलं होतं. ते सारे तिच्याभोवती उभे होते. ती खाली बसली होती. मी जाताच त्या सर्वांनी माझ्याकडे इतक्या तीव्र नजरेनं पाहिलं, की मला त्या बाईशी कसं बोलावं हे कळेना. क्षणार्धात मी तिला विचारलं, 'मग तुम्ही उद्या येणार ना?' त्या सर्वांनी

जळजळीत नजर तिच्यावर टाकली. तिची नजर खालीच. मी पुन: विचारलं, तेव्हा तिनं किंचित मान हलवून, माझ्याकडे नजर टाकली आणि लगेच ती खाली पाहू लागली. मी समजले. माट्यांना झाला प्रकार सांगितला. दुसऱ्या दिवशी कशी कोण जाणे, पण ती बाई शिवाजी मंदिराच्या पटांगणात आली. तिला हिंदू धर्मानं जवळ केलं. मग तिच्या हातचं पाणी प्यायला कोण तयार आहे, असा प्रश्न केला गेला. अनेक मंडळी उठून उभी राहिली. तिच्या हातचं पाणी प्यायली. मीसुद्धा उभी राहिले. व्यासपीठाजवळ गेले. माट्यांनी मला पाणी पिऊ दिलं नाही. मी हळूच म्हटलं, "माझ्या वडिलांची परवानगी आहे." त्यावर माटेही हळूच म्हणाले, "तुमचं अजून लग्न व्हायचं आहे. तुम्ही बाजूला राहावं हे बरं."

विनया : आपल्याकडे 'लग्नाचा बाजार' ही यंत्रणा विवाह जमण्याचा राजमार्ग म्हणून अजून अस्तित्वात आहे. त्यात 'स्त्री'ला फारशी किंमत नसते. तुमच्या काळी प्रौढ, सुशिक्षित 'स्त्री'चं लग्नाच्या बाजारातलं स्थान कसं होतं, हे समजण्यासाठी तुमचे अनुभव मला हवे आहेत. शिवाय स्त्री-सुधारणेच्या त्या पहाटकाली सुशिक्षित 'स्त्री'वर प्रेम करायला तरुण पुरुष उत्सुक होते, हे रविकिरण मंडळातल्या कवींच्या कवितांवरून जाणवतं. रविकिरण मंडळातल्या कवींशी तुमचा परिचय होता का, मैत्री होती का?

मालतीबाई : लग्नाच्या बाजारातला अनुभव आधी सांगते. माझ्या वडिलांनी लग्न ठरवायचं स्वातंत्र्य आम्हाला दिलं होतं, हे मी सांगितलंच तुम्हाला. तरीही कधी कधी इतरांच्या आग्रहामुळे ते आमच्या लग्नाबद्दल विचार करीत. माझ्या मोठ्या बहिणीनं माझ्यासाठी एका प्रोफेसरांचं स्थळ सुचवलं. ती होती उमरावतीला. तिचं लग्न झालं नव्हतं. मग माझ्यासाठी ही कशाला स्थळ सुचवते आहे, असं वाटल्याशिवाय राहिलं नाही. एक दिवस 'शाळेतून ताबडतोब घरी ये', असा मला घरून निरोप आला. मला जरा आश्चर्यच वाटलं. आई आजारी असेल, असंही वाटलं. मी सायकलवरून ताबडतोब घरी आले. आई म्हणाली, "आज पाहुणे जेवायचे आहेत. त्यांना तू जरा वाढ." पाहुणे आणि अण्णा बोलत होते. मी पानं घेतली. नेहमीसारखं मोकळेपणी बोलतही राहिले. पाहुण्यांना जेवायला वाढतानाही मोकळेपणाने बोलत होते. माझं जेवण झालं. मी स्वस्थपणे बसले असता, हलक्या आवाजातलं आई-अण्णांचं बोलणं चाललं होतं. "प्रोफेसरसाहेब हजार रुपये हुंडा मागतात." अण्णा म्हणाले. त्यावर आई म्हणाली, "या गोठपाटल्या विकून टाका." मी लगेच त्यांच्याजवळ गेले. ती दोघंही हसली. 'कोण हुंडा मागतं? कुणासाठी?' मी विचारलं. अण्णांनी मला म्हटलं, "तू

त्यांना पसंत आहेस.'' ''माझं लग्न? माझ्यासाठी हुंडा?'' मी विचारलं. ''हो.'' अण्णा म्हणाले. मी लगेच बाहेरच्या खोलीत गेले. पाहुणे विडा खात बसले होते. त्यांना मी म्हटलं, ''मला लग्न करायची इच्छा नाही. माफ करा.'' आई-अण्णा थक्क झाले. मी दुसऱ्या खोलीत निघून गेले. थोड्या वेळानं काय झालं कोण जाणे, पाहुणेही निघून गेले. त्यानंतर अण्णा कधी माझ्या लग्नाच्या भानगडीत पडले नाहीत. एके दिवशी मी शाळेतून अकरा वाजता आले. अण्णा हसत उभे होते. मी 'काय झालं?' म्हणून विचारलं. तेव्हा ते म्हणाले, ''तुला मागणी घातली आहे.'' ''कुणी?'' ''मुंबईच्या चाळीतल्यानी. त्यांनी मागणी घालण्यासाठी ताटात दोन दागिने घातले होते.'' ''मग?'' ''मी त्यांना सांगितलं, मुलगी शाळेत गेली आहे. आता ते श्रीमंतांचे सेक्रेटरी पुन्हा येतील.'' मी अस्वस्थ झाले आणि म्हणाले, ''अण्णा, मला दागिने घालणारा नवरा नको. माझं ओळखीशिवाय लग्न होणार नाही. मला श्रीमंत नवरा नको. बुद्धिमान, कर्तबगार माणूस हवा. तो दरिद्री असला तरी चालेल. तो मिळवेल. मीही मिळवीन.'' अण्णांना पहिला अनुभव होताच. त्यांनी त्या गृहस्थांच्या सेक्रेटरीला आधीच मुलगी एवढ्यात लग्न करणार नाही, असं सांगितलेलं होतं. मी काही रूपवान नव्हते. दिसायला अगदी सामान्य होते. पण सभेत बोलणारी होते. फुटकळ लेखन करीत असे, म्हणून लोकांना थोडीफार माहिती होते. त्या काळात लिहिणाऱ्या, बोलणाऱ्या बायका थोड्याच होत्या. त्यामुळं त्यांना महत्त्व होतं. म्हणूनच बहुतेक मला मागणी आली असावी.

रविकिरण मंडळाचा उल्लेख तुम्ही केलात. त्याही आठवणी विवाहाच्या संदर्भात सांगते. मी कन्याशाळेत नोकरीला होते, तेव्हाची गोष्ट. कन्याशाळा शनिवार पेठेत होती. संध्याकाळी मी शाळेतून घरी जाऊ लागले, तो समोरच्या नातूंच्या बोळातून एक माणूस अगदी माझ्या जवळून चालू लागला. मी बाजूला गेले, तरी तो जवळून चालू लागला. माझ्याकडे बघेही. मला जरा भीतीच वाटली. दुसऱ्या-तिसऱ्या दिवशीही तोच प्रकार. हा गुंड असावा, असं वाटून मी परत शाळेत गेले, आणि चिपळूणकरांना म्हटलं, ''मला घरी जायची भीती वाटते'', तर ते हसायलाच लागले. ''साडेपाच वाजता घरी जायची भीती वाटते?'', ''अहो, एक माणूस गेले तीन-चार दिवस जवळून चालतो. त्याची भीती वाटते.'' चिपळूणकर म्हणाले, ''चला, मी येतो तुमच्या मागून.'' मी निघाले. चिपळूणकर सायकल घेऊन माझ्यापासून काही अंतरावरून मागून येऊ लागले. तो माणूस नातूंच्या बोळातून आला. अगदी जवळून चालू लागला. चिपळूणकर सायकलवर बसून निघून गेले. मी कशी घरी पोहोचले, ते माझं मलाच माहीत! थोड्या वेळानं चिपळूणकर माझ्या

घरी आले. मी म्हटलं, "अहो तुम्ही सरळ निघून गेलात." ते हसायला लागले आणि म्हणाले, 'अहो तुम्ही त्यांना ओळखलं नाही? ते रविकिरण मंडळाचे कवी-'

"असतील. पण ही काय चालण्याची रीत झाली?" मी विचारलं.

"अहो, तुमच्याशी लग्न करण्याची त्यांची इच्छा आहे. ते आठ दिवसांपूर्वीच मला तसं म्हणाले होते." चिपळूणकरांनी सांगितलं. "पण मला त्यांच्याशी लग्न करण्याची इच्छा नाही. फर्ग्युसनमध्ये त्यांचं गाजलेलं प्रकरण मला माहीत आहे. आमच्याच एका मैत्रिणीला त्यांनी कसं वागवलं आहे, तेही माहीत आहे. शिवाय ते दारूही पितात अशी वदंता आहे. मला नाही त्यांच्याशी लग्न करायचं", असं मी सांगून टाकलं. 'दारू' ही त्या काळी आम्ही किती वाईट मानत होतो, तुम्हाला आता कल्पना नाही यायची. चिपळूणकरांनी माझं भाष्य जसंच्या तसंच त्या कवींना सांगितलं. तेव्हापासून त्यांचा आणि त्यांच्या मित्रांचा माझ्यावर भयंकर राग मी ओढवून घेतला. त्यांच्या मित्रांपैकी एकाच्या आत्मचरित्रात नाव न घेता माझा उल्लेखही आहे. पुढे पुष्कळ वर्षांनी रा. श्री. जोगांनी मला स्पष्टच विचारलं, 'हे काय झालं हो त्या वेळी?' त्यांनाही नाव न घेता केलेला माझा उल्लेख माहीत होताच, मी त्यांना झालेला सर्व प्रकार सांगितला. त्यानंतर या गोष्टीची वाच्यता मी आज करते आहे. कोणी काहीही प्रत्यक्ष-अप्रत्यक्ष लिहिलं, बोललं तरी मी स्पष्टीकरणं दिली नाहीत. त्यातून काही साधत नाही, असं मला वाटतं.

विनया : विश्राम बेडेकरांचं आधी एक लग्न झालेलं होतं. त्या काळात दुसऱ्या विवाहाला कायद्याची परवानगी होती, तरी सुशिक्षित स्त्री म्हणून समाजानं तुमच्यावर काही आघात केले का?

मालतीबाई : त्या वेळेला एक म्हणजे काय होतं, जरी आम्ही प्रेम करीत होतो, तरी लग्नाची कल्पना ते जेव्हा इंग्लंडला निघाले, तेव्हा मी त्यांच्याशी बोलले. तोपर्यंत मी सोलापूरला. ते मुंबईला. खरं म्हणजे महिना महिना आमची गाठसुद्धा नव्हती. तुम्हाला आश्चर्य वाटेल सांगितलं तर, पण त्यांच्या बायकोचासुद्धा आग्रह होता मला की, बडोदा राज्यात तेव्हा घटस्फोट मिळत होते. तू त्यांच्याशी लग्न कर. माझं लग्न झाल्यावर लगेचच त्यांना बडोद्याला घटस्फोट मिळाला आणि त्यांनी दुसरं प्रेमलग्न केलं. त्यांच्या बायकोची आणि माझी ओळख होती. या प्रकारची लग्नं तेव्हा झालेली होती. कवी यशवंत, ना.सी. फडके यांनी केलेली होती.

विनया : सर्वसामान्य 'स्त्री'ची गोष्ट वेगळी. तुम्ही पदवीधर, स्वतंत्र बाण्याच्या, आर्थिकदृष्ट्या स्वावलंबी, स्त्री-सुधारणेच्या पुरस्कर्त्या अशी बंडखोर स्त्री होतात.

म्हणून अशा विवाहाबाबत समाजानं तुमच्यावर आघात करण्याची शक्यता अधिक वाटते.

मालतीबाई : कमल दीक्षितसुद्धा लेखिका होती. माझ्यावर तुम्ही म्हणता, तसे फार आघात झाले नाहीत. याचं मुख्य कारण मला वाटतं, मी लग्न केलं तेव्हा मी पुण्याला राहत नव्हते. सोलापूरला नोकरीत होते. आम्ही मुंबईला लग्न केलं. इंग्लंडहून बेडेकर परत आल्यावर आम्ही काही काळ सोलापूरलाच राहिलो. नंतर पुढे कोल्हापूरला गेलो.

विनया : 'बळी', 'विरलेले स्वप्न' या तुमच्या दोन कादंबऱ्या आणि 'दोघांचे विश्व' ही दीर्घकथा यांमध्ये तुमच्या विचारप्रणालीवर मार्क्सवादाचा प्रभाव दिसतो, एकंदरीतच कम्युनिस्ट विचारसरणीबद्दल आकर्षण दिसतं. तुम्ही कधी डाव्या-उजव्या कम्युनिस्ट पक्षाच्या कार्यकर्त्या होतात का?

मालतीबाई : हिंगण्याला मीनाक्षी सरदेसाई म्हणून माझी मैत्रीण होती. तिची आत्या दुर्गाताई आमच्या मेट्रन होत्या. त्या दोघी कम्युनिस्ट कार्यकर्त्या होत्या. मीनाक्षीचा भाऊ श्रीनिवास सरदेसाईही त्या पक्षाचं काम करणारा होता. या कुटुंबाशी माझी मैत्री होती. मार्क्सवादी मंडळी काही एका ध्येयवादानं किती आनंदात एकत्र राहतात, ते मी जवळून पाहिलं होतं. त्यामुळं भारावूनही गेले होते. तरीही मार्क्सवादाबद्दल काही शंका माझ्या मनात होत्या. मला काय खटकत होतं, ते नेमकं मलाच कळलं नव्हतं. पण काहीतरी टोचत असे. यामुळेच 'बळी,' आणि 'विरलेले स्वप्न' या कादंबऱ्यांत सुरुवातीला मार्क्सवादाबद्दल आकर्षण आहे. आशावाद आहे; पण दोन्ही कादंबऱ्यांच्या शेवटापर्यंत हे आकर्षण, हा आशावाद टिकलेला नाही. 'बळी'मधला लाल बावटेवाला कार्यकर्ता वारणे गुन्हेगार वस्तीतल्या तरुणांना आपलंसं करून घेतो. त्यांचा विश्वास संपादन करतो. परंतु त्यांच्या रोजच्या गरजेचा एकही प्रश्न वारणे सोडवू शकत नाही. 'विरलेले स्वप्न' या कादंबरीचा नायक कम्युनिस्ट विचारसरणीचा. नायिका आधी त्याच्या व्यक्तिमत्त्वाने भारून जाते. पण पुढे त्याच्यापासून दूर जाते.

विनया : पण 'विरलेले स्वप्न'मधली रोहिणी वैशाखपासून दूर का जाते, याची कारणं स्पष्ट होत नाहीत.

मालतीबाई : तीच या कादंबरीतली त्रुटी आहे. मुळात कादंबरी मी लिहिली, तेव्हा ही त्रुटी नव्हती. परंतु क्लायमॅक्सचा प्रसंग म्हणजे वैशाख ध्येयासाठी सर्वस्व अर्पण करतो. तो भाग कादंबरी छापताना गाळला गेला. म्हणजे गाळणं भागच पडलं, असं मोटे म्हणाले. १९३५मधली ती कादंबरी आहे. त्या भागावर आक्षेप

घेतला असता, नसत्या कटकटी निर्माण झाल्या असत्या; म्हणून तो भाग वगळला, असं मोटे म्हणाले.

विनया : मार्क्सवादी लोकांच्या विरोधाची शक्यता होती?

मालतीबाई : नाही नाही. त्यांची अजिबात भीती नव्हती. ब्रिटिश सरकारच्याच आक्षेपाची शक्यता होती.

विनया : आज ही कादंबरी वाचताना अशी कल्पना होते की, रोहिणीला स्वत:च्याही नकळत वैशाखच्या श्रीमंतीचंच आकर्षण होतं. त्या पैशावर वैशाखनं पाणी सोडल्यावर रोहिणी माघार घेते. याबद्दल तुम्ही काय म्हणाल?

मालतीबाई : रोहिणीला वैशाखच्या श्रीमंतीचं आकर्षण नव्हतं, तशी ती दोघंही मध्यमवर्गीय होती. तिला त्याच्या ध्येयवादानं भुरळ घातली. पण तो स्वत:ला न पचण्याइतका जाज्वल्य आहे, असं तिला आढळल्यानं तिनं माघार घेतली.

विनया : 'स्त्रियांच्या घरातील कामाचं मूल्य' यासंबंधी काही विचार तुमच्या 'दोघांचे विश्व' या दीर्घकथेत आणि 'विरलेले स्वप्न' या कादंबरीत व्यक्त झाले आहेत. 'स्त्री'ची घरकामाशी चोवीस तास बांधिलकी असते आणि या बांधिलकीचं योग्य मूल्यमापन मात्र होत नाही, या परिस्थितीतून हे विचार व्यक्त झाले आहेत. 'दोघांचे विश्व'ची नायिका चित्रा विचार करते की, एकानं म्हणजे नवऱ्यानं पैसे मिळवायचे आणि बायकोनं घरात बसायचं, यापेक्षा दोघांनीही थोडे थोडे पैसे मिळवले तर दोघांनाही थोडा मोकळा वेळ मिळेल आणि एकमेकांचा सहवासही मिळेल. 'विरलेले स्वप्न'च्या नायिकेलासुद्धा 'स्त्री'च्या घरकामाचा पैशात मोबदला या कल्पनेचं आकर्षण वाटतं. नंतर ती आणखी पुढे जाऊन विचार करते- घरकामाचे पैसे पत्नी जर पतीकडून घेऊ लागली, तर तुझं काम मला पसंत नाही, असं म्हणून तिला घरातून हाकलण्याचा अधिकारही पतीला मिळू शकेल का? घरकाम आणि अर्थशास्त्र यांची सांगड घालण्याचा विचार तुम्हाला मार्क्सवादातून स्फुरला का? या विचारावर त्या काळात कोणत्या प्रतिक्रिया उमटल्या? तुमच्या कथांतून शिक्षित स्त्रीच्या विवाहाविषयी जे विचार तुम्ही मांडलेत, त्यावर खूप चर्चा झाली होती. तेवढी चर्चा 'घरकामाचा पैशांमध्ये मोबदला' या तुमच्या कल्पनेवर झाली होती का?

विवाहबाह्य संबंध मध्यमवर्गीय 'स्त्री'च्या जीवनाला दैनंदिन व्यवहारात अगदी भिडलेला म्हणावा, असा विषय आजही नाही. घरकामामध्ये चोवीस तास रुतायला

होणं आणि त्यामुळेच तुच्छ लेखलं जाणं, ही प्रत्येक 'स्त्री'च्या जीवनातली समस्या आहे. म्हणून त्या काळातल्या प्रतिक्रियांचं मला महत्त्व वाटतं आहे.

मालतीबाई : 'घरकामाचं वेतन' ही कल्पना माझ्यापर्यंत पूर्णपणे मार्क्सवादातून पोहोचली असं नाही. माझ्याभोवती राजकारणाचे अनेक रेटे होते. त्यांतून अनेक विचार येत होते. माझ्या भोवताली अनेक स्त्रिया मी पाहत होते. घरकामात कितीही राबलं तरी त्याचं चीज होत नाही, म्हणून त्या कुरकुरत होत्या. तक्रारी करीत होत्या. नवरा पैसे मिळविण्यात आकंठ बुडालेला आणि घरी बायको वाट पाहत चिडलेली, हेही दृश्य नेहमीचंच होतं. या समस्येवर माझं मन उत्तर शोधत असे. त्यातून हे विचार आले. घरकामाचा मोबदला 'स्त्री'ला मिळायला हवा, हे मला निश्चितपणे पटतं. पण मग ज्या बायकोचं काम पसंत नाही तिला काढून टाकणं, हा अधिकार नवऱ्याला मिळू नाही का, असा प्रश्न मला पडतो. याचं उत्तर अजूनही मला स्पष्ट मिळालेलं नाही. त्यातल्या त्यात असं वाटतं, घरकाम करणं हे कमीपणाचं आहे, ही समजूत बदलली गेली पाहिजे. परंतु समजूत बदलली गेली की नाही, याला निश्चित पुरावा कधीच नसतो. शिवाय समजूत तरी का निर्माण होते? ज्यातून पैसा मिळतो, ते काम महत्त्वाचं आणि ज्यातून पैसा मिळत नाही, ते काम कमी दर्जाचं, या मूळ कल्पनेतूनच समजूत पुढे निर्माण होते. असा हा गुंता आहे. जेव्हा या कथा-कादंबऱ्या प्रसिद्ध झाल्या, तेव्हाच्या प्रतिक्रिया जाणून घेण्याची तुम्हाला उत्सुकता आहे. पण किती वर्षं उलटून गेली मध्ये! आता मला काही कोणाचेही अभिप्राय आठवत नाहीत.

विनया : स्त्रियांच्या राबण्याचं उदात्तीकरण केलं जातं. म्हणून मला वाटतं, स्त्रियांची राबण्यातून सुटका होणं किंवा त्यांच्या श्रमांचं योग्य मूल्यमापन होणं, हे घडत नाही. म्हणजे आणखी स्पष्टीकरणासाठी मी म्हणते, जातिव्यवस्थेत दलितांवर अन्याय झाला, हे लक्षात येणं सोपं जातं; कारण त्या अन्यायात सहज समजणारं क्रौर्य आहे आणि दलितांच्या राबण्याचं उदात्तीकरण झालं नाही. 'स्त्री'ला राबण्याबद्दल 'मातृदेवता', 'गृहदेवता' ही संबोधनं मिळाली. त्यामुळं 'स्त्री'ला स्वत:ला आणि समाजालाही तिच्यावरचा अन्याय पटणं हेच मुश्कील होतं. मग तो अन्याय नाहीसा होण्याचे प्रयत्न तर दूरच!

मालतीबाई : काहीही अर्थ नाही, त्या 'मातृदेवता' आणि 'गृहदेवता' या शब्दांना. ही नवीन पिढी निर्माण करणारी, अपत्याचं संगोपन करणारी म्हणून खरोखर तिच्या पायाशी बसलं पाहिजे. तिची दोन कामं केली पाहिजेत; पण असं

नाही होत. अगदी पायाशी नका बसू, पण 'स्त्री'च्या राबण्याची जाणीव ठेवाल की नाही? मागे मी 'खांडेकर स्मारक ग्रंथा'साठी महाराष्ट्रीय स्त्रियांचा सर्व्हे घेतला होता. तेव्हा माझ्या लक्षात आलं, घरातलं काम हे काम धरलं जात नाही. तिनं घरात पाचशे नोकरांचं काम केलं, तरी ती तुच्छ लेखली जाते. तुम्हाला अपत्य पाहिजे. बाई त्याला जन्म देते. त्या अपत्याची घाण काढण्याचं काम पुरुषानं केलं, तर बिघडलं कुठं! पण नाही. ते बाईचंच काम. सगळी घाणीची कामं बाईनं करायची. मला नेहमी वाटतं. नर्सिंगचा कोर्स बाईसाठीच का? पुरुषासाठी का नाही? पुरुष आजाऱ्याची सेवा पुरुषानं करायला काय हरकत आहे?

विनया : पुरुषांना अपत्यसंगोपनासाठी पालकत्वाची रजा द्यावी, पुरुषानंही मुलाची स्वच्छता वगैरे सगळं करावं, अशा प्रकारच्या विचाराला आणि कृतीला काही ठिकाणी सुरुवात झाली आहे. यातून स्त्री-पुरुष समानता कितपत साधेल?

मालतीबाई : पुरुष रजा घेतील, पण कामं काहीही करणार नाहीत. थोडेफार अपवाद निघतील..

विनया : तुम्हाला असं हतबल का वाटतं? जवळजवळ पाऊण शतकाचा प्रवास तुम्ही केलात. स्त्री-जीवनात बदल झाला, विधवांची स्थिती पूर्वीसारखी राहिली नाही असं तुम्ही सांगता, मग इतकी हतबलता का?

मालतीबाई : बदलाचा वेग फार मंद आहे. सध्या माझ्या घरात स्वयंपाकाला जी बाई आहे, ती विधवा आहे. कर्नाटकातल्या तिच्या गावी अजून तिच्या हातचं पाणी स्वयंपाकात चालत नाही. कारण ती सोवळी झाली नाही. अजून त्या भागात विधवेचं केशवपन करण्याची चाल आहे. कसं म्हणायचं, समाज बदलला म्हणून? काही थोडे लोक बदलतात. मुख्य म्हणजे बाईनंच स्वत:ची मानगूट पकडली आहे. बेडेकर काम करायला लागले की मी म्हणते, 'राहू दे. मी करीन.' ही नैसर्गिक वृत्ती.

विनया : ही नैसर्गिक वृत्ती की सांस्कृतिक?

मालतीबाई : मला वाटतं, ही प्रेमापोटी निर्माण झालेली वृत्ती.

विनया : प्रेमापोटी पुरुष का नाही म्हणत बाईला, की मी तुझं काम करतो.

मालतीबाई : याचं कारण मात्र संस्कृती.

विनया : म्हणजे प्रेम अभिव्यक्त करण्याकरिता पुरुषासाठी राबणं, हीच रीत संस्कृतीनं बाईला शिकवली आहे?

मालतीबाई : हो. आणि ती बदलणं फार कठीण आहे. आणखी पाचशे वर्षं लागतील हे बदल व्हायला. पुराणांनी बाईच्या डोक्यात जे नियम भरवले आहेत, त्यातून सुशिक्षित, कमावत्या बायकाही सुटत नाहीत. अगदी लहानपणापासून 'स्त्री' ही दुय्यम दर्जाची व्यक्ती म्हणूनच वाढवली जाते. बरगडीपासून निर्माण झालेला प्राणी म्हणजे स्त्री.

विनया : स्त्री-वादी चळवळीद्वारे हे चित्र बदलता येईल ना?

मालतीबाई : काय, अहो आता म्हातारपणामुळे की काय कोणास ठाऊक, मला नाही अशी खात्री वाटत. अगदी लहानपणची एक आठवण सांगते. मी होते आठनऊ वर्षांची. खेड्यात कुठंतरी अशिक्षित गरीब असं कुटुंब होतं. त्या घरातल्या मुलीचं लग्न झालं. ती होती, अशी माझ्याएवढी आठनऊ वर्षांचीच. ती मुलगी काही सासरी जायला तयार नव्हती. तिचे आई-वडील व इतर सगळे तिला घालवायला बघत होते. ती जाईना. शेवटी तिला गाडीला गुरासारखी बांधली आणि ती रखडत-फरफटत गेली. अजूनही ते दृश्य माझ्या डोळ्यांसमोर आहे. मी ते कधीही विसरणार नाही. तेव्हा मला पहिल्यांदा प्रश्न पडला होता, मुलीचं लग्न म्हणजे हे असं काय होतं? काय हे असं बाईचं? आजही माझ्या मनात तोच प्रश्न अजून कायम आहे- 'हे असं काय होतं बाईचं?'

सुधारलेल्या देशांतल्या माझ्या आठवणी सांगते. मी माझ्या मुलाकडे अमेरिकेत गेले होते. मला ज्योतिष शास्त्राबद्दल कुतूहल आणि होमिओपथीचा छंद. एकदा तिथल्या लायब्ररीत मी ज्योतिषाची पुस्तकं पाहत होते. दुसऱ्या दिवशी एक मुलगी माझ्याकडे आली आणि म्हणाली, "प्रत्येक ठिकाणी माझं लग्न जुळतं आणि मोडतं. माझं लग्न होईल का, हे तुम्हाला विचारायला मी आले आहे." मी म्हटलं, "तुमचं लग्न होईल की नाही, हे मी कसं सांगू?" ती म्हणाली, "तुम्हाला मी ज्योतिषाची पुस्तकं वाचताना पाहिलं, म्हणून विचारायला आले", मी आपलं तिला उत्तर दिलं, कठीणच दिसतंय् तुझ्या लग्नाचं. पण अमेरिकेतसुद्धा मुलगी आपली लग्नाच्या चिंतेत! रशियामध्ये एक सादिया नावाची मुलगी आम्हाला हिंडवत होती. माझा ज्योतिषाचा अभ्यास आहे, हे कळल्याबरोबर सादिया म्हणाली, "मिसेस बेडेकर, माझा हात पाहा. काय होतं, एखादा माणूस मला आवडतो आणि मी लग्न करायचं ठरवते तर तो विवाहितच निघतो. माझं लग्न होणार आहे की नाही?" मी तिला उत्तर दिलं, 'होईल तुझं लग्न.'

विनया : विवाहामुळे 'स्त्री'ला पालक मिळतो, रक्षक मिळतो ही पुरुषप्रधान

संस्कृतीतील कल्पना आहे. जगभर सगळीकडे पुरुषप्रधान संस्कृती आहे, म्हणून जगभर स्त्री विवाहाच्या चिंतेत असू शकेल. स्त्री-वादी चळवळ पुरुषाची पालक/रक्षक ही भूमिकाच नाकारते आणि पुरुषाकडे फक्त मित्र / सहकारी म्हणून पाहते. यातून स्त्री-पुरुष समान पातळीवर येतील, असा विश्वास आहे. तुम्हाला काय वाटतं?

मालतीबाई : कल्पना चांगली आहे. पण मला वाटतं, स्त्रीचा आणि पुरुषाचा शरीरधर्म वेगळा आहे. त्याबरोबर मनोधर्मही वेगळा झाला आहे. मातृसत्ताक पद्धती हळूहळू लोपत गेली आणि पितृसत्ताक पद्धती रुजत गेली, याचं कारण पुरुषाची जबरदस्ती हे तर आहेच; पण त्या जबरदस्तीपुढे स्त्री वाकली, हेही सत्य आहे. 'स्त्री'कडून 'पुरुषा'कडे सत्तांतर होत असताना काहीतरी कोठेतरी संघर्ष झाला असेलच. त्यातून पुरुषप्रधान संस्कृती टिकली. 'भारतीय विवाहसंस्थेचा इतिहास' हे राजवाड्यांचं पुस्तक पाहिलं, तर त्याच्यामध्ये एकाच काळात काही पितृसत्ताक पद्धतीची माणसं होती. काही मातृसत्ताक पद्धतीनं राहणारी माणसं होती. काही दोन्ही पद्धतींचा मेळ घालून जगणारी माणसं होती. तर पुरुषप्रधान संस्कृती का टिकली? मला वाटतं, याचं कारण स्त्री नैसर्गिक मातृत्वात गुंतली. या मातृत्वानं तिचं मनही हळुवार केलं, म्हणून तिनं पुरुषाची जबरदस्ती/आधार स्वीकारला.

विनया : 'दोघांचे विश्व' या तुमच्या कथेत वामन-चित्रा ही संपादक आणि लेखिका यांची मैत्री तुम्ही सुंदर रंगवली आहे. कधी कधी भेटावसं वाटून ते एकमेकांना टाळतात. कधी मुद्दाम भेटून सहज भेटल्याचा भास निर्माण करतात. म्हणजे सरळ रेषेतली ही साधी मैत्री नाही. स्त्री-पुरुष आकर्षणातला लपंडाव या मैत्रीत आहे. आपण लग्न केलं, तर ही मैत्री इतकी सुंदर राहणार नाही, एवढं ते शेवटी मोकळेपणी बोलतात. या मैत्रीचा शारीरिक पातळीवर मात्र आविष्कार झाला नाही. असं का?

मालतीबाई : दोघंही अतिशय प्रगल्म आहेत. त्यांना स्वत:च्या विवाहित्वाची जाणीव आहे. त्यांच्या हातून सीमारेषा ओलांडली जाणं शक्य नाही, असंच मला वाटलं. तसं मी चित्रित केलं.

विनया : पण लग्नगाठीनं जे बांधले जाऊ शकत नाहीत, तरी मनानं जे समरस झाले आहेत, त्यांनी शरीरानंही काही क्षण-काही काळ जवळ येण्याचं ठरवलं, तर त्यात काही पाशवी वृत्ती आहे? उलट ही मानवी मनाची प्रगल्भताच आहे ना?

मालतीबाई : मला हे बिलकूल मान्य नाही. संयम हाच योग्य आहे. स्त्री आणि

पुरुष दोघांवरही थोडं नियंत्रण हवं. तरीही एक सांगते, या प्रश्नाला गणितासारखी उत्तरं नाहीत.

विनया : 'प्रेम की पशुवृत्ती' या तुमच्या कथेतली कोवळ्या तरुण वयाची मुलगी आधी पुरुषद्वेष्टी आहे, पण पुढे तिला पुरुषाच्या प्रीतीशिवाय जीवन अपूर्ण वाटतं. 'शिकारी' कथेतला कोवळ्या वयाचा गोविंदाही स्त्री-तिरस्कार करणारा तुम्ही दाखवला आहे. त्याला मात्र स्त्री-प्रेमाशिवाय जीवन अपूर्ण वाटत नाही. हे कसं काय? 'स्त्री'च्या प्रीतीशिवाय जीवन पूर्ण नाही, असं पुरुषालाही वाटू शकेल ना?

मालतीबाई : हो. पुरुषालाही तसं वाटेल. माझी कथा म्हणजे, त्या त्या वेळी मी केलेली निरीक्षणं आहेत. 'स्त्री'च्या मनामध्ये मी अधिक गुंतलेली होते. शिवाय पुरुषाच्या मनापेक्षा 'स्त्री'चं मन मला अधिक कळलं, असं मी म्हणते. त्यामुळे 'स्त्री'मनाचे बारकावे माझ्या कथांमध्ये अधिक आले.

विनया : मला वाटतं, तुमचा हा गोविंदा पुरुष जातीच्या मनातली ठसठस व्यक्त करतो. अजूनही पुरुषांना नेहमी वाटतं की, मुली/बायका लाडिक वागून, नखरेलपणानं किंवा अश्रू गाळून शाळा- कॉलेज-ऑफिस सगळीकडे स्वत:चा फायदा करून घेतात. पण हा फायदा 'स्त्री'ला देणारे पुरुषच असतात. सरळपणे वागणाऱ्या मुलींकडे दुर्लक्ष करतील आणि लाडिक वागणाऱ्या मुलीची कामं करून देतील. शिवाय तिच्या लाडिकतेची पाठीमागे निंदा करतील. पुरुषाच्या या दुटप्पी वृत्तीबद्दल तुम्ही आज काय म्हणाल?

मालतीबाई : स्त्री-पुरुष नैसर्गिक आकर्षण सतत असतं, याला नियम नाही. कोण-केव्हा दुटप्पी वागेल, सांगता येत नाही.

विनया : 'भेसूर चांदणं' आणि 'तू आई आहेस की दावेदारीण' या दोन कथांमधली आई आणि 'जाई' या कादंबरीतली जाईची आई या स्त्रिया परपुरुषाकडे आकर्षित होतात. रूढार्थानं त्यांचं पाऊल वाकडं पडतं. त्यामुळे त्यांच्या मुलांच्या मनातून त्या उतरतात, असं तुम्ही चित्रित केलं आहे. पुरुष जेव्हा पत्नीखेरीज दुसऱ्या स्त्रीकडे आकृष्ट होतो, तेव्हा त्याच्या मुलांना काय वाटतं, हे तुम्ही चित्रित केलेलं दिसत नाही. का? खरं म्हणजे का केलं नाही, याचा विचार आता नकोच. पण वडील दुसऱ्या 'स्त्री'कडे जातात, तेव्हा मुलांची मन:स्थिती कशी होते, याबद्दल तुमचं निरीक्षण काय आहे?

मालतीबाई : बरोबर आहे तुमचं म्हणणं! तुम्ही म्हणता, त्या प्रकारचं चित्र माझ्या कथेत आलं नाही. कारण सांगितलं ना तुम्हाला की, मी स्त्रियांचं चित्रण

करण्यात गुंगलेली होते. आज माझं याबद्दलचं निरीक्षण सांगते. आई जेव्हा कोणा परपुरुषाबरोबर जाऊ लागते, तेव्हा मुलांच्या ते फार झटकन लक्षात येतं.... कारण आई आणि मुलं यांची सतत जवळीक असते. वडील दुसऱ्या 'स्त्री'बरोबर जातात, हे मुलांना अनेकदा कळतच नाही. वडिलांशी जवळीक कमी असते, म्हणून त्यांचं वागणं सहजपणे लक्षात येत नाही. 'शबरी' या माझ्या कादंबरीत अभिराम म्हणजे मुलांचे वडील दुसऱ्या स्त्रीकडे जातात. पण या मुलांच्या ते लक्षातच येत नाही. कारण भरपूर पैसे मिळवून आणणारे वडील, हे जास्त वेळ घराबाहेरच असतात. ते कामात आहेत की दुसऱ्या स्त्रीकडे गेले आहेत, हे कळायला मार्ग नसतो. पण एक सांगते, वडील जेव्हा दुसऱ्या 'स्त्री'कडे जातात, असं मुलांना कळतं, तेव्हा तेसुद्धा मुलांच्या मनातून उतरतात.

विनया : 'दोघांचं विश्व' या तुमच्या कथेतली चित्रा म्हणते, 'मी रशियाला जाऊन आले. मला तिथे फक्त एकच गोष्ट आवडली. कुटुंबव्यवस्था. ज्यांनी-त्यांनी स्वत:च आपलं कमवावं आणि मैत्रीनं राहावं! चित्राचे हे विचार कोठून आले? तुम्ही रशियन कुटुंबाविषयी जे काही वाचलं असेल त्यातून?

मालतीबाई : नाही. फक्त पुस्तकं वाचून माझी चित्रा बोलत नाही. मी रशियाला जाऊन आले होते. तेथे फिरताना रशियन स्त्रिया जेव्हा जेव्हा मला भेटत, तेव्हा त्यांच्याशी त्यांच्या कुटुंबसंस्थेबद्दल मी बोलत असे. मला रशियन कुटुंबव्यवस्थेबद्दल फार कुतूहल होतं. कारण रशियन राज्यक्रांतीनंतर रशियात जी स्थित्यंतरं घडत होती, ती वर्तमानपत्रातून – मराठी साहित्यातून आमच्यापर्यंत पोहोचत होती. मी ते सगळं वाचलेलं होतं. त्या अनुरोधानं मी रशियन स्त्रियांना प्रश्न विचारीत असे. त्यांच्या बोलण्यातून त्यांची कुटुंबव्यवस्था मला कळत होती. तिकडे स्त्रियांनाही नोकरी सक्तीची होती. स्त्री घराबाहेर पडली की, मुलांचा प्रश्न निर्माण होतोच. मग स्त्रियांना घरात बसविण्यापेक्षा रशियन समाजाने पाळणागृहे काढली होती. 'पाळणागृह' आणि 'बालसंगोपनगृह' या कल्पनेनं मी विलक्षण प्रभावित झाले होते. मला वाटलं होतं, या व्यवस्थेमुळे 'स्त्री' खूपच मोकळी होऊ शकते. आपल्याकडे त्या वेळी अशी काही कल्पनासुद्धा अस्तित्वात नव्हती. रशियात असताना मी मुद्दाम जाऊन पाळणागृह पाहून आले होते. मला पाळणागृहाची व्यवस्था अगदी समाधानकारक वाटली होती. मुलांसाठी खेळणं, खाणंपिणं सगळ्या सोयी होत्या. नर्स-डॉक्टरची व्यवस्था होती. म्हणजे ती आई ऑफिसमधून परत मुलाला न्यायला आली की, तिला समाधान वाटलं पाहिजे. त्यांच्या कुटुंबात नवऱ्याचा घरकामात सहभाग असतो, हे ऐकूनही मला बरं वाटलं होतं. पुढे ओळख थोडी वाढल्यावर त्या स्त्रिया

सांगू लागल्या, की नवऱ्याचा घरकामात सहभाग फार वरवरचा असतो. नवऱ्याचं काम करणं म्हणजे मागून बायकोला दुप्पट आवरायला लागतं. तरी पाळणाघर, घरकामातला सहभाग या कल्पना आकर्षकच होत्या. मुख्य म्हणजे त्या वेळी आपल्याकडे अशा काही कल्पना अस्तित्वातच नव्हत्या.

विनया : किती साली तुम्ही रशियात गेला होतात? कोणत्या कारणानं गेला होतात?

मालतीबाई : १९५१मध्ये पुण्यात समाजवादी पक्षातर्फे मी निवडणुकीला उभी होते. निवडणुकीत हरले. त्यानंतर कॉम्रेड चितळे मला म्हणाले, "तुम्ही रशियात किंवा चीनमध्ये जाऊन तेथील समाजाचं आणि राष्ट्राचं निरीक्षण करून या." मी म्हटलं, "मला रशियात जाणं आवडेल." तीस माणसं 'पीस मिशन'साठी येथून जाणार होती. त्यात सामील करून घेऊन त्यांनी मला रशियात पाठवलं. १९५२च्या सुमाराला मी रशियाला गेले. तीन महिने तेथे होते. तीन महिन्यांत खूप ठिकाणी आम्ही हिंडलो.

विनया : 'दोघांचं विश्व' या कथेतील चित्रा रशियातली फक्त कुटुंबव्यवस्था आवडल्याचं सांगते. यातला 'फक्त' हा शब्द महत्त्वाचा वाटतो. त्याअर्थी रशियातल्या इतर काही बाबी तुम्हाला आवडल्या नसाव्यात. रशियात तुम्ही काय पाहिलं, काय आवडलं/नावडलं हे तुमचे अनुभव सविस्तर सांगू शकाल का?

मालतीबाई : खूप वर्षं होऊन गेली. आता जेवढं आठवेल, तेवढं सांगते. मी रशियात गेले, तो स्टॅलिनचा काळ होता. तेथे वावरताना मला सतत असं जाणवलं की, रशियन जनता कोणत्यातरी दबावाखाली आहे. असं का वाटलं, याचे काही प्रसंग सांगते तुम्हाला. क्रेमलिनच्या पॅलेसमध्ये झारची अफाट संपत्ती पाहत आम्ही फिरत होतो. सोन्याचांदीनं नटवलेले घोडे! जिकडेतिकडे सोनं, मोती, हिरे, माणकं अगणित. एक मोठ्या खोलीच्या आकाराचं घड्याळ होतं. घड्याळात झाड होतं. झाडावर मोर होता. त्या मोराच्या डोळ्यांतून टिप टिप मोती गळत होते. त्यातून घड्याळ निर्माण झालं होतं. खाली पिलं टुच टुच मोती टिपत होती. ते म्हणजे सेकंद वाजत होते. ते डोळे दिपवून टाकणारं वैभव पाहत चार तास हिंडल्यावर मी वाटाड्या बाईला म्हटलं, "स्टॅलिन कुठे राहतात?" त्या बाईनं एकदम कानावर हात ठेवले आणि ती म्हणाली, "डू नॉट आस्क मी सच क्वेश्चन्स मिसेस बेडेकर", एवढं बोलून ती झटकन् पुढे निघून गेली.

आमच्या बरोबर पक्के गांधीवादी अर्थशास्त्रज्ञ जे. सी. कुमारप्पा होते. ते एकदा मला म्हणाले, "तुम्हाला फिरायला चलायचं आहे का?" मला रोज चार मैल

चालण्याची सवय. मी लगेच हो म्हणाले. हॉटेलमधून आम्ही बाहेर पडलो. फर्लांगभर अंतरावर एक शिपाई होता. त्यानं आम्हाला अडवलं. तो म्हणाला, "तुम्हाला वाटेल तेथे बाहेर जाता येणार नाही." आम्ही परत फिरलो. स्वत:च्या मनाप्रमाणं फिरायला आम्हाला शक्य झालं नाही. आम्हाला फिरण्यासाठी नेहमी सरकारी गाड्या होत्या. रशियात कुणाच्याही खाजगी गाड्याच नव्हत्या.

काही मंत्र्यांबरोबर आमच्या बैठकी झाल्या. कोणत्याही प्रश्नाला त्या बैठकीमध्ये समाधानकारक उत्तर मिळत नसे. विचारलेले प्रश्न डावलावेत कसे, याचं छान प्रात्यक्षिक सगळ्यांना मिळतं आहे; असंच मला वाटलं. कोणताही प्रश्न विचारा. तो डावलून त्यांना सोयीचं असं भलतंच उत्तर ते देणार! याचा अर्थ त्या लोकांवर दबाव होता. त्यांना कसलीतरी भीती वाटत होती. एक चित्रपट पाहून झाल्यावर रशियन अधिकाऱ्यांबरोबर आमची पहिली बैठक झाली. त्यांनी विचारलं, 'तुमची काय पाहण्याची इच्छा आहे?' मी म्हणाले, "फिल्मचं शूटिंग पाहायचं आहे." ते म्हणाले, "शूटिंग? देअर इज नो शूटिंग हिअर." मी चकित झाले. आमचे पी. सी. जोशी म्हणजे अगदी पक्के कम्युनिस्ट, ते मला म्हणाले, "असं काहीतरी विचारू नका." मी पुन: त्या अधिकाऱ्यांना म्हटलं, "आता तुम्ही विचारलं, काय पाहायची इच्छा आहे, म्हणून मी सांगितलं. इतका सुंदर चित्रपट पाहिल्यावर शूटिंग बघण्याची इच्छा होणार नाही का? शिवाय माझा नवरा फिल्म लाइनमधला आहे. म्हणून शूटिंग पाहण्यात मला अधिक रस आहे." माझ्याकडे दुर्लक्ष करीत त्यांनी पुन: सगळ्यांना विचारलं, 'तुम्हाला आणखी काय पाहायचं आहे?' मीच पुन: उत्तर दिलं, 'आय वुड लाइक टू विझिट जेल्स!' ते म्हणाले, "मिसेस बेडेकर, देअर आर नो जेल्स इन सोविएत रशिया." आता माणसानं खोटं तरी किती बोलावं? पण काय शहामत होती कोणाची, एक शब्द उच्चारण्याची! आमचे कम्युनिस्ट मिस्टर चंद्र आणि मिसेस चंद्र मलाच म्हणाले, "तुम्ही असे प्रश्न कशाला विचारता? इथे जेल आहेतच कुठे? तुम्ही असं बोलू नका. दे आर ऑफेंडिंग क्वेश्चन्स." एकदा मी प्रश्न विचारला, 'तुमच्याकडे स्त्री-पुरुष सहशिक्षण होतं, ते तुम्ही बंद का केलं?' या प्रश्नाला कधी उत्तरच मिळालं नाही.

रशियातली हवा थंड. तेथे माझ्या छातीत दुखू लागलं. पूर्वी मला प्लुरसी झाली होती. परदेशात कोणतं दुखणं नको, वेळीच काळजी घ्यावी म्हणून मी ठरवलं, ताबडतोब डॉक्टरकडे जाऊन तपासून घ्यावं. पाहुण्यांच्या व्यवस्थेसाठी तान्या म्हणून जी मुलगी नेमली होती, ती मला डॉक्टरांकडे घेऊन गेली. कारने जाताना जाण्यापूर्वी ती मला म्हणाली, 'थांबा! माझं घर इथं आहे. पाच मिनिटांत मी घरी जाऊन येते.' मी म्हणाले, "चल! मीही तुझ्याबरोबर येते." ती घाबरून म्हणाली,

''तसं नको. मग मी जातच नाही.'' मी चकित झाले. ती सरकारी गाडी होती. सगळ्या गाड्या सरकारीच. म्हणून ती बहुतेक घाबरली. ही ड्रायव्हरची भीती तर नसेल? तिला कारण विचारलं, ती बोलली नाही. पण माझ्या लक्षात आलं की, जर परदेशी 'स्त्री'ला घरी नेलं, तर ही मुलगी परक्यांशी संधान बांधते, म्हणून तिला तुरुंगात जावं लागलं असतं. नंतरच्या तिच्याच इतर काही बोलण्यातून हे सूचित झालं.

माझी 'बळी' ही कादंबरी आमच्याच कम्युनिस्टांनी बरोबर घेतली होती. तिचा रशियन भाषेत अनुवाद व्हावा, असं त्यांना वाटत होतं. परंतु रशियन दृष्टीनुसार 'बळी' या कादंबरीमध्ये कम्युनिझमवर प्रतिकूल टीका होती. म्हणून अनुवादासाठी कादंबरी स्वीकारली गेली नाही.

रशियाच्या आकाशवाणी अधिकाऱ्यांनी मला सांगितलं, 'आमच्या रेडिओसाठी तुम्ही भारतीय स्त्री-स्वातंत्र्याचा इतिहास यावर बोला. आधी आम्हाला निबंध लिहून द्या.' मी निबंध लिहून दिला. वाचल्यावर ते म्हणाले, ''हे नाही बरोबर. थोडा बदल करावा लागेल.'' मी विचारलं, ''का? काय बरोबर नाही?'' ते म्हणाले, ''अहो, तुम्ही यामध्ये पुरुषांनी स्त्रियांना स्वातंत्र्य मिळवून दिलं, असं म्हटलं आहे.'' मी उत्तर दिलं, ''आमच्याकडची वस्तुस्थिती तशीच आहे. आमच्या प्रागतिक पुरुषांनी आम्हा स्त्रियांना चालना दिली, म्हणून आम्ही शिकू लागलो. स्वातंत्र्य उपभोगू लागलो. हा इतिहास मी कसा नाकारू? ज्या वडिलांच्या प्रेरणेमुळे मी शिकले, त्यांची थोरवी नाकारू? ज्या अण्णा कर्वे यांच्या संस्थेत मी शिकले, त्यांचं कर्तृत्व नाकारू? छे: शक्य नाही...'' मी नकार दिला. त्यांनी माझा लेख अनुवादासाठी स्वीकारला नाही. पण लेखाचे पैसे दिले. पैशाची मला किंमत नव्हती. आमच्या स्त्रियांचा इतिहास रशियात पोहोचावा, अशी इच्छा होती. ती पुरी झाली नाही.

विनया : रशियामध्ये स्त्रियांची चळवळ, स्त्रियांची प्रगती संपूर्णपणे स्त्रियांनी स्वत:च केली का? त्यांना पुरुषांचे साहाय्य?

मालतीबाई : नाही माहीत, नक्की काय ते! पण मार्क्सवादामध्ये स्त्री-पुरुष प्रथमपासून समान पातळीवर मानले गेले आहेत. आणि स्त्रिया आपली प्रगती स्वत:च करीत आहेत, अशी विचारधारा आहे.

विनया : तुम्ही म्हणता आहात, ती केवळ संकल्पना. वस्तुस्थिती काय होती?

मालतीबाई : वस्तुस्थिती काय होती, कोणास ठाऊक! मुख्य म्हणजे रशियात मोकळेपणानं बोलायला कोणी धजावतच नव्हतं. सत्तेला विरोध कोणत्याच प्रकारे

होऊ शकत नव्हता. रशियात सगळीकडे स्वातंत्र्य आहे, असंच सगळीकडे बोललं जात असे. ते नाकारण्याची कोणाची प्राज्ञाच नव्हती. प्रत्यक्षात काय होतं, ते कोणाला केवळ तीन महिन्यांत समजणं शक्य नव्हतं. पण काही गोष्टी उघड होत्या. साधे जोडे घ्यायला दुकानात गेलं, तर उजव्या पायातला जोडा एका दुकानात आणि डाव्या पायातला जोडा दुसऱ्या दुकानात अशी परिस्थिती होती. दुकानात वस्तू नसायच्या. पुनः पुन्हा त्यासाठी खेटे घालायचे. सारी दुकानं सरकारी. दुकानाचे नोकर सरकारीच. दुकानातून मिळालेली वस्तू नाकारायची गिऱ्हाइकाला हिंमतच नव्हती. नित्याच्या गरजेच्या वस्तूंसाठी जिकडेतिकडे मोठमोठ्या रांगा लागलेल्या असत.

विनया : तुम्ही परत भारतात आल्यावर रशियातील स्थितीबद्दल भारतातल्या कम्युनिस्टांशी चर्चा केलीत?

मालतीबाई : तिकडून परत आल्यावर येथील कम्युनिस्ट कार्यकर्त्यांनी माझी काही ठिकाणी व्याख्यानं ठेवली. जे मी तुम्हाला सांगितलं, तेच मी व्याख्यानात बोलले. एकदोन व्याख्यानांनंतर पुनः मला व्याख्यानाची निमंत्रणं आलीच नाहीत. इथल्या माझ्या कम्युनिस्ट मैत्रिणी म्हणायला लागल्या, "तुला कसा असा अनुभव आला? आम्ही गेलो, तेव्हा आम्हाला नाही असं आढळलं." मी म्हणाले, "स्टॅलिनची तुमच्यावर स्पेशल मर्जी असावी, म्हणून तुमचा अनुभव वेगळा."

कम्युनिझममध्ये काहीतरी गफलत आहे, असं जे मला नेहमी वाटत होतं, त्याचं कारण रशियात जाऊन आल्यावर थोडंफार उमगलं, असं वाटलं. माझा कम्युनिझमवरचा विश्वास पूर्णपणे उडाला. कम्युनिझमची तत्त्वं वेगळी आहेत आणि प्रत्यक्षात त्या तत्त्वांचं व्यवहारात उतरलेलं रूप अत्यंत वेगळं आहे, हे मला तीव्रतेनं जाणवलं. जे कम्युनिस्टांचं, तेच काँग्रेसचं असं म्हटलं पाहिजे. स्वराज्यापूर्वीची साधारण १९३२मधली आठवण सांगते. गांधीजींबद्दल पूज्य भावना माझ्या मनात होती. मी नेहमी खादी वापरत होते. चरखा चालवायला मला वेळ नव्हता. दुकानात जाऊन मी खादीचं कापड मागितलं. प्रसिद्ध गांधीवादी दुकानदाराच्या नोकराने जे कापड माझ्यापुढे ठेवलं, त्यावर जपानी शिक्का होता. मी मालकाला म्हटलं, "अहो मला हातानं विणलेली सुताची खादी हवी आहे." ते म्हणाले, "ही आहे ही खादी पाहिजे तर घ्या. नाहीतर घेऊ नका." त्यांनी ताबडतोब माझ्या हातातून ते कापड काढून घेतलं. त्या खोटेपणानं मला धक्का बसला.

विनया : पण हा इम्पोर्टेड खादीचा प्रकार तेव्हा कोणी महात्मा गांधींना सांगितलाच नसेल?

मालतीबाई : कोणास ठाऊक! तसा सगळा गुंताच की! या व्यापारी वर्गाचा गांधींना पाठिंबा (support) होता. माझ्या डोक्यात तेव्हा स्वच्छ प्रकाश पडला की, व्यापारी हा प्रथम व्यापारी असतो. नंतर गांधीवादी वगैरे. स्वराज्यात काँग्रेसचा हा भ्रष्टाचार वाढतच गेला.

प्रजासमाजवादी पक्षातर्फे मी जरी निवडणुकीला उभी राहिले, तरी त्या पक्षाबद्दलही निराशाच वाटू लागली. मी जेव्हा रशियात जायचं ठरवलं, तेव्हा प्रजासमाजवादी पक्षाचे एक कार्यकर्ते मला म्हणाले, "तुम्ही युगोस्लाव्हियात जा. कम्युनिस्ट देशात जाऊ नका." मी म्हणाले, "मला बुद्धीला कोणतीच झापडं बांधायची नाहीत. मी रशियात जाऊन स्वत:चं मत ठरवीन." रशियातून आल्यावर मी सांगितलं, 'मी कम्युनिझमच्या अगदी विरुद्ध झाले आहे.' माझं हे बोलणं प्रजासमाजवादी लोकांना पोषकच होतं. परंतु मी माझ्याशी निर्णय घेतला होता की, आता राजकारण नकोच. मी पुन: ज्या क्षेत्रात माझी मुळं रुजलेली होती, त्या ठिकाणी म्हणजे उपेक्षित स्त्रिया, अनाथ मुलं या क्षेत्रात आले आणि नंतर त्याच ठिकाणी राहिले. त्याच विषयांत लेखन केलं.

विनया : 'हिरा जो भंगला नाही' हे तुमचं नाटक अगदीच सामान्य आहे. ठरीव योगायोगांची कथा. मला या नाटकाबद्दल फक्त एक कुतूहल आहे. या नाटकात रा. स्व. संघाची 'नमस्ते सदा वत्सले' ही प्रार्थना आली आहे. ती राजकन्या म्हणते की, प्रार्थनेतील ही अक्षरे आपण राजवाड्यावर कोरू. रा. स्व. संघाशी तुमचा कसा संबंध आला? तुमच्या साहित्यात इतरत्र कोठेच या संघटनेच्या खुणा दिसत नाहीत.

मालतीबाई : अकोल्याला विश्राम बेडेकरांचे श्रीयुत अळशी नावाचे एक स्नेही होते. त्यांच्याकडे रा. स्व. संघाची शिबिरं होत असत. मी अकोल्याला असताना संघाची प्रार्थना ऐकली होती. त्या प्रार्थनेचं संगीत मला आवडलं होतं, म्हणून मी ती प्रार्थना घेतली असावी, असं वाटतं. पण नीट काहीच आठवत नाही.

वीर सावरकरांबद्दल मला फारच आदर होता. माझ्या वडिलांकडे त्यांचं पुस्तक होतं. लहानपणचा एक प्रसंग मला आठवतो. माझे एक चुलते कलकत्त्याला होते. वडिलांनीच त्यांना लहानाचं मोठं केलं होतं. मॅट्रिकपर्यंत शिकवलं होतं. अचानक ते कलकत्त्याहून परत आले आणि वडिलांना म्हणाले, "माझ्या मागे पोलीस लागले आहेत." अण्णांच्या मनात आलं, पोलीस आपल्या घरी आले तर?

माळ्यावर सावरकर साहित्य होतं. अण्णा माळ्यावर गेले. त्यांनी सावरकर साहित्य रातोरात जाळून टाकलं. त्यात सावरकरांचं पुस्तक होतं. 'केसरी'चे कितीतरी अंक होते. मागाहून कळलं की, आमच्या काकांच्या मागे पोलीस वगैरे कोणी नव्हते. त्यांना वेड लागलं होतं. पुढे सावरकरांचं 'माझी जन्मठेप' मी वाचलं. १९५२च्या आसपास त्यांची व्याख्यानंही ऐकली. फारच श्रेष्ठ माणूस होता तो! परंतु त्यांच्या विचारांचं विकृत स्वरूपच सगळीकडे पसरवलं गेलं. अजूनही तेच सुरू आहे.

विनया : राजकारण आणि राजकारणी व्यक्ती समाजात सतत बरेवाईट बदल घडवून आणत असतात. महात्मा गांधींनी स्त्रियांना चळवळीत ओढून स्त्री-जीवनाला गती दिली. एखादा विशिष्ट राजकारणाचा प्रवाह स्त्रियांमध्ये सुधारणा घडवून आणेल, असं तुम्हाला कधी कोणाबद्दल वाटतं?

मालतीबाई : नाही. कोणाकडूनच आशा नाही वाटली. गांधींजींनीसुद्धा शेवटी स्त्रियांना सांगितलं, 'अपत्यसंगोपन आणि घर हे तुमचं काम.' असं म्हणून त्यांनीही स्त्रियांना थोपवलं.

विनया : स्वा. वीर सावरकरांच्या ललित साहित्यातील स्त्रिया स्वतंत्र व्यक्तिमत्त्वाच्या, आत्मनिर्भर आणि तडफदार दिसतात.

मालतीबाई : पण सावरकरांच्या जीवनात स्त्री, तिचं जीवन, स्त्री-सुधारणा-या विचारांना प्रमुख स्थान कधीच नव्हतं.

विनया : तुमच्या कथा-कादंबऱ्यांमधून व्यक्त झालेल्या सामाजिक प्रश्नांबद्दल बोलता बोलता आपण बऱ्याच दूर आलो. तर आता पुन्हा तिकडे वळू या. 'स्त्री'ला घटस्फोटाचा कायदेशीर हक्क हवा, ही मागणी तुमच्या काळात सुरू झाली होती. अनेक कादंबऱ्यांनी, कथांनी त्या काळात हा विषय हाताळला आहे. १९३४मध्ये प्रसिद्ध झालेली तुमची 'हिंदोळ्यावर' ही कादंबरी याच विषयावर आहे. या कादंबरीतली अचला घटस्फोटाचा अधिकार नसल्यामुळे विवाहबाह्य संबंध स्वीकारते. मुलाला जन्म देते. त्याच्या भवितव्यतेविषयी साशंक होते. र. धों. कर्वे यांचं संततिनियमनाचं प्रचारकार्य तेव्हा सुरू झालं होतं. अचला सुशिक्षित, विचारपूर्वक बंड करणारी स्त्री आहे. तर मग मुलाला जन्म देणं टाळणं, या एका पर्यायाचा ती विचार का करीत नाही? या कादंबरीवर तेव्हाची टीका?

मालतीबाई : १९३४मध्ये र. धों. कर्वे यांचं संततिनियमनाचं कार्य सुरू झालं होतं, हे खरं! पण तरीही ते आजच्यासारखं सर्वसामान्य माणसांपर्यंत

पोहोचलेलं नव्हतं. त्या काळातला सर्वसामान्य माणूस, सुशिक्षित माणूससुद्धा र. धों. कर्वे, संततिनियमन यांपासून खूप दूर होता. ही नावं घेणंसुद्धा चुकीचं समजलं जात होतं. संततिनियमनाची काळजी घेऊन एखाद्या सुशिक्षित स्त्रीनं उघडपणे विवाहबाह्य संबंध ठेवणं, हे कल्पनेच्या फार पलीकडचं झालं असतं. म्हणून अचला या प्रकारच्या पर्यायाचा विचार करीत नाही. शिवाय अचलेला मातृत्वाची ओढ होतीच. पळून गेलेल्या एका व्यसनी पुरुषाच्या सुशिक्षित पत्नीची कोंडी मी जवळून पाहिली होती. तीच 'हिंदोळ्यावर' या कादंबरीत आली आहे.

कादंबरीवर बरीवाईट दोन्ही प्रकारची टीका झाली. त्या टीकेचा तपशील आता मला आठवत नाही. विभावरी शिरूरकर या टोपण नावानंच 'हिंदोळ्यावर' ही कादंबरी मी लिहिली. या कादंबरीतले माझे विचार सभेत किंवा कोणाशी गप्पा मारताना उघडपणे बोलून दाखविण्याची माझी हिंमत नव्हती. स्त्री-पुरुष आकर्षण हे अत्यंत नैसर्गिक आहे, कोणी ते रोखू शकत नाही, मुलाचा जन्म हा या आकर्षणाचा अपरिहार्य परिणाम आहे, स्त्रीची मातृत्वाची इच्छा आणि मुलामध्ये गुंतणं हेही फार नैसर्गिक आहे आणि त्यामुळेच भोवतालच्या समाजाला तोंड देताना मन:स्ताप, होरपळ हीसुद्धा स्त्रीच्याच वाट्याला येते, असं माझं निरीक्षण आहे. हा सगळा प्रवास अचला करते.

विनया : तुमच्या शेवटच्या मुद्द्याशी मी सहमत नाही. स्त्री-पुरुष आकर्षण, त्यातून मुलाचा जन्म, मातृत्वातलं वात्सल्य हे सगळं मान्य. पण विवाहबाह्य संबंध किंवा विवाहबाह्य संबंधातील मूल, यामुळे 'स्त्री'ची होणारी मानसिक होरपळ ही अपरिहार्य किंवा नैसर्गिक नाही. समाजानं निर्माण केलेली नीतिमूल्यं जी आहेत, त्यातून ही होरपळ तिच्या वाट्याला आलेली आहे. एका 'स्त्री'चा एकाच पुरुषाशी संबंध असावा आणि विवाहविधीनंतरच मुलाचा जन्म व्हावा, असं निसर्ग म्हणत नाही. समाज म्हणतो. योनिशुचितेची कल्पना जर उडवून लावली, तर कोणत्याही प्रकारच्या मातृत्वामुळे 'स्त्री'ला मन:स्ताप होण्याचं कारणच नाही. महाभारतात संततीच्या जन्माचे कितीतरी प्रकार आहेत. विवाहातून, विवाहबाह्य संबंधातून, अग्नीतून वगैरे प्रकारे माणसं जन्माला आली आहेत. कर्ण सोडून बाकी कोणाचा प्रश्न निर्माण झालेला नाही. योनिशुचितेची कल्पना जर सुटली, तर 'स्त्री' सहजपणे स्वतंत्र होऊ शकणार नाही का?

मालतीबाई : एका 'स्त्री'चा एका पुरुषाशीच संबंध हे आदिम समाजात नव्हतंच, हे खरं आहे! महाभारत काळात अनेक प्रकारचं मातृत्व मान्य केलं गेलेलं दिसतं. त्या काळामध्ये समाज बांधला जाण्याची प्रक्रिया चालू होती.

पुरुषसत्तेनं ही समाजबांधणी स्वत:ला सोयीची करून घेतली. ही खरी 'स्त्री'च्या कोंडीची मेख आहे. पुरुषसत्तेनं निर्माण केलेल्या समाजरचनेत 'बाई' ही उपभोग्य वस्तू ठरली. पण योनिशुचितेची कल्पना जरी उडवून लावली, तरी 'स्त्री' पूर्णपणे स्वतंत्र होईल, असं मला वाटत नाही. पुरुष शरीरानं बलवान आहे. तो जबरदस्ती करू शकतो बाईवर, म्हणून एका पुरुषाविरुद्ध तिला दुसऱ्या पुरुषाचं संरक्षण लागतं. पुरुष शत्रू आहे तिचा आणि पुरुष मित्र आहे तिचा. अमेरिकेतली बातमी वाचली मध्ये. एक बाई हॉटेलमध्ये गेली. पाचसहा गुंडांनी मिळून तिच्यावर बलात्कार केला. अमेरिकेत तर आपल्याइतकी योनिशुचितेची कल्पना तीव्र नाही ना? तरीही स्त्री अगतिक ठरते. कोण संरक्षण देणार तिला?

विनया : एकटा नवरा किंवा एकटा प्रियकर किंवा वडील, भाऊ कोणीही एकटा पुरुष पाच गुंडांच्या विरुद्ध 'स्त्री'चं संरक्षण करू शकेल का?

मालतीबाई : ते निराळंच; पण गळ्यात मंगळसूत्र असलेली बाई, ही नेहमी अधिक सुरक्षित असते. शिवाय 'स्त्री'ला पुरुषाचं आकर्षण असतंच. म्हणून तर ती त्याच्या आहारी जाते. पुरुषाला आपल्याकडे खेचून घेणं, हा 'स्त्री'चा सहज स्वभाव आहे. रस्त्यानं जाणारी स्त्री मनानं भोगली नाही, असा पुरुष सापडणार नाही, असं म्हणतात ते खरं आहे. त्याचप्रमाणे ब्लाऊजचे गळे मोठे ठेवून, पाठी उघड्या टाकून पुरुषाला आपल्याकडे ओढून फायदा उठवणाऱ्या बायकाही असतात, हे नाकारून चालणार नाही. या नैसर्गिक आकर्षणामुळेच स्त्री पूर्ण स्वतंत्र होईल, असं वाटत नाही.

विनया : पुरुषप्रधान संस्कृतीमध्ये 'स्त्री' उपभोग्य वस्तू झाली. तिच्या मनापेक्षा तिच्या शरीराला महत्त्व आलं. म्हणून आपल्या शरीराचा फायदा उठविण्याकडे स्त्रियांचाही कल होऊ लागला. 'उपभोग्या' ही स्त्रीची प्रतिमा/भूमिकाच नाहीशी झाली, तर स्त्रियांनाही शरीर हेतुत: उघडं टाकण्याची प्रेरणा होणार नाही.

मालतीबाई : ही प्रतिमा बदलली जाणं सोपं नाही. हा आदर्शवाद चांगला आहे. पण योनिशुचितेची कल्पना नाकारलीत, तरी 'स्त्री'चे प्रश्न चुटकीसरसे सुटणार नाहीत, असं मला निश्चितपणे वाटतं. प्राचीन काळी योनिशुचिता नव्हतीच. पण मग स्त्री-पुरुषांच्या त्या पाशवी समाजाकडे आपल्याला पुन्हा जायचं आहे का, याचा विचार करा.

विनया : 'शबरी' या तुमच्या कादंबरीत तुम्ही जो प्रश्न मांडला आहे, तो स्त्री-

मुक्तिवादी विचारसरणीशी पूर्णपणे जुळणारा आहे. घराबाहेर पडून पैसा मिळविणारा नवरा अधिकाधिक कर्तृत्ववान होत जातो. त्याच्या इतकीच शिकलेली पदवीधर, लग्नाआधी नोकरी करणारी बायको मात्र घरातल्या जबाबदाऱ्या सांभाळताना व्यक्तिमत्त्वात खुरटत जाते. कादंबरीचा शेवट मात्र स्त्री-मुक्तिवादाला खुपणारा आहे. नायिका घरातून बाहेर पडते, पण पुन्हा घरातच येते. या कादंबरीवर वाचकांच्या प्रतिक्रिया?

मालतीबाई : पुन्हा माझं तेच उत्तर. आता मला सगळ्या प्रतिक्रिया आठवत नाहीत. पण तिच्या घरी परत येण्यावर खूप टीका झाली होती. एकदा घर सोडून बाहेर पडल्यावर तिनं परत यायला नको होतं. एखाद्या अनाथाश्रमात निघून जायचं, अशा प्रकारची काहींची मतं होती, असं माझ्या लक्षात आहे. पण मला स्वत:ला तिचं मुलांसाठी घरी परत येणं, हेच स्वाभाविक वाटलं. चाळिशीची बाई. आर्थिक दृष्टीनं नवऱ्यावर अवलंबून. मुलांमध्ये मनानं गुंतलेली. ती जरी रागावली, निराश झाली; तरी कायमचं घर सोडून जाऊ शकणार नाही. ती घरातच गुंतून राहणार!

विनया : ख्रिस्ती धर्मानं केलेलं आक्रमण तुमच्या 'बळी' या कादंबरीत आहे. हिंदू धर्मानं केलेल्या कोंडीचं स्पष्ट चित्र 'हिंदोळ्यावर' या कादंबरीत आहे. 'जाई' या कादंबरीतही 'जाई'च्या प्रश्नांमध्ये सोनार जातीचा उल्लेख वारंवार आला आहे. जात आणि धर्म 'स्त्री'ची कोंडी पुरुषापेक्षा अधिक करतो, असं तुम्हाला वाटतं का?

मालतीबाई : हो, निश्चितपणे वाटतं. आपले कोकणातले खोत किंवा सावकार वगैरे जे होते, ते कोणत्याही 'स्त्री'शी संबंध ठेवीत. म्हणजे या बाबतीत पुरुष जातीची वगैरे काहीही बंधनं मानीत नव्हते. पण त्याच घरातली बाई दुसऱ्या जातीच्या पुरुषांकडे जाऊ दे, तिला खूप काही सोसावं लागत असे. अजूनही काही ठिकाणी असंच असेल.

विनया : जात ही धर्मातून जन्माला आली आहे. जर धर्म नाहीसा झाला किंवा नाहीसा केला, तर स्त्रीवरचा अन्याय काही प्रमाणात कमी होईल?

मालतीबाई : नाही. अन्याय धर्मानं केला नाही. पुरुषसत्तेनं 'स्त्री'वर अन्याय केला. पुरुषसत्तेनं धर्म वापरला. धर्म खरं म्हणजे काय आहे? 'धारयति स धर्मः' जो समाजाची धारणा करतो, तो धर्म. हा धर्म प्रत्येक काळात बदलत जातो. म्हणून तर त्या त्या काळाला योग्य अशा नाना तऱ्हेच्या स्मृती लिहिल्या गेल्या. उपनिषद काळातला धर्म वेगळा. मनुस्मृतिकाळचा धर्म वेगळा.

वसिष्ठस्मृतिकाळचा धर्म वेगळा. पुराणकाळचा धर्म वेगळा. माझा आक्षेप एवढा मात्र आहे की, जसजसा समाजाचा धर्म पालटत गेला, तसतसा तो बायकांच्या नरड्याला अधिकाधिक फास लावीत गेला. पुराणकाळात तर कहर झाला आहे. पुराणकाळी बायकांच्या माथी वाटेल ते दोष मारले होते. बाई वडाखालून केस मोकळे सोडून गेली तर अस्सं होईल, तिकडून गेली तर तस्सं होईल. पाचसहा वर्षांच्या मुलीच्या लग्नाची प्रथा धर्मामधून आली. रजपूतांवर एकसारख्या परकी स्वाऱ्या होत. त्यातून अब्रूच्या कल्पनेतून 'जोहार' ही कल्पना आली आणि जोहारातून 'सती' आली. पुढे सती ही प्रथाच झाली. मग आमचे शंकराचार्यही सांगू लागले की, बाई सती गेल्यावर पाऊस पडेल. अरेच्या! पावसाचा आणि बाईच्या सती जाण्याचा संबंध काय? तरीही धर्मच नको, असं मला वाटत नाही. 'धर्म' हा एक प्रकारे शास्ता आहे. तुम्ही कोर्ट – कायदा हवा, असं मानता ना! धर्म खरा तसाच आहे. सगळीकडे चोऱ्यामाऱ्या फार वाढल्या, तर त्यांना आवर कसा घालायचा याचा विचार करायला, उपाय योजायला एखादी कमिटी लागते. धर्माची भूमिका तीच आहे. प्रत्येक काळामध्ये जे अनेक तऱ्हेचे लोक असतात, त्या सर्वांवर नियंत्रण करणारा, समाजाची धारणा करणारा तो धर्म. ही माझी धर्माची व्याख्या आहे. हा धर्म सतत पालटणारा! पतीला देव करणारा धर्म, हा स्वार्थी पुरुषांनी निर्माण केलेला दांभिक धर्म आहे. खरा धर्म स्वभावत: पक्षपाती नाही.

विनया : विश्राम बेडेकर चित्रपट व्यवसायात होते. तुमचे मेहुणे मोटेही चित्रपट व्यवसायात होते. तुमच्या कथा-कादंबऱ्यांबर चित्रपट काढण्याचा विचार/प्रयत्न त्यांनी कधी केला का?

मालतीबाई : नाही.

विनया : का नाही? आश्चर्य वाटतं! एवढं तुमच्या कथांनी वादळ उठवलं होतं, तर त्यावर चित्रपट काढावा असं नाही वाटलं? चित्रपट हे लोकानुरंजन करणारं माध्यम आहे. जनतेला जे पटणार नाही, पचणार नाही असं कथानक किंवा विचार चित्रपटातून देणं चित्रपट व्यवसायी दिग्दर्शक, निर्माते बहुतेक टाळतात. कारण त्यांचे लाखो रुपये त्यात गुंतलेले असतात. तुमच्या कथांमधली बंडखोरी चित्रपटाला झेपणारी नाही, असं वाटून त्यांनी तुमच्या कथांचा चित्रपटासाठी विचार केला नाही, असं झालं का?

मालतीबाई : कोणास ठाऊक! मी कधी माझ्या कथांचा चित्रपटांच्या दृष्टीनं विचारच केला नाही. पुढे जवळजवळ मला वाटतं, १९५०च्या आसपास 'कळ्यांचे

नि:श्वास' या पुस्तकातील 'बाबांचा संसार माझा कसा होणार?' या कथेवर जोगळेकरांनी 'साखरपुडा' हा चित्रपट काढला.

विनया : तुम्ही 'आकाशवाणी'चा उदय पाहिलात. मला वाटतं, आकाशवाणीवर तुमच्या 'उमा' या कादंबरीचं वाचन चारपाच जणांनी मिळून केलं होतं.

मालतीबाई : चारपाच जणं कुठचे? मी एकटीच वाचीत होते. सकाळची वेळ ठरली होती. सहा की सात दिवस मी ती कादंबरी वाचीत होते. दररोज लिहीत होते आणि रेडिओवर वाचीत होते.

विनया : उमा या कादंबरीत 'स्त्री'वर झालेला अन्याय तीव्रतेनं जाणवतो. परंतु या कादंबरीत गूढता आणि वास्तव एकत्र झाल्यामुळे तुमच्या इतर अनेक नायिकांसारखी ही नायिका बंडखोर वाटत नाही. 'उमा' सोडून तुमच्या इतर कथा-कादंबऱ्या आकाशवाणीवर सादर झाल्या होत्या का? मला आठवत आहे, त्याप्रमाणे १९६०/६५पर्यंत किंवा पुढे १९७०पर्यंतही आकाशवाणीच्या 'वनिता मंडळ' वगैरे कार्यक्रमातून 'स्त्री'च्या पारंपरिक भूमिकेचंच समर्थन होत असे. म्हणून तुमच्या कथा-कादंबऱ्यांकडे आकाशवाणीनं कितपत लक्ष दिलं, हे जाणून घेण्यात मला रस आहे.

मालतीबाई : आकाशवाणीनं मला भाषणं करायला अनेकदा बोलावलं. पण माझ्या कथांची आकाशवाणी रूपांतरं झाल्याचं स्मरणात नाही. असं का, याचा मी कधी विचार केला नाही.

विनया : तुमचे समकालीन लोकप्रिय लेखक ना.सी. फडके यांच्या बहुतेक कथा-कादंबऱ्यांमध्ये स्त्री अगदी मुग्ध, लाजरीबुजरी अशी असते. पुरुष सगळ्या प्रकारे पुढाकार घेऊन तिला प्रेमाला उद्युक्त करतो. तुमच्या कथा-कादंबऱ्यांतील स्त्रिया प्रीतीच्या खेळात किंवा पुरुषाशी मैत्री करण्यात बरोबरीनं सहभागी झालेल्या दिसतात. किंबहुना कधी कधी स्त्रियांनीच पुढाकार घेतला आहे. 'बळी' कादंबरीत जाई आधी आबाशी धीटपणे बोलते. 'दोघांचे विश्व'मध्ये चित्रा वामनशी मैत्री वाढवते. 'हिंदोळ्यावर' कादंबरीत अचला स्वत: निर्णय घेऊन विरागकडे जाते. तुमच्या कथा-कादंबऱ्या वाचताना हे खूप स्वाभाविक वाटतं. यात काही खटकत नाही. तुम्हाला फडके यांनी रंगविलेली चित्रं बरोबर वाटतात, की तुमची?

मालतीबाई : मी एवढंच म्हणते, मी माझ्या निरीक्षणाप्रमाणे लिहिलं. विरुद्ध लिंगी व्यक्तीबद्दल नैसर्गिक आकर्षण स्त्री-पुरुष दोघांमध्येही असतं. समाजातल्या

रितीरिवाजांमुळे स्त्री ते आकर्षण अगदी खुलेपणाने दाखवत नसेल. पण कळतनकळत या नाही त्या प्रकारे स्त्रीनं साद घातलेली असते, तेव्हा पुरुष पुढे येतो. मग तो जास्त आक्रमक होऊ शकतो, हे खरं. पण स्त्रीनं बहुतेक वेळी साद घातलेली असते. निसर्गातसुद्धा पाहा. म्हैस रेकून सांगते रेड्याला की, मला आता तुझी गरज आहे. ज्यांनी प्रेमविवाह केले आहेत, त्या स्त्रिया जर शपथेवर खरं बोलतील तर त्यांनी आधी साद घातली होती, हे त्यांना कबूल करावं लागेल. पण निसर्गात सगळीकडे एक दिसतं, नरावर काहीतरी बंधन आहे. पक्ष्यांची कामवासना विशिष्ट ऋतूतच जागृत होते. कुत्री जर गाभण असेल, तर कुत्रा तिच्याकडे जाणार नाही. माणसामधल्या मादीचं दुर्दैव असं की, नरावर संभोगासाठी स्थळ-काळ-वेळ – 'स्त्री'ची स्थिती याचं कोणतंही नैसर्गिक बंधन नाही. सात महिन्यांची गर्भवती स्त्रीही त्याला चालते.

विनया : 'स्त्री'चं मन जिंकल्याशिवाय तिचा उपभोग घेणं हे पाप आहे, हे जर लहानपणापासून पुरुषाच्या मनावर बिंबलं आणि 'स्त्री'च्या भावनांचा आदर करण्यातच पुरुषार्थ आहे, असं जर त्याला वाटलं, तर 'स्त्री'ची उपभोग्या ही भूमिका बदलू शकेल?

मालतीबाई : हे सगळं पुरुषाच्या मनावर बिंबणार कसं, हाच प्रश्न आहे. पुरुषाची शारीरिक ताकद, शारीरिक गरज त्याला आक्रमक करते. काही पुरुष संयमी, समतोल, 'स्त्री'शी आदरानं वागणारे असतातसुद्धा. पण त्यांचं प्रमाण फारच कमी.

विनया : आजच्या शिक्षित, आधुनिक 'स्त्री'च्या जीवनमार्गाबद्दल तुम्हाला समाधान आहे?

मालतीबाई : समाधान नाही तितकंसं! अजूनही स्त्रिया बऱ्याच बंधनात असतात. त्या नुसत्या पुरुषांच्याच बंधनात असतात असं नाही, तर स्वत:च्या बंधनातही असतात. विद्या बाळ, गौरी देशपांडे यांच्यासारख्या मूठभर स्त्रिया सोडल्या, तर बाकीच्या शिकलेल्या-कमावत्या स्त्रियासुद्धा दागदागिने आणि साड्या यांतच बुडालेल्या दिसतात. बौद्धिक पातळीवर जगणाऱ्या मूठभर स्त्रिया आमच्या काळात होत्या आणि आताही आहेत. सर्वसामान्य स्त्री-जीवनात मूलभूत फरक दिसत नाही. फक्त शिक्षण खूप वाढलं आणि कपड्यांच्या हजार तऱ्हा आल्या. शहरांमध्ये स्त्रियांची कष्टाची कामं कमी झालेली दिसतात. हुंडा आहेच. मुलीचं लग्न हा प्रश्न आहेच. पुरुषांची मारहाण संपली, असंही म्हणता येत नाही.

विनया : तुमचं साहित्य स्त्री-जीवनाचा मूलभूत विचार करणारं असूनही समाजमनात तितकं सर्वभर पोहोचू शकलं नाही किंवा त्याची योग्य कदर झाली नाही, असं मला वाटतं. तुमच्या स्वत:च्या साहित्याबद्दल आज तुम्हाला काय वाटतं?

मालतीबाई : मला वाटतं, माझ्या साहित्यावर योग्यतेपेक्षा जास्तच चर्चा झाली. तुकाराम, ज्ञानेश्वरांसारख्यांचं साहित्य वेगळं; पण वा. म. जोशी, श्री. म. माटे यांच्यासारख्या ध्येयाशी पूर्ण समरस व्यक्तींनी जे लिहिलं, त्यातलं तरी आज काय टिकून आहे? माझं साहित्यही काळाच्या ओघात विस्मृतीत जाणारच.

●●

शकुंतला परांजपे
(१९०६ - २०००)

शकुंतला परांजपे

विनया : तुमच्या लेखनात वडिलांच्या आठवणी खूप आहेत. तुलनेने आईच्या आठवणी कमी आहेत. तर आता आईच्या आठवणी सांगा.

शकुंतलाबाई : आई जास्त आठवते, ती लहान मुलांमध्ये! माझ्या आईला लहान मुलं हिंडवण्याची फार आवड होती. त्यामुळे नात्यातली मुलं खूपदा आमच्या घरात असायची. शिवाय फर्ग्युसनच्या इतर प्रोफेसरांची मुलं आई गोळा करायची आणि सगळ्यांना गाडीत घालून बाजारात फिरवून आणायची. कधी चतु:श्रृंगीला, पर्वतीला घेऊन जायची. मी एकटीच होते. इतर मुलं घरात असली की, मला फार बरं वाटायचं. माझं मांजरांचं वेडसुद्धा आईकडून आलं आहे. आई घरात मांजरंही खूप गोळा करायची. आमच्या घरात एक कुत्री होती. पण कुत्र्यांचं आम्हाला खास प्रेम नाही. मांजरांचं आणि आमच्या घराचं अगदी रक्ताचं नातं आहे.

विनया : मोठेपणी आपण आईसारखं व्हावं, असं तुम्हाला वाटत होतं की वडिलांसारखं?

शकुंतलाबाई : वडिलांसारखं. वडिलांसारखीच मी रँग्लर होणार, असं मी ठरवलेलं होतं.

विनया : तुम्ही हुजूरपागेत शिकलात. तुमच्या वर्गात किती मुली असत? खऱ्याखुऱ्या शिक्षणाच्या आवडीनं येणाऱ्या मुली किती होत्या? थोडसं शिकून लग्न करायचं, अशा विचारांच्या किती होत्या?

शकुंतला : इंग्रजी शाळेत साधारणपणे एका वर्गात पस्तीस मुली असत. त्यांतल्या साधारण दहा जणींचा विचार मॅट्रिकपर्यंत शिकण्याचा असायचा आणि बहुतेक एवढ्या मुली मॅट्रिक होतही असत. बाकीच्या सगळ्या जणी मध्ये लग्न होऊन शाळा सोडून जात असत. वर्गात मध्येच पालक येऊन मुलींना बोलावून घरी नेत- तेव्हा नवऱ्याकडची माणसं मुलीला पाहण्यासाठी घरी आलेली असत. हे अगदी नित्याचं होतं. सगळ्यांना माहीत होतं.

विनया : घरी 'पाहण्या'चा समारंभ झाला की, मुली ते शाळेत मैत्रिणींना सांगत असत? शिक्षण सोडून लग्न करावसं वाटतं की नाही, याबद्दल शाळेतल्या मैत्रिणींमध्ये चर्चा होत असत?

शकुंतलाबाई : पाहण्याचा समारंभ, नवरा, लग्न या कोणत्याही गोष्टींबद्दल मुलींमध्ये बोलणंच नव्हतं. चर्चा वगैरे सोडून द्या. पालक सांगतील तसं मुलींचं वागणं होतं. मैत्रिणीच्या लग्नाला मात्र वर्गातल्या आम्ही मुली नेहमी जात असू.

विनया : भोवतालच्या मुलींपेक्षा सगळ्याच दृष्टींनी संपन्न असं तुमचं जीवन होतं. तुम्ही पुढच्या शिक्षणासाठी इंग्लंडला जाणार, हेही आधीपासून ठरलेलंच होतं. या प्रकारची संधी आपल्याला मिळावी, असं तुमच्या भोवतालच्या मुलींना वाटत होतं? अशी संधी सगळ्यांना मिळाल्याशिवाय मूलभूत समाजपरिवर्तन होणार नाही, असं तुम्हाला स्वत:ला वाटत होतं?

शकुंतलाबाई : एवढा विचार मी करीतच नव्हते. माझा तो स्वभाव नव्हता. शिक्षण हे मला स्वत:ला अगदी स्वाभाविक वाटत होतं. मी शिकत होते. शिकत गेले. मी इतर जणींपेक्षा वेगळी आहे, हे मी गृहीत धरलेलं होतं आणि भोवतालच्या मुलींनाही तसंच वाटत असावं.

विनया : तुम्ही केंब्रिजला शिक्षणासाठी जायचं, या विचाराशी आई सहमत होती?

शकुंतलाबाई : हो. आईला यात काही वावगं वाटत नव्हतं. माझी आई स्वत: शिकलेली होती. गोपाळराव जोशांची ती पुतणी. म्हणजे 'आनंदी-गोपाळ' गोपाळराव. गोपाळराव जोशांनीच आईला वाढवली. तिचं शिक्षण पुरं केलं. आईचं जेव्हा माझ्या वडिलांशी लग्न ठरत होतं, तेव्हा गोपाळराव तिला म्हणत होते, 'कशाला लग्न करतेस? मी तुला आणखी शिकवतो.' पण त्यांचं न ऐकता तिनं स्वत:च्या

मनाप्रमाणं वडिलांशी लग्न केलं. अगदी लहान असताना मी गोपाळरावांना पाहिलेलं आहे. एकंदरीत आईकडूनही माझ्या शिक्षणाला, स्वतंत्र वागण्याला विरोध असण्याचा प्रश्नच नव्हता.

विनया : तुमचा पहिला लेख कधी आणि कोठे प्रसिद्ध झाला?

शकुंतलाबाई : आता काही आठवत नाही. पण मी खूप लहानपणापासून लिहीत होते. आई-वडिलांचं भांडण झालं की, ते ऐकायचं आणि नंतर कोपऱ्यात बसून ते संवाद लिहून काढायचे, असा माझा उद्योग होता. लिहून झालं की, ते वडिलांना दाखवायचं, हे माझं नेहमीचं होतं. शाळेच्या मासिकात आणि कॉलेजच्या मॅगेझिनमध्ये मी लिहीत होते. काय लिहीत होते, ते आता जरासुद्धा लक्षात नाही. शाळेच्या मासिकाचं नाव 'बालिकादर्श' होतं, एवढं फक्त आठवतं.

विनया : परांजपे यांच्या लेखनात साहित्य-गुण नाहीत. ते तुमच्या लेखनात आहेत. तुमच्या शैलीत नर्म विनोद आहे. चित्रमयता आहे. ही प्रतिभा कोणाकडून आली?

शकुंतलाबाई : ही प्रतिभा आईकडून आणि आजीकडून, म्हणजे आईच्याच आईकडून आली.

विनया : तुमची प्रतिभा उत्तम दर्जाची आहे. तुम्ही सूक्ष्म मनोविश्लेषण करू शकता. तुमची विनोदबुद्धी तीक्ष्ण आहे. तरी तुम्ही लेखन फार कमी केलंत. असं का?

शकुंतलाबाई : आळशी आहे मी.

विनया : एका ठिकाणी तुम्ही असं म्हटलं आहे की, तुमचं काही लेखन कोणी प्रकाशित करेना, म्हणून तुम्ही स्वत:च ते प्रकाशित केलं. प्रकाशकांच्या या अनास्थेमुळे तुमच्या हातून लेखन कमी झालं का?

शकुंतलाबाई : जे कोणी प्रकाशित करीत नाही, ते माझं मी प्रकाशित केलं ही गोष्ट खरी. पण म्हणून माझं लेखन कमी झालं, असं नाही. माझा स्वभाव लहरी. मनात आलं तेव्हा लिहिलं, नाही तर नाही लिहिलं.

विनया : वडिलांबरोबर तुम्ही सईला घेऊन ऑस्ट्रेलियाला गेला होतात. तुम्हालाही व्याख्यानांना निमंत्रणं येत. अगदी काळजीपूर्वक विषय निवडून तुम्ही व्याख्यानं देत होतात. तरी तुम्ही म्हटलं आहे की, पत्रकारांनी तुमच्या व्याख्यानाचा विषय, तुम्ही तो कसा मांडता यांकडे लक्षच दिलं नाही. तुमची साडी कशी होती, तुमच्या

बांगड्या कशा होत्या याचीच वर्णनं ऑस्ट्रेलियाच्या पत्रकारांनी केली. तुम्हाला याबद्दल वाईट वाटलं आणि तुम्ही ते पत्रकारांना बोलूनही दाखवलंत. पण पत्रकारांनी तुम्हाला उत्तर काय दिलं, हे लिहिलं नाही. उत्तरासाठी तुम्ही आग्रह धरला का?

शकुंतलाबाई : आता मला यातलं काहीही आठवत नाही.

विनया : तुम्ही कोणत्या विषयांवर व्याख्यानं दिली होतीत?

शकुंतलाबाई : कोणास ठाऊक! आठवत नाही.

विनया : संततिनियमनाचे कार्य करीत असताना स्त्रियांच्या कथाव्यथा तुम्हाला खूप ऐकू आल्या असतील. त्याबद्दल तुम्ही कथा-कादंबऱ्या लिहिल्या नाहीत, किंवा ते अनुभवकथनही फारसं नाही. हे कसं? कथा-कादंबऱ्यांतून विचारांचा प्रचारही कळतनकळत होत असतो.

शकुंतलाबाई : बायकांकडून मी ऐकलं खूपच! संततिनियमनाच्या प्रचारासाठी खेड्यांतून हिंडले, तेव्हा कितीतरी प्रश्न मला कळले. पण त्यावर मी लिहिलं नाही. मला वाटत प्रचार नेहमी माणसाशी जवळिकेने बोलण्यातून होतो. तसा तो लेखनातून नाही होत. 'ज्ञानप्रकाश'मध्ये माहितीपर लिहिले होते मी.

विनया : अहो, पण ज्या कार्यात तुम्ही तीस वर्षं बुडाला होतात, त्याचे सहज पडसाद लेखनात उमटले कसे नाहीत?

शकुंतलाबाई : नाही लिहिलं! आटपा आता तुमची मुलाखत..

विनया : सिगरेट ओढणारी एकमेव स्त्री, अशी तुमची पुण्यात प्रसिद्धी होती, तुम्ही पहिली सिगरेट केव्हा ओढली?

शकुंतलाबाई : नाही आठवत नीट. बहुतेक फ्रान्समध्ये कुठेतरी असताना मी पहिली सिगरेट ओढली. ज्या दिवशी सिगरेट ओढली, त्याच दिवशी मी हिंदुस्थानात पत्र टाकून वडिलांना कळवलं की, आज मी सिगरेट ओढली. वडिलांचं उत्तर आलं, हे मला आवडलेलं नाही. पण आता तू मोठी आहेस. तुझ्या मताप्रमाणे वागायला मोकळी आहेस.

विनया : तुमच्या व्यक्तिमत्त्वाप्रमाणे तुमचा पोशाखसुद्धा तुमच्या पिढीपेक्षा वेगळा आहे. तेव्हा पाचवारी साडी हीच आधुनिक समजली जात होती. तुम्ही फ्रॉक, पँट असं काहीही घालत होतात. फर्ग्युसन कॉलेजमध्ये शिकत असल्यापासून फ्रॉक, पँट घालीत होतात?

शकुंतलाबाई : आता मला काही आठवत नाही. केंब्रिजला असताना मी साडी नेसत होते, हे लक्षात आहे. लग्न झाल्यावर नवऱ्याच्या घरीसुद्धा मी साडीतच होते. लागले केव्हातरी कधीतरी फ्रॉक घालायला. करायचं काय तारीख-वार आठवून?

विनया : तुमचे वडील रँ. परांजपे ब्रिटिशधार्जिणे समजले जात. तुमच्या घरी अनेक माणसे येतजात असल्याचा उल्लेख तुमच्या लेखनात येतो. यामध्ये ब्रिटिश मंडळी होती? कोणत्या प्रसिद्ध व्यक्ती तुमच्याकडे येत? तुमचं व्यक्तिमत्त्व घडण्यात त्यांचा काही वाटा होता का?

शकुंतलाबाई : ब्रिटिश लोक फर्ग्युसन कॉलेजमध्ये येत. आमच्या घरी कधी कोणी येत असल्याचं आठवत नाही. आमच्या घरी नातेवाईक असत. आणि आठवतं, वि. दा. सावरकर येत होते. प्र. के. अत्रे येत होते. अत्रे आणि सावरकर बाहेर काहीही असतील, पण माझ्या वडिलांसमोर खाली मान घालून अगदी मर्यादाशील सुनेसारखे बसायचे. सावरकरांना अप्पांनी म्हणजे माझ्या वडिलांनी हॉस्टेलमधून काढलं होतं. तरी सावरकर न चुकता अप्पांना भेटायला वारंवार येत असत. अप्पांना सावकरांचा जहालपणा आवडत नसे. तरी सावरकरांबद्दल आपुलकी त्यांच्या मनात होती. एकदा सावरकरांबरोबर नथुरामसुद्धा होता. अत्रेही मांडी घालून नम्रपणे अप्पांपुढे बसत. बोलत. माझं त्या दोघांशीही बोलणं होतं, पण मैत्री नव्हती. माझ्यापेक्षा दोघंही वयाने बरेच मोठे होते. कादंबरीकार हरिभाऊ आपटे आमच्या अप्पांकडे नेहमी येत. 'सूर्योदय', 'वज्राघात', 'गड आला पण सिंह गेला' या त्यांच्या कादंबऱ्या मला आवडल्या होत्या. त्यांची सगळ्यात गाजलेली 'पण लक्षात कोण घेतो?' मात्र मला आवडली नाही.

विनया : आवडली नाही? तुम्ही सोवळ्या बायका भोवताली पाहत होतात. त्यांची परवशता त्या कादंबरीत आहे. ती तुम्हाला भिडली नाही?

शकुंतलाबाई : नाही भिडली. मला एकंदरीत कादंबरीतून उपदेश वगैरे आवडतच नाही.

विनया : तुमचे आवडते लेखक, कवी कोणते?

शकुंतलाबाई : मराठीत वरेरकर, हरिभाऊ आपटे, अत्रे. इंग्रजीमध्ये जेन ऑस्टिन, जॉर्ज इलिअट.

विनया : 'कुंकू' या चित्रपटातली भूमिका तुमच्याकडे कशी आली? ही तुमची भूमिका कशी वाटते तुम्हाला?

शकुंतलाबाई : शांतारामबापूंनी बोलावलं. मी गेले. ना. ह. आपट्यांचं लेखन मला खास आवडत नव्हतं. पण मी काम केलं. चित्रपटातला माझा अभिनय आपला बरा वाटला. काही खास वाटला नाही, तो सिनेमाही मला आवडला नाही. चित्रपटातून प्रबोधन, हे मला पटतच नाही. निखळ करमणूक पाहिजे.

विनया : अत्रे यांची 'झेंडूची फुलं' तुम्ही वाचलीत? तुमच्या प्रकृतीशी जुळणारी वाटतात.

शकुंतलाबाई : हो, वाचली. मला फार आवडली.

विनया : वा. म. जोशी वाचले?

शकुंतलाबाई : वाचले, पण आवडले नाहीत.

विनया : 'रविकिरण मंडळा'चे काव्यगायनाचे कार्यक्रम तेव्हा लोकप्रिय होते. त्या काव्यात सुशिक्षित तरुण स्त्री-पुरुषांची स्वप्नं फुलत होती. ध्येय, भावभावना उमटत होत्या. तुम्ही ते कार्यक्रम ऐकत होतात? तुमच्या आणि भोवतालच्या लोकांच्या प्रतिक्रिया?

शकुंतलाबाई : त्यांच्यातले यशवंत आणि गिरीश हे कवी मला आवडत होते. माधव ज्यूलियन आवडत नव्हते. याखेरीज आता मला काही आठवतच नाही. किती वर्षं होऊन गेली या सगळ्या गोष्टींना. आठवून आठवून सांगावं, अशी इच्छाही आता उरली नाही.

विनया : इंग्लंडला असतानाच तुम्ही परदेशी तरुणाच्या प्रेमात पडलात. त्याच्याशी विवाहबद्ध झालात. त्याचं नाव काय? कोणत्या आवडीमुळे किंवा व्यवसायामुळे तुमचा परिचय झाला आणि तुम्ही एकत्र आलात?

शकुंतलाबाई : युरा स्लेप्टझॉफ नाव होतं त्याचं. रशियन होता. चित्रकार होता. एका मेजवानीच्या वेळी आमची ओळख झाली. ओळखीचं कारण मांजर. त्या पार्टीच्या वेळी माझ्या लक्षात आलं, त्याला मांजरांची खूप आवड आहे. मांजरांच्या आवडीमुळे आमची ओळख वाढली. प्रेम जमलं. लग्न केलं.

विनया : मांजरं? फक्त मांजरं? आणखी काही इतर?

शकुंतलाबाई : इतर काहीही नाही. फक्त मांजरंच!

विनया : आपण अगदी वेगळ्या पार्श्वभूमीच्या माणसाशी विवाहबद्ध होत आहोत, यातून काही गुंतागुंतीचे प्रश्न निर्माण होतात, अशा प्रकारचा विचार तुम्ही केला होता का?

शकुंतला : मुळीच नाही, असले काही विचार करणं हा माझा स्वभावच नाही.

विनया : लग्नानंतर दोनएक वर्षांत मुलीचा जन्म झाला आणि लगोलग काही दिवसांत तुम्ही घटस्फोटही घेतलात. मुलीला - सईला घेऊन भारतात परत आलात. घटस्फोटाची कारणं कोणती होती? १९३७मध्ये आपल्या समाजात घटस्फोट कसा स्वीकारला गेला?

शकुंतलाबाई : घटस्फोटाची कारणं अशी काही खास नव्हती. सईच्या वेळी मी गरोदर होते. नवरा माझा चांगला होता. पण मला कंटाळा आला त्याचा. मग मी हिंदुस्थानात आले. सईचा जन्म झाला. सई काही महिन्यांची असताना तिला घेऊन मी स्वित्झर्लंडला नवऱ्याकडे परत गेले होते. नवऱ्याची इच्छा मी त्याच्याजवळच राहावं अशी होती. सासूही माझी चांगली होती. सईचं कौतुक केलं. पण मला असं वाटलं, आता या ठिकाणी राहूच नाही. म्हणून मी घटस्फोट घेतला आणि सईला घेऊन हिंदुस्थानात परत आले. इकडे लोक काय म्हणतील वगैरे विचार मी कधीच करीत नव्हते.

विनया : तुमची वैचारिक आणि आर्थिक अशी दोन्ही बाजूंनी समृद्ध कौटुंबिक पार्श्वभूमी तुम्ही बहुतेक इतकी गृहीत धरलेली होती, की हिंदुस्थानात परत गेल्यावर पुढे काय, या गोष्टीचा विचार करण्याची तुम्हाला आवश्यकता भासली नाही. पण जर अशी कौटुंबिक पार्श्वभूमी नसती तर? हा विचार क्षणभर तरी मनात डोकावला?

शकुंतलाबाई : तुम्हाला कितीदा सांगितलं, मी असले विचार करणारी बाई नव्हते. मनात आलं ते केलं.

विनया : तुमच्या लेखनात तुमचं व्यक्तिगत अनुभवकथन खूपच आहे. मिश्कीलपणे लहानसहान अनुभव तुम्ही कथन केले आहेत. एक आश्चर्य असं वाटतं की, या अनुभवकथनात तुमचं प्रेम, प्रियकर, प्रीतिविवाह यांबद्दल कसं तुम्ही काहीच लिहिलं नाही

शकुंतलाबाई : कशासाठी लिहायचं याबद्दल?

विनया : तुम्ही परांजपे घराण्याच्या आठवणी कशासाठी लिहिल्यात?

शकुंतलाबाई : कारण मी परांजपे आहे म्हणून. एवढ्या मोठ्या आयुष्यात प्रेम-लग्न, ती दोनतीन वर्षं अशी काय मोठी होती! काही नाही. ते सगळं फार वरवरचं होतं. त्याबद्दल लिहावं, असं मला कधी वाटलंच नाही. म्हणून मी लिहिलं नाही.

विनया : भरभरून लिहावं, अशी उत्कटताच नव्हती की लिहिण्यामध्ये काही व्यावहारिक अडचणी होत्या?

शकुंतलाबाई : कोणतीही गोष्ट लिहिण्यामध्ये मला व्यावहारिक अडचणी कधीच नव्हत्या.

विनया : तुमच्या मुलीला जाणवलेले तुमच्या आंतरराष्ट्रीय विवाहाचे परिणाम तिच्या लेखनात/मुलाखतीत दिसतात. सईला कोकणस्थ ब्राह्मणाची स्कॉलरशिप नाकारली गेली होती. तिच्याकडे बघण्याची भोवतालच्या लोकांची नजर जास्तच चौकस होती, असं तिच्या 'नोएल' या लेखात लक्षात येतं. सईची ही जी थोडीफार कुचंबणा झाली, तेव्हा तुम्हाला काय वाटलं? लोकांबद्दल कटुता?

शकुंतलाबाई : काहीही वाटत नसे, मला अशा गोष्टींबद्दल. कटुता वगैरे काहीही नाही. मला लोकांची नेहमी गंमतच वाटत असे.

विनया : हिंदुस्थानात परत आल्यावर पुढे काय करायचं, असं तुम्ही ठरवलं होतं?

शकुंतलाबाई : काहीही ठरवलं नव्हतं.

विनया : धोंडो केशव कर्वे यांच्याशी तुमचं नातं होतं. त्यांच्या कार्याची तुम्हाला माहिती होती. त्यांच्या कार्यात सहभागी व्हावं, असं तुम्हाला कधी वाटलं?

शकुंतलाबाई : मुळीच नाही.

विनया : पुढे तुम्ही र. धों. कर्वे यांचं संततिनियमनाचं कार्य स्वीकारलंत. ते कसं?

शकुंतलाबाई : मी त्याला विचारलं, "इतकी वर्षं तू काम करतो आहेस. अजून त्याला उचल कशी नाही?" तो म्हणाला, "तू करतेस का?" मी म्हटलं, "अप्पांना विचारून सांगते." अप्पा हो म्हणाले. हे काम आवश्यक आहे असं म्हणाले. नंतर १९३८ ते १९५८पर्यंत मी ते काम केलं.

विनया : हे काम तुम्ही कोणत्या प्रकारे करीत होता? अनुभव सांगा.

शकुंतलाबाई : जाऊन लोकांशी गप्पा मारायच्या. खेड्यांत फिरत होते. शिवाय पुण्यात याच बंगल्यात क्लिनिक होतं. स्त्री-पुरुष दोघंही येत. संततिनियमनाचा सल्ला आणि साधनं मी देत असे. एकदा एका घरी मी कसल्याशा समारंभाला गेले होते. त्या ठिकाणी दोन बायका बोलत होत्या. एक बाई दुसरीला म्हणाली, "का गं, ही तीन वर्षांची झाली. अजून दुसरं कसं नाही? का गेली होतीस 'त्या' बाईकडे?" दुसरी बोलली, " 'त्या' बाईकडे कशी जाणार गं मी? पुलापलीकडे

बाजूला त्यांचं एकच घर. शिवाय त्यांची वेळ दुपारी तीन ते पाच. म्हणजे त्या बाजूला वळलं की लोकांना कळणार 'त्या' बाईकडे गेले म्हणून!'' मी ऐकत होते. घरी आले. वेळेची पाटी बदलली. तीन ते पाच ऐवजी सहा ते आठ केली. दिवाळीत आणि उन्हाळ्यात परगावाहून खूप लोक येत. सोलापूरहून लोक आले होते. विदर्भातून येणारेही बरेच होते. र. धों. कर्वे यांचं 'समाजस्वास्थ', माझे 'ज्ञानप्रकाश'मधले लेख वाचून हे लोक आले होते. खेडेगावातून मी व्याख्यानं देत फिरत होते. कोणाकोणाच्या घरी दोन दोन दिवस राहून जवळीक साधून सगळं समजावून सांगत होते. मला जे करावंसं वाटलं, ते सगळं मी केलं. १९५८ नंतर मी एम.एल.ए. झाले.

विनया : र. धों. कर्वे यांच्या जीवनावर श्री. ज. जोशी यांनी 'रघुनाथाची बखर' ही कादंबरी लिहिली. त्यातील एक व्यक्तिरेखा तुमच्याशी साम्य दाखवणारी, पण तुमच्यावर आणि रघुनाथरावांवरही अन्याय करणारी आहे, असं बोललं जातं.

शकुंतलाबाई : गाढव आहे ती कादंबरी. बोलू नका एक शब्द त्याबद्दल. त्या जोशाला मी त्याच्या बारशापासून ओळखते.

विनया : श्री. ज. जोशी सोडून देऊ. तुमच्या काळात मालती बेडेकर बंडखोर लेखिका होत्या. तुम्हाला त्यांचं लेखन आवडत होतं? गीता साने, कृष्णाबाई मोटे यांचं लेखन कसं वाटत होतं?

शकुंतलाबाई : 'कळ्यांचे निःश्वास', 'हिंदोळ्यावर' ही पुस्तकं वाचली होती. ठीक वाटली होती. पण मला गंभीर लेखन, उपदेश करणारं लेखन मुळात आवडत नाही. गीता साने नाव आठवतं. काही वाचल्याचं आठवत नाही..

विनया : हल्लीच्या लेखकांत कोण आवडतं?

शकुंतलाबाई : पु. ल. देशपांडे,

विनया : सई परांजपे? सईची नाटकं, चित्रपट पाहिलेत?

शकुंतलाबाई : सईचं आवडतं. 'नांदा सौख्यभरे', 'सख्खे शेजारी' पाहिली. आवडली. 'चष्मेबद्दूर', 'कथा' हे चित्रपटही आवडले.

विनया : 'स्पर्श' हा सईचा चित्रपट कसा वाटला? गंभीर आहे.

शकुंतलाबाई : गंभीर असला, तरी आवडला.

●●

गीता साने

(१९०७ - १९९१)

गीता साने

विनया : तुमच्या लेखनाला सामाजिक बांधिलकी आहे. निरनिराळे राजकीय प्रवाह, त्यांचा समाजजीवनावर – कौटुंबिक व्यक्तिगत जीवनावर होणारा परिणाम तुमच्या लेखनात आला आहे. मार्क्स, लेनिन यांनी साहित्याकडून निश्चित अशा अपेक्षा व्यक्त केल्या होत्या. मला वाटतं, ट्रॉटस्कीचं Literature of Revolution, असं पुस्तकही आहे. तुमची लेखनाला सुरुवात होण्यापूर्वी हे सगळं किंवा यातलं काही तुमच्या वाचनात आलं होतं का?

गीताबाई : मार्क्स, लेनिन, ट्रॉटस्की हे म्हणण्यासारखे मी वाचलेच नाहीत. टॉलस्टॉय म्हणाल, तर बराच वाचला आहे. 'समता' हे तत्त्व मला पटतं. त्यातून माझं लेखन झालं आहे. 'समता' म्हटली की ती वर्गाची समता, स्त्री-पुरुष समता, सर्व प्रकारची समता समाजात यायला लागते; याची जाणीव मला फार पूर्वीपासून होती. त्यामुळे काही त्रासही मी काढला आहे. मला वाटतं १९३०ची गोष्ट. महात्माजींनी हरिजनसेवेचं कार्य सुरू केलं. तेव्हा बायकांनी बऱ्याच ठिकाणी सभा घेतल्या आणि हरिजनांना कसं बरोबरीनं वागवावं, ते सांगितलं. मी तेव्हा विद्यार्थिनी होते. एका सभेत बोलत होते. बोलताना मला ठसका लागला. मी पाणी मागितलं. एका हरिजन बाईनं आणून दिलं. मी घेतलं. बायका मला बोलल्या नाहीत, पण पाठीमागून टीका झाली. 'त्या मेलीला अगदी समजत नाही. असं का आपल्या

हातचं पाणी घ्यायचं?' देणारीवर टीका. ही हातचं राखून वागण्याची सवय किंवा समता या कल्पनेबद्दलचा गोंधळ माझ्या मनात नव्हता. त्यामुळे पाणी मागताना, पिताना किंवा नंतर मला काहीही वाटलं नाही. मी लेखनसुद्धा असंच केलं! जे मला दिसलं, जाणवलं, पटलं, लिहावंसं वाटलं; ते मी लिहिलं.

विनया : तुमच्या लेखनाला सुरुवात कशी आणि केव्हा झाली?

गीताबाई : आज मला ते नीट सांगता येणार नाही. किती वर्षं होऊन गेली! त्या काळी खान-पाणंदीकर हा हिंदू-मुस्लीम विवाह गाजला होता. वर्तमानपत्रातून चर्चा चालली होती. ती ऐकून, वाचून मला राग आला. मीही एक पत्र वर्तमानपत्राकडे पाठवून दिलं. ते प्रसिद्ध झालं. 'हे राक्षसविवाहाचे अवशेष...' असं काहीतरी ते पत्र होतं. मी स्वत: आर्ट्सची विद्यार्थिनी नव्हते. परंतु १९२८-२९मध्ये कॉलेजात असताना मी कॉलेजच्या मासिकांमध्ये काहीकाही लिहीत होते. शंकरराव किर्लोस्करांनी माझं ते पत्र किंवा हे कॉलेजच्या मासिकातलं लेखन काहीही पाहिलं असेल म्हणा! 'किर्लोस्कर खबर' आणि नंतर 'स्त्री' चालू केलं, तेव्हा शंकररावांचं मला पत्र आलं, 'तुम्ही आमच्या मासिकासाठी लिहीत चला.' म्हणून मी लिहायला सुरुवात केली. आधी आणखी कुठं लिहिलं होतं की नाही, ते आता मला नाही आठवत. किर्लोस्करांचं पत्र आलं, तेव्हा मी नागपूरला होते की, महाराष्ट्रापासून अगदी दूर मीरतला होते, ते मला आठवत नाही. कोणाचं तरी पत्र आलं की, मी कथा लिहून पाठवत असे. मला जे भिडलं असेल, ते लिहीत असे. माझी एक प्रवृत्ती होती. लिहायचं आणि द्यायचं पाठवून! घेतील तर घेतील आणि नसलं चांगलं तर परत पाठवतील. पण नशिबानं माझं लेखन परत आल्याचं आठवत नाही.

विनया : तुम्ही मूळच्या वाशिमच्या. नंतर नागपूर, मीरत या ठिकाणी कशा गेलात?

गीताबाई : कॉलेजच्या शिक्षणासाठी मी नागपूरला आले. एका वाड्यात स्वतंत्र खोली घेऊन राहत होते. कुटुंबात काही अडचणी आल्या. मी सगळ्या भावंडांत मोठी. धाकट्या भावंडांची शिक्षणं संपेर्यंत मी नोकरी करायचं ठरवलं. मीरतच्या शाळेमध्ये मला नोकरी मिळाली. म्हणून मी तिकडे गेले.

विनया : १९३०च्या आसपासच्या गोष्टी तुम्ही सांगता आहात. तेव्हा एकटं राहताना, नोकरी करताना त्रास नाही झाला? एकटं राहणाऱ्या तरुण 'स्त्री'कडे बघण्याची भोवतालच्या समाजाची दृष्टी कशी होती?

गीताबाई : मला काहीही त्रास झाला नाही. जात्याच मी धीट होते. लहानपणापासून

वडिलांनी कुठेही फिरण्याचं, कोणाबरोबरही बोलण्याचं, स्वत: निर्णय घेण्याचं स्वातंत्र्य दिलेलं होतं. त्यामुळे मी स्वावलंबी, स्वतंत्र व्यक्तिमत्त्वाची होते. मला कितीतरी मित्र-मैत्रिणी होत्या. मुलींप्रमाणेच मित्रही माझ्या खोलीवर यायचे. माझं दार नेहमी सताड उघडं असायचं. आणि माझं वागणं इतकं मोकळं आणि खुलं होतं की, कोणी संशय वगैरे घेत नसे. माझं एक होतं, कोणी अंगचटीला आलेलं मला आवडत नाही. मग त्या मैत्रिणी असोत किंवा मित्र असोत. Touch Me not या वृत्तीची मी! बोलण्यात अगदी कोणतेही विषय, कोणत्याही चर्चा करण्याची तयारी. तुला सांगते, संततिनियमन कसं करतात याची माहिती मला प्रथम वर्गातल्या एका मित्रानं स्केचेस काढून दिली होती. १९३१मध्ये एका तरुण पोरानं एका तरुण पोरीला अशी माहिती द्यावी, हे किती अजब होतं! पण मला त्यानं सगळी माहिती दिली. आमच्यामध्ये असं अभिन्नत्व होतं. ही अतिशय मोकळी हिंडते, कधी जर हिच्या मनाचा तोल गेला, पाऊल घसरायची वेळ आली; तर हिला सगळं माहिती असलं पाहिजे, या सदिच्छेनं त्यानं माहिती दिली होती. माझे अनेक मित्र मला म्हणत, 'तुझ्या संगतीत असलो की आपण एका मुलीबरोबर आहोत, असं वाटतच नाही. मित्राबरोबर असल्यासारखं वाटतं.' लाजणं-मुरडणं, तिरप्या नजरेनं पाहणं वगैरे काहीही माझ्यात नव्हतं. भोवतालच्या लोकांमध्ये कोणीतरी माझ्याबद्दल कुठेतरी काहीतरी बोलल्याचं क्वचित माझ्या कानावर आलं. पण त्रास म्हणावा असा झाला नाही. मला त्या बोलण्याची दखल घेण्याचीसुद्धा आवश्यकता भासली नाही. शिकणाऱ्या स्त्रियांबद्दल त्या वेळच्या समाजात शंका-कुशंका होत्या, त्याचप्रमाणे वचकही होता. वाशिमला असतानाही माझं वागणं, सगळीकडे भटकणं अगदी मन:पूत, मनमुराद होतं. जवळ येणारी सगळी माणसं फार सज्जन होती, असं नाही. पण हेतूबद्दल शंका आली की, मी त्या पुरुषाला दूरच ठेवत असे. मला नेहमी असं वाटतं, जिथे जिथे शारीरिक संबंध येतो, तिथे तिथे Intensity कमी होते. प्रेम, स्नेह देण्याघेण्यात निरपेक्षता असली, तर ते अधिक परिणामकारक होतं. भावनांची देवघेव एका शारीरिक क्रियेत खतम होण्याची वेळ येऊ शकते. लिंगनिरपेक्ष स्त्री-पुरुष मैत्री होऊच शकत नाही, हे मला मान्य नाही. माणुसकीचे व्यवहार कोणाशीही प्रस्थापित करता आले पाहिजेत. जीवनाचा तो हृद्य आणि सुंदर भाग असतो. मी लोकांचं वागणं पाहत असे. त्यातलं काय मला नको, काय हवं, काय जमण्यासारखं नाही; याचा मी व्यवस्थित विचार केलेला होता. त्यानुसार मी वागत होते. लैंगिक संबंधामुळे मैत्रीला एक मर्यादा येते. त्या मर्यादेपर्यंतच मग तुम्हाला जाता येतं. मला त्या मर्यादेच्या पलीकडे जायचं होतं. एकदा कोणीतरी मला विचारलं, 'ए, तुम्ही सगळे एकाच

लाईनमध्ये कसे झोपता गं?' मी उत्तर दिलं, 'मला काही हरकत दिसत नाही, म्हणून निजतो.' असं निजूनसुद्धा कोणी कधी माझ्या अंगाला हात लावला नाही. मित्र-मैत्रिणींनी कधी मला मिठ्या मारल्या नाहीत. हे पुढे माझ्या मुलींनी सुरू केलं; पण जेव्हा मुलींच्याही हे लक्षात आलं, आईला या प्रेमाचं खास कौतुक नाही, तेव्हा त्यांनी हे प्रेम वडिलांवर केलं.

विनया : एक प्रश्न असा आहे, प्रेम व्यक्त करण्यासाठी कधी कधी शब्दांपेक्षा स्पर्श जास्त उपयोगी नसतो का? आणि दुसरं म्हणजे अनेक मित्रांपैकी एका मित्राशी तुम्ही विवाहाचा निर्णय घेतलात, तेव्हा त्यात लैंगिक शरीरसुखाची अपेक्षा होतीच ना?

गीताबाई : विवाहाचा निर्णय घेताना अर्थातच होती. पण तेवढा एक संबंध मला पुरेसा वाटला. आणखी इतर कोणाशी संबंध ठेवण्याची मला आवश्यकता भासली नाही. आजारी मित्राजवळ नि:शंक बसून मी डोकं दाबत असे. त्यात मला कधी काही वाटलं नाही.

विनया : मला असं म्हणायचं आहे की, प्रेम-विश्वास व्यक्त करण्यासाठी स्पर्श आवश्यक आहे, असं तुम्हाला वाटत नाही का?

गीताबाई : त्यासाठी नुसतं हस्तांदोलन पुरेसं वाटतं. काही विशेष वाटलं, तर हातात हात मी घेत असे. पण तेसुद्धा फार क्वचित.

विनया : वडिलांनी तुम्हाला स्वातंत्र्य दिलं होतं. पण भोवतालच्या लोकांनी तुम्हाला कधी काही विचारलं नाही का, की असे कसे तुझे वडील इतके स्वातंत्र्य देतात? अशी कशी तुझी आई तुला काहीच म्हणत नाही?

गीताबाई : गाव लहान - वडिलांनी गावासाठी इतकं कार्य केलं होतं, समाजकार्य - राजकीय कार्य स्वत:चा व्यवसाय सांभाळून केलं होतं. त्यामुळे गावात त्यांचं वजन होतं. ब्राह्मणांमध्ये तर फारच वजन होतं. इतर लोकसुद्धा त्यांची भांडणं वगैरे झाली की वडिलांकडे येत. त्यामुळे त्यांच्या मुली जे काही करतील, ते बरोबरच करतील, अशी लोकांची भावना असे. मला आठवतं, बहुतेक नगरपालिकेची निवडणूक होती. मत मागण्यासाठी वेश्यांकडे कोणी जायचं, असा प्रश्न आला. हल्लीच्या रेडलाइट एरिआसारखा त्या वेळी वेगळा भाग नव्हता. गावातच त्यांची घरं होती. त्यांची मतं बरीच होती. कोणीतरी वडिलांना म्हटलं, 'भाऊसाहेब, तुम्ही जाऊ शकता.' वडील म्हणाले, 'ठीक आहे.' वडील गेले. प्रत्येक बारीवर चढून, प्रत्येक बाईशी बोलून 'आम्हाला मत

द्या' म्हणून सांगून आले. त्यांचा पक्ष जिंकला. त्या बायकांनी मतं कोणाला दिली, माहीत नाही. पण मुख्य हे होतं की, त्यांनी कोणत्याही गोष्टी केल्या, तरी त्यांच्या बाबतीत कोणी शंका घेत नसे. त्यांच्या मुली आम्ही. त्यातली बारबांड मीच. माझ्या खालच्या सीता, शांता शांत स्वभावाच्या! सगळ्यात धाकटी तारा पुन्हा माझ्यासारखीच. पण ताराच्या वेळी जग पुष्कळच बदललं होतं. त्यामुळे प्रश्न नव्हता. आमचे आई-वडील पैशानं बेताचे; पण त्यांची गावात प्रतिष्ठा मोठी. त्यामुळे मला कधीही त्रास झाला नाही.

विनया : तुमचे वडील गावातले कार्यकर्ते होते आणि स्त्री-सुधारणेचे पुरस्कर्ते होते, असं दिसतं. तुम्ही त्यांच्या काही आठवणी सांगा ना!

गीताबाई : ते काँग्रेसचे कार्यकर्ते होते. स्वदेशीचं व्रत आमच्या घरी १९०८ पासूनच होतं. वाशीमला काही तरुणांनी थोडं-थोडं भांडवल घालून स्वदेशी दुकान उघडलेलं होतं. ह्या दुकानातून आमचा कपडा आणला जाई. हा कपडा थोडा भरड, भावाला किंचित चढा आणि वैचित्र्यहीन असे. बाजार विदेशी सुंदर छिटांनी भरलेला होता. तथापि, आईभाऊंनी इतर कपडा कधीच वापरला नाही. बाजारात विदेशी साखर भरपूर मिळे, पण देशी खांडसरी साखरच आमच्याकडे वापरली जाई. ह्या साखरेचा हलवा मळकट दिसे. पण आमच्या घराचं व्रत अखंड ठेवलं गेलं होतं. स्त्री-शिक्षणाकडे भाऊंचं प्रथमपासून लक्ष. मला त्यांनी लेखन-वाचन फार लहानपणी - शिकवलं होतं आणि त्या दिवसांत उपलब्ध असणारं बालवाङ्मय आमच्यासाठी विकत मागवलं जाई. मुलींची शाळा आमच्या घराजवळ होती, भाऊ तिचे व्हिजिटर असत. चार-दोन महिन्यांनी ते शाळेला एकदा भेट देत. सगळे वर्ग पाहत. अध्यापिकांच्या अडचणी समजावून घेऊन शेरे-बुकात त्याप्रमाणे शेरा लिहीत.

१९१६ची एक आठवण. भाऊंच्या प्रोत्साहनाने आई, इंदिराकाकू (परांजपे), द्वारकाबाई चित्रे अशा काही स्त्रियांनी मिळून 'महिला समाज' स्थापन केला होता. स्त्रियांनी लेखन-वाचन शिकावं म्हणून प्रयत्न केले जात. त्यासाठी महिला समाजाने पाट्या-पेन्सिली घेतल्या होत्या. पण स्त्रियांना आवडला तो शिवणकामाचा वर्ग. ह्या स्त्रियांना मुख्यत्वे लहान मुलांची टोपडी, कुंच्या, झबली, सदरे, चड्ड्या शिवायला शिकवीत. काही स्त्रिया चोळ्याही बेतून घेत. इंदिरा काकू काही शिवण शिकवीत, पण कटिंग करायला एक शिंपी ठेवलेला होता. शिकायला येणाऱ्या स्त्रिया मुख्यत्वे इतर जातीच्या असत, कारण त्या दिवसांत भाऊंनी घेतलेलं भाड्याचं घर त्यांच्या वस्तीत होतं. हा वर्ग खूप लोकप्रिय झाला आणि भरभराटत गेला.

टिळक मंडालेहून सुटून आले. त्यांनी महाराष्ट्राचा दौरा काढला. त्यांचे बोधवचन 'स्वराज्य माझा जन्मसिद्ध हक्क आहे', हे होते. वाशीमने लोकमान्यांना वाशीमला येण्याचे निमंत्रण द्यावे, असा वाशीमच्या काँग्रेस कमिटीने ठराव केला आणि ही जबाबदारी साने व आणखी एक कार्यकर्ता यांच्यावर टाकली. त्याप्रमाणे ते दोघे जण पुण्याला गेले. टिळकांची भेट सहज झाली व त्यांनी वाशीमच्या भेटीसाठी तारीखही दिली.

टिळकांची भेट चिरस्मरणीय व्हावी आणि त्यांना थैली द्यावी, असा ठराव काँग्रेस कमिटीने केला. प्रचार करणाऱ्यांत भाऊ प्रमुख होते. स्वत:ची गाडी-बैलजोडी व नोकर घेऊन त्यांनी वाशीम तालुक्यातील सरासरी १००-१२५ खेड्यांचा दौरा केला. तेथील लोकांना टिळकांच्या कामाचं महत्त्व पटवलं आणि सभेला येण्याचं निमंत्रणही दिलं. टिळक आले. सभेला खेडुतांचा अफाट समुदाय आपल्या बैलगाड्या घेऊन आलेला होता. ह्या सभेत टिळकांचं भाषण त्या वेळी ध्वनिक्षेपक नसल्यानं दूर-दूरच्या श्रोत्यांना विशेष ऐकू गेलं नसावं. टिळकांना थैली अर्पण करण्यात आली. दुसरे दिवशी ते वाशीमहून परत गेले.

गोळा केलेल्या पैशांचा बहुतेक सारा हिशेब झालेला होता. उरलेला जमाखर्च पुरा करून, त्याच आठवड्यात नेमलेल्या दोघांकडून तपासून घेतला गेला आणि सर्व हिशेब त्यांनी पास केल्यावर तो काँग्रेस कमिटीपुढे ठेवून हे काम पूर्ण झालं.

१९२३मध्ये मी आठवी पास झाले. भाऊ माझ्यासाठी स्थळं पाहू लागले. मी त्यांना पत्राने कळवलं की, मला लग्न करायचं नाही आणि धडधडत्या अंत:करणानं उत्तराची वाट पाहत राहिले. उत्तर उशिरा आलं. घरात पाहुण्यांमुळे आईशी बोलायला वेळ झाला नाही, म्हणून उशीर झाल्याचं त्यांनी कळवलं होतं. 'तुमच्या मनाविरुद्ध लग्न करणार नाही. स्वस्थ मनाने शिका', असं त्यांनी लिहिलं होतं.

मी सायन्स घेतल्यामुळे त्या कॉलेजातही मी एकटीच होते. मला ठेवून जाताना भाऊ म्हणाले, "तुम्ही मागे मागे राहू नका. आम्हाला push नसल्यानं आम्ही फार मागे राहिलो." मला एकटीला ठेवताना आईचं व त्यांचं बोलणं झालेलं होतं.

हिंदू-मुस्लीम दंग्यात पोलिसांनी खुनाच्या जागेवर प्रत्यक्षदर्शी पंधरा साक्षीदार निवडले. सान्यांनी मृताला कसं धरलं, डबीरांनी लाठी कशी मारली... इत्यादी साक्षी त्यांचे साक्षीदार देत होते. हा घाट अकोल्याचा पोलीस सुपरिटेंडेंट – एक राजपूत, त्याच्या दिग्दर्शनाखाली चालला होता. ह्यानंतर खुनाच्या खटल्यात गोवलेल्या लोकांनी आपली मृत्युपत्रं केली. भाऊंनी मला लिहिलं, 'तुम्ही सर्वांत वडील आहा. हिंदू कायद्याने आमच्या संपत्तीत तुम्हाला वाटा नाही. तथापि, कुटुंबाची जबाबदारी आम्ही तुमच्यावर सोपवतो आहोत.'

जंगलातच निसर्गाचे नवनवे उन्मेष निर्माण होण्याचा संभव असतो, ह्या तत्त्वाप्रमाणे आपल्या सर्व मुलांना त्यांनी पूर्ण स्वातंत्र्य दिलं. त्यातून निर्माण झालेला सामाजिक विरोध सोसून घेतला. सगळ्या मुलांना एकाच प्रकारे वाढवण्याचा अट्टाहास केला नाही. तरी त्यांना मुलींसाठी स्थळेही शोधावी लागली नाहीत व हुंडा द्यावा लागला नाही.

विनया : तुम्ही स्वत: समकालीन स्त्रियांपेक्षा वेगळं, स्वतंत्र, समृद्ध जीवन जगलात. बंडखोरी केलीत. पण तुमच्या कथा-कादंबरीच्या नायिका मात्र सर्वसामान्य आहेत. 'निखळलेली हिरकणी'मधली कृष्णा किंवा 'वठलेला वृक्ष'मधील विमल या थोड्याफार बंडखोर आहेत. तरी ही बंडखोरी तशी सौम्य आहे. परिस्थितीच्या रेट्यामुळे आली आहे. तुम्ही स्वत:वरून एखादी नायिका कशी नाही चितारली?

गीताबाई : मला वाटतं, तू म्हणतेस तशा बंडखोर नायिकेच्या एकदोन कथा बहुतेक मी लिहिल्या होत्या. पण मीच त्यांना केराची टोपली दाखवली. कारण असं होतं, बंड करणं हे मला फार स्वाभाविक वाटत असे. पण माझ्या भोवताली मला अशा मुली-स्त्रिया दिसत नसत. मला वाटतं, लेखक जेव्हा लिहितो, तेव्हा तो काही आत्मकथा लिहीत नसतो. भोवतालच्या समाजाचे जे संस्कार मनावर होतात, त्यातून तो निर्मिती करीत असतो. मी स्वत: माझ्या पिढीची, सुशिक्षित स्त्रियांच्या पिढीची प्रतिनिधी होते, असं वाटत नाही. माझे वडील आणि नवरा यांनी मला कधीही कोणतंही बंधन घातलं नाही. माझ्या भोवताली इतक्या बंधनमुक्त स्त्रिया फार क्वचित पाहायला सापडल्या. ज्या थोड्या सापडल्या, त्या स्वत: इतक्या पारंपरिक होत्या की त्यांना मिळालेल्या स्वातंत्र्याचा काही उपयोगच नव्हता. माझा नवरा भांडला तरी मी याचं ऐकणार नाही, माझ्या मनाला येईल ते करीन, माझा निर्णय मी घेईन असं म्हणणारी स्त्री फार क्वचित होती. निर्णयशक्ती (Judgement) हा जो प्रकार आहे, तोच स्त्रियांजवळ कमी असतो. त्यांच्याजवळ निर्णयशक्ती असली, तरी त्याबद्दल त्यांना खात्री नसते. कधी खात्री असली, तरी ती वापरण्याचं साधन त्यांच्या हातात नसतं. कधी आपला निर्णय स्वीकारला गेला की नाही, हे कळण्याचं साधन त्यांच्या हातात नसतं.

विनया : निर्णयशक्ती निसर्गत: कमी असते की, संस्कारांमुळे कमी होते? तुम्ही एके ठिकाणी लिहिल्याचं आठवतं आहे की, बायकांच्या मेंदूचं वजन कमी वगैरे सांगून त्यांची बुद्धी कमी ठरवण्याचे प्रयत्न झालेले आहेत.

गीताबाई : नैसर्गिक कमी नसते. निर्णयासाठी सतत दुसऱ्यावर अवलंबून राहण्याच्या सवयीमुळे ती कमी होत जाते. हे बहुतेक स्त्रियांच्या बाबतीत घडतं.

त्या सर्वसामान्य स्त्रिया माझ्या कथा-कादंबऱ्यांमधून आलेल्या आहेत.

विनया : तुमचे समकालीन लेखक ना. सी फडके, वि. स. खांडेकर, मालतीबाई बेडेकर यांची पुस्तकं तुम्ही वाचलीत का? तुम्हाला हे लेखन कोणत्या प्रकारचं वाटलं?

गीताबाई : मी फारसं कोणाचंच वाचलं नाही. मी सबंध कुटुंबाची जबाबदारी सांभाळणारी मिळवती स्त्री होते. माझ्याजवळ पैसे कमी असत. महाराष्ट्रापासून हजारो मैल दूर मीरतला राहत होते. त्यामुळे विकत घेतल्याशिवाय मराठी पुस्तकं वाचता येत नसत. म्हणून माझं मराठी वाचन फार कमी. फडके- खांडेकर कोणाचाही परिणाम त्यामुळे माझ्यावर होऊ शकला नाही. वाचलं असतं, तर झालाही असता. फडक्यांच्या दोन-तीन कादंबऱ्या मी वाचल्या होत्या. त्या मला आवडल्या नाहीत. नुसत्या श्रीमंतीच्या पार्श्वभूमीवरच्या प्रेमकथा! करमणूक!

विनया : तुमचे कोणते आवडते इंग्लिश लेखक होते का? ज्यांचा प्रभाव तुमच्या लेखनावर असू शकेल असे?

गीताबाई : अमुक एक लेखक असं मला सांगता येणार नाही. मी जे लेखक वाचीत असे, त्यांची आर्ग्युमेंट्स मी लिहून घेत असे. शैली वगैरेंचा प्रभाव माझ्यावर कधी पडला नाही. आपल्याला विचार करायला हवा, आपण आपलेच अनुभव व्यक्त करावेत, लोक काय म्हणतात इकडे पाहू नये, असं सतत मला वाटत आलं आहे. आपल्याला जर मौलिक लेखन करायचं असेल, तर आपल्यावर कोणाची छाप असता कामा नये. शिवाय माझा तो स्वभाव नाही. माझ्या लेखनात तुम्हाला कधी दुसऱ्यांची अवतरणं दिसणार नाहीत. प्रत्येक गोष्ट पटकन विसरणं, हा स्वतःच्या लेखनाच्या दृष्टीनं गुण ठरला आहे.

विनया : तुमच्या कथा-कादंबऱ्यांमधून तुम्ही 'स्त्री'चे अनेक प्रश्न, 'स्त्री'वर होणारा अन्याय दाखवला आहे. पण त्या प्रश्नांना उत्तरं दिलेली नाहीत. बऱ्याच कथांचे शेवट धूसर आहेत. कलेच्या दृष्टिकोनातून यात काहीच गैर नाही. पण तुम्ही सामाजिक बांधिलकी मानता; तर मग मांडलेल्या समस्यांना आपल्या दृष्टिकोनातून उत्तर देणं, मार्गदर्शन करणं हे तुम्हाला आवश्यक वाटलं नाही का? किंवा तुमच्या स्वतःच्या मनात गोंधळ होता, म्हणून उत्तरं तुमच्याकडे स्पष्टपणे नव्हतीच? तुमच्या विचारांच्या मर्यादा तुम्हाला दिसत होत्या? 'पिकवलेलं फळ', 'केवड्यातला नाग', 'स्वाधीनतेच्या मर्यादा' यांसारख्या कथा व 'धुके आणि दहिवर' कादंबरी यांचे शेवट धूसर आहेत. प्रश्न उभे होऊन थांबले आहेत.

गीताबाई : उत्तरं मी बऱ्याचदा दिलेली नाहीत, ही गोष्ट खरी आहे. कारणं संमिश्र आहेत. शेवट अर्धवट सोडणं, हे वाचकाच्या विचारांना चालना देण्याच्या दृष्टीनं इष्ट. दुसरं असं, पुष्कळशा गोष्टी आम्ही विचार करणारी माणसं सांगत होतो, त्या अर्ध्याकच्च्या होत्या. उदाहरणच द्यायचं झालं, तर 'पिकवलेलं फळ'मधली ताई 'लग्नसंस्था खिळखिळी झाली आहे, तिला काही अर्थ नाही' वगैरे व्याख्यान देते. तिचे विचार मानणारे तिचे एक मित्र आणि मैत्रीण ताईच्या विचारांच्या मार्गाने पुढे जातात. मैत्रीण गर्भवती होते. ताई मित्राला झाडते. तो म्हणतो, 'तुझ्याच विचाराप्रमाणे वागलो. आपण जे बोलतो आहोत, त्या मार्गाने जर लोक पुढे गेले, तर त्यांचं काय होईल आणि आपण त्यांना काय मदत करू शकू, हे आमच्या डोक्यात स्पष्ट नव्हतं. अगदी एक दहा ते पंधरा वर्षांपूर्वीची गोष्ट. मला कोणीतरी विचारलं, 'ती एवढी प्रेम करते त्या मुलावर. उद्या त्या मुलीला बेकायदेशीर दिवस गेले, तर ती काय करेल?' मी असं पटकन म्हणू शकले नाही की, मी माझ्या घरात ठेवून घेईन तिला! हा माझा कमकुवतपणा आहे, हे मला माहीत आहे. लेखकाचा कमकुवतपणा त्याच्या लेखनात दिसणारच. आणखी एक असं, ज्या बाबतीत मी विचारात कमकुवत नव्हते, त्या ठिकाणीही मी समस्येचं उत्तर दिलेलं नाही. कारण, असं असतं की लेखकानं निर्णय दिला की, त्याची उलटी प्रतिक्रिया सुरू होते. अमुक लेखक/लेखिका नीतिमत्तेचा नाश करीत आहेत वगैरे.

विनया : प्रतिक्रिया तुम्हाला नकोशी का वाटते?

गीताबाई : या प्रतिक्रियेला फारसा अर्थ नसतो. आम्ही ज्या हेतूनं लिहिलं, त्यालाच अर्थ उरत नाही.

विनया : 'पिकवलेलं फळ'मधली मथू, 'संमोहन'मधली आजारी मुलाची आई ही मुलाच्या वडिलांपेक्षा मुलामध्ये अधिक गुंतलेली, अधिक हळवी तुम्ही दाखवली आहे. 'स्त्री' ही 'पुरुषां'पेक्षा मुलामध्ये भावनेने अधिक गुंततेच, असं तुम्हाला म्हणायचं आहे का?

गीताबाई : असंच काही मी म्हणू शकत नाही. 'संमोहन'मधली स्त्री आजारी मुलाच्या सतत जवळ असते. म्हणून त्याची दुर्दशा तिला तीव्रतेनं जाणवते.

विनया : पण समजा, वडील सतत आजारी मुलाजवळ बसलेले असते, तर ते आईपेक्षा त्याच्यात अधिक गुंतले असते का?

गीताबाई : याचं निश्चित उत्तर देता येणं कठीण आहे. कारण स्त्री नऊ महिने त्याचा भार वाहते, नंतर अंगावर दूध पाजते या गोष्टींचा तिच्या मनावर परिणाम

होत असला पाहिजे. पण तसं संशोधन झालेलं नाही, म्हणून मी काही सांगू शकत नाही.

विनया : 'स्त्री'चं हे मुलामध्ये गुंतणं नैसर्गिक आहे. म्हणून 'स्त्री'नं घराबाहेर पडून कर्तृत्व गाजवण्याच्या फंदात पडू नये, असं अनेकांना वाटतं. आणि या जनमताला तुमच्या या लेखनातून दुजोरा मिळतो, असं मला दिसतं. तर आज तुम्ही या तुमच्या लेखनाबद्दल काय म्हणाल?

गीताबाई : काही गोष्टी सत्य असतात, त्या आपल्याला विसरता येत नाहीत. पण 'स्त्री'नं मिळवू नये, घरातच राहावं हे मला मान्य नाही. कारण घरात राहण्यामुळे ज्या मुलांसाठी तिनं घरात राहायचं, त्या मुलांवरचा तिचा हक्कच जातो. पैशाकरता पुरुषावर अवलंबून राहिली की, तो म्हणेल ते तिला कबूल करावं लागतं. त्यामुळे तिनं पैसा मिळवायलाच हवा; पण केवळ आर्थिक स्वातंत्र्यानं सगळं होत नाही. तिची निर्णयशक्ती पूर्णपणे विकसित झाली की, तिला तितके प्रश्न येणार नाहीत. 'स्त्री'ची निर्णयशक्ती दुबळी पडते, त्यातून माझी 'लतिका' ही कादंबरी निर्माण झाली. पैसा असला आणि निर्णयशक्ती असली की, ती नवऱ्याला म्हणेल, 'या मुलाचं काय करायचं ते मी करीन.'

विनया : 'माळरानात' या कादंबरीमध्ये आई आणि मुलगा यांचा संघर्ष आहे. एक मुलगा तिचा आवडता, दुसरा नावडता. 'दीपस्तंभ'मधली आई मुलांपासून मनानं दूर गेलेली दिसते. 'आपले वैरी' या कादंबरीत तर आई आणि मुलगी यांचा अगदी सासू-सुनेसारखा तीव्र संघर्ष आहे. आई मुलांमध्ये भावनेनं गुंतलेली असते, या तुमच्या कल्पनेशी हे संघर्ष तसे विसंगत वाटतात. पण तुमच्या कादंबऱ्या वाचताना ते संघर्ष खोटे वाटत नाहीत. मराठी साहित्यात असे संघर्ष फारसे आढळतच नाहीत. 'आई' म्हणजे 'मातृदेवता' असं उदात्तीकरण आपल्या साहित्यात, समाजात आहे. तुम्ही याबद्दल काय म्हणाल?

गीताबाई : मूल लहान असतं, तोपर्यंत आई त्याच्यात गुंतलेली असते. ती आपलं सगळं त्याला देते. कदाचित सर्वस्व देते. पण आई 'देवमूर्ती' आहे, असं मी मानत नाही. ती माणूस आहे. भोवतालच्या समाजात मी जे पाहत होते, ते मी लिहिलं. मूल मोठं होऊ लागलं की, आई त्याच्याकडून काही अपेक्षा करू लागते. जो मुलगा अपेक्षा पूर्ण करतो, तो आवडता होतो; दुसरा नावडता. हे अनेक ठिकाणी घडतं. मुलीच्या बाबतीत खूपदा काय होतं, म्हणजे 'आपले वैरी'मध्ये दाखवलं आहे तसं! मुलगी स्वतंत्रपणे वागू लागली की, समाजाचे घाव मुख्यत्वे आईवर पडतात. हे घाव सहन करण्याची आईची ताकद नसते. मग आई

मुलीलाच धारेवर धरते. त्रास देते.

विनया : १९३३मधल्या कथेत स्त्री नोकरी करू लागली, त्यामुळे कुटुंबात संघर्ष निर्माण झाल्याची चित्रं तुम्ही दाखवली आहेत. तुमच्या कथेतल्या या मिळवत्या स्त्रिया साध्यासुध्या असल्या, बंडखोर नसल्या तरी नवऱ्याला पगार कमी, याचा गंड त्यांच्या मनात दिसत नाही, मिळवत्या असलो तरी आपण नमून असावं, अशी भावना त्यांच्या मनात दिसत नाही, याचं आज आश्चर्य वाटतं, हे कसं?

गीताबाई : प्रथम स्त्रिया जेव्हा कमावत्या झाल्या, तेव्हा फार नैसर्गिकपणे स्वतंत्र वृत्तीनं वागू लागल्या. अर्थार्जनातून येणारं स्वाभाविक स्वातंत्र्य त्या उपभोगत होत्या. पण बाई मिळवायला लागली की, समाज त्या घरातल्या पुरुषावर घाव घालायला लागतो. त्यातून कौटुंबिक तणाव सुरू झाले. आणि नको ही कटकट, कितीही मिळवलं तरी नवऱ्यापुढे नमून असावं, अशी 'स्त्री'ची पुढे पुढे वृत्ती झाली. बाहेरचं काम करा, घरी या, घरचं काम करा आणि पुन्हा भांडत बसा! त्यापेक्षा गप्प बसावं, असं स्त्रीला वाटू लागलं. पण त्या अगदी गप्प नाहीत. 'स्त्री'चं शिक्षण, अर्थार्जन हे जसजसं वाढत चाललं आहे; तसतसे कळत नकळत संघर्ष अधिक होत चालले आहेत. आमच्या वेळी बहुतेक पुरुषांना स्वयंपाक करता यायचा. निदान भाजीभात चटकन करायचे. 'स्त्री' ही गुलाम आहे, तिनं माझ्यासाठी सगळं केलं पाहिजे, कुटुंबासाठी मिळवलंही पाहिजे ही पुरुषांची वृत्ती हल्ली मला जास्त दिसते. याचा अर्थ सत्तेवरची पकड ढिली होत असल्याचं, पुरुषाला जाणवत असावं. हातातली सत्ता पुरुष सहजपणे सोडणार नाहीत. कोणीच सोडत नसतं. एक सांगते तुला, सत्ता जर आपल्या बायकांच्या हातात असती, तर आपणही पुरुषांना सहजपणे स्वातंत्र्य दिलं नसतं.

विनया : 'स्त्री'–मनाचा कोंडमारा, 'स्त्री'चं शोषण यांबद्दल तुम्ही अतिशय संवेदनशील आहात. स्त्रियांच्या समस्या मांडताना तुमच्या साहित्यातली पुरुषपात्रं 'खलं' वृत्तीची झालेली दिसत नाहीत. हा तोल न ढळण्याचं कारण कोणतं?

गीताबाई : माझ्या भोवताली वडील, नवरा, मेहुणे सगळे समंजस होते. आम्ही पाचही बहिणींनी मनाप्रमाणे लग्नं केली. कोणालाही नवऱ्याकडून त्रास झाला नाही. पुरुषांना खलं वृत्तीचे असं मी म्हणणार नाही. अनेकदा ते परिस्थितीची शिकार असतात. पिढ्यान् पिढ्यांचा संस्कार त्यांच्याही मनावर असतो. सामान्यत: ते आक्रमकपणे वागतात, अधिकार गाजवतात. पण पुष्कळदा ते किती रेटता येतं, हे पाहत असतात. दुसऱ्या बाजूनं ठोसा मिळाला की, एकदम चूप होतात.

नरम येतात, समंजस होतात. हा ठोसा 'स्त्री'नंच द्यावा लागतो असं नाही. एखाद्या जाणत्या पुरुषानं जरी आवाज दिला, 'काय रे हे वागणं बायकोशी?' तरी तो खाली येतो. आपला समाज पुरुषाला अरेरावी करू देतो, म्हणून तो करतो.

विनया : 'प्रथमपुरुषी एकवचनी' या आपल्या आत्मचरित्रात पु. भा. भावे यांनी तुमच्याबद्दल लिहिलं आहे, 'गीता तीक्ष्ण बुद्धीची आणि तोंडानं फटकळ, मनाला येईल ते बोलणारी, आपली मतं प्रतिपादन करणारी. तिची मतं स्त्रियांच्या बाबतीत सुधारक अशी होती.' कॉलेजमध्ये असल्यापासून तुम्ही स्त्री-स्वातंत्र्याची, समानतेची मागणी करीत होतात, असं त्यांनी म्हटलं आहे. मला तुमच्या बाबतीत आश्चर्य असं वाटतं, स्वातंत्र्याला जे वंचित असतात, त्यांना त्याची किंमत कळते. तुम्ही वंचित नसतानाही इतर स्त्रियांचं पारतंत्र्य तुम्हाला कसं बोचलं? ठरवलं असतंत, तर स्वत:पुरतं सुरक्षित, सुखासीन जीवन तुम्हाला जगता आलं असतं. अशा सुशिक्षित स्त्रिया तुमच्या काळातही होत्या.

गीताबाई : हा माझ्या वडिलांचा संस्कार - त्यांच्याकडून समानतेचा विचार माझ्या रक्तातच भिनला होता. वडील आईला कधीही रागावत नसत. कोणतीही गोष्ट तिचा विचार घेतल्याखेरीज करीत नसत. आणि आम्ही पाच बहिणी एक भाऊ. पण भावाला कोणतीही 'खास' वागणूक मिळत नव्हती. मुलींना लोकांनी वाईट वागवलं की, मला चीड येई. मुलींनाच असं नाही, कोणीही कोणाला वाईट वागवलं की, मला चीड येई. कॉलेजमध्ये असताना हेतुत: मी स्त्री-स्वातंत्र्याविषयी बोलत होते, असं मला आठवत नाही. आपोआप मनातलं काहीतरी बोललं जात असेल.

विनया : तुमचे वडील आणि नवरा या दोघांपैकी कोणीतरी एक तुमच्या मार्गात अडथळा आणणारा असता, तर तुम्ही काय केलं असतं, असं तुम्हाला वाटतं?

गीताबाई : वडील जर स्वातंत्र्य देणारे नसते, तर माझं व्यक्तिमत्त्व असं घडलंच नसतं. कारण कोणीतरी नव्या कल्पना मुलांमध्ये रुजवाव्या लागतात. आपण बोलून, ऐकून, पाहून शिकत असतो. वडील उदारमतवादी नसते, तर माझ्या मनात समानता वगैरे विचार आले नसते. आणि बंडखोरीची इच्छाही झाली नसती. नवरा म्हणशील, तर परिचयाअंती पारख करून आम्ही एकमेकांची निवड केली. मी नागपूरला शिकत होते, तेव्हा तो- नरसिंग धागमवार- नागपूरमध्ये होता. माझं वागणं पाहत होता. ते त्याला पटत होतं. आवडत होतं. माझ्या लग्नानंतरसुद्धा मी मीरतला भावंडांसाठी नोकरी करीत होते. नरसिंग दूर होता. पण आमच्यात कलह झाले नाहीत..

विनया : प्रेमविवाहातही लग्नानंतर निवड चुकल्यासारखं वाटतं, तीव्र संघर्ष उभे राहतात. विकासात विशेषत: 'स्त्री'च्या विकासात अडथळे येऊ शकतात. असं जर तुमच्या बाबतीत झालं असतं, तर तुम्ही काय केलं असतं?

गीताबाई : कोणाच्याही बाबतीत सांगते, असं जर झालं तर दोघांनी एकमेकांना सोडून देणं इष्ट. मी नवरा सोडला असता. ते दोघांच्याही हिताचं असतं. एक नेहमी लक्षात ठेवा, नवरा-बायकोचं पटेनासं झालं की फक्त 'स्त्री'लाच त्रास होतो, असं नाही. पुरुषालाही त्रास होतो. एकमेकांनी चर्चा करून सोडचिठ्ठी देण्याचं ठरवावं. चर्चा होण्याची शक्यता नसेल तर ज्याची हिंमत असेल, त्यानं घटस्फोटाचा निश्चय करून पाऊल टाकावं.

विनया : असा एखादा सुशिक्षित जोडप्याचा घटस्फोट तुम्ही तुमच्या कथेत का नाही आणला? 'व्यथा' या कथेतल्या प्रश्नालाही तुम्ही घटस्फोट हे उत्तर सांगितलेलं नाही. त्या काळातही एखादा घटस्फोट झालेला होता ना? रखमाबाईंचा खटला गाजून गेला होता ना?

गीताबाई : मी ज्या काळी लिहीत होते, तो काळ तुझ्या जन्माच्या आधीचा होता गं बाई! तुला त्या काळाची कल्पना यायची नाही. रखमाबाई वगैरे खटले आमच्या नागपूर, वाशिमपर्यंत पोहोचलेच नव्हते. असं काहीतरी कल्पून कथा लिहावी, असं मला वाटलं नाही. माझ्या लेखनात काल्पनिकता नाही. आमच्या काळात हिंदू मॅरेजमध्ये पुरुषाला दुसरं लग्न करता येत होतं. त्यासाठी कायदा आडवा येत नव्हता. ज्यांनी नोंदणी विवाह म्हणजे सिव्हिल मॅरेज केलेली होती, त्या पुरुषांना दुसरं लग्न करण्यासाठी पहिलीशी घटस्फोट घ्यावा लागे. ताराबाई मोडक आणि शांताबाई कशाळकर यांनी सिव्हिल मॅरेज केलेलं होतं. दोघींच्याही नवऱ्यांनी दुसरं लग्न करण्यासाठी घटस्फोट मागितले होते. पण या बायकांनी ते दिले नाहीत.

ताराबाई मोडकांचं ऐकलं, तेव्हा मी अगदीच लहान होते. मत देण्याचा प्रश्नच नव्हता. पण शांताबाई कशाळकरांकडे मी माझं मत व्यक्त केलं होतं. मी म्हणाले होते, 'मुलं माझ्या ताब्यात हवीत, या अटीवर शांताबाई तुम्ही घटस्फोट द्यायला हवा होतात. तुम्हाला उत्तम नोकरी आहे. स्वत:च्या पायावर उभ्या आहात. तुम्ही सिव्हिल मॅरेज केलंत, याचा अर्थ खरं म्हणजे न पटलं तर विभक्त होण्याची तयारी आहे, असा होतो.' मी हे शांताबाईंना बोलले, तेव्हा दहा वर्षं उशीर झाला होता. माझी – त्यांची भेटच उशिरा झाली. 'व्यथा' ह्या कथेबद्दल म्हणशील, तर ही बाई कथेतून घटस्फोटाचा प्रचार करते, असा शिक्का मला नको होता; म्हणून

घटस्फोट हे उत्तर मी स्पष्ट दिलेलं नाही. मी स्वत: साधेपणा आणि 'कन्यादान' हा विधी मला आवडत नव्हता, म्हणून सिव्हिल मॅरेज केलं होतं.

विनया : इतर कोणत्याही प्रश्नापेक्षा 'स्त्री'-सुधारणेविषयी चर्चा करण्यात आपल्या समाजाला रस दिसतो. स्त्री-शिक्षण, विधवा विवाह हे विषय आपल्याकडे वर्तमानपत्रात, सभा-संमेलनात गाजून गेले आहेत. अजूनही स्त्रियांचा पोशाख, अर्थार्जन यांबद्दल चर्चा होत असतात. तुमच्या कथाकादंबऱ्यांतून स्त्रियांचे इतके प्रश्न तुम्ही मांडले आहेत, तर तुम्हाला वाचकांचा प्रतिसाद कसा मिळाला?

गीताबाई : मला वाचकांचा प्रतिसाद म्हणण्यासारखा मिळालाच नाही. मी लिहिलेल्या साहित्यावर लोकमत काय होतं, ते मला कधी कळलंच नाही. माझ्याकडूनही प्रतिसाद समजावून घेण्याचे प्रयत्न कधी झाले नाहीत. महाराष्ट्रापासून फार दूर उत्तर प्रदेश, बिहारमध्ये माझं वास्तव्य होतं. कधीतरी, कोणत्यातरी संपादकाचं पत्र यायचं, कथा पाहिजे म्हणून. मग मी कथा लिहून पाठवून द्यायची! नाही कोणाचं पत्र आलं तर नाही लिहायचं. माझ्या भोवताली तर सगळे अमराठी लोक होते. त्यामुळं त्यांनी माझं काही वाचण्याचा प्रश्नच येत नव्हता. वाचकांच्या दोन प्रतिक्रिया सांगते. एक गमतीदार आणि दुसरी विचारी. नागपूरला एका नियतकालिकात काही दिवस मी सहसंपादिका होते. कथाही लिहीत होते. एका तरुणाला कथा आवडल्या. पत्रं यायला लागली. तो प्रेमातच पडला होता. त्यानं पत्रातून विचारलं, 'तुम्हाला केव्हा, कुठे, कसा भेटू?' मी लिहिलं, 'माझ्या घरीच! माझ्या मुलींनाही मामाला भेटणं आवडेल.' तो इतका चिडला. त्यानं लिहिलं, नावामागे कुमारी लिहून मला मिसगाइड केलंत वगैरे! माझं म्हणणं, लग्नाआधीपासून मी लिहीत होते. लग्नानंतर मी माझं नाव बदललं नाही. साडी बदलण्याइतकं नाव बदलणं मला सोप वाटलं नाही, म्हणून मी बदललं नाही. दुसरं म्हणजे 'कुमारी', 'सौभाग्यवती', 'श्रीमती' अशी बिरुदं नवऱ्याच्या संदर्भात नावामागे लावणंही मला मान्य नव्हतं. म्हणून आधीपासून असलेलं 'कुमारी'ही मी बदललं नव्हतं. पण हे सगळं त्याला काहीच पटण्यासारखं नव्हतं. पुढे तो नागपूरला आला, तेव्हा संपादकांनी त्याला परस्पर कटवला.

मीरतला असताना माझे एक बंगाली मित्र होते. त्यांना साहित्यात फार रस. मी थोडंफार लिहिते, हे कळल्यावर त्यांनी माझ्या लेखनासंबंधी कुतूहल दाखवलं. 'निखळलेली हिरकणी' ही माझी कादंबरी मी त्यांना वाचायला दिली. कोणाकडून तरी इंग्लिश भाषांतर करवून घेऊन त्यांनी ती वाचली. त्यावर स्वत:चं मत लिहिलं आणि मला वाचायला दिलं. त्यातून मला काही मार्गदर्शन मिळालं. ते म्हणाले,

"तू तुझ्या कथनातून लिहिले आहेस. त्यामुळे त्यात तुझ्या लेखिकेच्या प्रतिक्रिया खूप व्यक्त झाल्या आहेत. कादंबरीतील पात्रं त्यामुळे मागे पडतात. त्यापेक्षा ज्या व्यक्तीचं चित्रण करायचं आहे, तिच्या मुखानेच जर कथा सांगितली तर प्रतिक्रियाही दुसऱ्यांच्या मुखानं वदवता येतील. ते कलाकृतीच्या जास्त जवळ येतं.' यानंतर मी बऱ्याच कादंबऱ्या पात्रमुखी लिहिल्या.

बाकी मराठी प्रांतात माझ्या साहित्यावर काय चर्चा झाली किंवा नाही, याची माहिती मला नाही. 'संमोहन' या कथेवर वरेरकरांचं पत्र आलं होतं. पण माझ्या हातून ते कुठेतरी गेलं. त्यात काय लिहिलं होतं, ते आज आठवत नाही.

विनया : संपादकांची मधून मधून पत्रं येणं, हा तसा वाचकांचा प्रतिसादच म्हणता येईल. 'धनुर्धारी', 'प्रतिभा', 'श्रमिक' या नियतकालिकांत तुमच्या कथा मी वाचल्या. या संपादकांनी त्यांचे अभिप्राय तुम्हाला सांगितले का? प्रत्यक्ष भेटण्याचा प्रयत्न केला का? तुम्हाला येण्याचं निमंत्रण दिलं का?

गीताबाई : अगं, आपला मराठी पुस्तकांचा संसार गरिबीचा. मला मुंबई-पुण्यापर्यंत जाणं परवडण्यासारखं नव्हतं. त्या प्रकाशकांना तरी एवढा खर्च करून माझ्यापर्यंत येणं कुठलं परवडणारं होतं? मी कधी अपेक्षाही केली नाही. मुकुंदराव किर्लोस्कर एकदा त्यांच्या कारखान्याच्या कामासाठी या बाजूला आले होते, तेव्हा मला भेटून गेले होते, तेवढेच. लेखिका म्हणून माझी मुलाखत घ्यायला मुंबईहून बिहारमध्ये धनबादला आलेली तूच पहिली आहेस. आता मी ऐंशीच्या घरात आले आहे. कोणी संपादकांनी आवर्जून अभिप्राय कळवल्याचंही मला आठवत नाही. मी आता खूपशा गोष्टी विसरलेही आहे.

विनया : तुमच्या साहित्याची उपेक्षा झालीच. तुम्ही स्त्री-प्रश्नांवर लिहीत होता, तर ही बाई आपली लिहिते आहे बायकांबद्दल काहीतरी, लिहू दे बापडी, अशी 'स्त्री' म्हणून उपेक्षा झाली की, महाराष्ट्रापासून दूर असल्यामुळे झाली? तुम्हाला काय वाटतं?

गीताबाई : 'स्त्री' म्हणून उपेक्षा झाली नाही. लेखक जेव्हा भाषेच्या मूळ भूमीपासून दूर असतो, तेव्हा त्यांच्याशी संवाद साधायला, चर्चा करायला कोणतंही साधन नसतं. लेखन नुसतं वाचून काही लक्षात राहत नाही. व्यक्ती डोळ्यांसमोर नसली की आपोआप बाजूला सारली जाते, असं माझं निरीक्षण आहे. स्त्री म्हणून मला कोणत्याही क्षेत्रात कधी त्रास झालेला नाही.

विनया : कोणी प्रकाशकानं, संपादकानं जर तुमचा सतत पाठपुरावा केला असता

की, तुमच्यात लेखनाची ताकद आहे, लिहीत रहा; तर या प्रोत्साहनाचा परिणाम होऊन तुमच्या हातून जास्त लेखन झालं असतं का?

गीताबाई : प्रकाशक जर मला सतत मिळाले असते, तर मी कादंबऱ्या जास्त लिहिल्या असत्या. वरेरकर एकदा माझ्याबद्दल कुठेतरी बोलले होते किंवा त्यांनी लिहिलं होतं, 'ही लेखिका तडफदार आहे, पण ती मध्येच लिहायची थांबली. थांबली नसती तर हिनं पुष्कळ काही चांगलं लिहिलं असतं.' चांगलं लिहिलं असतं किंवा नाही कोणास ठाऊक; पण माझं लेखन चालू राहिलं असतं आणि कादंबऱ्यांमध्ये मी आणखी थोडी भर घातली असती. मी इतर कामांमध्ये इतकी बुडालेली होते, इतक्या माणसांची माझ्याकडे ये-जा होती, की लेखनावर पूर्ण लक्ष कधी केंद्रित केलं नाही. जे हातून झालं ते झालं! आलं कोणा संपादकांचं पत्र, तर लिहिलं, नाही तर नाही लिहिलं.

विनया : समाजकार्य करावं, राजकारणात रस घ्यावा असं तुम्हाला केव्हापासून वाटायला लागलं? निश्चित स्वतंत्रपणे कार्य करायला केव्हा सुरुवात केलीत? समाजकार्यातले अनुभव सांगा.

गीताबाई : विचार म्हणशील तर सतत चाललेलाच होता. शिक्षण झालं आणि लगेच नोकरीला लागले. मीरतला व्हाइस प्रिन्सिपॉल होते. त्या नोकरीत असा पिट्ट्या पडत होता की, समाजकार्याला वगैरे अवसरच नव्हता. समाजकार्य सुरू केलं, ते मी धनबादला १९४४ मध्ये आले, तेव्हाच! माझा नवरा नरसिंग धागमवार धनबादला कोळशाच्या खाणीच्या परिसरात टाटामध्ये नोकरीला होता. माझ्या भावंडांची शिक्षणं संपल्यावर मीरतची नोकरी सोडून मी धनबादला आले. एक दिवस माझ्या मुलींना घेऊन आणि घरात असाच एक कामाचा माणूस होता, त्यालाही घेऊन मी फिरायला गेले. परत येताना रस्त्यात कोणीतरी घाणेरडा विनोद केला. इतका घाणेरडा की मला नीट कळलाही नाही. मी तेव्हा ठरवलं, या लोकांमध्ये सतत जायचं. त्यांनी मला स्वीकारेपर्यंत जायचं. मी मजुरांच्या घरी जाऊ लागले. त्यांच्याकडे चहा घेऊ लागले. मी सांगत असे, चहा घेईन. अवेळी खाल्लेलं मला चालत नाही. सगळ्यांशी ओळखी होऊ लागल्या. जवळीक वाटू लागली. माझी मुलगी सुधा एकटी हिंडत होती. मजुरांपैकी कोणीतरी तिला घरी घेऊन आलं. 'दिदी अकेली बाहर घूम रही थी, इसलिये घर पहुँचाने आया।' माझ्या मुलींना कधी कोणाचा धक्का लागला नाही. हे जे वातावरण निर्माण होतं, ते आपल्यावर आणि भोवतालच्या परिस्थितीवर अवलंबून असतं. भोवतालच्या परिस्थितीचा आवाका आपल्याला आला, ती हाताळण्याचं टेक्निक जर आपल्याला

सापडलं - नेहमीच ते सापडतं असं नाही, तर तुम्हाला कधीही त्रास होत नाही. आपण ज्या परिसरात राहतो, त्या लोकांना आपल्याबद्दल माया असली पाहिजे. त्यांच्याबद्दल आपल्या मनात माया असली पाहिजे. ही माया उत्पन्न झाली की त्रास होत नाही. यातूनच पुढे माझं सामाजिक कार्य सुरू झालं. कोळशाला अफाट मागणी होती. मजूर कमी पडत होते. कुठून कुठून सरकारकडे भरतीसाठी मजूर येत होते. मी नेहमी खाणीपाशी जाऊन उभी राहत असे. मजुरांशी बोलत असे. खाणीत भूगर्भात खोल जाऊन मी मजुरांचं जीवन पाहिलं. खाणीमध्ये दोनतीन स्त्री अधिकारी होत्या. एक पंजाबी होती. दुसरी मद्रासी होती. त्यांची नाकं नेहमी वर असायची. त्या मजुरांशी बोलत नसत. म्हणून मजुरांना वाटायचं, या माँजी कशा मोकळेपणानं बोलतात. कोल फील्डची एक फॅशन म्हणजे सगळ्या स्त्रियांना मेमसाब म्हणायचं. मी मजुरांना विचारलं होतं, 'मेमसाब काहेको कहते हो? मैं विलायत में नहीं पैदा हुई। यहाँ पैदा हुई। यहाँ बड़ी हो गयी.' त्यांनी विचारलं, 'तो हम क्या कहे आपसे?' मी सांगितलं 'बहेनजी कहो। माताजी कहो। मवसीजी, कुछ भी।' तेव्हा लोक मला इथे माताजी म्हणू लागले. आपल्याला स्वार्थ नसावा. लोकांवर माया करण्याची शक्ती असावी. आणि आपल्याला कोणते गंड नसावेत. म्हणजे अतिशय मोकळेपणानं आपण सगळीकडे हिंडू शकतो. मी मजूर वस्तीत जाऊन त्यांच्याशी फक्त गप्पा मारत असे. 'मी अधिकाऱ्याची बायको आहे. आता अधिकाऱ्यांचंच कोणी ऐकत नाही तर बायकोचं कोण ऐकणार? मला तुमच्यामध्ये येऊन बोलायला-बसायला आवडतं. तुमची हरकत नाही ना?' असं मी विचारी. त्यांच्या चौथऱ्यावर आमच्या गप्पा होत. ते मला बोलावून नेत. ही एक शिकलेली बाई सगळीकडे हिंडते-फिरते-मिसळते हे पाहून रिजनल लेबर कमिशन ऑफिसरनं, खाणीच्या वेल्फेअर ॲडव्हायझरी कमिटीमध्ये याल काय, म्हणून मला विचारलं. मी कमिटीची मेंबर झाले. या कमिटीला महत्त्व होतं. प्रत्येक वेळेला अजेंडा आला की, त्याचा अभ्यास करून मी बैठकीला जात असे. हे चुकलं आहे, ते बदल करा अशा सूचना देत असे. आपण शंभर ऑब्जेक्शन सिच्युएशन दिल्या, तर दोन तरी स्वीकारल्या जातात असा माझा अनुभव. त्यामुळे कोळसा खाण परिसरात (Coal field) मी सगळ्यांना माहीत झाले होते. एम. एस्सी. बी. टी. असलेली मी एकटीच स्त्री होते. ही बाई शिकलेली आहे, अभ्यास करते, साधी राहते अशी माझी प्रसिद्धी झाली. बाकीच्या स्त्री-अधिकारी फक्त सोशल ट्रेनिंगचा कोर्स करून आलेल्या होत्या. त्या काळात हजारबाराशे रुपयांच्या साड्या त्या नेसत होत्या. मला एकीनं विचारलं, 'तुझी साड़ी केवढ्याची?' मी म्हटलं, 'साडेचार रुपयांची.' तिसरी म्हणाली, 'It looks cheap, does not it?' मी सांगितलं, 'I like to look cheap. I thought about it. I get the cheapest possible sari', मी सांगितलं. मग या वर्तुळात मी हळूहळू विक्षिप्त गणली गेले. कमिटीच्या सगळ्या केंद्रांवर जाण्याचा मला अधिकार होता. आधी ब्रिटिश सरकार होतं. नंतर भारत सरकार होतं. या केंद्रांना खर्चासाठी 'कोल माइन सेंटर फंड' मिळत असे. मुलांना खाणंपिणं देणं, त्यांच्या प्री-प्रायमरी एज्युकेशनकडे लक्ष पुरवणं ही या केंद्रांची कामं होती. ती व्यवस्थित होतात की नाही, हे पाहण्यासाठी मी केंद्रावर जात असे. केंद्र चालवणाऱ्या प्रमुख व्यक्ती बऱ्याचदा स्त्रिया असत. या स्त्रियांना गुंड त्रास देत. मजूर त्रास देत नसत. अधिकारी त्रास देत नसत. पण मधली हेडक्लार्कची जी श्रेणी असते, त्यांना स्त्रियांचा गैरफायदा घेण्याची सवय लागलेली होती. या हेडक्वार्कचा आणि केंद्र सांभाळणाऱ्या स्त्रियांचा कामासाठी संपर्क असे. बावीस मैलांवर एक विधवा बाई केंद्र सांभाळत होती. त्या ठिकाणी असाच एक हेडक्लार्क माणूस जात असे. बरोबर चपरासी असायचा. त्या हेडक्लार्क माणसाची बायकोही चांगली नव्हती. दोघांनी मिळून केंद्रावरच्या बाईचा काटा काढायचं ठरवलं. या बायका तरुण, गरीब परिस्थितीतल्या असायच्या. वयामुळे, प्रलोभनामुळे मोहाला कुठेतरी बळी पडायच्या. तशी तीसुद्धा कुठेतरी फसली होती. या माणसाला सुगावा लागला होता. या नवराबायकोनं तिला गर्भपातासाठी मदत केली. नंतर या गर्भपाताची बोंब करून, त्यानं तिला बदनाम केलं. केस माझ्याकडे आली, तेव्हा तिला भेटून खरी हकिगत मी विचारली. ती आजारी पडून अंथरुणाला खिळलेली होती. तिनं मला सगळं सांगितलं. मी तिला आश्वासन दिलं, 'घाबरू नकोस. काही होणार नाही.' मी रिपोर्ट केला की, तिच्याविरुद्धचे सगळे रिपोर्ट खोटे आहेत. या माणसाची तिच्यावर वाईट नजर असावी. तिला बारीक ताप येतो आहे. क्षयाची भावना असावी. बाकी काही नाही. मग ती केस फाइल झाली. तिला काय झालं होतं, हे वास्तविक सगळ्यांना माहीत होतं. संबंधित व्यक्तींशी माझं जेव्हा तोंडी बोलणं झालं, तेव्हा मी त्यांना विचारलं, 'ज्या कोणा पुरुषामुळं हे झालं, त्याला तुम्ही काय शिक्षा करणार हे मला आधी सांगा.' तिला एक मुलगी होती. बाई खूप अशक्त झाली होती. तिला वाचविण्याचा प्रयत्न केला. पण पुढे ती वारली. तिचे शेवटचे दिवस तेवढे आम्ही जरा सुखाचे देऊ शकलो. म्हणजे धाकदपटशा, धमक्या यांतून तिची सोडवणूक केली होती, एवढंच.

चांगला माणूससुद्धा कसा बदनाम होऊ शकतो, याची एक केस सांगते. एका केंद्रात काम करणाऱ्या तरुण मुलीमागे गुंड लागले. ते बहुतेक काँग्रेसचे लोक होते. लहानसहान नवे लीडर म्हणून जे उगवायचे, त्यांना हे उद्योग जास्त होते. त्या पोरीच्या बाबतीत त्यांना काही मिळेना. मग ते मॅनेजरच्या मागे लागले. ही

मुलगी वाईट आहे, हिला काढून टाका. त्यांचे -डावपेच सुरू झाले. हेडक्लार्कनं तिला चार्जशीट दिलं : 'You are found talking through a window to somebody' वगैरे. त्यावर नरसिंगनंच काहीतरी उत्तरं ठरलेली सांगितली होती. 'It is not objectionable to talk through window.' वगैरे. मॅनेजर भला माणूस होता, हे माझ्या लक्षात आलं. पण या टोळांनी दोन-तीन चार्जशीट दिली. आता मॅनेजरला चौकशी करणं भाग आहे. मॅनेजर माणूस सरळ आहे. खरखोटं जाणून घेण्यासाठी तो तिला बंगल्यावर बोलावणं पाठवेल, असा मला अंदाज आला. मग काय होईल, हे तिला समजावून सांगण्यासाठी मी तिला म्हटलं, 'मॅनेजर तुला कदाचित बंगल्यावर बोलावेल. जाऊ नकोस. कारण त्याची बायको इथे नाही. तो सरळ असला, तरी हेच लोक म्हणायला लागतील मॅनेजरचं आणि हिचं लफडं आहे.' तीन दिवसांत मॅनेजरनं तिला बोलावलंच. हिनं त्याला सांगितलं, 'हम नहीं आएंगे।' पण गप्प बसली नाही. शेजारीपाजारी सगळीकडे सांगत सुटली, 'आज हम को मॅनेजरसाहबने बुलाया था। हम नही गयी। क्योंकी माताजीने हमको कहा था। उनके बंगलेपर मत जा।' गुंडांच्या गटानं याचा अर्थ लगेच पसरवला, 'ये बदमाष आदमी है। लंड़की को अपने बंगलेपर बुलाया था।' असं म्हटल्यावर गोंधळ झाला. मॅनेजर आमच्या बंगल्यावर आला. नरसिंगच्या गळ्यात अक्षरश: हात घालून म्हणाला, 'आप वकीलसाब जानते है, मै कैसा आदमी हूँ और बाते कैसी हो रही है?' मी तेथेच होते. म्हणाले, 'तुम्ही वर्तनाचे स्वच्छ आहात, याची मला कल्पना आहे. पण झालं याला काय करणार? कोणी मला विचारलं की, मी असा सल्ला का दिला ते सांगेन.'

केंद्रावरच्या शाळेत मुलं येत नसत. स्टाफमधले पुष्कळ लोक मुलांचं खाणं, जिन्नस परस्पर विकून टाकत. या तक्रारी नित्याच्या होत्या. एकदा वेलफेअर कमिशनरनं फतवा काढला की, प्रत्येक केंद्रानं पन्नास मुलांची हजेरी लावलीच पाहिजे. नाहीतर केंद्र बंद करावं लागेल. शाळेची पन्नास हजेरी लावली जाऊ लागली. मी शाळा तपासायला गेले होते. दुपारी बारा वाजले होते. पन्नास मुलांची हजेरी नोंदवली होती. वर्गात तर एवढी मुलं दिसत नव्हती. मी विचारलं, 'एवढी मुलं कुठं गेली?' केंद्रप्रमुख म्हणाला, "काही सकाळी आली होती. काही दुपारची येतील. एकदम पन्नास मुलं येत नाहीत." मी पुढे विचारलं, "अशी पन्नास मुलं येतात. दर तीन महिन्याला परीक्षा होते. चाळीस मुलं पास होतात म्हणतोस, तर वर्षाला एकशे साठ मुलं पास होतात. आपल्या वस्तीत मजुरांची संख्या किती? मुलं किती?" हिशोब जुळत नव्हता. वस्तीतल्या मुलांच्या संख्येपेक्षा पास होणाऱ्या मुलांची संख्या जास्त होत होती. शेवटी तो म्हणाला, "माताजी, खोटं सांगू

नाहीतर काय करू? पन्नास मुलं दाखवली नाही तर केंद्र बंद होईल. माझ्या पोटावर पाय येईल.'' मी त्याच्याविरुद्ध रिपोर्ट केला नाही. उगीच गरिबाला कशाला पकडायचं? वाटेल तसे फतवे काढणारे मंत्री कधीच कबूल करणार नाहीत, आम्ही असे हुकूम दिले म्हणून! माझ्या पद्धतीनं इतर कमिटी मेंबरनं तपासण्या केल्या असत्या, तर सर्वांना मिळून आवाज उठविता आला असता. पण माझ्याखेरीज इतर कोणी अशा तपासण्या करीतच नसत. मजूर पुढारी तर सरकारच्या पुठ्यातलेच होते. सहा वर्षं मी हे काम केलं. असे शेकडो अनुभव.

मी ऑनररी मॅजिस्ट्रेट होते, तेव्हाची गोष्ट. माझ्यापुढे एक केस आली होती. बाईनं चोरी केल्याचा आरोप होता. तिच्या खांद्यावर एक पोर होतं. हातात दुसरं होतं. खांद्यावरचं पोर तुरुंगातच जन्माला आलं होतं. नऊ महिने ती केस पडून होती. खाणीच्या एका मॅनेजरनं तिच्याविरुद्ध चोरीचा आरोप केला होता. तो कोर्टात येतच नव्हता. ती म्हणाली, ''मी सहा महिन्यांची गरोदर असताना यांनी मला पकडलं.'' मी त्या मॅनेजरला शेवटची तारीख दिली. ती आरोपी स्त्री म्हणाली, ''माताजी, मेरा सुनो तो।'' मी म्हटलं, ''हाँ कहो।'' ती म्हणाली, ''आप तो देख रही है, मेरे कंधेपर एक बच्चा, हाथ में दुसरा। देखो मेरा हाथ भी टूटा है। मैं कैसे चोरी करूं?'' नियमाप्रमाणे चोरीचा माल हजर करावा लागतो. मी पब्लिक प्रॉसिक्यूटरला चोरीचा माल आणायला सांगितलं. तो म्हणाला, ''माल आणायला दोन मजूर लागतील.'' मी म्हटलं, ''घेऊन या.'' मी मनात म्हटलं जी वस्तू उचलायला दोन मजूर लागतील, ती या सात महिन्याच्या गरोदर बाईनं कशी उचलली असेल? बिल्डिंगमधून ओढून काढलेला भला मोठा गर्डरचा तुकडा मजूर घेऊन आले. ती तो उचलणं शक्यच नव्हतं. मी ताबडतोब तिला निर्दोष सोडून दिलं. ती म्हणाली, ''माताजी, गावात ज्यांची माझ्याशी दुष्मनी होती, त्यांनी हे करवलं.'' माझ्याजवळचे पाच रुपये तिला देऊन मी सांगितलं, ''ताबडतोब स्टेशन गाठ आणि जा तुझ्या गावी.'' काहीतरी, कुठेतरी चोऱ्या होतात. तक्रारी येतात. पोलिसांची नीट चौकशी करण्याची इच्छा नसते. मग ही निराधार बाई. हिच्यामागे कोणी उभं राहणार नाही. हिच्यावर आरोप ठेवून डांबा हिलाच तुरुंगात, असा पोलिसी खाक्या. ही केस खूप गाजली. पोलिसांना माझा भयंकर राग आला होता. माझ्याविरुद्ध डिस्ट्रिक्ट कोर्टच्या मॅजिस्ट्रेटपर्यंत तक्रारी गेल्या होत्या. पुढे काहीही झालं नाही.

पोलीस ॲक्टखाली इतक्या केसेस यायच्या. या माणसानं रस्त्यावर बाक ठेवला होता. त्यामुळे येणाऱ्या जाणाऱ्यांना त्रास होत होता. भरली केस - या फालतू केसेस मी भराभर काढून टाकत असे. पोलिसांचंसुद्धा काय असतं, त्यांचा

नियम आहे, वर्षाला इतक्या केसेस नोंदल्या गेल्याच पाहिजेत. मग ते करतात नोंदी.

त्या दिवसांत मी इंडियन पीनल कोड प्रथम वाचलं. कायद्याचा अभ्यास केला. स्त्रियांसाठी कोणते सेक्शन्स आहेत, ते मला कळलं. 'भारतीय स्त्री-जीवन' हे पुस्तक लिहिताना मला या सगळ्याचा खूप उपयोग झाला.

विनया : पोलिसांविरुद्ध गेल्यावर पोलिसांचा तुम्हाला काही त्रास झाला?

गीताबाई : नाही झाला. धनबादमध्ये नरसिंग प्रतिष्ठित वकील होता. नरसिंगचा स्वातंत्र्याच्या चळवळीशी असलेला संबंध टाटा कंपनीला मान्य नव्हता. म्हणून खाणीवरची नोकरी सोडून आम्ही धनबाद गावात स्थायिक झालो होतो. मी स्वत: शाळेची प्रिन्सिपॉल होते. शाळा उत्तम प्रकारे चालवत होते. पोलीस काहीही त्रास देऊ शकले नाहीत. त्यांची हिंमतच झाली नाही. माझ्या शाळेच्या मागे तीन मजली इमारत होती. त्या बाजूला आमचं लेडीज टीचर्स हॉस्टेल होतं. त्या इमारतीच्या मालकाचा मुलगा गच्चीवर उभा राहून आमच्या शिक्षिकांना शिव्या द्यायचा आणि खोल्यांवर दगड मारायचा. शिक्षिकांना भेटायला मी अधूनमधून हॉस्टेलवर जात असे. तेव्हा एका शिक्षिकेनं मला दगड दाखवले. दगडांवर खडूच्या खुणा करून ते तिला बाजूला ठेवायला सांगितले. मी इमारतीच्या मालकाला भेटायला गेले. घरच्या मंडळींनी आमचा मुलगा असं करणारच नाही, म्हणून मला वाटेला लावलं.

गावातल्या सगळ्या अधिकाऱ्यांच्या मुली आमच्याच शाळेत येत होत्या. असं असं घडतं आहे, भेटायला या म्हणून पालकांना सांगा, असे निरोप मी मुलींबरोबर पाठवले. कोणी आलं नाही. मग मी पुन्हा निरोप पाठवले, जर दोन दिवसांत कोणी पालक आले नाहीत आणि या प्रकरणांची काहीच दखल घेतली नाही, तर परवापासून शाळा बंद. गुंडगिरी खपवून घेऊन मी शाळा चालवणार नाही. दुसरे दिवशी डेप्युटी कमिशनर भेटायला आले. त्यांना मी हॉस्टेलवर घेऊन गेले. तोपर्यंत आणखी दगड साचले होते. माठ फुटला होता, तोही दाखवला. डी. सी. आल्याचं कळल्यावर घाबरून त्या मुलाचे वडीलही आले. मी डी. सीं. ना म्हटलं, "हे पाहा, या बाजूने सगळी भिंत आहे. दगड फक्त या माडीवरून येऊ शकतात." डी. सी. म्हणाले. "पुन्हा एक जरी दगड आला तर कळवा. मी या इमारतीतल्या सगळ्या लोकांना अरेस्ट करीन." मग त्या मुलाच्या वडिलांची पाचावर धारण बसली. डी. सी. निघून गेल्यावर ते पुन्हा माझ्याकडे आले. 'बहेनजी बहेनजी-' करू लागले. मी त्यांना म्हटलं, "भाईसाब, मैं तो आपके घर

आयी थी। मैंने बोलने की कोशिश की थी। आप घरमें थे, लेकिन मुझे बताया गया की आप बाहर गये हैं। आप मुझसे मिले तक नही। तो मैं क्या करती?'' कितीतरी वर्षं मी त्या शाळेत होते. बायॉलॉजी, फिजिक्स, केमिस्ट्री सगळे विषय चालू केले. पुढे भटकण्याची संधी मिळाल्यावर मी शाळा सोडून दिली.

समाजकार्याचं काय असतं, लोकांना एकदा माहीत झालं ही बाई लक्ष घालते की, लोक स्वत:हून काही काही घेऊन तुमच्याकडे येत राहतात. मग तुम्ही कमिटी मेंबर असा, नसा. कुठेही नोकरी करीत असा! काही कामं आपल्या हातून होतात. काही होत नाहीत. काही सोडून द्यावी लागतात.

विनया : तुम्ही कामगार स्त्रियांचं जीवन अगदी जवळून पाहिलं. त्यांच्यासाठी काम केलंत. त्यांच्याबद्दल जिव्हाळा, कळवळा तुमच्या मनात होता. एक-दोन कथांचा अपवाद वगळता, तुमच्या बाकीच्या कथा-कादंबऱ्या मध्यमवर्गीय जीवनच चित्रित करतात. त्यातील ताणतणाव टिपतात. 'भारतीय स्त्रीजीवन'मध्ये मजूर, श्रमजीवी स्त्रियांबद्दल बरंच आहे. परंतु वैचारिक पुस्तकापेक्षा कथा-कादंबरी सर्वसामान्य लोकांपर्यंत अधिक पोहोचते. त्या दृष्टीनं या श्रमजीवी कामगार स्त्रियांचं जीवन तुम्ही तुमच्या कथा-कादंबरीत कसं चित्रित केलं नाही?

गीताबाई : कामकरी स्त्रियांना दुरून पाहून त्यांच्यावर कथा-कादंबरी लिहिता येत नाही. मी त्यांच्यात कितीही मिसळले, मदत देऊ केली तरी माझ्या – त्यांच्यातलं अंतर मला कापता आलं नाही. त्याचं मोठं कारण, म्हणजे साहेबाच्या मोहल्ल्यात राहणारी साहेबाची बायको मी. मी नुसती त्यांच्या घरी गेले की त्यांना वाटायचं, हिला कुठे ठेवू कुठे नको! या परिस्थितीत त्यांच्या जीवनातली सुखदु:खं खऱ्या अर्थानं पाहायलाच मिळाली नाहीत. कोल फील्ड सोडल्यानंतर मला कळलं, त्या ठिकाणी कामगार पुरुष जुगार खेळतात. त्यात बायकोला पणाला लावतात. जर ती बाई त्या पुरुषाबरोबर गेली नाही, तर जबरदस्त मारहाण होते. ही गोष्ट मला खूप उशिरा कळली. मी जर त्या स्त्रियांना सरळ प्रश्न विचारला असता, 'का गं, तुमच्याकडे असं होतं का?' तर त्यांनी 'नाही' असं उत्तर दिलं असतं. बायकांचं हे असतं, त्या स्वत:ची दु:खं बोलून दाखवत नाहीत. त्यांना काय विचारावं, ते कशा पद्धतीनं विचारावं याचासुद्धा मध्यमवर्गीय बाईला पत्ता लागत नाही. आमचा बंगला मजूर वस्तीच्या मध्ये होता. मजूर वस्तीतल्या लोकांशी माझे चांगले संबंध होते. एकदा मी रस्त्यानं चाललेली होते. एक बाई पोराला मारत होती. दुसरी तिला म्हणाली, ''मारू नकोस गं. माताजी येताहेत. त्या रागावतील.'' माझ्या हेतूंबद्दल शंका त्यांच्या मनात नव्हती. पण ही बाई

बंगल्यातली, हिला काय आमचे हाल कळणार, असा भाव त्यांच्या मनात कुठेतरी निश्चितपणे होता. यामुळे त्या खरं सांगत नाहीत. आम्हाला खरं समजत नाही. एक मोठी दरी मध्ये आहे. कोणी काही मला सांगितलं, तर मी धावत होते. धडपडत होते. त्यांच्यासाठी काही मदत करीत होते. मारहाण डोळ्यांना स्पष्टपणे दिसते. तिथे काहीतरी करता येतं, पण त्यांचं आंतरिक जीवन मला स्पष्ट दिसत नाही. त्याचं आकलन मला नीट होत नाही. त्या थरामध्ये स्त्रियांचा उपयोग पुरुष किती प्रकारे, कसा करून घेतात याची मला कल्पनाच येऊ शकत नाही. 'स्त्री'चा असा वापर होणं, हे भोवतालच्या संबंध वस्तीला फार स्वाभाविक वाटत असतं. दुरून केव्हातरी आपण काहीतरी ऐकायचं आणि त्यांना असं कर – तसं कर म्हणायचं, हे काही खरं नाही. आपल्याला नेमकं काय सांगावं, हे त्यांना कळत नाही. मुख्य म्हणजे त्यांना काय विचारावं हे जर आपल्याला कळत नाही, तर त्यांना सांगता यावं अशी अपेक्षा कशी करायची? ज्या जीवनाचे अंतरंग मला कळलेच नाहीत, त्यावर कथा-कादंबरी मी लिहू कशी? निरीक्षण लेख लिहिणं हे वेगळं असतं. माणसाचं मन पूर्णपणे जाणवल्याशिवाय कथा-कादंबरी लिहिणं शक्य नाही.

मागे कोणतीतरी मराठी कथा मी वाचली होती. लेखक आता आठवत नाही. मध्यमवर्गीय कुटुंबातल्या नवऱ्यानं बायकोला टाकलेलं असतं. त्या बायकोला दुसऱ्या गृहस्थाबद्दल आकर्षण वाटतं. ती मनावर ताबा ठेवण्याचा प्रयत्न करते. मग शेवटी तिला वाटतं की, रत्ताई इतकेसुद्धा (रत्ताई म्हणजे मध्य प्रदेशाच्या भागातील मोलकरीण.) धाडस मला नाही. मग ती त्या माणसाबरोबर राहायला लागते. तेवढ्यासाठी रत्ताई कथेत आली होती. माझ्या मनात आलं. अगं बाई, त्या रत्ताईचं जीवन तुला काय माहीत आहे? तिचा नवरा तिचा उपभोग घेऊन तिला विकूनसुद्धा टाकू शकतो. मध्यमवर्गीय लेखकांमध्ये अशा प्रकारे श्रमजीवींचं जे चित्रण येतं, ते मला पटत नाही.

विनया : अन् प्रकाशकांनी पाठपुरावा केला असता आणि तुम्ही आणखी खूप लिहिलं असतंत, तरी तुमचं लेखन मध्यमवर्गाशी मर्यादित राहिलं असतं?

गीताबाई : खूप लिहिलं असतं, तर कदाचित त्यात कामगार वर्ग थोड्याफार प्रमाणात आला असता.

विनया : तुमच्या साहित्यात अनेकदा धनिक वर्गही दिसत नाही. कामगारांच्या जीवनाशी याही वर्गाचं जीवन निगडित असतं. हाही वर्ग तुम्ही जवळून पाहिला असला पाहिजे.

गीताबाई : धनिक असतात मूठभर-गरिबांचा अथांग सागर. काय करायचं

आहे, त्या मूठभर लोकांवर लिहून? माझ्या मनात त्यांच्याबद्दल आदर नव्हता. सहानुभूती नव्हती. त्यांच्याशी कधी जवळीक निर्माण झाली नाही. त्यांच्यावर लिहावं असं वाटलंच नाही. नरसिंग टाटामध्ये ऑफिसर होता, तेव्हा माझ्या भोवताली खूप पैसे मिळविणाऱ्या नवऱ्यांच्या बायका होत्या. मी इतक्या ठिकाणी वावरत होते, कार्यात गढलेली होते की, त्या बायकांना माझ्याबद्दल परकेपणा वाटत असे. ही एकसारखी पुरुषांमध्ये मिरवते, आमची कधी पर्वा करीत नाही, अशी माझ्याबद्दलची त्यांची मतं माझ्या कानावर आली होती. हे पर्वा करणं म्हणजे काय, ते मला कळलंच नाही. त्या कधीतरी म्हणायच्या, 'तू आमच्याकडे येत नाहीस.' पण मला वेळ नव्हता. माझी स्वत:ची अशी एक समजूत आहे की, काही विशेष कार्य करायचं म्हटलं, अभ्यास करायचा म्हटला तर मग; हे अमक्या ठिकाणी बसायला जायचं, तमक्या ठिकाणी भेटायला जायचं असं होऊन हे कार्यक्रम हातून सुटतात. कधी कधी जवळची मित्रमंडळीसुद्धा दुरावतात. प्रेमानं, मायेनं, आस्थेनं ती तुमच्या घरी येतात आणि अचानक कामासाठी तुम्हाला कुठेतरी जायला लागतं. मग त्यांना वाटायला लागतं, कशाला यांच्या घरी जायचं? हे नसायचेच. असले तरी मोकळे सापडायचे नाहीत. म्हणून हा कार्यकर्ता असतो, त्याला ती समाजजीवनरहाटी सोडून जाते. तो ती रहाटी सोडो किंवा न सोडो!

विनया : 'संमोहन' या कथेत एक वाक्य आलं आहे. 'श्रीमंताच्या बायका काय बोलू शकतात, याची तुम्ही कल्पना करा.' यातून एक जे लोकप्रिय मत असतं की, बायका तोंडाळ असतात, बेफाट बोलतात या मताला पुष्टी मिळते. लेखकानं असं लिहू नये असं नाही. कारण लेखकानं वास्तवाचं दर्शन घडवलं पाहिजे. तुम्ही ज्याअर्थी लिहिलं आहे, त्याअर्थी बायका अशा असतात. त्यांचा हा स्वभाव नैसर्गिक असतो की, त्यामागे सामाजिक परिस्थिती आहे?

गीताबाई : श्रीमंताच्या बायका अशा असतात, याचं कारण अगदी साधं सरळ आहे. साधारणपणे त्या घरात बसलेल्या असतात. हाताखाली नोकर-चाकर असतात. त्यांच्यावर सत्ता गाजवण्याची बायकांना सवय असते. बाहेरच्या जगाच्या धकाधकीत त्या नसतात. बाहेरच्या जगाशी कसं वागावं, याचा अंदाज त्यांना येत नाही. बेपर्वाईनं वाटेल तसं बोलतात, वागतात, हे मी पाहिलेलं आहे. धनिक पुरुष त्या मानानं चांगले वागतात. कारण ते बाहेरच्या जगाच्या व्यवहारात वावरत असतात. आज आपण एखाद्या माणसाशी वाईट वागलो, तर उद्या त्याची आपल्याला गरजच पडणार नाही, असं या पुरुषांना कधीही वाटत नाही. त्यामुळे या बायकांमध्ये दिसणारा अविवेक पुरुषांमध्ये दिसत नाही..

अविवेक, तोंडाळपणा हा स्त्रीचा मूलभूत स्वभाव आहे, असं मात्र मी म्हणत नाही. कारण आम्ही ज्या बायका घराबाहेर पडलो, नोकऱ्या केल्या, त्या तारतम्यानं वागतोच. आम्ही कधी बेजबाबदारपणे वागलो, बोललो नाही.

विनया : समाजकार्यकर्ती म्हणून धनिक स्त्रियांपर्यंत पोहोचायला हवं, असं तुम्हाला कधी वाटलं नाही का?

गीताबाई : नाही वाटलं. कार्यकर्ती म्हणून या धनिक वर्गाकडे माझं कधी लक्षच गेलं नाही. याचं कारण त्यांना आमची गरज नसते. त्या स्त्रिया आपल्या जगात अगदी बुडालेल्या असतात. त्यांना वाटतं, सगळं काही आमच्याजवळ आहे; आम्हाला काही मिळवायचं नाहीये! कोणी त्यांच्याकडे गेलं की, या बायका–ही माणसं उगीच आमच्या दाराशी आलेली आहेत, असं त्यांना वाटतं.

विनया : आजच्या स्त्री-मुक्तिवादी स्त्रियांचा एक दृष्टिकोन आहे की सगळ्या वर्गांच्या, सगळ्या देशांतल्या स्त्रिया एक होऊ शकतील. कारण सगळ्या जणी शोषित आहेत, वंचित आहेत. म्हणून कामकरी, मध्यमवर्गीय आणि धनिक स्त्री हातात हात घालून उभ्या आहेत, असं चित्र देतात. या प्रकारचं स्वप्न तुम्ही कधी पाहिलंत का?

गीताबाई : मला वाटतं, वर्ग म्हणजे किती वेगवेगळी दरी आहे, याची मला फार स्पष्ट कल्पना होती. कारण वेगवेगळ्या वर्गांतून मी हिंडत होते. एकाच वर्गातल्या दोन घरातल्या स्त्रियासुद्धा बरोबर येऊ शकत नाहीत. कारण आपलं दु:ख स्त्रिया बोलून दाखवत नाहीत. सगळ्यांना रस वाटेल अशी काही कृती करायला घेतली, तर सगळ्या जणी एका व्यासपीठावर येतील. पण असे कार्यक्रम शोधायला सगळं जीवन घालवलं पाहिजे. मला ते जमलं नाही. दुसरं असं, मध्यमवर्गाच्या ज्या स्त्री-संघटना आहेत, केल्या जातात, त्यांत वर्षानुवर्षं तेच ते रडणं मी पाहत आले आहे. ती चाकोरी आता मला पाठ झाली आहे.

विनया : माझा प्रश्न मी आणखी थोडा स्पष्ट करते. वंचनेच्या, शोषणाच्या समान भूमिकेवर सर्व वर्गांतल्या – सर्व देशांतल्या स्त्रिया एकत्र येऊ शकतील का? की अमेरिकेतली स्त्री आणि भारतीय स्त्री, श्रीमंत स्त्री आणि गरीब स्त्री यांच्या शोषणात, वंचित असण्यात इतका फरक आहे की, त्या एकत्र येणं अशक्य?

गीताबाई : कोणास ठाऊक!

विनया : सर्वसामान्यपणे, कथा-कादंबऱ्या लोकांपर्यंत अधिक पोहोचतात. तुमच्या बाबतीत मात्र उलटं झालं आहे. 'चंबळची दस्युभूमी' आणि 'भारतीय स्त्रीजीवन'

मौजने प्रकाशित केलेली तुमची ही दोन वैचारिक पुस्तकंच वाचकांपर्यंत जास्त पोहोचली. 'चंबळची दस्युभूमी' या पुस्तकाचं काम तुमच्याकडे कसं आलं?

गीताबाई : पुस्तकाचं काम माझ्याकडे आलं नाही. मी पुस्तक लिहून 'मौज'च्या भागवतांकडे दिलं. विनोबाजींची व्याख्यानं धनबादला झाली होती. ती मला आवडली होती. आंध्रमध्ये जमिनींचं काम त्यांनी केल्यावर तिथली दंगल बंद झाली होती. नंतर ते बिहारमध्ये आले होते. त्यांचं पहिलं व्याख्यान होतं, 'हे पाहा, हा बाहेर जो चांभार उभा आहे, तो तुमचा सहावा भाऊ आहे. त्याच्या हक्काचं त्याला देऊन टाका. नाहीतर मी ते तुमच्याकडून हिसकावून घेईन.' अगदी प्रागतिक, पुरोगामी विधान होतं. पुढे ते उत्तर बिहारमध्ये गेले होते. काय जादू झाली कोण जाणे! त्यांच्या एका केंद्रावर व्याख्यान ऐकायला मी गेले, तर सगळं पाप-पुण्य, हा जन्म, पुनर्जन्म वगैरे सुरू झालं होतं. नेहरूंच्या सांगण्यावरून ते चंबळच्या खोऱ्यात गेले होते. त्या भागाबद्दल या माणसानं काही वाचावं, विचार करावा! पण तोपर्यंत ते झाले होते संत. हे संतमहाराज तिकडे हिंडायला लागले. ते हिंडून आल्यानंतरची वृत्तं मी वाचली. ती मला पटत नव्हती. डाकूंचे हृदयपरिवर्तन वगैरे मला शक्य वाटत नव्हतं. ग्वाल्हेरला दादा धर्माधिकारींनी सभा घेतल्या होत्या. त्यासाठी मी मुद्दाम धनबादहून ग्वाल्हेरला गेले. त्या ठिकाणी विनोबांच्या शांती समितीचे कार्यकर्ते होते. त्यांच्या कार्यालयात जाऊन मी चालकांची भेट घेतली आणि म्हटलं, 'मला चंबळच्या भूमीत आचार्यांनी ज्या भागात पदयात्रा केली, तेथे जायचं आहे.' ते म्हणाले, 'ठीक आहे.' मी विचारलं, 'कधी जाऊ या?' ते म्हणाले, 'उद्या चला.' दिवस थंडीचे होते. तयारी केली. आणि निघाले. शांती समितीचे कार्यकर्ते नेहमी त्या भागात जाणारे होते. त्या ठिकाणच्या मुलांच्या विकासासाठी केंद्र शासनाने त्यांच्याकडे काही रक्कम दिलेली होती.

विनया : त्या ठिकाणी जायचं ठरवताना डाकूंचा भाग म्हणून तुम्हाला धोका नाही वाटला? त्या परिसराचा अंदाज घेण्याच्या दृष्टीनं तुम्ही काही प्रयत्न केले होते?

गीताबाई : एकंदरीत भीती वाटणं, हा माझा स्वभाव नाही. मी त्यांच्याबरोबर गेले. विनोबाजी ज्या भागात हिंडले होते, त्या सगळ्या खेड्यापाड्यांतून मी फिरून आले. भयाचं कारण मला कुठे दिसलं नाही. काही टोळ्या मारल्या गेल्यामुळेही शांतता होती. मी फक्त निरीक्षक होते. ब्राह्मण ठाकूरांच्या बऱ्याच घरांत कार्यकर्ते मला घेऊन गेले. मला सतत काहीतरी चुकल्यासारखं वाटत होतं. काय ते कळत नव्हतं. पण बहुतेक अपेक्षित लोकांना भेटायला मिळत नव्हतं. शेवटी मुश्कीलीनं एका केंद्रावर चांभाराच्या घरात मला जायला मिळालं. कोणताही अपराध नसताना

केवळ धाक दाखवण्यासाठी त्या कुटुंबातल्या मुलाला कसं गोळी झाडून मारलं गेलं, ते कळलं. तिथून चौकशी करीत काही पोलीस अधिकाऱ्यांना मी भेटले. त्यांनी बरीच माहिती दिली. काही सायक्लोस्टाइल कागदही दिले. हिंडताना माझ्या लक्षात आलं, त्यांचं आपसातही वैर आहे, असं आपल्याला वाटतं. ठाकूर म्हणजे डाकू. 'कसणाऱ्यांची जमीन' कायद्यामध्ये ठाकूरांकडून बऱ्याच जमिनी चांभारांकडे गेल्या आहेत. म्हणून ठाकूरांचा चांभारांवर राग. ते चांभारांना गोळ्या घालतात. माझ्या मित्रांनी एक Confidential report वाचायला दिला. त्यातही बरंच वाचायला मिळालं. नंतर मी जाऊन आचार्य विनोबाजींनाही भेटून आले. माझे त्यांच्याशी मतभेद असल्याचं सांगितलं. ते म्हणाले, "तुम्हाला जे जाणवत असेल, ते तुम्ही अर्थातच लिहा." आणि त्यांनी विचारलं की, तुम्ही या विषयावर कादंबरी का लिहीत नाही? कादंबरी अधिक परिणामकारक होईल. मी म्हणाले, "मी राहते चार हजार मैलांवर. येथे चक्कर मारली. तेथील अंतरंग मला कळले आहेत, असं वाटत नाही. म्हणून मी कादंबरी लिहिणार नाही." म्हणजे कादंबरी हा प्रभावी बॉम्ब आहे, असं आचार्यांनाही वाटत होतं.

'चंबळची दस्युभूमी' लिहून झालं. कोणाकडे द्यावं हा प्रश्न होता. विषय महाराष्ट्राबाहेरचा. पुस्तक लिहिलं होतं मराठीत. लष्करातून निवृत्त झालेले माझे चुलतभाऊ माझ्याकडे आले होते. रामचंद्र विश्वनाथ साने. ते मला म्हणाले, "या पुस्तकासाठी तू 'मौज'च्या भागवतांना भेट." मी भागवतांना पत्र पाठवलं. त्यांचं उत्तर आलं. त्याप्रमाणे हस्तलिखित प्रत त्यांच्याकडे रवाना केली. माझी एक मैत्रीण चित्रे म्हणून तेव्हा 'मौज'मध्ये होती. तिचं पत्र आलं, 'या पुस्तकात काही बदल करावे लागणार आहेत. त्याला प्रस्तावना लागेल. तर तू इथे ये. मग आपण बोलणी करू.' मुंबईला गेल्यावर पहिल्यांदा तिची बोलणी खाल्ली. ती म्हणाली, "हस्तलिखिताचं काय हे असं भेंडोळं पाठवतात? अक्षर धड लागत नाही. काही पानं टाइप केलेली. काही पानं हातांनी लिहिलेली." मी नुसती हसले. तिच्या सूचनेप्रमाणे सर्व बदल केले. पुढे प्रूफरीडिंग वगैरे सर्वाधिकार तिला दिले आणि मी परत आले. भागवतांची माझी ओळख नव्हती. गंभीर, वैचारिक पुस्तकांना मागणी कमी, हे मला माहीत होतं. त्यामुळे भीतभीतच हस्तलिखित मी त्यांच्याकडे दिलं होतं. पण त्यांनी स्वीकारलं आणि वैचारिक पुस्तक जेवढं यशस्वी व्हावं, तेवढं ते झालं.

विनया : 'भारतीय स्त्रीजीवन' या पुस्तकाची निर्मिती कशी झाली?

गीताबाई : श्री. पु. भागवतांकडे मी गेले असताना ते मला म्हणाले, 'तुम्ही स्त्रियांवर काहीतरी लिहायला घ्या.' मी पुष्कळसं लेखन स्त्रियांवर केल्यामुळे ते

तसं म्हणाले असतील. मी त्यांना उत्तर दिलं नाही. पण त्यांच्या कल्पनेचा विचार करीत राहिले. नंतर लेखनाला सुरुवात केली. खूप पुस्तकं मिळवावी लागली. काही विकत घेतली. काही कोणाकडून मिळवली. मुलीनं काही पुस्तकं इंग्लंडहून पाठविली. पुस्तक आकार घेऊ लागलं. १९७७मध्ये मी भागवतांकडे पहिलं हस्तलिखित दिलं. ते लगेच पाहू शकले नाहीत. त्यामुळे त्या हस्तलिखितात मी एकसारखे बदल करीत राहिले. १९८० किंवा ८१मध्ये ते म्हणाले, ''तुम्ही आता मुंबईला या. आपण सगळं वाचू. त्यात जे दुवे नीट गुंतलेले नाहीत, ज्या ठिकाणी तुमचं लॉजिक अपुरं राहात आहे, असं मला वाटेल; तेथे मी तुम्हाला सांगतो.'' मुंबईला जाऊन तेरा दिवस मी त्यांच्या घरी राहिले आणि काम केलं. तो पूर्ण वेळ सुखाचा आणि कामाचा होता. नंतर सावकाशीनं काम होत राहिलं. जेव्हा पुस्तकाची प्रुफे येऊ लागली, तेव्हा नरसिंगचा नुकताच मृत्यू झाला होता. माझं कशातच मन लागत नव्हतं. पण पुस्तकाच्या कामातच मन लागून ते शांत झालं. कारण ते काम जवळजवळ सहा महिने चालू होतं.

विनया : 'भारतीय स्त्रीजीवन' या पुस्तकात तुम्ही निराशा व्यक्त केली आहे. स्त्री-जीवनात खऱ्याखुऱ्या सुधारणा झाल्या नाहीत. आपण उलट पुन्हा थोडं मागे गेल्यासारखंच वाटतं आहे, असं तुम्ही म्हटलं आहे.

आज स्त्रिया खूप वेगवेगळी क्षेत्रं पादाक्रांत करीत आहेत. डॉक्टर-इंजिनीअर झाल्या आहेत. स्कूटर-कार सर्रास चालवतात. विमानसुद्धा चालविण्याचे प्रयोग झाले आहेत. तरी तुम्हाला स्त्री-जीवनात सुधारणा झाली, असं वाटत नाही. सुधारणा म्हणजे नेमके कोणते बदल तुम्हाला अपेक्षित आहेत? निरनिराळ्या क्षेत्रात शिरणं हे केवळ वरवरचे बदल आहेत की, आंतरिक बदल आहेत?

गीताबाई : बरोबर. हे विशिष्ट वर्गात-मध्यमवर्गात- झालेले बदल आहेत. त्यातही उच्च मध्यमवर्गातल्या एका मर्यादित वर्तुळात झालेले बदल आहेत. मध्यमवर्गात शिक्षण वाढलं, विचार वाढला. जीवनसंघर्षही वाढला. यातून विशिष्ट वर्तुळात काही सुधारणा झाल्या. पण मध्यमवर्गाचं प्रमाण फक्त आठ टक्के आहे. बाकीचा सगळा खालचा वर्ग आहे. या वर्गात परिवर्तन झाल्याशिवाय पूर्ण चित्र बदलणार नाही. या खालच्या वर्गातल्या बायकांना कोणतंही स्वातंत्र्य मिळालेलं नाही. कायदे तुम्ही वाटेल ते करा. त्यांच्यापर्यंत ते पोहोचत नाहीत. त्यांना कायद्याचा फायदा मिळत नाही. बलात्कारही त्या वर्गात इतकी सामान्य गोष्ट आहे की, त्यांना त्यात काही वाटत नाही. 'होतंच हो बाईचं असं!' हे त्या सहज बोलून जातात. स्वत: कष्ट करून मिळवत्या असलेल्या बायकोला नवरा विकतो. कित्येकदा

ते लग्नच एवढ्यासाठी करतात की, आपल्याला एक बाई पाहिजे असते धंदे करायला किंवा आयतं पोसायला! हल्ली हल्ली हा कल मला मध्यमवर्गातही दिसायला लागला आहे. नवरे नोकरी सोडून देतात आणि घरी बसतात स्वस्थ. तो घरातल्या कामाला हात नाही लावणार. तिनं घरात करायचं. नोकरी करायची. पोरं सांभाळायची. उत्तर प्रदेशात तर म्हणतातच बायको नोकरीला लागली की, नवरा नुसता बसून खातो. हा माझ्या नजरेतला दोष आहे की वस्तुस्थिती आहे, याबद्दल मी अजून साशंक आहे. म्हणून मी कुठे याबद्दल लिहिलेलं नाही.

विनया : विवाहसंस्था ही जर नाहीशी केली, तर 'स्त्री'ची प्रगती होऊ शकेल का?

गीताबाई : विवाहसंस्था नाहीशी करताना मुख्य प्रश्न मुलांचा आहे. मुलांना वाढवायचं कोणी? सहा वर्षांनंतर मुलं प्राथमिक शाळेत जातात. याच वयाला काही ठिकाणी हॉस्टेलमध्ये घेतली जातात. मला तर वाटतं, मुलं हॉस्टेलमध्ये राहिलेली बरी. म्हणजे घरामध्ये मतभेद, भांडणं, कटकटी यांतून ती मुक्त होतील. पण मूल सहाव्या वर्षापर्यंत घरात राहणार, तोपर्यंत काय करणार? पाळणाघरं वगैरे म्हटली तरी मूल त्या ठिकाणी काही तास राहतं. बाकी ते सहाव्या वर्षापर्यंत आईवर असतं. तोपर्यंत आईला कुणाचीतरी मदत लागते. तुम्ही पाहिजे तर स्त्रियांची मंडळं स्थापून ही गरज भागवा. मुलाला आईच लागते असं नाही; इतरही माणसं चालतात. 'आई गोड की खाई गोड' अशी आपल्याकडे म्हण आहे पाहा! एकत्र कुटुंबात अनेक स्त्रिया सहज एकत्र असायच्या. मूल आईजवळ क्वचित असायचं. कारण आई सदैव कामात बुडालेली. इतर स्त्री-पुरुष भोवताली असले, तरी मुलाला सोयीचं पडायचं. एखाद्या आईचं कमीजास्त झालं, तर मूल वाऱ्यावर पडत नसे. हल्ली जरा काही झालं की मुलांची दुर्दशा होते. विभक्त कुटुंबामध्ये एकत्र कुटुंबाची गरज पुष्कळदा शेजाऱ्यांकडून भागवून घेतली जाते. पण हे सगळं विचारपूर्वक घडत नाही. मग प्रश्न विचारला जातो, शेजाऱ्याशी जमवून घ्यायचं तर जावेशी का नाही जमवून घेत? याला उत्तर असं आहे, जावेशी कसं वागायचं याचे सामाजिक नियम ठरले आहेत. तसे नियम शेजारणीशी नसतात. शेजाऱ्याशी संबंध परस्पर सहकार्यावर अधिष्ठित असतात. संबंध असेच असावेत, या मताची मी आहे. पण ते विचारानं व्हायला हवं.

विनया : विवाहसंस्था नष्ट झाली तर मुलांचा प्रश्न निर्माण होईलही; पण स्त्रियांचा तरी विकास होईल का?

गीताबाई : हो. विवाहसंस्था नष्ट झाली तर 'स्त्री'वरच्या जबाबदाऱ्या कमी होतील आणि विकास होईल. आज बायकांना हे करावंसं वाटतं, ते करावंसं वाटतं;

पण जमत नाही. ऊर्मी एकदा निघून गेली की गेली! हा आपला सगळ्यांचा अनुभव आहे. माझ्यासारख्या बाईचंसुद्धा मुली लहान असताना हेच झालं. पण मुलांची जबाबदारी समाजावर व्यवस्थितपणे सोपवून मगच विवाहसंस्था नष्ट करता येईल. दुसरं असं की, बाईला कोणा पुरुषाचं आकर्षण वाटलं की, आज समाज तिला धारेवर धरतो. पुरुष आपला इकडेतिकडे धावतच असतो. त्याला कोणी काही म्हणत नाही. विवाहबंधन नष्ट झाल्याशिवाय 'स्त्री'चं हे नष्टचर्य संपणार नाही. एकदा लग्न झालं की नवरा-बायकोला एकमेकांना सोडणं सोपं नसतं. त्यातल्या त्यात पुरुष बाहेर जाऊ शकतो. स्त्री कुठे जाऊ शकत नाही. कुटुंबाच्या रेषेबाहेर बाईनं जाणं, हे फार वाईट समजलं जातं. तर ती रेषाच पुसून टाकली म्हणजे झालं. मग का नाही स्त्री बाहेर जाऊ शकणार? लैंगिकतेसाठी बाईनं मुक्तपणे हिंडावं असं मी म्हणणार नाही. मी काही मुक्त लैंगिकतेच्या फारशी बाजूची नाही, कारण त्यात अतिरेक होतो.

विनया : विवाहसंस्था नष्ट झाली की, मुक्त लैंगिकता अपरिहार्य नाही का?

गीताबाई : असं होण्याचं मला काही कारण दिसत नाही. स्त्री तिच्या मनाप्रमाणे एखाद्या पुरुषाशी संबंध ठेवू शकते. एक मूल झाल्यावर काही काळानं ती दुसऱ्या पुरुषाकडे स्वत:च्या मनानं गेली, तर हरकत नाही. पण एकाच वेळी तिच्याकडे चार-पाचजण येणं हा अतिरेक आहे. ग्रीक आणि रोमन साम्राज्याच्या अवनती काळात अशा मुक्त लैंगिकतेचा अतिरेक झाला होता, असं इतिहास सांगतो. ही भिण्यासारखी बाब आहे.

दुसरं असं की, बायकांना गटवण्याची पुरुषाची मोठी युक्ती म्हणजे, तुला जर मी इतका आवडतो तर लग्नापूर्वी किंवा लग्न झालेलं नसताना शरीरसंबंध करायला काय हरकत आहे? भाबड्या आणि मूर्ख स्त्रियांना या प्रश्नाला उत्तर देता येत नाही. त्या गुंततात. फसतात. संभोगक्रिया झाली की पुरुष मोकळा होतो. निसर्ग 'स्त्री'ला मोकळं सोडत नाही. विवाहसंस्थेमुळे 'स्त्री'ला समाजाला तोंड द्यावं लागतं आणि पुरुष उजळ माथ्यानं फिरतो. संततिनियमनाची साधनं वापरात असली, तरी ती वापरूनही अपघात म्हणून गर्भधारणा होऊ शकते. विवाहसंस्थाच नष्ट झाली, म्हणजे हा पैलू स्वच्छ होईल. बाबा रे, हवा तर ये नाहीतर चालता हो, असं म्हणायला स्त्री मोकळी राहील. हल्ली एकेक प्रकरण ऐकून, वाचून माझ्या पोटात ढवळायला लागतं. त्या बाईनं लिहिलं होतं, नवऱ्याला दिवसातून तीनतीनदा सेक्स लागायचा. असा कसा तीनतीनदा सेक्स लागतो? लग्नाची बायको हक्काची उपलब्ध आहे म्हणून? दिवसाला तीन बायकांकडे गेला आणि

प्रत्येकीनं पैसे मागितले, तर परवडणार आहे का याला? आपली कामवासना हवी तशी निभावता यावी, म्हणूनही पुष्कळदा विवाहबंधन पुरुषांना हवं असतं. विवाहबंधन असतानासुद्धा ज्या स्त्री-पुरुषांना एकापेक्षा अधिक संबंध आवडतात, त्यांचं लपूनछपून चाललेलंच असतं. विवाह हे फक्त काही लोकांना बनवण्याचं साधन आहे. मनाच्या बंधनानं स्त्री-पुरुषांचं एकत्र राहणं, हे जास्त बरोबर आहे. माझ्या मते निसर्गात सेक्स खूप कमी असतो. मानवी समाजात सहज लैंगिक सुख मिळतं म्हटल्यावर पुरुषाला त्याची चटक लागली आहे. विवाहबंधनामुळे स्त्री त्याच्यावर नियंत्रण करू शकत नाही. विवाहामुळे लैंगिकता 'स्त्री'वर जितकी लादली जाते, तितकी विवाहसंस्था नष्ट झाली तर लादली जाणार नाही. कामसूत्रं वाचली की, पुरुषाला संभोगाचं वेड किती असतं ते कळतं. संभोगशास्त्रावर किती पुस्तकं पूर्वीपासून निर्माण झाली आहेत! माझ्या नेहमी मनात येतं, बायकांवर कोणी संभोगशास्त्र लिहिलेलं नाही. निदान इतक्या मोठ्या प्रमाणावर नाही. कारण एकच दिसतं, पुरुषाला संभोगाची जबाबदारी स्वीकारावी लागत नाही. क्रिया झाली की तो मोकळा होतो. त्यामुळेच मला वाटतं, त्याची लैंगिक भूक जबरदस्त असते. आणि ती भागवली गेल्यावर त्यांना वाटणारं मोकळेपणाचं समाधानही प्रचंड असावं, हे मला वाटतं. याबद्दल माझी खात्री नाही. साधारणपणे शंभरातल्या नव्याण्णव ठिकाणी वाचशील, ऐकशील तर संभोग झाला आणि 'तो' झोपून गेला. 'ती' तळमळत जागी राहिली. तो जर तिच्यासाठी जागा राहिला, तर ती एक केस मी भाग्यवान समजेन की, त्या ठिकाणी पुरुषाला लैंगिकता म्हणजे काय, तिचा 'स्त्री'शी असलेला संबंध समजला आणि त्याची कदर करावीशी वाटली!

विनया : हा स्त्री-पुरुषांमधला शारीरिक रचनेमुळे होणारा फरक आहे की, मानवी संस्कृतीच्या समाजरचनेमुळे पडलेला फरक आहे?

गीताबाई : मला असं वाटतं, हा मूलत: शरीररचनेमुळे असणारा फरक आहे. पण संस्कृतीमुळे तो वाढला असावा. लैंगिक सुख देण्याघेण्याचे अधिकार जर स्त्रियांकडे आले, तर पुरुषावर आपोआप नियंत्रण येईल. त्याला संयम ठेवावा लागेल. पूर्वी लढायांमुळे पुरुष बरेच मरत. स्त्रियांची संख्या जास्त असायची. एक पुरुष तीन-चार स्त्रियांशी सहज संबंध ठेवत असे, विवाहबद्ध होत असे. त्या वेळी लैंगिक सुखाचं संतुलन आपोआप होत असेल. परिस्थिती बदलल्यावर वेगळा विचार व्हायला हवा.

पूर्वीसुद्धा ज्यांनी पाचशे-सातशे स्त्रियांचे जनानखाने बाळगले, तेथे घोटाळा झालाच. तो एक पुरुष एवढ्या स्त्रियांच्या वाट्याला येणार कसा? त्या स्त्रिया मग

दासांशी संबंध ठेवायच्या. बाई मुलाला जन्म देते, म्हणून पुरुष तिचा ताबा घ्यायला पाहतो. हे माझं शेत म्हणायचं, मी मालक. मग शेतजमीन म्हणून हव्या तेवढ्या बायका गोळा करायच्या. जनानखाना बाळगायचा. आवडली बाई की घातली जनानखान्यात. यातून घोटाळाच झाला. शिवाय यात आणखी एक प्रश्न होता. श्रीमंतांनी सगळ्या बायका घेऊन टाकल्या की, गरिबाला बाई मिळत नसे. आज जे विवाहबाह्य संबंध वगैरे बोललं जातं, चाललंही आहे; त्याबद्दल मला समाधान नाही. कारण त्यामागे वैचारिक अधिष्ठान नाही. हे सगळं आपल्याला आवडतं म्हणून चाललेलं आहे..

विनया : आजच्या स्त्री-मुक्ती चळवळीतल्या स्त्रिया योग्य मार्गावर आहेत, असं तुम्हाला वाटतं का?

गीताबाई : आताच ते सांगता येणार नाही. सगळ्या जणी कुठे कुठे काही काही करीत आहेत. त्याचे परिणाम दिसायला अजून अवकाश आहे. त्यांच्यापैकी काही जणी बरोबर आहेत, असं निश्चित म्हणता येतं. काही जणी बरोबर नाहीत, असंही म्हणता येतं. पण एक मोठा वर्ग असा आहे की, त्याच्या वागण्याचे परिणाम दिसायला एक पिढी जावी लागेल. म्हणून मी कोणतंही विधान करीत नाही. पण एक निश्चित; खालच्या वर्गात जोपर्यंत चळवळ पोहोचत नाही, तोपर्यंत आपण आठ टक्के कसलं समाजपरिवर्तन करणार आहोत? आपण म्हणू, माझ्या घरात स्वातंत्र्य आहे. माझ्याकडे मित्रमंडळी येतात. मला घरात मान आहे. माझं मत विचारात घेतलं जातं. पण उठून मजूर वस्तीत गेलात, तर लोक टिंगल करायची ती करतील. शिव्या देतील, दगड मारतील, घाणेरडं बोलतील. त्यामुळे मध्यमवर्गातलं स्त्री-स्वातंत्र्य हे खरं स्वातंत्र्यच नव्हे, हा शो आहे. भाबडेपणामुळेच आम्हाला वाटतं की, आम्ही स्वतंत्र झालो आहोत.

विनया : आता सध्या तुम्ही काय करता आहात?

गीताबाई : खास असं काही नाही. लिहिते. वाचते. तरुण कार्यकर्ते माझ्याकडे येतात, त्यांच्याशी बोलते. गडगीला मुस्लीम स्त्रियांचे प्रश्न घेऊन मुस्लीम तरुणांचाच गट उभा राहिला आहे. तिकडे जाऊन आले. बरीच वाट पायी जायला लागली. झेपेल अशी खात्री नव्हती; पण झेपलं. चळवळीतल्या तरुण स्त्रिया काय करतात, ते माहीत करून घ्यायला मी फार उत्सुक असते. खरं म्हणजे मी आता तेवढ्याचसाठी जगते आहे.

●●

उपसंहार

कृष्णाबाई मोटे, मालती बेडेकर, शकुंतला परांजपे, गीता साने या १९३०नंतरच्या काळातील विचारवंत स्त्रिया होत्या. समकालीन लेखकांपेक्षा त्यांचे साहित्य अधिक जीवनसन्मुख होते, हे आधी केलेल्या तुलनेतून स्पष्ट झाले आहे. आता लेखक आणि लेखिका यांचे साहित्य तत्कालीन समाजात कितपत खोल पोहोचले होते, त्यांनी महाराष्ट्रातील स्त्री-जीवनात आणि पर्यायाने कुटुंबजीवनात व समाजजीवनात कोणते परिणाम घडवून आणले यांविषयी विचार करावयाचा आहे. हा विचार करण्यासाठी मराठी साहित्य समीक्षा, १९४० ते १९६० या काळातील लोकप्रिय झालेली आकाशवाणीवरील भावगीते, चित्रपट-नाटक या कलामाध्यमांतून घडणारे स्त्री-दर्शन विचारात घेतले आहे.

यावरून साधारणपणे असे चित्र दिसते की, लेखकांचे साहित्य जनतेपर्यंत जितके पोहोचू शकले, तितके या चार विचारवंत स्त्रियांचे साहित्य पोहोचू शकले नाही. समीक्षक मा. का. देशपांडे यांनी तत्कालीन अनेक लेखकांवर स्वतंत्र पुस्तके लिहिलेली दिसतात. 'खांडेकर चरित्र आणि वाङ्मय' हे त्यांचे दोनशे चोपन्न पृष्ठसंख्येचे पुस्तक १९४१मध्ये प्रसिद्ध झाले. १९५५मध्ये कादंबरीकार फडक्यांवर त्यांनी दोनशे अठ्याण्णव पृष्ठसंख्येचे पुस्तक लिहिले. याचप्रमाणे त्यांनी अत्रे आणि माडखोलकर यांच्यावरही पुस्तके लिहिली आहेत. परंतु कोणा समीक्षकाला

या चार लेखिकांपैकी एखादीवर पुस्तक लिहिण्याची इच्छा झालेली दिसत नाही. लेखिकांपैकी मालती बेडेकरांच्या साहित्याचा विचार करणारे दोनशे आठ पृष्ठसंख्येचे 'विभावरीचे टीकाकार' हे एकच पुस्तक प्रकाशित झालेले आहे. हे कोण्या एका समीक्षकाने विभावरींच्या साहित्याचे मूल्यमापन करण्याच्या दृष्टिकोनातून लिहिलेले पुस्तक नाही. विभावरींच्या पुस्तकावर त्या काळात जे अभिप्राय प्रसिद्ध झाले, परिसंवाद झडले त्यांचा संग्रह या पुस्तकात आहे. 'विभावरी' या टोपणनावाची बरीच चर्चा त्या काळात झालेली आढळते. विभावरी वाङ्मयावर अनुकूल/प्रतिकूल दोन्ही प्रकारचे अभिप्राय आलेले दिसतात. काही अभिप्राय टोपणनावाने प्रसिद्ध झालेले आहेत. न. चिं. केळकर आणि इतर मान्यवर व्यक्तींनी पुस्तक उत्तम असल्याचा निर्वाळा दिला आहे (पृ.३४), तर दुसऱ्या टोकाला जाऊन आलमगीरने हे लेखन विकृत असल्याचा दावा केला आहे (पृ.२५).

प्र. के. अत्रे यांच्या मतानुसार 'कळ्यांचे निःश्वास' या पुस्तकातील विचार क्रांतिकारक असून, अत्यंत प्रामाणिकपणे ते समाजापुढे मांडण्याचे धैर्य लेखिकेत आहे. पुस्तकाचे असे मर्म सांगून पुढे विनोदाच्या भरात अत्रे यांनी सुशिक्षित स्त्रियांची यथेच्छ टिंगल केलेली दिसते. अत्र्यांच्या सर्व शेऱ्याताशेऱ्यांना जनतेने टाळ्यांनी प्रतिसाद दिल्याचा उल्लेख आहे. म्हणजे जनतेला अत्रे यांचा दृष्टिकोन निदान वरवर तरी पटत होता. अत्रे यांना विभावरीच्या कथांमधील स्त्रियांच्या समस्या समजल्या, तरी पुस्तकातील विषयाचा गंभीरपणे विचार करण्याची गरज भासली नाही. त्यांनी करमणुकीचे साधन म्हणून लोकांना हसवण्यासाठी ते पुस्तक वापरले.

मराठी साहित्याच्या इतिहासकारांनी मात्र या विचारवंत लेखिकांची दखल घेतलेली आहे. लेखिकांमधल्या स्वतंत्र विचारांच्या ठिणगीचे अस्तित्वही त्यांना जाणवलेले आहे. तथापि अ. ना. देशपांडे यांचा अपवाद वगळता स्त्री-जीवनाच्या गाभ्याला जाऊन भिडणाऱ्या या लेखिकांना त्यांनी न्याय्य जागा दिलेली नाही. कुसुमावती देशपांडे यांच्यासारख्या साक्षेपी इतिहासकार/समीक्षिकेने फडके, खांडेकर, माडखोलकर, वरेरकर, पु. य. देशपांडे यांच्या साहित्याचा विचार जितका विस्तृतपणे केलेला आहे, तितका या चार लेखिकांचा केलेला नाही. कुसुमावतीबाईंनी फडके यांच्यासाठी सुमारे साडेसात हजार शब्द खर्च केले आहेत. खांडेकर आणि पु. य. देशपांडे यांनाही सुमारे साडेचार हजार शब्द आणि माडखोलकरांना सुमारे सहा हजार शब्द इतकी जागा दिली आहे. मालती बेडेकर, गीता साने यांना मात्र 'लेखिका' या एकाच प्रकरणात इतर अनेक लेखिकांबरोबर गुंडाळले आहे. विभावरी शिरूरकरांना सुमारे अकराशे शब्द मिळाले आहेत.. आणि गीता साने

यांच्यासाठी सुमारे पाचशे शब्द कुसुमावतीबाईंना पुरेसे वाटले आहेत. संख्येच्या दृष्टीने लेखकांच्या कादंबऱ्या अधिक होत्या. कलात्मक गुणांच्या दृष्टीने त्या गीताबाईंच्या कादंबऱ्यांपेक्षा उजव्या होत्या. परंतु विषयाच्या दृष्टीने सूक्ष्म वास्तव या चार लेखिकांनी आपल्या कादंबऱ्यांत नेमके पकडले होते. विभावरींच्या कथा-कादंबऱ्या कलात्मक गुणातही उण्या नव्हत्या. तरीही कुसुमावतीबाईंच्या हातून विभावरी शिरूरकर आणि गीता साने यांना यथोचित जागा मिळू नये, याचे आश्चर्य वाटते. लेखकांच्या कादंबऱ्या म्हणजे मुख्य प्रवाह आणि लेखिकांच्या कादंबऱ्या म्हणजे दुय्यम प्रवाह अशा प्रकारच्या कल्पनेचा पगडा कुसुमावतीबाईंच्या मनावरही असावा. एरवी वा. म. जोशींच्या 'रागिणी'बद्दल भरभरून लिहिणाऱ्या कुसुमावतीबाईंनी या महत्त्वाच्या लेखिकांचा एवढा संक्षेप केला नसता.

अ. ना. देशपांडे यांनी लेखिकांच्या साहित्याचे महत्त्व योग्य प्रकारे ओळखले आहे. आपल्या पुस्तकात ('आधुनिक मराठी वाङ्मयाचा इतिहास' भाग २) त्यांनी फडके, खांडेकर इ. लेखकांच्या साहित्यापेक्षा विभावरी शिरूरकरांचे साहित्य अधिक श्रेष्ठ आहे, असे अगदी निःशंकपणे म्हटले आहे (पृ.१८६). मराठीतील सामाजिक कादंबरीला सामाजिक वस्तुनिष्ठेचे जे अधिष्ठान हरिभाऊ आपट्यांनी दिले, त्याची जोपासना फडके, खांडेकर, माडखोलकर, वरेरकर इत्यादींकडून होऊ शकली नाही. ती केवळ विभावरींकडून होऊ शकली, असा त्यांचा अभिप्राय आहे. प्रखर वस्तुनिष्ठा आणि सामाजिक जीवनाचे विदारक व वस्तुनिष्ठ विश्लेषण करण्याची गीताबाईंच्या लेखणीची वैशिष्ट्ये असल्याचे अ. ना. देशपांडे सांगतात (पृ.२०१ ते २०३). त्यांनी गीताबाईंच्या कादंबऱ्यांची नेमकी गुणवत्ता ओळखली, तरी 'फेरीवाला' आणि 'वठलेला वृक्ष' या दोन कादंबऱ्यांवर भाष्य करून इतर कादंबऱ्यांचा केवळ उल्लेख करणे त्यांना पुरेसे वाटले आहे. देशपांड्यांनी कृष्णाबाईंची 'मीनाक्षीचे जीवन' आणि शकुंतलाबाईंच्या 'घराचा मालक' या दोन कादंबऱ्यांची इतर अनेक लेखिकांच्या कादंबऱ्यांबरोबर एकेका वाक्यात बोळवण केली आहे (पृ.२०५).

'घराचा मालक' या कादंबरीत स्त्री-विषयक अनेक महत्त्वाचे विचार आलेले असले, तरी लेखिकेचा प्रकृतिधर्म आणि पारंपरिक वाङ्मयीन संकेतांचा प्रभाव, यांमुळे कादंबरीतील सूक्ष्मता अनेक ठिकाणी लोप पावून ती ढोबळ झाली आहे. समीक्षकांना ती दखल घेण्याइतकी महत्त्वाची वाटली नसणे, समजण्यासारखे आहे. परंतु कृष्णाबाईंची 'मीनाक्षीचे जीवन' ही कादंबरी कलात्मकतेच्या कसाला उतरणारी आहे. शिवाय तीत बदलत्या स्त्री-जीवनाचे प्रतिबिंब उमटले आहे. मध्यमवर्गीय सुशिक्षित तरुणी नवऱ्याचे घर सोडून मुलीसह बाहेर पडते. अभिनेत्री

होते. स्वत:च्या मार्गावर वारंवार साशंक होते. अनेक खाचखळग्यांतून, भावनांच्या आंदोलनातून जात जात आत्मतेजाने प्रबल झालेल्या कृष्णाबाईंच्या या नायिकेची अ. ना. देशपांडे, कुसुमावतीबाई या कोणाला गांभीर्याने विस्तृत दखलच घ्यावीशी वाटली नाही, याचे आश्चर्य वाटते.

गो. म. कुलकर्णी आणि व. दि. कुलकर्णी यांनी संपादित केलेल्या मराठी वाङ्मयाचा इतिहास, खंड सहा-भाग एक या पुस्तकात चारी लेखिकांच्या साहित्याचे महत्त्व मान्य करून त्रोटक दखल घेतली आहे.

डॉ. वि. स. जोग यांनी आपल्या 'मार्क्सवाद आणि मराठी साहित्य' (१९८१) या पुस्तकात मालतीबाई आणि गीताबाईंवर मर्यादित टिपण केले आहे. मालतीबाईंना सुमारे चारशेपन्नास शब्द आणि गीताबाईंना सुमारे एकशेसाठ शब्द दिले आहे. 'हिंदोळ्यावर' या स्त्री-केंद्री कादंबरीला 'विभावरींची स्वयंकेंद्रिततेच्या मध्यमवर्गीय कुंपणात अडकलेली कादंबरी'' असे संबोधून पददलित नायक-केंद्री 'बळी' या कादंबरीची त्यांनी विस्ताराने चर्चा केली आहे. गीताबाईंच्या 'आविष्कार' व 'धुके आणि दहिवर' या दोनच कादंबऱ्या त्यांना साम्यवादाच्या दृष्टीने दखल घेण्याजोग्या वाटल्या. वास्तविक पाहता 'वठलेला वृक्ष', 'फेरीवाला', 'माळरानात', 'दीपस्तंभ', 'आपलेच वैरी' इ. कादंबऱ्यांतही प्रत्यक्ष-अप्रत्यक्ष मार्क्सवाद-गांधीवादाच्या तत्त्वांची चर्चा आली आहे. पण जोगांनी त्याचा विचार केला नाही.

भालचंद्र फडके यांनी 'मराठी लेखिका : चिंता आणि चिंतन' (१९८०) या पुस्तकात ज्या अल्प लेखिकांना समर्थ लेखिका म्हटले आहे, त्यात निर्दिष्ट चार लेखिकांपैकी विभावरी शिरूरकर यांचे नाव आहे (पृ. २३२). शकुंतलाबाईंच्या 'घराचा मालक' आणि कृष्णाबाईंच्या 'मीनाक्षीचे जीवन' या दोन्ही कादंबऱ्यांबद्दल त्यांनी कौतुकोद्गार काढले आहेत. गीताबाई तत्त्वनिष्ठ असल्याचा उल्लेख केला आहे आणि कृष्णाबाईंची सामाजिक जाणीव प्रखर असल्याचा निर्वाळा दिला आहे. तरी चार लेखिकांच्या साहित्यातील बलस्थाने फडके यांनी ओळखली आहेत, असे वाटत नाही.

मराठी साहित्य-समीक्षकांखेरीज इतरांपैकी पु.ल. देशपांडे यांनी 'गुण गाईन आवडी' या पुस्तकातील इरावतीबाईंवरील लेखात महाराष्ट्रातल्या पाच सुकन्यांमध्ये मालतीबाई आणि गीताबाईंचा गौरवपूर्ण उल्लेख केला आहे (पृ.१७६). 'निस्संग होऊन वाटेल तसल्या भौतिक, आधिभौतिक आणि मनुष्यनिर्मित आपत्तींना तोंड देत, समाजातल्या बुरसटलेल्या-किडलेल्या मनातून उठणारे फूत्कार सहन करीत, त्या आदिवासी किंवा सामाजिक उपेक्षेच्या खातेऱ्यात पडलेल्या जमातीत निस्संग होऊन हिंडणाऱ्या किंवा राहणाऱ्या मराठी लोकांत अग्रपूजेचा मान मिळविला तो

मराठी पुरुषांनी नव्हे, महाराष्ट्राच्या पाच सुकन्यांनी!' अशा नि:संदिग्ध शब्दांत पु.ल. देशपांडे यांनी ज्या पाच स्त्रियांना कर्तृत्ववान म्हणून श्रेय दिले आहे, त्यात मालतीबाई आणि गीताबाईही आहेत.

एकंदरीत आमच्या लेखिकांचे साहित्य विचारवंतांच्या स्तरापर्यंत पोहोचले होते. परंतु त्यातील विषयांचे सामाजिक महत्त्व विचारवंतांच्या स्तरातही नेमके जाऊन भिडलेले दिसत नाही. म्हणून मराठी साहित्य इतिहासकार किंवा डॉ. जोगांसारखे विचारवंत यांना या लेखिकांची संक्षेपाने दखल घेऊन थांबावेसे वाटले आहे. त्या काळातील राजगोपालाचारी यांचे विचार ऐकले की, तत्कालीन नेतृत्वाच्या 'स्त्री' विषयक विचारांच्या मर्यादा तीव्रतेने जाणवतात. ठाकरसी विद्यापीठाच्या पदवीदान समारंभाच्या वेळी राजगोपालाचारी यांनी स्त्रियांना केलेल्या उपदेशात दोन मुद्दे होते. एक म्हणजे स्त्रियांनी नोकऱ्यांच्या मागे फारसे लागू नये व दुसरे म्हणजे घर हेच स्त्रियांचे प्रमुख क्षेत्र राहणार, तेव्हा पुरुषाने समाजाचा व महिलांनी कुटुंबाचा विचार करावा (स्त्री' मासिक, ऑगस्ट १९४५, संपादकीय). त्याच काळात श्री. शं. वा. किर्लोस्करांनी राजगोपालाचारींचा मुद्देसूद सौम्य शब्दांत निषेध करून त्यांच्या विचारसरणीच्या मर्यादा सप्रमाण दाखवून दिल्या होत्या. परंतु सुशिक्षित 'स्त्री'च्या जीवनाला निरनिराळे धुमारे ज्या काळात फुटत होते, त्या काळात राजगोपालाचारींसारख्या नेत्याचे 'स्त्री' विषयक विचार इतके पारंपरिक होते, याकडे दुर्लक्ष करता येत नाही.

राजगोपालाचारीसांरखे नेते जर 'स्त्री'च्या बाबतीत इतके पारंपरिक होते, तर सामान्य जनता किती पारंपरिक असू शकेल? आमच्या बंडखोर लेखिकांचे साहित्य सर्वसामान्य जनांपर्यंत कितपत पोहोचले असेल? कृष्णाबाईंच्या भाष्यावरून याचा पडताळा येऊ शकतो. 'लग्नानंतरचे पहिले वर्ष' या पुस्तकाच्या प्रस्तावनेत कृष्णाबाई म्हणतात, 'पतिपत्नींच्या प्रणयी जीवनासंबंधी उपवर वधूचे कल्पनाविश्व घडविण्यात कादंबरीकार ना. सी. फडके व वि. स. खांडेकर हेच अग्रगण्य आहेत, असे दिसते. कारण इतर कोणाही कादंबरीकारांचा या लेखांतून उल्लेख नाही. त्यांच्या कादंबऱ्यांतील वचने व अवतरणे मात्र जागोजागी आहेत. बहुसंख्य लेखांतून आकाशवाणीवरून प्रसारित होणारी भावगीते : 'निघाले आज तिकडच्या घरी', 'आले तुझिया घरी कराया तुझीच रे चाकरी', 'मैत्रिणींनो, सांगू नका नाव घ्यायला' इत्यादी गाणीच वधूच्या भावविश्वात गर्दी करून असलेली दिसतात. त्यानंतर सिनेमातील गाणी व प्रसंग हे अगदी तोंडपाठ असलेलेही काही वेळा आढळते. सिनेमा, कादंबऱ्या इत्यादिकांचा हा परिणाम तात्कालिक किंवा उपेक्षणीय धरता येत नाही. कारण कित्येक मुली या स्वप्निल दुनियेत वावरतात. त्यांची मने

याच चित्रांनी भारून गेलेली असतात. अशा वेळी विवाहानंतर वास्तव जगात त्या उतरल्या की, प्रेमाच्या प्रत्यक्ष अनुभूतीच्या अभावी केवळ पुस्तकी कल्पना किंवा सिनेमातील कल्पना घेऊन त्या वावरू पाहतात. तसेच खेळकर, फुलपाखरी जीवन आपल्यालाही मिळेल, अशी अपेक्षा करतात व अखेर स्वप्नभंगाने कष्टी होतात, असे आढळून येते. असे अपेक्षाभंगाचे उद्‌गार मला पदोपदी आढळले. 'लग्नानंतरचे पहिले वर्ष' या पुस्तकातील निबंध म्हणजे अनेक स्त्रियांनी स्पर्धेच्या निमित्ताने केलेले स्वानुभवकथन होते. हे पुस्तक सर्वसामान्य स्त्रियांच्या भावविश्वाचे प्रतिनिधित्व करते. या स्त्रियांनी एवढ्या गाजलेल्या विभावरी वाङ्‌मयाचा कोठेही उल्लेख केलेला नाही (मग कृष्णाबाई, गीताबाई इ. सर्व जणी खूपच दूर राहिल्या). याचा अर्थ त्यांच्यापर्यंत हे बंडखोर साहित्य पोहोचलेच नव्हते. हे बंडखोर साहित्य उच्चभ्रू वैचारिक वर्तुळातच अडकून पडले असावे. प्रसारमाध्यमांनी ते स्वीकारले नाही, म्हणून सर्वसामान्य जनतेपर्यंत ते पोहोचू शकले नाही. आमच्या चार लेखिका जेव्हा विवाहसंस्था 'स्त्री'च्या व्यक्तिमत्त्वाला मारक ठरते का? असा विचार करीत होत्या, लग्नाच्या बाजाराचा निषेध करीत होत्या, 'स्त्री'च्या रूपाला असलेली किंमत तिला उपभोग्य वस्तू बनविणे, 'आई' ही देवमूर्ती नाही, ती माणूस आहे असे प्रतिपादन करीत होत्या, त्याच काळात आकाशवाणीवरून प्रसारित होणारी भावगीते किंवा चित्रपटगीते 'स्त्री'च्या सौंदर्याचेच गोडवे गात होती. करुणामूर्ती 'स्त्री'च्या सोशीकतेचेच कौतुक करीत होती. ('स्त्रीजन्मा ही तुझी कहाणी। हृदयी अमृत नयनी पाणी सुंदरता तुज दिधली देवे। तुझी तुला ती परि न पेलवे क्षणात ठरसी तू पापिणी'- ग. दि. मा. - बाळा जो जो रे) 'आई' या प्रतिमेचा गौरवच करीत होती. (प्रेमस्वरूप आई, वात्सल्यसिंधू आई। बोलावू तुज आता मी कोणत्या उपायी।। माधव ज्यूलियन) 'वधू' या रूपाभोवती भावुकतेचे दीप उजळीत होती. (१. गंगा यमुना डोळ्यात उभ्या का? जा मुली जा दिल्या घरी तू सुखी रहा, २. अंगाची नव्हती हळद निघाली, नाही उतरला गौरीहार, गेला दरियापार, घरधनी गेला दरियापार) 'पत्नी'ला संयमाचाच उपदेश करीत होती. (पतीसेवा हे ब्रीद आपुले। देवाहुनही थोर पाउले । रागावुनी ते जरी बोलले । बोलू नको त्यावरी । जा मुली शकुंतले सासरी)

आकाशवाणीमुळे ही भावगीते गल्लीबोळात घरोघरी पोहोचली होती. तरुण-तरुणींच्या भावविश्वाचे पोषण या गीतांमधून होत होते. लेखिकांच्या परखड वास्तववादी विचारांचा अंधुकसा स्पर्शही या भावगीतांना झालेला दिसत नाही. या भावगीतरचनाकारांपर्यंत लेखिकांची विचारसरणी पोहोचू शकली नव्हती, असा याचा अर्थ होतो आणि परिणामी ती जनमानसातही झिरपू शकली नव्हती. येथेच

आणखी एक नवलाची गोष्ट लक्षात येते. या चार लेखिका ज्या काळात लिहीत होत्या, त्या काळात रविकिरण मंडळाचा उदय होऊन हळव्या भावनोत्कट कवितांना पूर आला होता. 'प्रीती' हा अनेक कवितांचा केंद्रबिंदू होता. काव्यगायन हा प्रकार लोकप्रिय झाला होता. कवी आपल्या कविता सभेत गाऊन दाखवत असत. यशवंतांची 'आई' ही कविता काव्यगायनातूनच लोकप्रिय झाली होती. तरी या चार लेखिकांपैकी कोणीही कविता रचण्याकडे वळल्या नाहीत. या काळातील कवितांचा जन्म स्वप्निल भावनोत्कटतेतून झालेला दिसतो. लेखिकांमध्ये ही स्वप्नाळू भावनोत्कटता नाही, म्हणून त्यांनी कविता केल्या नसाव्यात. पुरुष वैचारिक/बौद्धिक पातळीवर जगणारे असतात आणि स्त्रिया स्वप्नाळू, हळव्या, भावनोत्कट असतात या पारंपरिक गृहीत कल्पनेलाच येथे तडा गेलेला दिसतो.

जनतेपर्यंत पोहोचण्याचे दुसरे प्रभावी माध्यम म्हणजे चित्रपट. १९३७मध्ये 'कुंकू' (हिंदी: दुनिया न माने) या चित्रपटाने बंडखोर 'स्त्री'चे तेजस्वी चित्र जनतेसमोर आणले होते. 'कुंकू'च्या नायिकेने म्हटले होते, 'मी अबला आहे. हिंदुस्थानात जन्माला आले आहे. पण मी अन्याय सहन करणार नाही.' या चित्रपटाला भारतभर लोकप्रियता मिळाली होती. परंतु इतकी तेजस्वी नायिका आज अगदी १९९०पर्यंत पुन्हा मराठी रुपेरी पडद्यावर आलीच नाही. या बंडखोर नायिकेचे चार लेखिकांच्या साहित्यातील नायिकांशी आंतरिक नाते होते. मालतीबाईंची अचला (हिंदोळ्यावर), गीताबाईंची विमल (वठलेला वृक्ष), कृष्णाबाईंची मीनाक्षी (मीनाक्षीचे जीवन) या सगळ्या जणी 'कुंकू'तल्या नीरेच्या समकालीन सहधर्मचारिणी होत्या. 'कुंकू'ची परंपरा जर पुढे चालती, तर चार लेखिकांच्या कथांवर चित्रपट निघायला हरकत नव्हती. परंतु ते तसे निघाले नाहीत. 'कुंकू' चित्रपटाचा 'बालावृद्धविवाहनिषेध' हा विषय तसा १९३७मध्ये भूतकालीन (इ.स.१८९९मध्ये 'शारदा' नाटकाने हाताळलेला) होता आणि चार लेखिकांच्या नायिका वर्तमानकालीन प्रश्नांशी झगडत होत्या, हे बहुतेक त्यांच्यावर चित्रपट न निघण्याचे कारण असू शकेल. यापलीकडची काही आर्थिक, सामाजिक, व्यावसायिक कारणे असू शकतील. आज वळून पाहताना असे दिसते की, चार लेखिकांच्या लेखनकालात म्हणजे साधारण १९३६ ते १९४२ या काळात मराठी चित्रपटसृष्टी बहराला आली होती. अनेक कथा-कादंबऱ्यांवर या काळात चित्रपट निघाले. चित्रपट या लोकप्रिय माध्यमाने विभावरींसारख्या सर्व दृष्टीने गाजलेल्या कथांचा चित्रपटासाठी स्वीकार केलेला दिसत नाही. मास्टर विनायकांसारख्या सिद्धहस्त दिग्दर्शकाने आचार्य अत्रे आणि वि. स. खांडेकर यांच्या कथांवर 'छाया', 'धर्मवीर', 'ब्रह्मचारी', 'देवता', 'अर्धांगी', 'ब्रँडीची बाटली' हे चित्रपट काढले.

परंतु चार प्रतिभावंत लेखिकांच्या साहित्याकडे ते वळले नाहीत. वास्तविक पाहता कृष्णाबाईंचे पती ह. वि. मोटे आणि मालतीबाईंचे पती विश्राम बेडेकर हे दोघे चित्रपट व्यवसायात होते. तरीही या लेखिकांच्या कथा त्यांनी चित्रपटासाठी उचलल्या नाहीत, हे आश्चर्यकारक आहे. चित्रपट हे हजारो-लाखो रुपयांचा धोका पत्करायला लावणारे माध्यम आहे. त्यामुळे जो विषय – जी कथा जनमानसाला रुचेल, पचेल, लोकप्रिय होईल; तीच कथा स्वीकारण्याकडे निर्माता-दिग्दर्शक यांचा स्वाभाविक कल असतो. या चार लेखिकांच्या कथा चित्रपटाने स्वीकारल्या नाही. त्याअर्थी लेखिकांच्या बंडखोर कथा सामान्य जनतेला रुचण्यासारख्या नव्हत्या. 'ब्रह्मचारी' या चित्रपटातील मीनाक्षीचे पोहण्याच्या पोशाखातले दृश्य हीसुद्धा त्या काळातली बंडखोरी होती. या बंडखोरीने गर्दी खेचून घेतली होती. ही वस्तुस्थिती ध्यानात घेता, कोणत्या प्रकारची बंडखोरी लोकप्रिय होऊ शकत होती, याचा अंदाज येतो. स्त्री-शरीराला उपभोग्य वस्तू बनविणारीच ती बंडखोरी होती. चार लेखिकांच्या साहित्यातील बंडखोरी 'स्त्री'च्या व्यक्तिस्वातंत्र्याची मागणी करणारी अधिक खोलवरची होती. ती चित्रपट माध्यमाला पेलवत नव्हती, असे येथे म्हणावेसे वाटते.

या काळात गाजत असलेले मो. ग. रांगणेकर आणि इतर अनेक नाटककारांची 'स्त्री'विषयक दृष्टी गीतकार आणि चित्रपटकारांपेक्षा खास वेगळी नव्हती. बंडखोर लेखिकांच्या साहित्याने त्यांच्यावरही फारसा परिणाम केलेला दिसत नाही. चार लेखिकांच्या साहित्याला पारितोषिके / पुरस्कार मिळाले. तरी फडके- खांडेकरांच्या साहित्याने महाराष्ट्रातील सुशिक्षित वर्गाला जसे आकृष्ट केले होते, तसे निर्दिष्ट लेखिका करू शकल्या नाहीत. तसे घडण्याची कारणे शोधू जाता, आपल्या समाजरचनेचा विचार करावासा वाटतो. स्त्री-पुरुष प्रीती / मैत्री हा फडके-खांडेकरांच्या कादंबऱ्यांचा केंद्रबिंदू आहे. अन्न, वस्त्र या दोन मूलभूत गरजा भागल्यानंतर (निवारा ही तिसरी गरज परिस्थितिसापेक्ष असते) स्त्री-पुरुष प्रीती / मैत्री ही प्रत्येक व्यक्तीची नैसर्गिक गरज असते. या प्रीती/मैत्रीला वंचित असलेले बहुजन या समाजात आहेत. विवाह हा कामवासनेच्या पूर्तीचा राजमार्ग आहे. परंतु केवळ मनुष्यप्राण्यातच नैसर्गिक असलेली प्रीती / मैत्रीची भावना अनुनय-प्रणयाची इच्छा विवाहातून तृप्त होतेच असे नाही. लैंगिकतेशी निगडित असलेल्या या भावनिक गरजा भागविण्यासाठी फडके-खांडेकरांनी लिहिलेल्या प्रीतिकथा जवळ केल्या गेल्या (पुढील काळात ही गरज हिंदी चित्रपटसृष्टीने भागविलेली दिसते). येथे एक गोष्ट लक्षात घेतली पाहिजे की, असे स्वप्नात रंगण्यामागेही आपली सामाजिक मानसिकता हेच कारण सापडते. 'ठेविले अनंते तैसेचि राहावे',

'पावसानं झोडपलं आणि राजानं मारलं तर सांगायचं कोणाला?' अशी वृत्ती असलेला हा समाज आहे. हा समाज रूढ समाजव्यवस्थेत किंवा प्रस्थापित कुटुंबरचनेत प्रयोग करायला घाबरतो. 'घराला मुकलेल्या स्त्रिया व काळाची चाहूल' या मालतीबाईंच्या पुस्तकाआधारे याचे स्पष्टीकरण देता येईल. मालतीबाईंच्या आकडेवारीनुसार पंढरपूरच्या अनाथाश्रमातील ३२५ स्त्रियांची पाहणी केली असता, त्यांच्या दु:स्थितीस जबाबदार असे सासरचे ५६ नातेवाईक आढळले. या ५६ नातेवाईकांपैकी ३७ दीर होते (पृ.१००). काही काळानंतर म्हणजे संकटमुक्त (?) झाल्यानंतर या ३७ जणींपैकी २२ जणींना दिरांनी परत नेले होते (पृ.१२४). यामध्ये काही दिरांचा स्वार्थ असू शकेल. परंतु ज्याअर्थी दिरांनी त्यांना परत नेले, त्याअर्थी जबाबदारी टाळण्याची त्यांची वृत्ती नसावी आणि परस्परात प्रीती असावी, असे म्हणण्यासही जागा आहे. दीर-भावजय नात्यात प्रीतीचा शारीरिक पातळीवर आविष्कार किंवा विवाह समाजमान्य नव्हता. किंबहुना निषिद्धच होता. या रूढीला भिऊन दिरांनी भावजयांना काही काळ अनाथाश्रमात ठेवण्याचा पर्याय स्वीकारला असावा. अनाथाश्रमापर्यंत न पोहोचलेली अशी इतरही उदाहरणे असू शकतील. परंतु पारंपरिक नीतीची चौकट बदलून विधवा भावजयीशी विवाह रूढ करण्याचा हेतुत: प्रयत्न झाल्याचे दिसत नाही. परंपरेची चौकट जाचूकाचू लागली, तर ती मोडून जीवनप्रवाह जरा स्वाभाविकपणे वाहू देण्यासाठी किंवा नवीन चौकट तयार करण्यासाठी या समाजात विचारपूर्वक चर्चेने सामुदायिक प्रयोग केले जात नाहीत. चर्चा केवळ चर्चाच राहतात आणि तुरळक व्यक्ती कधी लपतछपत तर कधी बेरडपणे स्वत:ची वाट शोधतात. परंतु बहुजन जाचकाच सहन करीत दैवयोगाने नशीब उजळण्याची स्वप्ने पाहतात. दारिद्र्यात पिचलेला हा समाज लॉटरी लागून श्रीमंत झाल्याचे स्वप्न पाहतो, त्याचप्रमाणे स्त्री-पुरुष प्रीती-मैत्रीला वंचित असलेला हा समाज कादंबऱ्या-चित्रपटांच्या स्वप्निल जगात गुंगून मनाजोगत्या व्यक्तीबरोबर प्रीती जमल्याचेही स्वप्नच पाहतो. कर्तृत्वहीन व्यक्तीला / समाजाला वास्तवाचे आव्हान स्वीकारण्यापेक्षा स्वप्नांची रंगीबेरंगी दुनिया अधिक प्रिय होते. (किंवा स्वप्नात गुंगणारी व्यक्ती/ समाज हळूहळू कर्तृत्वहीन होत जातो. त्याला वास्तव नकोसे होते.) यामुळे एकूणच वास्तव साहित्य या समाजाला फारसे रुचले नाही. अर्थातच चार लेखिकांचे साहित्यही दुर्लक्षिले गेले.

विचक्षण लेखिकांच्या साहित्याचा परिणाम आम जनतेवर झालेला नसला, तरी काही अल्पसंख्य वर्तुळावर तो झालेला दिसतो. 'प्रतिभा', 'रत्नाकर', 'स्त्री' 'किर्लोस्कर' या नियतकालिकांतून या लेखिकांच्या बंडखोरीला काही प्रमाणात प्रतिसाद मिळालेला दिसतो. शं. वा. किर्लोस्करांनी केलेला राजगोपालाचारींचा

सौम्य निषेध, ही या प्रतिसादाचीच खूण म्हणता येईल. या नियतकालिकांना स्वत:चा मर्यादित वाचकवर्ग होता. त्यातून अनेक लेखिकांची बंडखोरी चिवटपणे वाट काढीत राहिली. ही बंडखोरी 'स्त्री'ला एक स्वतंत्र, स्वयंपूर्ण व्यक्ती मानणारी होती. माई ऐतिवडेकर यांची 'घरट्याबाहेर' ('स्त्री', ऑगस्ट १९४५) ही कथा. सुशीला बोरगावकर यांची 'न्यायदेवतेच्या दरबारात' ही एकांकिका (स्त्री, ४ सप्टेंबर १९४५) ही स्त्रीच्या बंडखोरीची उदाहरणे म्हणता येतील. ऐतिवडेकरबाईंच्या कथेतली अनुराधा नवरा, मुलगा, घर सगळं सोडून किसान कामगारांच्या चळवळीत जाते.. बोरगावकरबाई गडकऱ्यांच्या सिंधूला म्हणतात की, तुझ्यासारख्या हजारो पतिव्रता चुकत आहेत, म्हणून या देशाला अवकळा आली आहे. 'प्रतिभा', 'रत्नाकर' ही नियतकालिके बंद झाली. त्यांची जागा घेणारी इतर काही नियतकालिके सुरू झाली. या नियतकालिकांतूनच पुरोगामी 'स्त्री'ची काही प्रमाणात कदर झाली.

मालतीबाईंच्या मुलाखतीनुसार त्यांच्या तरुणपणापासून आजपर्यंतच्या महाराष्ट्रातील स्त्री-जीवनात आंतरिक बदल झालेले नाहीत. स्त्रियांचे अर्थार्जन, पाळणाघरे, परित्यक्ता हे चार लेखिकांनी मांडलेले विषय १९९०पर्यंत चर्चाविषय आहेतच. हुंडाबळीच्या बातम्या नित्य येत असतात. १८५६मध्येच विधवाविवाहाचा कायदा पास झाला, तरी १९९०पर्यंत विधवेचा विवाह होणे विधुराच्या विवाहाइतके सर्रास आणि सोपे नाही. स्त्री-शिक्षणाबद्दल दुमत कधीच नव्हते, तरीही १९९१च्या जनगणनेनुसार महाराष्ट्रातील एकूण ३,८०,५४,६६३ स्त्रियांपैकी १,६६,०७,४६० स्त्रिया साक्षर आहेत. ही वस्तुस्थिती पाहिल्यावर मालतीबाईंचे मत पटू शकते. परंतु आजच्या महाराष्ट्रातील परिस्थितीचे अधिक निरीक्षण करता, काही बाजूंनी स्त्री-जीवनात आंतरिक बदल घडण्याची पार्श्वभूमी वेगाने निर्माण होते आहे, असे म्हणावेसे वाटते. याची सर्वांत महत्त्वाची खूण म्हणजे, पातिव्रत्याच्या कल्पनेला झुगारून स्त्रियाच्या मनात कोंडलेला असंतोष, भावना, वासना त्यांच्या आत्मचरित्रातून बाहेर येत आहेत. हंसा वाडकर यांचे 'सांगत्ये ऐका ('माणूस' दिवाळी १९६६. पुस्तकरूप १९७०), स्नेहप्रभा प्रधान यांचे 'स्नेहांकिता' (१९७३), दुर्गा खोटे यांचे 'मी दुर्गा खोटे' (१९८२) ही अभिनेत्रींची आत्मचरित्रे धीट व मनमोकळी आहेत. या आत्मचरित्रांचे रूप लक्ष्मीबाई टिळकांचे 'स्मृतिचित्रे' (१९३४), आनंदीबाई कर्वे यांचे 'माझे पुराण' (१९४४), लीलाबाई पटवर्धन यांचे 'आमची अकरा वर्षे' (१९४५) या जुन्या आत्मचरित्रांपेक्षा खूप निराळे आहे. आधुनिक आत्मचरित्रात वैयक्तिक भावनांचे अधिक विश्लेषण आहे. स्वत:कडे आणि समाजाकडे अलिप्तपणे पाहून सत्य सांगण्याचा आणि परखड

भाष्य करण्याचा प्रयत्न आहे. केवळ- 'चित्रतारका'च त्यांच्याभोवती असलेल्या वलयामुळे आत्मचरित्रे लिहू लागल्या असे नाही, तर आपल्यावर झालेला अन्याय सांगण्यासाठी इतर अनेक स्त्रियांनीही या काळात आत्मचरित्रे लिहिली आहेत. आनंदीबाई विजापुरे यांचे 'अजुनि चालतेचि वाट' (१९७२), सरोजिनी शारंगपाणी यांचे 'दुर्दैवाशी दोन हात' (१९७५), मल्लिका अमरशेख यांचे 'मला उद्ध्वस्त व्हायचंय' (१९८४) ही यांपैकी काही उदाहरणे. यमुनाबाई खाडिलकरांचे 'पटावरील प्यादे' (१९८५), माधवी देसाईंचे 'नाच गं घुमा' (१९८८), कांचन घाणेकर यांचे 'नाथ हा माझा' (१९८९) सुनीता देशपांडे यांचे 'आहे मनोहर तरी' (१९९०) असा हा आत्मचरित्रांचा अखंड प्रवाह सुरू आहे. 'कळ्यांचे निःश्वास' हा कथासंग्रह आणि इतर कादंबऱ्या लिहिताना मालतीबाईंना आपले नाव गुप्त ठेवण्याची गरज भासली होती. म्हणून त्यांनी टोपण नाव घेतले होते. आधुनिक काळातील लेखिकांना कथा लिहिताना, तर सोडाच परंतु आत्मचरित्र लिहितानासुद्धा खरे नाव दडविण्याची आवश्यकता उरलेली दिसत नाही. लेखिका धीट आणि समाज समंजस झाल्याचे, हे लक्षण आहे.

१९७५च्या आंतरराष्ट्रीय महिला वर्षानंतर महाराष्ट्रात स्त्री-वादी चळवळीला जोर आला. स्त्रियांना मदत करणाऱ्या निरनिराळ्या स्वयंसेवी संस्था स्थापन होऊ लागल्या. ही मदत अनेक अंगांनी सुरू झाली. आरोग्यकेंद्र, आधारकेंद्र, कायदेशीर सल्ला इ. यांतून स्त्री-चळवळीचे वातावरण निर्माण होऊ लागले. 'सांगत्ये ऐका'या आत्मचरित्रावर 'भूमिका' हा हिंदी चित्रपट निघाला आणि लोकप्रिय ठरला. समाजकार्य करण्यासाठी उत्सुक असलेल्या, भरल्या संसारातल्या स्त्री-मनाच्या तडफडीला वाट देणारा 'उंबरठा' हा चित्रपट चर्चेचा विषय झाला. चित्रपटापेक्षा प्रभावी असे दूरदर्शन हे माध्यम या काळात स्थिरावले. दूरदर्शन मालिकांना सुरुवात झाली. या मालिकांनी चळवळ्या पुरोगामी 'स्त्री'ची बरी-वाईट दखल घेतली. स्त्रियांचे काही गट या प्रसार माध्यमातील 'स्त्री'दर्शनावर चर्चा घडवून आणू लागले. गांधीजींनी वेग दिलेले स्त्री-जीवन स्वातंत्र्योत्तर काळात संथावले होते. त्यात खळबळ नव्हती. याची दोन कारणे संभवतात. शिक्षण, अर्थार्जन, पुनर्विवाह, घटस्फोट इ. अधिकार तत्त्वत: समाजमान्य झाल्यानंतर, झगडण्यासाठी ठोस असे कारण उरले नसावे. जे अधिकार तत्त्वत: मान्य झाले होते, ते व्यवहारात प्रत्यक्ष उतरणे कितपत शक्याशक्य आहे, याचा अंदाज आला नसावा. मान्य झालेले तत्त्वज्ञान व्यवहारात उतरविण्यासाठी समाजाशी आणि स्वत:शी पुनश्च संघर्ष करणे आवश्यक आहे, हे उमगले नसावे. स्वातंत्र्यासाठी एकोप्याने सुरू असलेली चळवळ

स्वराज्य मिळाल्यानंतर त्याच एकोप्याने सुराज्याकडे वळली नाही. समाजातल्या सर्व थरांना एकत्र बांधू शकणारे गांधींजीसारखे उत्तुंग नेतृत्व हरपले. राजकीय वातावरण स्वार्थी होऊ लागले. परिणामी सामाजिक जीवनाची गतीही संथावली असावी आणि 'स्त्री-जीवना'स बधिरता आली असावी. १९७५नंतर 'स्त्रीविषयक' विचारमंथनास पुन्हा जोर आला. १९४०च्या सुमारास सुरू झालेले 'स्त्री'चे अर्थार्जन, पाळणागृहे, घटस्फोट हे अजूनही चर्चेचे विषय आहेतच. परंतु काही नवे विषय आव्हान देत आहेत, तर काही जुन्या मागण्या आता अगदी धिटाईने केल्या जाऊ लागल्या आहेत. प्रगत विज्ञानाचे गर्भलिंगचिकित्सेसारखे स्त्री-शरीरावरील निरनिराळे प्रयोग हे आधुनिक 'स्त्री'समोर उभे ठाकलेले आव्हान आहे. तर विवाहबाह्य मातृत्वाच्या हक्काची जुनी मागणी, आता अधिक धिटाईने होऊ लागली आहे.

स्त्री-शिक्षणाबरोबरच सुशिक्षित स्त्री-जीवनात दोन प्रवाह सुरू झालेले दिसतात. एक प्रवाह स्वत:च्या हक्कांची जाणीव ठेवून जागरूकपणे परिवर्तनाच्या मार्गाने जाणाऱ्या स्त्रियांचा आणि दुसरा प्रवाह परिस्थितीच्या रेट्यानुसार प्रवाहपतितपणे जगणाऱ्या स्त्रियांचा. गांधीजींच्या हाकेनंतर जागरूक झालेल्या स्वातंत्र्यपूर्व कालातील स्त्रिया घटस्फोट, वारसाहक्क यांसाठी कायदेशीर अधिकार मागत होत्या. प्रवाहपतित स्त्रिया आजकाल मुली शिकतात, म्हणून मॅट्रिक होत होत्या आणि मॅट्रिक मुलींना नोकरी मिळू शकते, घरातही वडिलांना / नवऱ्याला पैसा हवा आहे म्हणून नोकरी करू लागल्या होत्या. १९९१मधल्या स्त्रियांना कायद्याने बरेच अधिकार देऊ केले आहेत. जागरूक स्त्रिया या कायद्यांचा लाभ सर्व स्त्री-जगतास मिळावा म्हणून प्रयत्नशील आहेत. 'स्त्री'ला सर्वार्थाने स्वातंत्र्य मिळण्यासाठी समाजाची पुनर्रचना करणेच आवश्यक आहे, असे त्या प्रतिपादू लागल्या आहेत. १९९१मधील प्रवाहपतित स्त्रिया अर्थार्जनाचे स्वातंत्र्य बऱ्यापैकी उपभोगू लागल्या आहेत. स्वत:चे आणि स्वत:च्या कुटुंबाचे जीवन सर्व प्रकारच्या सुविधांनी, आरामांनी आणि चैनींनी सुखी करण्याकडे त्यांचा कल आहे. हे दोन प्रवाह कधी एकमेकांना मारक होतात, तर कधी एकमेकांना पूरक होतात. दोन्ही प्रकारच्या स्त्री-जीवनात परिवर्तन वेगाने सुरू झाले आहे. पूर्वी मुंबई-पुण्यात निर्माण झालेले विचार दूरच्या खेड्यांपर्यंत पोहोचायला बराच काळ लागत असे. किंबहुना कधी कधी ते पोहोचतही नसत. आज दूरदर्शनमुळे कोणताही नवा विचार क्षणात महाराष्ट्रातल्या कोनाकोपऱ्यात पोहोचू शकतो. स्त्री-वादी चळवळ यामुळे जोरावू लागली आहे. मात्र १९७५नंतर स्त्री-वादी चळवळीने वेग घेतला असला, तरी हे

वातावरण आधी कित्येक वर्षांपासून तयार होत होते.

स्त्री-मुक्ती, स्त्री-वादी हे शब्द ज्या काळात अस्तित्वात नव्हते, त्या काळातही ही मनोवृत्ती अस्तित्वात होती. १९०१नंतर या मनोवृत्तीच्या स्पष्ट ठिणग्या नियतकालिकांतून दिसू लागल्या. गांधीजींच्या चळवळीमुळे या ठिणग्यांचे एका निश्चित दिशेने ध्रुवीकरण होण्याची प्रक्रिया सुरू झाली. स्त्री-जीवन विकासाच्या नव्या दिशा शोधू लागले. या वळणावर येऊन ठेपलेल्या स्त्री-मनातील आशा-निराशांच्या-सुखदु:खांच्या स्पंदनांची 'अक्षरनोंद' चार लेखिकांच्या ललित साहित्यात उमटली आहे. त्यांचे संशोधनसाहित्य स्त्री-वादी चळवळीला प्रकाशवाटा दाखवते आहे.

●●

कृष्णाबाई मोटे

जन्म : २८ जुलै १९०३

शिक्षण : जी.ए., लंडन स्कूल ऑफ सोशॉलॉजीची पदविका.

साहित्य : 'दृष्टीआडच्या सृष्टीत' (निरीक्षणलेख) १९३९
'मीनाक्षीचे जीवन' (कादंबरी)
'माझी गुणाची पोर' (नाटक) १९४९
'लग्नानंतरचे पहिले वर्ष' (संपादित) १९६८
'काळाची पाउले' (संशोधन लेख) १९७६

निधन : १७ फेब्रुवारी १९९१

मालतीबाई बेडेकर (विभावरी शिरूरकर)

जन्म : १ ऑक्टोबर १९०५

शिक्षण : पी. ए.

साहित्य : 'कळ्यांचे नि:श्वास' (कथासंग्रह) १९३३
'हिंदोळ्यावर' (कादंबरी) १९३४. कानडीत भाषांतर
'विरलेले स्वप्न' (कादंबरी) १९३५. गुजराथीत भाषांतर
'उमा' (कादंबरी)
'बळी' (कादंबरी) १९५०
'जाई' (कादंबरी) १९५२. हिंदीत भाषांतर
'दोघांचे विश्व' (कथासंग्रह) १९५७
'घराला मुकलेल्या स्त्रिया व काळाची चाहूल' (निबंध) १९६२
'शबरी' (कादंबरी) १९६३
'मनस्विनीचे चिंतन' (निरीक्षण लेख) १९६९

नाटके : 'पारध', 'कलियुग गं बाई कलियुग', 'अलौकिक संसार'

अध्यक्षपदे : अखिल भारतीय स्त्री-परिषदांच्या नागपूर, कऱ्हाड, जळगाव, अलिबाग, मडगाव येथील शाखा संमेलनाच्या अध्यक्ष. पुणे, नाशिक, किर्लोस्करवाडी येथील लेखिकांच्या संमेलनांच्या अध्यक्ष. बोहरा समाजातर्फे 'धर्मातीत परिषदे'च्या अध्यक्ष (मुंबई). राम मनोहर लोहिया यांच्या 'इंग्रजी हटाव परिषदे'च्या इंदूर येथील अध्यक्ष, ग्वाल्हेर येथील मराठी साहित्य संमेलनाच्या अध्यक्ष १९५८. पर्यायी मराठी साहित्य संमेलन, मुंबई अध्यक्ष १९८१

निधन : ६ मे २००१

शकुंतलाबाई परांजपे

जन्म : १७ जानेवारी १९०६

शिक्षण : बी. एस्सी. मुंबई विद्यापीठ, केंब्रिज गणित ट्रायपॉस परीक्षा उत्तीर्ण...

साहित्य : 'प्रेमाची परीक्षा' (नाटक) १९४१
'पांघरलेली कातडी' (नाटक) १९४२
'भिल्लिणीची बोरे' (ललित निबंध) १९४४
'घराचा मालक' (कादंबरी) १९४८
'माझी प्रेतयात्रा' (ललित निबंध) १९५७
'काही आंबट काही गोड' (ललित निबंध) १९७९
'सवाई सहांची कोकणातील करामत' १९७२
'सवाई सहांची मुंबईतील मोहीम' १९७५
'सवाई सहांची दर्याची राणी' १९८१

निधन : ३ मे २०००

गीताबाई साने

जन्म : ३ सप्टेंबर १९०७

शिक्षण : एम. एस्सी.

साहित्य : 'निखळलेली हिरकणी' (कादंबरी) १९३६
'वठलेला वृक्ष' (कादंबरी) १९३६
'हिरवळीखाली' (कादंबरी) १९३६
'लतिका' (कादंबरी) १९३७
'फेरीवाला' (कादंबरी) १९३८
'आविष्कार' (कादंबरी) १९३९
'माळरानात' (कादंबरी) १९४१
'धुके आणि दहिवर' (कादंबरी) १९४२
'दीपस्तंभ' (कादंबरी) १९४७
'आपलेच वैरी' (कादंबरी)
'चंबळची दस्युभूमी' (संशोधन लेखन) १९६४
'भारतीय स्त्रीजीवन' (संशोधन लेखन) १९८६
१९८४ साली विदर्भ साहित्य संमेलनाच्या अध्यक्ष.

निधन : १२ सप्टेंबर १९९१.

●●●

विनया खडपेकर

एम. ए. १९७२ (मुंबई विद्यापीठ)

अखिल भारतीय विद्यार्थी परिषद : कार्यकर्ती (१९६६ ते १९७२)

रिझर्व बँकेत नोकरी १९७१ ते १९९३

स्त्रीवादी चळवळीत सहभाग : १९८५ ते १९९३

२००३ पासून 'राजहंस'मध्ये संपादक

प्रकाशित पुस्तके :

- ज्ञात-अज्ञात अहिल्याबाई होळकर (चरित्रग्रंथ)
- भिंती (लघुकादंबरी)
- प्रतिसाद (लघुकथासंग्रह)
- मातृसेवा संघ (संस्थापरिचय)
- सूत्रचालक (अनुवाद)
- एक होती बाय (अनुवाद)

'ज्ञात-अज्ञात अहिल्याबाई होळकर' या चरित्रग्रंथाला मिळालेले पुरस्कार :

* महाराष्ट्र साहित्य परिषद, पुणे, श. म. भालेराव - लक्षवेधी साहित्य प्रकारातील ग्रंथ पुरस्कार, २००८
* उत्कर्ष मंडळ, विलेपार्ले (पूर्व), हेडगेवार ग्रंथगौरव पुरस्कार, २००८
* भैरु रतन दमाणी पुरस्कार, सोलापूर, २००८
* महाराष्ट्र शासन : चरित्र वाङ्मय : लक्ष्मीबाई टिळक पुरस्कार, २००८
* विद्यार्थी साहाय्यक समिती गिरगाव मुंबई.
* वि. ह. कुलकर्णी पुरस्कार, मुंबई मराठी ग्रंथसंग्रहालय
* राजमाता अहिल्याभूषण पुरस्कार, अहिल्या सामाजिक प्रतिष्ठान पैठण.

राजहंस प्रकाशन प्रा. लि.

* 9 7 8 9 3 9 1 4 6 9 1 8 4 *

FCW - #0180 - 061026 - C0 - 216/140/19 - PB - 9789391469184 - Gloss Lamination